மா தவர், மறைவலாளர், மந்திரக்கிழவர், மற்றும்
மூதறிவாளர், உள்ள சான்றவர் முதல் நீராட்ட,
சோதியான் மகனும், மற்றைத் துணைவரும், அனுமன் தானும்,
தீது இலா இலங்கை வேந்தும், பின் அபிடேகம் செய்தார்.
- யுத்த காண்டம் (திருமுடி சூட்டு படலம்)

தீ எரி நரக
மந்திரக்கிழவனின்
செக்கர் நிறத்தொரு மரணம்

பாவெல் சக்தி

எதிர்
வெளியீடு

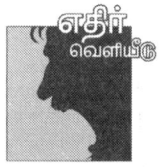

தீ எரி நரக மந்திரக்கிழவனின் செக்கர் நிறத்தொரு மரணம்
பாவெல் சக்தி

முதல் பதிப்பு: ஜூலை 2023

எதிர் வெளியீடு,
96, நியூ ஸ்கீம் ரோடு, பொள்ளாச்சி - 642 002
தொலைபேசி: 04259 - 226012, 99425 11302

விலை: ரூ. 499

Theé eri naraka manthirakilavanin chekkar nirathoru maranam
Pavel Sakthi

Copyright © Pavel Sakthi

First Edition: July 2023

Published by
Ethir Veliyeedu, 96, New Scheme Road, Pollachi - 2
email: ethirveliyedu@gmail.com
www.ethirveliyeedu.com

ISBN: 978-81-960244-9-9
Cover Design: Santhosh Narayanan
Printed at Jothy Enterprises, Chennai.

All rights reserved. No part of this book may be reprinted or reproduced or utilised in any form or by any electronic, mechanical or other means, now known or hereafter invented, including Photocopying and recording, or in any information storage or retrieval system, without permission in writing from the Publisher.

பாவெல் சக்தி

1987-ல் மதுரை மாவட்டம் எழுமலை கிராமத்தில் பிறந்த இவர், ஆரம்பப் பள்ளிக்கல்வியை நாகர்கோவிலிலும், மேல்நிலைப் பள்ளிப்படிப்பை எழுமலையிலுமாகப் பயின்று, இளங்கலைப் பட்டப்படிப்பிற்காக மீண்டும் நாகர்கோவில் வந்து 19 ஆண்டுகள் கடந்துவிட்டன. வரலாறிலும் சட்டத்திலும் முதுகலைப் பட்டப்படிப்பை முடித்து, கடந்த 2011 முதல் நாகர்கோவில் மாவட்ட நீதிமன்றத்தில் வழக்கறிஞராகப் பணியாற்றி வருகிறார். 'பின்நவீனத்துவமும் அடையாள அரசியலும்', 'என்.ஜி.ஓ-க்கள் ஓர் ஏகாதிபத்திய அபாயம்' என இரண்டு மொழிபெயர்ப்புகளும், 'நகர்துஞ்சும் நள்யாமத்தில் செங்கோட்டு யானைகள் எடுத்துப்படித்த VIII தஸ்தாவேஜ்கள்' என்ற சிறுகதைத்தொகுப்பும், 'தொல்பசிக்காலத்து குற்றவிசாரணை அறைக்குள் மூடிமுத்திரையிடப்பட்ட 8 தடயக்குறிப்புகள்' என்ற குறுநாவல்களும், சிறுகதைகளும் அடங்கிய கதைத்தொகுப்பும் வெளிவந்துள்ள நிலையில் இது இவரின் முதல் நாவல். மனைவி: சங்கரி. மகள்: மார்க்சியா.

அலைபேசி எண்: 88708 87589

அவர்களெல்லாரும் தங்கள் பரிபூரணத்திலிருந்தெடுத்துக் கொடுத்துக்கொண்டிருக்கும்போது, தன் வறுமையிலிருந்து மட்டுமல்லாமல் தன் ஜீவனத்துக்கு உண்டாயிருந்ததிலிருந்தெல்லாம் எடுத்துக்கொடுத்து அப்போதிருந்து இப்போதுவரை எனக்கென்று ஒரு வாழ்வை காணிக்கையிட்டுக் கொண்டிருக்கும் அவளுக்கு...

சங்கரிக்கு...

"கனவான்களே! இவான் இலியீச் மரணமடைந்து விட்டார்" என்று அவர் கூறினார்.

"உண்மையாகவா!"

"இதோ படித்துப் பாருங்கள்" என்று ஃபியோதர் வசீலியெவிச்சிடம் அச்சு மை இன்னும் உலராதிருந்த பத்திரிக்கையை நீட்டியபடியே அவர் கூறினார். பத்திரிக்கையில் பின்வரும் செய்தி கறுப்புக் கட்டமிடப்பட்டு வெளியிடப்பட்டிருந்தது.

"என்னுடைய அன்புமிக்க கணவரும் நீதிமன்ற உறுப்பினருமான இவான் இலியீச் கலவீன் 1888 பிப்ரவரி 4-ந் தேதியன்று மரணமடைந்து விட்டார் என்பதை உறவினர்களுக்கும் நண்பர்களுக்கும் வருத்தத்தோடு தெரிவித்துக்கொள்கிறேன். வியாழக்கிழமை ஒருமணிக்கு இறுதிச்சடங்கு நடைபெறும்."

- பிரஸ்கோவியா பியோதரவ்னா கலவீனா.

-லேவ் தல்ஸ்தோய் (இவான் இலியீச்சின் மரணம்)

1

ஒரு பட்டணத்தில் உங்களைத் துன்பப்படுத்தினால் மறு பட்டணத்திற்கு ஓடிப்போங்கள்; மனுஷகுமாரன் வருவதற்குள்ளாக நீங்கள் இஸ்ரவேலருடைய பட்டணங்களையெல்லாம் சுற்றிமுடியாதென்று, மெய்யாகவே உங்களுக்குச் சொல்கிறேன்.

- மத்தேயு 10:23

இன்றிலிருந்து சுமார் 138 ஆண்டுகளுக்குமுன் 1885 டிசம்பர் மாதம், பம்பாய் நகரின் பள்ளி ஒன்றில் நடைபெற்றுக்கொண்டிருந்த கூட்டத்தில் ஆலன் ஆக்டேவியன் ஹியூம் இந்தியத் தேசிய காங்கிரஸை உருவாக்கிக்கொண்டிருந்தபோது, நமது கதையின் நாயகனான பெஞ்சமின் ஆசீர்வாதம்பிள்ளையின் கொள்ளுத்தாத்தாவான கொச்சியைப் பூர்வீகமாகக்கொண்ட இஸ்லாமியத் தாய்க்கும் கிறிஸ்தவத் தந்தைக்கும் பிறந்த கில்பர்ட் அலெக்ஸாண்டர் பெயருக்கு, இப்போதைய இடுக்கி ஜில்லா எல்கைக்கு உட்பட்ட 310 ஏக்கர் பரப்பளவுள்ள இரண்டு மூன்று கிடப்பாக கிடந்த ஏலக்காய் எஸ்டேட்டை 30 வருட குத்தகைக்கு பிரிட்டிஷ் அரசாங்கம் எழுதிக்கொடுத்தது.

முப்பதாண்டுகளுக்கும் மேலாக அதைத் தனது கைவசம் வைத்து அமைதியான முறையில் ஆண்டு அனுபவித்து வந்த அவர், அதற்கிடையில் என்னவெல்லாமோ செய்து அந்தச் சொத்துக்களை விலைக்கும் வாங்கியிருந்தார். அப்படி அவரது திறமையின் உச்சத்தை அனைவரும் மெச்சிக்கொண்டிருந்த, காலநிலை சீராக இருந்த ஒரு பகல் வேளையில் அவர் அமைதியை சீர்குலைக்கும் வண்ணம் ரஷ்ய புரட்சி பற்றியத் தகவல்கள் அவர் காதுகளுக்கு முதல்முறையாக எட்டத்தொடங்கியது.

1917-ம் ஆண்டு மார்ச் மாதத்தில் இரண்டாம் நிக்கோலஸ் மண்ணுலகத்தில் இறங்கியதை கெட்ட சகுனமாகப் பார்த்த அவர், தனது மொழியில் அதை துர்ராத்மாக்களின் ஆட்சி என்று வர்ணித்தார். காரணம் 'இந்தியாவின் சுதந்திரம்' என்றவொரு கோஷமே தேவையற்ற ஒன்று என்று நம்பிய மகாராணிகளின் இந்திய விசுவாசிகளின் மத்தியில் தன்னை ஒரு தலையாய இடத்தில் வைத்துக்கொண்டவர் அவர். மட்டுமல்லாமல் இங்கிலாந்தின் வெற்றிக்கு வேதாகமம் மட்டும்தான் காரணம் என்று நம்பி வந்த விக்டோரியா மகாராணியைவிட அதிக விசுவாசத்தோடு அதை நம்பி வந்தவர் அவர். அப்படியிருக்க மாட்சிமைத் தாங்கிய மன்னர்கள் அவர்கள் யாராக இருந்தாலும், எந்த நாட்டினராக இருந்தாலும் அவர்களின் வீழ்ச்சியை எந்த வகையில் அவரால் ஜீரணித்துக்கொள்ள முடியும்? அல்லது தாங்கிக்கொள்ள முடியும்? இது போதாதென்று அதே ஆண்டு நடந்த அக்டோபர் புரட்சி அவருக்குள் இன்னும் கூடுதலான எந்த வகையிலும் தீர்க்கமுடியாத மன அவஸ்தைகளை உருவாக்கவே டிசம்பர் மாதத்தின் ஒரு விடுமுறை நாளில் 'விண்ணுலகத்திற்கு வந்து சேரும்படி' அவருக்கு ஒரு இறுதி அழைப்பாணை வந்தது. ஒருவழியாக செம்ஸ்போர்ட் பிரபுவின் இரட்சிப்புடன் கர்த்தருக்குள் அவர் ஐக்கியமான நொடியிலிருந்து குழப்பமானது தனது பரிசுத்த ஆவிக்குரிய வளர்ச்சியை கில்பெர்டின் குடும்பத்திற்குள் முழுஅளவில் நடத்த ஆரம்பித்தது.

முதற்கட்டமாக அவரது இறப்பிற்கு காரணம் 'அரசியல் மட்டும் அல்ல; அடமானமும் சேர்த்துதான்' என்ற தகவல்கள் தெரியவந்தது. பின்னர் மெல்ல மெல்ல மேற்படி 'அடமானச் சொத்துக்களை மட்டும் அல்ல; பனிரெண்டு மகள்கள், ஒன்பது மகன்கள், ஐந்து மனைவிமார்கள் என மொத்தம் இருபத்தியாறு பேரை தனது சட்டப்பூர்வ, சட்டபூர்வமற்ற அல்லது அங்கீகரிக்கப்பட்ட, அங்கீகரிக்கப்படாத வாரிசுகளையும் அதனுடன் சேர்த்து இப்புண்ணிய பூமியில் உலவ விட்டும்தான் இறந்திருக்கிறார்' என்ற வியப்பூட்டும் புள்ளிவிபரங்களும் தங்களை சீரிய முறையில் வெளிப்படுத்திக்கொண்டன.

நிலைமையின் தீவிரம் இத்தோடு நின்றிருந்தால்கூட சிக்கலில்லாமல்தான் இருந்திருக்கும். வாழும் காலத்திலேயே தன்னைத் தவிர்த்து அந்த இருபத்தியாறு பேரையும் அடக்கியாண்டு வந்த அவர், மும்பையைப் பூர்வீகமாகக் கொண்ட ஹிந்துஸ்தான் ஏஜென்சி நிறுவனத்தின் கிளை நிறுவனம் ஒன்றிடம் அந்த 310 ஏக்கர்களையும் அடமானம் வைத்து, அதன் வழியாக

வந்த கடன் தொகையை கல்கத்தாவை சேர்ந்த போலியான ஒரு பருத்தி ஏற்றுமதி நிறுவனத்தில் முதலீடு செய்து, பின்பு அதை இழந்து, அதனால் கொடுத்தப் பணத்தை வசூலிக்கும் பொருட்டு ஹிந்துஸ்தான் ஏஜென்சி அவர்மீது வழக்கு போட்டு, அந்த வழக்கிற்காக இருந்த கொஞ்சநஞ்சச் சொத்துக்களையும் விற்று, இறுதியில் அதில் தோற்றுப்போய் இறந்திருக்கிறார் என்ற விவகாரமும் அவரது வக்கீல் மூலமாக தெரிய வந்தபோது, திருவாளர் கில்பர்ட் அலெக்ஸாண்டர் அவர்கள் இத்தனை காலமாக ஒருவரிடமிருந்து ஒருவருக்கு வாரிசுகளை மட்டுமல்ல; கூடவே வழக்குகளையும் கள்ளத்தனமாக ஒழித்தும் மறைத்தும் வைத்திருக்கிறார் என்ற உண்மையும் தங்களை ஊரறியும் வகையில் வெளிப்படுத்திக்கொண்டது.

மேற்கண்ட 'கில்பர்ட் சிண்ட்ரோம்' விளைவாக வாரிசுகளுக்குள்ளாக, வீட்டிற்குள்ளாக, எஸ்டேட்டிற்குள்ளாக, ஊருக்குள்ளாக என சச்சரவுகள் சொத்தின் பரப்பளவைவிட விரிந்து பரந்து சென்று கொண்டிருந்த அந்த சமயத்தில்தான், பிரச்சனைகளின் விஸ்தீரணத்தை விரிவுபடுத்தும் வகையில் அந்த 310 ஏக்கர்களையும் சொத்தையும் ஒழிப்பித்து எடுக்க, வெகு தொலைவில் நீதியை நிலைநாட்டிக்கொண்டிருந்த ஒரு நீதிமன்றத்திலிருந்து அவர் இறந்த முப்பத்தெட்டாம் நாள் அவரது முகவரிக்கு நோட்டிஸ் ஒன்றும் வந்துசேர்ந்தது.

குடும்பத்தின் மூத்த மகன் என்ற முறையில் ஜி.ஏ.ஜார்ஜ் அந்தச் சொத்தை மீட்டெடுக்க என்னவெல்லாமோ செய்தார். அப்பா எழுதிக்கொடுத்த அடைமானத்தை கேள்விக்குள்ளாக்கி வழக்கு தொடுத்தார். தாங்களும் அந்தச் சொத்தின் வாரிசுகள்தான் என்று பிரகடனம் செய்தார். தங்களை வழக்கில் தரப்பினராக சேர்க்காமல் பிறப்பிக்கப்பட்ட உத்தரவு செல்லாது என்று மனு தாக்கல் செய்தார். அவரின் எல்லா வாரிசுகளையும் கட்சிசேர்த்து வழக்கை முதலிலிருந்து முறையாக நடத்தவேண்டும் என்று மேல்முறையீடு செய்தார்.

ஆனாலும் அப்படி விடிய விடிய கண்களின் பீளை தள்ளப் படித்துழைத்து மேற்கோள் காட்டப்பட்ட சிவில் சட்டங்களின் எந்தவொரு பிரிவுகளும், மடி கொழுத்துப்போய் அலைந்த அப்பன் வாங்கி வைத்திருந்த வினைகள் ஒன்றையும்கூட தீர்த்து வைக்கவில்லை.

இறுதியில், இந்தியாவின் எதிர்காலத்தை தீர்மானிக்க இந்தியர் ஒருவர்கூட இல்லாத சைமன் கமிஷன் எப்படி உருவாக்கப்பட்டதோ அதேபோல அந்தச் சொத்துக்கள் யார் கைவசம் இருக்க வேண்டும் என்பதை கில்பர்டின் வாரிசுகள் ஒருவரையும் கணக்கில் எடுத்துக்கொள்ளாமல் அவர்களுக்கு எதிராக கோர்ட் முடிவுசெய்தது.

1928-ம் ஆண்டு மே மாதம் அதே பம்பாயில் மோதிலால் நேரு தலைமையில் சைமன் கமிஷன் பரிந்துரைகளுக்கு எதிராக மக்களிடத்தில் எதிர்ப்புணர்வை உருவாக்க அனைத்துக் கட்சிக் கூட்டம் நடத்தப்பட்டுக் கொண்டிருந்தபோது, அடைமானத்தையும் ஊருக்குள் இருந்த, இழந்த மதிப்பையும் மீட்க முடியாமல் மனைவியுடனும், பொடியனாக இருந்த பெஞ்சமினின் அப்பாவுடனும், மீதமிருந்த இரண்டு இலக்க வாரிசுகளையும் விட்டுவிட்டு தமிழகத்தின் தெற்கு திசை நோக்கி, கடற்கரை ஓரமாக இருக்கும் அப்பாவின் நண்பர் ஒருவரை நம்பி கடலுக்குள் சென்றாவது பிழைத்துக் கொள்ளலாம் என்ற முடிவில் ஜார்ஜ் வீட்டை விட்டு, ஊரை விட்டு, சொந்தத் தேசத்தை விட்டு வெளியேறினார்.

ஆனால் ஜார்ஜ் தலையிலுள்ள மயிர்களெல்லாம் ஏற்கனவே எண்ணப்பட்டிருந்தது. அவர் உடனடியாக ஊழியக்காரரானார். ஒவ்வொரு வீடு வீடாகச்சென்று “உன்னோடு வழக்காடி உன் வஸ்திரத்தை எடுத்துக்கொள்ள வேண்டுமென்றிருக்கிறவனுக்கு உன் அங்கியையும் விட்டுக்கொடு” என்று ஆவேசத்துடன் முழங்குவதும், “ஒருவன் உன்னை ஒரு மைல் தூரம் வரப் பலவந்தம் பண்ணினால், அவனோடு இரண்டு மைல் தூரம் போ” என்று பின் அமைதிக்குத் திரும்புவதுமாக தன் நாட்களை செலவழித்தார்.

அப்படி அவர் வெளியேறிய பின்னர், அவர் நடத்தி வந்த வழக்குகளின் தொடர்ச்சியாக, இழந்த அந்தச் சொத்துக்களை மீட்க கில்பர்ட்டின் கடைசி வாரிசுகளில் ஒருவர் பல புதிய வழக்குகளை தாக்கல் செய்ததாகவும், அதை உயர்நீதிமன்றம் வரை சென்று விடாமல் நடத்தியதாகவும், அந்தச் சொத்தின் ஒரு பாகம் சம்மந்தமான வழக்கு இப்போதும்கூட கில்பர்ட்டின் ஏதோ ஒரு வழித்தோன்றல்களின் மூலமாக எங்கோ ஒரு மூலையில் நடந்து கொண்டிருப்பதாகவும் ஒரு தகவலோ, ஊர்ஜிதமான வதந்தியோ அல்லது இரண்டிற்கும் நடுவிலான ஒரு நம்பிக்கையோ பெஞ்சமின் குடும்பத்தாரிடம் இன்றும் உண்டு.

இவ்வாறு பல ஆண்டுகளுக்குமுன் நடைபெற்றதாகக் கூறப்பட்ட மேற்படி சம்பவங்களானது பெஞ்சமின் குடும்பத்தின் வாய்மொழி மூலமாக நிலவிவரும் முன்கதை அல்லது அவர்களது வரலாற்றுப் பக்கத்தின் இடைப்பட்ட பகுதியின் ஒரு சுருக்கமாகும்.

அந்த இடைப்பட்ட பகுதியில் முதன்முதலாக அவர்கள் இங்கு வந்து சேர்ந்தபோது அனைவரும் ஆச்சரியப்பட்டு "இவர்கள் யார்?" என்று விசாரிக்கத் தொடங்கினார்கள். இரண்டு நாட்களில் அந்தக் கேள்விக்கு கிடைத்த தகவல்களை வைத்து ஜனங்கள் அவர்களுக்குள்ளாகவே "இவர்கள்தான் நெடுந்தொலைவிலிருந்து வந்திருக்கும் மலைக்கார குடும்பம்" என்று தங்களுக்குள் அறிமுகப்படுத்திக்கொண்டு அதை அப்படியே ஒரு அடையாளப் பெயராகவும் அவர்களுக்குச் சூட்டினர். பின் அந்தப் பெயரோடு சேர்த்து "ஊழியக்கார குடும்பம்" என்ற பெயரும் ஒட்டிக்கொண்ட வருடங்கள் சில கழித்து, அதாவது நமது பெஞ்சமின் ஆசீர்வாதம்பிள்ளையின் தகப்பனாரான பெஞ்சமின் அவர்கள் வளர்ந்து கொஞ்சம் தலை தூக்கியவுடன் செய்த கிராளித்தனங்களால் அது கொஞ்சம் கொஞ்சமாக மறைந்தும், "இழவை உழுபவள்" என்று ஊர் மக்களால் நசநசப்புடன் ஓர்மைப்படுத்தபடும் எலிசாவை அவர் கட்டியவுடன் அதில் பெருமளவு அழிந்தும், இறுதியில் நமது ஆசீர்வாதம்பிள்ளை திரேசம்மாளுக்கு வாக்கப்பட்டவுடன் இருந்த அந்தச் சிறுபொட்டு நற்பெயரும் காணாமல் துடைத்தெறியப்பட்டது. இறுதியில் அது ஆசீர்வாதம்பிள்ளைவாளின் மூளைக்குள் ஒரு ஓரமாக மட்டுமே ஒட்டியிருந்தது. அப்படி ஓடிச்சென்று ஒட்டிக்கொண்ட இடத்தில் மட்டும்தான் கில்பெர்ட் குறித்த கடைசி நினைவுகளும் அவரிடம் இருந்து வந்தது. தற்போது அதுவும் அந்தியின் கடைசி ஒளியென அவருடன் சேர்ந்து மறைந்துபோனபோது, நூற்றாண்டு கடந்த வந்த ஒரு காலத்தை காலனானவன் ஒரே நொடியில் தனக்குள் இழுத்துக்கொண்டதைப் போலவேயிருந்தது.

அவ்வாறு இழுத்துக்கொள்ளப்பட்ட அந்த நொடியின் கடைசி உடைமையாளரான சுமார் ஆறு பத்தும் ஒரு ஐந்துமாக அறுபத்தைந்து வருடங்கள் வாழ்ந்த பெஞ்சமின் ஆசீர்வாதம்பிள்ளை அவர்கள்தான் இனிவரப்போகும் நம் கதையின் நாயகன். அவர் ஜீவிதத்ததின் அத்தனை அம்சங்களையும், அதன் குறிப்பிடத்தகுந்த பின்னணியையும், அது நிலவியக் காலத்தையும்தான் இனிவரப்போகும் பக்கங்கள் கதைகளுக்குள் கதையாக விவரிக்கப்போகிறது. அந்த வகையில் இரண்டாவது அத்தியாயத்தில் வரும் கதையிலிருந்து தொடங்கினால்தான்

அவரது கதையை ஓரளவு புரிந்துகொள்ள முடியும் என்றும் தோன்றுகிறது.

காரணம், ஒருவரின் கடைசி நாட்கள்தான் அவரது ஆரம்ப நாட்களை ஒவ்வொருவருக்கும் நினைவுகூர வைக்கும் சந்தர்ப்பத்தை வழங்குகிறது என்ற உண்மை மட்டுமல்ல, வழக்கம்போல அவரது விருப்பத்திற்கு மாறாக அவர் இறந்து பல மாதங்கள் கழித்து அவரது மகளால் எழுத ஆரம்பிக்கப்பட்ட கதைகளில் ஒரு கதையாக வரும் அந்த ஒன்றில் விவரித்திருக்கும் நீதிமன்ற காட்சிகள் நடந்து முடிந்த சில மாதங்களுக்குப் பிறகுதான், நாள்பட்ட குடல் நோயினால் அவதிப்பட்டு வந்த பெஞ்சமின் ஆசீர்வாதம்பிள்ளையும் மரணமடைந்திருந்தார். எனவே அதிலிருந்து தொடங்குவதுதான் சரியானதும்கூட.

அவ்வாறு மரங்களே வாடிப்போன ஒரு கோடை காலத்தின் மாலைப்பொழுதில் வீட்டின் தனது அறையில், "மூணாறில் பிரிட்டிஷ் அரசாங்கத்தின் நிதியுதவியுடன் ஒரு தனியார் நிறுவனம் நூற்றுக்கணக்கான மைல்கள் நீளத்திற்கு இரயில்வே தடங்கள் அமைக்கப்போவதாகவும், மாடுகள் இழுக்கும் இரயில் போலல்லாமல் எஞ்சின்கள் இழுக்கும் இரயில் அது என்றும், தேயிலை, மரங்கள், வெடிமருந்துகள், ஆயுதங்கள் என எல்லாமே அதன் மூலமாகத்தான் இனி கொண்டுவரப்படப் போவதாகவும், பத்து சுரங்கப்பாதைகள், நூறு பாலங்கள், முன்னூறு வளைவுகள் என கடல் மட்டத்திலிருந்து ஆயிரக்கணக்கான அடி உயரத்தில் அமையப்போகும் அந்த வழித்தடத்தில் பெரிய முதலீடுகள் செய்தால் பெரிய பணக்காரன் ஆகிவிடலாமெனவும்" தன் கொள்ளுத்தாத்தாவிடம் சொல்லப்பட்ட ஆசைக்காட்டலைப் பற்றிய செவிவழித் தகவலை அசைபோட்டுக்கொண்டே அவர் மரணமடைந்தபோது அந்தக் கதையின் ஒருவரியைக்கூட அவர் படித்திருக்கவில்லை.

2

மனுஷனுக்குள்ளே இருந்து புறப்படுகிறதே மனுஷனைத் தீட்டுப்படுத்தும். எப்படியெனில், மனுஷருடைய இருதயத்திற்குள்ளிருந்து பொல்லாத சிந்தனைகளும், விபச்சாரங்களும், வேசித்தனங்களும், கொலைபாதகங்களும், களவுகளும், பொருளாசைகளும், துஷ்டத்தனங்களும், கபடும், காமவிகாரமும், வன்கண்ணும், தூஷணமும், பெருமையும், மதிகேடும் புறப்பட்டு வரும்.

- மாற்கு 7: 20,21,22

"எல்லோரின் வீடுகளையும் பிரச்சினைகளும், திருட்டுகளும், விபத்துகளும், கொலைகளும் ஒன்றோ அல்லது அதற்கு மேற்பட்ட முறையோ எட்டிப் பார்த்துச் சென்றிருக்கிறது" என்றொரு பிரமை தோன்றி மறையும் இடம். கடவுள்களும் சாத்தான்களும் தனித்தனியாகப் பிரிந்து நின்றோ அல்லது கூட்டாக ஒன்றுசேர்ந்தோ இப்படிப்பட்ட பழிவாங்குதல்களை, தீய காரியங்களை தங்களுக்கு மட்டுமே திட்டமிட்டு இழைக்கிறார்கள் என்று பெரும்பாலானோர் நம்பும் இடம். அணைக்காமல் வீசி எறியப்பட்ட சிகரெட்டின் தீ முனையில் ஏறிய எறும்புகள்போல இங்குள்ள ஒவ்வொரு கட்டிடத்திற்கும் ஏறி இறங்கும் மனிதர்கள் துடிக்க துடிக்கவோ அல்லது எந்தவித ஆர்ப்பாட்டமும் இல்லாமலோ செத்துமடியும் இடம். அருகிலிருப்பவர்களின் முகங்களின்மீது புகையையும் ஒளியையும் சரிசமமாக கக்கும் சிமினி விளக்குகள்போல வெளிச்சத்தையோ அல்லது காரிருளையோ பரப்பும் தழல்விழி உடையோர் தனக்கொரு வாதிக்கோ, பிரதிக்கோ வக்காலத்து கிடைத்து விடாதா? என்று பரபரப்பாக ஏங்கியலைந்து திரியுமிடமும்கூட.

அப்படியொரு புனித அல்லது அபுனித ஸ்தலத்திற்குதான் தாங்கள் அமர்ந்து வந்த பேருந்துபோலவே கடந்து வந்தச் சாலையிலிருந்து தூசுக்களையும், தங்களது ஆறு வயது பேத்தியையும் அள்ளியெடுத்து அப்பிக்கொண்டுக் காலை பத்து மணிக்கு முன்பு வந்துசேர்ந்திருந்தனர்... அகஸ்டின் என்ற அம்மையப்பனும், அவருடன் தன் பதினாலாவது வயதிலிருந்து சேர்ந்து வாழும் பாப்பாவும்.

பெயர் வைக்கவே சலிக்கும் ஒரு முடிவில்லா வரிசையில் அப்பாவின் இரண்டாவது மனைவிக்கு பிறந்தவள். பிறந்து ஆறுமாதத்தில் இறந்துபோன எட்டாவது குழந்தைக்கு எப்படி அம்மு என்ற பெயர் வந்ததோ அதேபோல இவளுக்கு இந்தப் பெயர். "ஒன்பதாவதுப் பிள்ளையாக பிறந்தவளுக்கு வேறு என்னதான் பெயர் வைக்க முடியும்?" என்று சிரிப்பினாலும், எரிச்சலினாலும் அடிக்கடி நசநசத்துக்கொள்ளும் அவளது ஏழாவது மகளுக்கும் அவள் பாப்பாதான், அவள் பெத்துப்போட்ட தன் நான்காவது பேத்திக்கும் பாப்பாத்தான், பின் அகஸ்டினுக்கு சொல்லவேண்டாம்; அவருக்கு எப்போதுமே அவள் பாப்பாதான்.

அப்படி இப்படியென இறந்து பிறந்தும், பிறந்து இறந்தும், கொஞ்சம் வளர்ந்தும் இறந்துமென ஏழில் ஐந்து தவறிவிட்டாலும் பாப்பாவுக்கு கடைசியாக பிறந்த ஒரு மகனும் உயிருடன் உண்டு. பள்ளிக்குச் செல்ல விருப்பமில்லாத அல்லது தொடர் அழிமாட்டச் செயல்களினால் பள்ளிக்குச் செல்ல யாரும் வற்புறுத்தாத அவனது பதினேழாவது வயதில் அவளை அவன் பாப்பா என்று அழைப்பதை நிறுத்தினான். சொல்லப்போனால் அவளுடன் பேசுவதையும்.

அந்தக் கிராமத்தில் அவனது அந்த வயதின் முன்பும் பின்புமாக அவன் கைக்கொண்ட பழக்க வழக்கங்களின் குறைந்தபட்சப் பட்டியல்கள் எடுத்துப் பார்த்தால் அதற்கான காரணத்தை எளிதாகவே அறிந்துகொள்ள முடியும். பெரும்பாலும் அது நாம் அனைவரும் கேள்விப்பட்ட காரணங்களாகவும், குற்றச் செயல்களுமாகவுமே இருக்குமென்பதால் இங்கே அது ஒருவாக்கிலேயும் பயனற்றது; எனவே அதை விட்டுவிடலாம்.

அப்படிப்பட்ட மகன்தான் கடந்த காலத்தின் ஒருநாள் அதிகாலையில் உறங்கிக் கொண்டிருந்த தன் சொந்த அக்காளை, அதாவது அம்மாவிடம் மேலே சொன்னதுபோல அடிக்கடி நசநசத்துக் கொள்ளும் ஏழாவதாகப் பிறந்தவளை அகஸ்டின்

இல்லாத நேரமாகப் பார்த்து பிரதானமாகத் தலை, கழுத்து, தோள்பட்டையிலும், கூடுதலாக வலது முழங்கை மற்றும் மணிக்கட்டிலுமாக அவள் உறக்கத்திலிருந்து திடுக்கிடுவது வரையிலான அந்த இடைப்பட்ட காலளவுக்குள் வேகமாகத் தொடங்கி மெதுவாக வெட்டிக்கொன்றான்.

அருகில் படுத்திருந்த பாப்பா சத்தம்கேட்டு விழித்தபோது இருவருக்கும் இடையில் ஏதோ சாதாரண கைகலப்பு நடக்கிறது என்றுதான் நினைத்தாள். விழித்ததினாலோ அல்லது தன்னைத் தடுத்ததினாலோ அவன் அவளை ஒன்றும் செய்யவில்லை.

இப்போது பாப்பாவுடனும், அகஸ்டினுடனும் பேருந்திலிருந்து இறங்கியப் பேத்தியானவளுக்கு அப்போது வயது வெறும் பதினோரு மாதம். மனிதர்களின் வஞ்சகங்களும், மொழிகளும் புரியாத பறவைபோல தரையிலிருந்து கொஞ்சம் உயரமாக தனக்கான ஆகாயத்தில் ஒருசாய்த்துப்படுத்தபடி அவை எல்லாவற்றையும் ஒன்றும் புரியாமல் அவளும் பார்த்துக் கொண்டுதானிருந்தாள். ஒன்று அவன் அக்குழந்தையை கவனிக்காமல் இருந்திருக்கவேண்டும்; அல்லது கண்டுகொள்ளாமல் இருந்திருக்கவேண்டும். பாப்பாவைப்போல அதையும் அவன் ஒன்றும் செய்யவில்லை. வெட்டி முடித்ததும் உறக்கத்திலிருந்து எழுந்து செல்பவன்போல ஒருவித சோம்பலான முகத்துடன் வீட்டைவிட்டு பாந்தமாக வெளியேறிச்சென்றான்.

ஏற்கனவே நாம் விட்டுவிட்டு வந்த அவன் பழக்க வழக்கங்களைப்போல இந்தக் கொலைக்கான காரணங்கள் ஒன்றும் லேசுபட்டவை இல்லை என்பதால் அதனை நாம் பயனற்ற ஒன்றாக கருதமுடியாது; எனவே கவனத்தில் எடுத்துக்கொள்ள வேண்டும்.

எந்தக் கொலையாக இருந்தாலும் அதன் நோக்கம் என்ன என்று ஆராயும் காவல்துறைக்கு எவ்வளவு விசாரித்தும் முதல் இரண்டு நாட்களுக்கு பிரதான பிடி ஒன்றும் கிட்டவில்லை. அன்றிலிருந்து ஒன்பது மாதங்களுக்கு முன்பு ஒன்றும், ஒன்றரை வருடங்களுக்கு முன்பு ஒன்றும் இதே பாணியில் நடந்த கொலைகளையும், அவற்றைச் செய்த கண்டுபிடிக்கமுடியாத அந்தக் கொலைகாரனையும் அப்போது அவர்கள் மறந்தும் போயிருந்தார்கள். பின் பிரேதப் பரிசோதனை செய்த மருத்துவரிடம் எதேச்சையாக பேசிக் கொண்டிருந்தபோது அவர் உச்சரித்த 'ஒரேமாதிரி' என்ற வார்த்தைக்கான ஆங்கில சொல்லிலிருந்து மறந்ததை நினைவுக்குக்

19

கொண்டுவந்தார்கள். அதன்பிறகுதான் தங்களது தேடுதலை வேறு கோணத்தில் அவர்கள் தொடங்கவும் செய்தார்கள்.

மூன்றாவது கொலைக்குப்பிறகு வெறும் ஆறேநாளில் சுமார் முன்னூற்றி அறுபது கிலோமீட்டருக்கு அப்பாலுள்ள ஒரு கிராமத்தில், வீட்டின் வெளியே திண்ணையில் தூங்கிக்கொண்டிருந்த ஐம்பத்தெட்டு வயதுப் பெண்மணியை அதே முறையில் வெட்டிக்கொன்றப்பின்புதான் அவன்மீது காவல்துறைக்கு ஒரு நடுக்கமேற்பட்டது. உடனே தனிப்படை அமைத்தார்கள்; அமைத்த இருபதாவது நாளில் பிடிக்கவும் செய்தார்கள். 'பிடித்தார்கள்' என்பதற்கு 'அகப்பட்டான்' என்றவொரு உள்ளர்த்தம் இருப்பதால், அதை அப்படி புரிந்துக்கொள்வதைவிட 'ஆஜரானான்' என்று இங்கே எடுத்துக்கொள்ளலாம்.

மஜிஸ்ட்ரேட் கோர்ட்டில் அவனாகவே வந்து சரண்டர் ஆகியிருந்தான்.

பத்திரிகைகள் அந்தத் தொடர் கொலைகளை ஏதேதோ வெளிநாட்டு வகையிலான கொலைகளுடனும், அவனை பல சீரியல் கில்லர்களுடனும் ஒப்புமைப்படுத்தி ஒரே கொண்டாட்டமாக எழுதித்தீர்த்தன.

"தூங்கும் பெண்களா? இல்லை பெண்கள் மட்டுமா? அதுவும் இல்லையென்றால் குழந்தைப்பெற்றப் பெண்களா?" என்ற காவல் துறையின் கேள்விகளுக்கு, "வெறும் நான்கு கொலைகளிலேயே அதை எப்படி தீர்மானிக்க முடியும்?" என்ற ஏளனப் பார்வைதான் அவனிடமிருந்து பதிலாக வந்தது.

"தனக்கு குழந்தை இல்லாததினாலா? தன் மனைவி தன்னுடன் இல்லாதிருப்பதினாலா? அத்துடன் அவள் வேறொருவருடன் வாழ்ந்து வருவதினாலா? இல்லை இதேபோல கழுத்தை, தலையை வெட்டுவதில், வெட்டிக்கொல்வதில் உள்ள மகிழ்ச்சியா? தூக்கமே வராத தனக்குள், தூங்குபவர்களைப் பார்த்து உருவாகும் எரிச்சலா? வெட்டும்போது அதிர்ச்சியுடனும், வலியுடனும் திடுக்கிட்டசையும் அவர்களிடமிருந்து வெளிப்படும் அந்த விழிப்பு ஏற்படுத்தும் ஆனந்தமா? பின் உடனே அவர்களை தன் கையால் இனி தூங்கவே முடியாதபடி நிரந்தரமாக தூங்க வைக்கும்போது அதில் ஏதாவது மனநிறைவு அடைகிறானா? அல்லது 'இதுநாள் வரையிலும் நீங்கள் உறங்கியதுறக்கமல்ல; இதோ இப்போது நான் உங்களுக்கு அறிமுகப்படுத்தும் இந்த முறைக்குப் பெயர்தான் உறக்கம்' என்று தன்னைச்சுற்றி உள்ளவர்களுக்கு தன்னிடமிருந்து

எதையாவது விளம்புகை செய்ய விருப்பப்படுகிறானா?" என்று அவர்கள் கேட்கும் கேள்விகளுக்கு வாய்பேச முடியாத ஒருவன் தனது சைகை மொழியை மறந்து வாயால்பேச முற்படுவதுபோல நாக்கை மட்டும் அங்கும் இங்கும் விநோதமாகச் சுற்றிச்சுழற்றிக் கொண்டிருந்தான், விசாரணை நடந்த அத்தனை நாளும்.

இதில் வெட்டிக்கொல்லப்பட்டவளின் நிலையோ வெட்டப்பட்டதைவிட நன்றாக இருந்ததுபோலொன்றும் தோன்றவில்லை.

"கூறில்லாதவன். லெக்கின்றி அலைபவன். ஒரு பிள்ளையை கொடுக்க முடிந்ததேத்தவிர வேறொன்றும் செய்ய முடியவில்லை. அட்டமத்துச் சனியனை வட்டிக்கு வாங்கி வந்ததுபோல" என்று திட்டுவதைத்தவிர, கட்டியவனை வைத்து என்ன செய்வதென்று அவளுக்கும் தெரியவில்லை; ஒவ்வொரு வீட்டிலிருக்கும் மண்ணெண்ணெய்யையும், அரிசியையும் அளவாகப் பயன்படுத்தி வெளிச்சத்தை படரவிட்ட இரவுகளுக்கும், வயிற்றை நிறைக்க முயற்சித்த காலங்களுக்கும் தங்கள் இளமை வாழ்வை அர்பணித்த தலைமுறையைச் சேர்ந்த பாப்பாவுக்கும் அகஸ்டினுக்கும் புரியவில்லை.

ஒரு மனிதன் இறக்கும்வரை அவனை முழுவதுமாக கெட்டவன் என்று வரையறுக்கும் ஒரு முடிவுக்கு வரமுடியாதவர்கள் அவர்கள். பிறப்பென்பதே ஒரு சாஸ்வதமான சாபம்தான் அவர்களுக்கு. அதிலிருந்து ஒரு மனிதன் மீண்டெழுவதில் நடக்கும் சம்பவங்களின் நல்லது தீயதை அவர்கள் அதன் நிலையான விதி என்றே நினைத்துக்கொண்டார்கள்.

அப்படி அவர்கள் நினைத்ததை நிரூபிக்க இந்த உலகம் ஒன்றும் அவர்கள் மூன்று பேர்களினால் மட்டுமே நிறைந்தது இல்லையே...?

ஏதோ சண்டை என்று நினைத்து, அதற்குரியப் பரபரப்போடும், படபடப்போடும்தான் பாப்பா எழுந்து மகளினருகில் சென்றாள். அப்படிச் சென்றவளின் கண்கள் மகளை நெருங்க நெருங்கதான் முழங்கை நீளமுள்ள அரிவாள்மனை ஒன்று அவளை குறுக்கும்நெடுக்குமாக வெட்டிக்கொண்டிருந்ததைப் பார்த்து, மகனின்மீது பாய்ந்து விழுந்தாள். பின் அவனை விட்டுவிட்டு மகளைத்தூக்கி மடியில் கிடத்தியபோது, பிடித்திழுத்தால் கையோடு வந்துவிடும் ஆழத்திற்கு பிளந்திருந்த கழுத்திலிருந்து... சரிசெய்யப்படாத குழாய் ஒன்றிலிருந்தொழுகும் தண்ணீர்போல இரத்தமானது கொப்பளித்துக்கொண்டிருந்தது. மகளது சின்னச்சின்னச்

சதைத்துண்டங்கள்வேறு பாப்பாவின் இடுப்போடும் கையோடும் அப்பிக்கொண்டும் சவ்வாகி மாற்றிக்கொண்டும் அகப்பட்ட இடங்களிலெல்லாம் தங்களை ஒட்ட வைத்தும்கொண்டிருந்தன. இந்தக் காட்சிகளையெல்லாம் பார்த்துக்கொண்டிருந்த பாப்பாவின் விழிகள் ஏதோ தன்னிலிருந்துதான் தீ சிந்துவதுபோல மயக்கம்கொண்டன. இருளிலிருக்கும் கண்கள் சட்டென்று ஆகப்பெரும் ஒளியைக் கண்டதைபோல மரணத்தின் திசையைநோக்கி வெகுவேகமாகச் சென்றுவிட்ட மகளின் கண்கள் அக்குறைந்த அதிகாலை வெளிச்சத்தில் பிரகாசமாக விரிந்திருந்ததை அப்படித்தான் அவள் பார்த்தாள். இது எதுவுமறியாமல் வழக்கம்போல தூக்குவாளியில் 'தேயிலை' வாங்கி வந்து மனைவியை எழுப்ப வீட்டிற்குள் நுழைந்தார் அகஸ்டீன்.

எந்த நம்பிக்கையில் பாப்பாவும், அகஸ்டினும் மகளை முதலில் ஒரு தனியார் மருத்துவமனைக்கும், அங்கு அனுமதிக்க முடியாது என்று உதட்டைச் சுழித்தபின் அரசு மருத்துவமனைக்கும் கொண்டுச்சென்றார்கள் என்றுதான் தெரியவில்லை. அங்கு உடனேயே மகளின் முகத்தில் வெளிர்மஞ்சள் நிறத்திலிருந்த வெள்ளைத்துணி ஒன்றுப் போர்த்தப்பட்டது; போர்த்திய மாத்திரத்திலேயே அவளது இறுதிச் சடங்கிற்குமுன் காவல்துறை விசாரணை, பிரேத பரிசோதனை என கட்டாய ஆணைகளின்கீழ் செய்யப்படும் சடங்குகள் தொடங்கவும் பட்டது.

அன்றிலிருந்துதான் பாப்பாவின் கண்கள், இமைகளால் வலுக்கட்டயமாக மூடப்பட்ட மகள் பிணத்தின் கண்களைப் போலவேயாகின. அதன் பார்வையின் தூரம், தூர் தெரியாத நீர் மிதப்பில் அலையென பிரதிபலிக்கும் காட்சிகளை நகலெடுக்கத்தொடங்கின. அந்தக் கண்களைச் சுருக்கி, அதனருகில் கைகளைக் குவித்து, பின் அதன் வழியாக நினைவுகளை அவள் மூளைக்கு செலுத்தும் பழக்கமும் அதனுடன் சேர்ந்த புதிய உடல்மொழியும் அதன்பிறகுதான் அவளிடம் வந்தும்சேர்ந்தன.

இளம்வயதில் அகஸ்டினது உள்ளத்தையும், பார்க்கும் ஆடவர்களின் விரும்பத்தக்க பார்வைகளையும் அன்று பூத்த மலர்போல மயங்கிப் பெருத்திருந்த வாள்போன்ற அந்த கரிய நெடுங்கண்களானது தன்னை ஒரு நிழலாகவும், தான் பிரதிபலிக்கும் வாழ்வை மங்கலாகவும் ஆக்கிக்கொண்டது இப்படித்தான் தொடங்கியது.

இதைத்தான், அதாவது அந்த மங்கியக் காட்சிகளை ஆழமாகப் படரவிடும் அவளினந்தக் கண்களைத்தான், தனது கட்சிகாரனான

அதே பாப்பாவின் மகனை காப்பாற்றும் சட்ட விதிகளுக்கு துணைபுரியும் உத்திகளில் ஒன்றாக வழக்கறிஞர் மார்ஷல் வேதமணி பயன்படுத்தத் திட்டமிட்டிருந்தார்.

பல்வேறு உள்ளார்ந்த வெறிகளையும், தண்டனைச் சட்டத்தின் சில பிரிவுகளையும் தாங்கியபடி கொஞ்சநாட்கள் மட்டுமே தலைமறைவாக இருந்துப் பார்த்தவனை, என்ன முயற்சித்தும் ஆறு வாரங்களைக்கூட தாண்ட முடியாமல் தாக்குப்பிடிக்க முடியாமல் தத்தளித்தவனை, கொலைசெய்த ஒரு வீட்டிலிருந்து எடுத்துவந்திருந்த அரைகிலோ தங்கத்தோடு என்ன செய்வதென்று தெரியாமல், கால்கள், கைகள், முட்டிகள் முதல் வயிறு, தலை, முகம் என உடலின் எல்லா வெளிப்புறமும் தரையில் படும்படி சாஷ்டாங்கமாக காலில் விழுந்து வணங்கி, அதை அப்படியே அவரிடம் கொடுத்து வழக்கு நடத்தச் சொன்னவனை இரண்டு இளம் வழக்கறிஞர்கள் உதவியுடன் அவர்தான் ஒரு நடுவர் நீதிமன்றத்தில் சரண்டராக ஏற்பாடு செய்தார். முதலில் அவனைக்கண்டு ஒருவித அச்சமும், அலைக்கழிப்பும் உள்ளுக்குள் இருந்தாலும் பின்னர் அது தேவையில்லாத ஒன்றென எண்ணிக்கொண்டு, அவனது ஒவ்வொரு குற்றங்களுக்கும் ஏற்றவாறு ஒவ்வொரு ஊரிலும் தெரிந்த வழக்கறிஞர்களை வைத்து, அவனது குற்றங்கள் எடுத்துக்கொள்ளும் பிணைக்கான தகுந்த காலஅளவை மனதில்கொண்டு ஜாமீன் மனுக்களைத் தாக்கல்செய்தார்.

என்ன காரணமோ, இல்லை இயல்பாகவே அமைந்த சந்தர்ப்ப சூழ்நிலைகளோ அவனின் மற்ற எந்த வழக்கையும்விட இந்த வழக்கின் விசாரணை வேகமாக ஆரம்பிக்கப்பட்டு நடந்துக்கொண்டிருந்தது. அதற்காகவே ஒவ்வொரு வாரமும் வெளியூர் சிறையிலிருந்து தொடர்ச்சியாக அவன் அழைத்து வரப்பட்டுக்கொண்டேயிருந்தான்.

அதில் சாட்சி சொல்வதற்குதான் அகஸ்டின் கையை அவளும், அவள் கையை பேத்தியும் பிடித்தபடி கோர்ட்டிற்கு வந்து கொண்டிருந்தார்கள். இருவரும் கண்ணால் கண்ட சாட்சிகளளென்று போலீஸ் தரப்பில் வகைப்படுத்தப்பட்டிருந்தது. ஒருவகையில் பார்த்தால் அக்குழந்தையும்கூட கண்ணால் கண்ட சாட்சிதான். ஆனால் அது எவருமறியாதொரு நிஜம். ஒரு கனவினியல்போடு அக்குழந்தையினுள்ளே அது புதையுண்டு மட்டுமே கிடந்தது.

“எய்யா... தம்பி... ராசா... இந்த புதுசா கட்டுனாவல்லா கோட்டுக் கெட்டடம் அது எங்கப்பாருக்கு? நானும் நேரமே சுத்திச்சுத்திப்

பாக்கேன், எளவுடுப்பான் கண்ணுக்கு ஒண்ணும் புடிபட மாட்டங்குவு. இதக் கொண்டுபோயி இன்னொரு தடவை அரவிந்துல காட்டணும்னு நானும் நெனக்கேன், அதுக்கும் ஒரு நாளும் கெழமையும் வருவனாங்குது" என்று அவள் சொல்லிக்கொண்டிருக்கும்போதே "அந்தா தெரியுதுல்ல ஒரு செவப்பு கட்டடம் அதுக்குப் பின்னாடி இருக்கு பாட்டி" என்று பார்த்தால் சட்டக் கல்லூரி மாணவன்போலிருக்கும் அரும்பு மீசை இளைஞனொருவன் அவசரத்தில் சொல்லிவிட்டு அந்தக் கண்களின் முன்னிலிருந்து சட்டென்று மறைந்தான்.

சராசரியாக வளர்ச்சியடைந்த இரண்டு தென்னை மரங்களின் உயரத்திற்கு எழும்பியிருந்தது அந்த சிவப்புநிற ஓட்டுக் கட்டிடம். அதன்பின்னால் மேகம்தொடும் நெடுநிலை மாடம்போல வீற்றிருந்த அந்தப் புதுக் கட்டிடம் அங்கிருந்தே அவர்கள் கண்களுக்குத் தெரிந்தது. அதன் முதல் மாடியில் இடது ஓரத்திலிருந்தது மாவட்ட நீதிமன்றம்.

இது அனைத்தையும் அவர்கள் தெரிந்துக்கொண்டு அங்குவந்து சேர்வதற்கு மொத்தமாக இருபது நிமிடங்களானது.

அப்படி வந்துசேர்ந்தது முதல் கட்சிக்காரர்கள், சாட்சிகள், காவல்துறையினர், குமாஸ்தாக்கள், வழக்கறிஞர்கள், கேண்டீனிலிருந்து டீ கொண்டு வருபவர், நீதிமன்ற உதவியாளர்கள் என ஒவ்வொருவரிடமும் "தன் வழக்கு எப்போது கூப்பிடப்படும்? தன்னைச் சீக்கிரம் விசாரித்துவிட்டு அனுப்பிவிடுவார்களா? மதியத்திற்குள் முடிந்துவிடுமா?" என்று பாப்பா விடாமல் கேட்டுக்கொண்டேயிருந்தாள். அப்படி அவள் கேட்பதைப் பார்க்கும்போது, கடையில் பொருட்கள் வாங்கும் பெரிய பெரிய மனிதர்களுக்கிடையில் "சீக்கிரம் கொடுத்து அனுப்பி வைங்க" என்று கெஞ்சும் ஒரு சிறுவனைப்போலிருந்தது.

காலை பத்து முப்பதிற்கு நீதிமன்றம் செயல்படவாரம்பித்தது. நூற்றுக்கும் மேற்பட்ட அன்றைய ஜாமீன் மனுக்கள், இதர மனுக்கள், குற்ற வழக்குகள், சிவில் வழக்குகள் என ஒவ்வொன்றையும் அழைத்து உத்தரவு பிறப்பிக்கவும், வாய்தா தேதி மாற்றவும், வழக்கு நடத்த எடுத்து வைக்கவுமான நடைமுறையான 'காலிங்ஹவர்ஸ்' அல்லது 'ரோல்கால்' முடியவே மதியம் மணி ஒன்றுதாண்டிவிட்டது.

பின் அனைத்து வழக்கு விசாரணைகளும், விவாதங்களும் இரண்டு மணிக்குமேல் ஒத்திவைக்கப்பட்டது. அங்கு நிலவும் சூழலும், தாமதமும் அவர்களால் கொஞ்சம் கொஞ்சமாகத்தான்

புரிந்துக்கொள்ளவும் முடிந்தது. பின் கீழே கேண்டீனுக்குச் சென்ற மூவரும் அங்கு குறைந்த விலைக்குக் கிடைத்தவைகளின் மூலம் காய்ந்து போயிருந்த தங்களது வயிறுகளை சிறிது நனைத்துவிட்டு மீண்டும் மேலேறி வந்தார்கள்.

நீதிபதி பெஞ்ச் ஏறியதுமே முதல் வழக்காக பாப்பாவின் மகன் வழக்குதான் அழைக்கப்பட்டது. அரசு வழக்கறிஞரும், பாப்பாவும் தயாராக இருந்தார்கள். நீதிபதி வழக்குக் கட்டை கையில் எடுத்தார். வழக்கு எண்ணும், குற்றவாளியின் பெயரும் சத்தமாக வாசிக்கப்பட்டது. பாப்பாவின் மகனைக் குற்றவாளிக் கூண்டினருகில் காவல்துறையினர் அழைத்துவந்தார்கள். டைபிஸ்ட்கூட வழக்குப் பெயரை கணிணியில் அடிக்கத்தொடங்கினார். ஆனால் அங்கிருந்த வேதமணியின் ஜூனியர்களில் ஒருவர் "சீனியர் ஆன் த வே" என்று சொல்லி வழக்கை 'பாஸ் ஓவர்' செய்தார்.

பொதுவாக கொலை வழக்கில் அப்படி தாமதப்படுத்தும் வழக்கம் நீதிபதிக்கு எரிச்சலைக் கொடுக்கும் விஷயமட்டுமல்ல; நீதிமன்றத்தின் நேரத்தை வீணடிக்கும் சமாச்சாரமும்கூட. ஆனால் அன்று கூடுதலாக இரண்டு கொலை குற்றவழக்குகள் விசாரணைக்கு இருந்ததால் அந்த ஒத்திவைப்பை எவரும் பெரிதாக எடுத்துக் கொள்ளவில்லை. அடுத்த வழக்கை அரசு வழக்கறிஞர் விசாரிக்கத் தொடங்கினார். நீதிமன்ற அறைக்குள் அழைக்கப்பட்டிருந்த பாப்பா மீண்டும் வெளிய காத்திருக்குமாறு பணிக்கப்பட்டாள். நடந்த விஷயத்தை சீனியரிடம் சொல்ல அலைபேசியை எடுத்தபடி நீதிமன்ற அறையை விட்டு வெளியே ஓடினார் இன்னொரு ஜூனியர்.

வேதமணியோ எல்லாம் அறிந்தவர்போல அவரது அலுவலகத்தில் காலின்மேல் கால்போட்டபடி கண்ணயர்ந்து சாய்ந்திருந்தார். பேசிய அந்த ஜூனியரிடம் அடுத்தமுறை வழக்கு அழைக்கப்பட்டால் "சீனியர் என்கேஜ்டு இன் அடிஷனல் டிஸ்ட்ரிக்ட் கோர்ட்" என்று சொல்லச்சொன்னார்.

"சீனியர் இந்த வழக்கை நடத்த ஒரு வாரத்திற்குமுன்பே தயாராகிவிட்டார். ஆனால் ஏன் காலையிலிருந்து கோர்ட்டிற்கே வராமல் வேண்டுமென்றே இவ்வாறு அலுவலகத்தில் நேரம் கடத்திக்கொண்டு இருக்கிறார்?" என்று அந்த மூன்று ஜூனியர்களுக்கும் தோன்றினாலும் எவரும் அது குறித்து அவரிடம் கேட்கவில்லை. அவர் என்ன சொல்கிறாரோ அதை மட்டுமே செய்துகொண்டிருந்தனர். ஒருவகையில் நீதிமன்றத்தில்

அவ்வாறு வழக்கை தொடர்ந்து "பாஸ் ஓவர்" செய்வதில் அவர்களுக்கு எரிச்சல் இருந்தாலும் அந்த வழக்கில் தனது சீனியர் என்ன செய்யப்போகிறார் என்பதை தெரிந்துக்கொள்வதில் அவர்களுக்கு ஒருவித ஆர்வமும் இருக்கத்தான் செய்தது.

மதியம் மூன்றரை மணிக்கு வழக்கு மீண்டும் அழைக்கப்பட்டபோது வேதமணி சொல்லச்சொன்னது அப்படியே நிறைவேற்றப்பட்டது. நான்கு மணிக்கு அழைக்கப்பட்டபோது "ஃபிப்டீன் மினுட்ஸ் மேபி கிராண்டட்" என மீண்டும் கால அவகாசம் கோரப்பட்டது. வேதமணி சரியாக நான்கு முப்பதுக்கு மாவட்ட நீதிமன்றத்திற்குள் நுழைந்தார். நீதிபதி முகத்தில் அவரது தாமதம் குறித்த சலிப்பும், அவரது வருகை குறித்த திருப்தியும் ஒருசேர தோன்றிமறைந்தது. அதைக்கண்டும் காணாததுமாக பாவனை செய்த வேதமணி, அரசு வழக்கறிஞரின் நேர் எதிரே காலியாகக் கிடந்த இருக்கையொன்றில் போயமர்ந்தார். மூன்று ஜூனியர்களும் அவரைச்சுற்றியமர, அதில் ஒருவர் வேதமணியிடம் வழக்குக்கட்டைக் கொடுத்தார். அவர் அதைத்தொடக்கூட இல்லை, நீட்டியவரிடமே அது தங்கிவிட்டது.

அதைப் பார்த்து ஜூனியர்கள் இன்னும் அதிகமாகக் குழம்பினர்.

அப்போது ஒரு கொலை வழக்கு சம்மந்தமாக மருத்துவர் ஒருவர் கொஞ்சம் அழுக்கடைந்த வெள்ளைக் கோட்டுடன் கூண்டிற்குள் நின்று விலாவுக்குள் சொருகப்பட்டக் கத்தி ஏற்படுத்தியக் காயத்தையும், அதனாழத்தையும் குறித்துக் குற்றவாளித் தரப்பு வழக்கறிஞர் கேட்கும் கேள்விகளுக்கு பதிலளித்துக்கொண்டிருந்தார். அடுத்த இருபது நிமிடங்களுக்கு நீடித்த அந்த வழக்கு விசாரணை முடிந்து பாப்பா சாட்சிக் கூண்டிற்குள்ளும், அவளது மகன் குற்றவாளிக் கூண்டிற்குள்ளும் ஏறி நிற்கும்போது மணி ஐந்தாக இரண்டு நிமிடங்களிருந்தன.

அரசு வழக்கறிஞர் பாப்பாவிடம் அவளது வாக்குமூலத்தின் அடிப்படையில் கேள்விகள் கேட்டுமுடித்தார். வேதமணி சாட்சிக்கூண்டின் அருகிலேயே செல்லவில்லை. பெரும் உடலை தாங்கிக்கொண்டு எழும் பூதம்போல தன்னையே ஏந்திக்கொண்டு எழுந்தவர் நின்ற இடத்திலிருந்தே கேள்விகளைக் கேட்க ஆயத்தமானார். பாப்பாவுக்கும் அவருக்குமிடையே சுமார் பதினைந்தடி தூரமிருந்தது.

ஒருநாள் பகல் முழுவதும் விரும்பத்தகாத நினைவுகளை கிளறும் இடத்தையும், காணச் சகிக்காத காட்சிகளையும் பார்த்த சோர்விலும், துயரிலும் எப்போதையும்விட அதிக அழுத்தத்திலிருந்த பாப்பாவின்

கண்களுக்கு, அவ்வளவு பெரிய உடலைத் தாங்கிக்கொண்டிருந்த வேதமணியானவர் ஏதோ இரண்டு கருப்புநிறத் திரைகள் ஒன்றுடனொன்று காற்றில் உரசிக்கொண்டிருந்ததைப்போல எதையோ பிரதிபலிக்கத்தொடங்கினார். நீதிமன்ற அறைக்குள் படர்ந்திருந்த அரை இருளுக்கு அவ்வளவு நேரம் பழகியிருந்த பாப்பாவின் கண்கள், திடீரென ஒன்றுடன் ஒன்று மிகநெருக்கமான வகையில் அமைக்கப்பட்டிருந்த இருபதுக்கும் மேற்பட்ட அந்த வெள்ளை விளக்குள் அதீதமான அளவில் வெளித்தள்ளிக் கொண்டிருந்த வெளிச்சத்தைத் தாங்கிக்கொள்ளமுடியாமல் தங்களுக்குள்ளே சுருங்கிநெளிந்துச் சுறுசுறுவெனக் கூசிக்கொண்டன.

அந்த அவஸ்தைகளுக்குக் கொஞ்சமும் தயாராகாமலிருந்த பாப்பாவை நோக்கி வேதமணி தனது முதல் எளிதான கேள்வியை இவ்வாறு எறிந்தார்: "நானும் உங்க ஊருதாம்மா, கொலுசம்மாப் பேரன். என்னை அடையாளம் தெரியுதா?"

"வழக்கிற்கு துளியும் சம்மந்தமில்லாத, அவசியமற்ற கேள்வி" என்று நீதிபதியே ஆட்சேபனை தெரிவித்தார். அரசு வக்கீலும் நீதிபதியை பின்தொடர்ந்து அந்தக் கேள்வியைப் பதிவுசெய்ய ஆட்சேபித்தார்.

வேதமணி அசரவில்லை. "அது முக்கியமா? இல்லையா? என்று அடுத்தடுத்த கேள்விகள்தான் முடிவு செய்ய வேண்டும். அதன்பிறகும் இந்தக் கேள்வி வழக்கிற்கு சம்மந்தமில்லாதது என்று கோர்ட் முடிவு செய்தால் அதற்கு நான் எதிர்ப்பு தெரிவிக்கப்போவதில்லை" என்று அதே கேள்வியில் நின்றார். ஆனாலும் இரண்டு நிமிடங்கள் விவாதம் நடந்தது. இறுதியில் "நான் கேட்கப்போகும் முதல் இரண்டு கேள்விகளை முதலில் பதிவுசெய்ய வேண்டாம். அந்த இரண்டு கேள்விகளுக்கு வரும் பதில்களும், அதனைத்தொடர்ந்து வரும் என்னுடைய மூன்றாவது கேள்விக்கும் தொடர்பு இருப்பதாக இந்த நீதிமன்றம் கருதினால் மட்டும், அந்த மூன்று கேள்வி பதில்களையும் பதிவுசெய்தால் போதும். அப்படி அவற்றுக்குள் சம்மந்தமில்லை என்று கருதினால் இந்த வழக்கின் கண்ணால் கண்ட பிரதான சாட்சியான இந்த விட்னஸை குறுக்கு விசாரணை செய்வதையே நான் நிறுத்திவிடுகிறேன்" என்று இடியைப்போன்ற தனது வெம்குரலால் அசராமல் நின்று கொடுத்தார்.

கோர்ட் அனுமதித்தது.

பாப்பாவிற்கும், ஏன் அவரது ஜூனியர்களுக்குமே என்ன நடக்கிறது என்று ஒன்றும் புரியவில்லை. வேதமணி ஆரம்பித்தார்:

"பாப்பா, நானும் உங்க ஊர்தான். கொலுசம்மா பேரன். என்னை அடையாளம் தெரியுதா?"

"அப்படியாய்யா? தோதாப் பாக்க முடியலையே, கொஞ்சம் கிட்ட வாங்களேன்."

இருவருக்குமான இடைவெளி பதினைந்திலிருந்து பத்து அடியாக குறைந்தது. அப்போதும் பாப்பாவால் அடையாளம் காணமுடியவில்லை. இன்னும் ஐந்தடி நெருங்கி அந்தக் கேள்விக்கான பதிலை எதிர்பார்க்காமல் "குற்றவாளிக் கூண்டில் நிற்கும் உங்கள் மகன் என்ன நிறத்தில் சட்டை போட்டிருக்கிறார்" என்று அடுத்தக் கேள்வியை வீசினார்.

அவரது அந்தக் கேள்விக்கு "இப்பல்லாம் அவனச் சொமந்த இந்த வயிறையே நான் பாக்குறதுக்கு இல்ல, அவன எங்க பாக்க?" என்று வந்த பதில் வேதமணிக்கு எரிச்சலை கொடுத்தாலும் அதை வெளிக்காட்டாமல் அடக்கிக்கொண்டு சிரித்த முகத்துடன் "தயவுசெய்து கொஞ்சம் பாத்து சொல்லுங்கம்மா" என்றார்.

பாப்பா பார்த்தாள். "சரீரத்தைக் கொலை செய்து, அதன்பின்பு அதிகமாக ஒன்றும் செய்யத் திராணியில்லாதவர்களுக்குப் பயப்படாதீர்கள். மற்றவர்களுக்கு பயமுண்டாகும்படி பாவஞ்செய்தவர்களை எல்லோருக்கும் முன்பாகக் கடிந்துகொள்" என்று காலையில் சாமியார் ஜெபித்தது அவள் நினைவுக்கு வந்துசென்றது. அதை எல்லோருக்கும் உணர்த்துவதுபோலவும், கண்களிலே நெருப்பை கக்கும் ஒரு ஆண் யானையைப்போலவும் கனல்சொரியும் தனது கண்களைக்கொண்டு அந்தத் திசையில் பார்த்தாள். குறைபாடுகொண்ட தனது பார்வையை அவ்வளவு தொலைவிற்கு கொண்டு சேர்க்கமுடியாமல் அதைத் தவித்துச்சி மிட்டிக்கொண்டேயிருந்தாள். "எங்கய்யா அவ்வளவு தொலைவு பாக்க முடியுது, அதுவுமில்லாம..." என்று ஆரம்பித்தவளிடம் நிறுத்துமாறு சைகை செய்தார். அதையும்கூட அவளால் சரியாக உள்வாங்கிக்கொள்ள முடியவில்லை. அதை நீதிபதியிடம் அதேப்போன்ற சைகை மூலமாகவே காண்பித்துக்கொடுத்த வேதமணி, அந்தக் கேள்விக்கான பதிலையும் எதிர்பார்க்காமல் கையில் வைத்திருந்த ஒரு சீட்டை பாப்பாவிடம் காண்பித்தார்.

உடனே எழுந்து அதை வாங்கிப்பார்த்த அரசு வழக்கறிஞர் அது அசல் என்று தெரிந்ததும், அதில் பாப்பாவின் பெயர் இருந்ததைப் பார்த்ததும் மீண்டும் தன் இருக்கைக்குத் திரும்பினார். பாப்பாவின் கண்களைப்போல இன்னும் இறக்கத் தொடங்காமல், தெளிவாகவே

அந்தக் காட்சிகளை வெளியே நின்றபடி பார்த்துக்கொண்டிருந்த அடுத்த சாட்சியான அகஸ்டினின் கண்களாலும்கூட நடப்பதை சரியாக உள்வாங்கி சேகரிக்க முடியவில்லை.

“இது நீங்க மருத்துவமனைல பார்வை குறைப்பாடு சம்மந்தமா சிகிச்சை எடுத்துக்கிட்டதுக்கான மருத்துவச் சீட்டு அப்படித்தான? அதாவது உங்க மகளோட கொலை நடக்குறதுக்கு முன்னாடி...?”

“ஆமாய்யா”

அரசு வழக்குரைஞர் பதறியெழுந்து மீண்டும் அந்தச் சீட்டை வாங்கி அதில் இருந்த தேதியைப் பார்த்தார். அவ்வளவுதான். வேதமணி சொல்வதற்கு முன்பே அந்த மூன்று கேள்விகளும் நீதிபதியால் டைபிஸ்ட்டுக்கு சொல்லப்பட்டு, அது ஒவ்வொன்றிற்குமான பாப்பாவின் பதில்களும் பதிவுசெய்யப்பட்டது. அந்தக் கேள்வி பதில்கள் கணினியில் தட்டச்சு செய்யப்பட்டு முடித்தபோது தனது நான்காவது கேள்வியை ஒரு சஜஸ்ஸனாக இவ்வாறு போட்டார்:

“உங்களுக்கு கடுமையான பார்வை குறைபாடு கடந்த ஆறாண்டு காலமாகவே இருக்கிறது. அதற்கு அறுவைச்சிகிச்சை செய்யவேண்டும் என்பதால் பயந்துபோய் அதைச் செய்யாமல் இருக்கிறீர்கள். இவ்வளவு வெளிச்சமான இந்த அறையிலேயே உங்களால் ஐந்தடி தூரத்தில் இருக்கும் ஒருவரைக்கூட சரியாக அடையாளம் காட்ட முடியாதபோது, மூன்று ஆண்டுகளுக்குமுன், அந்த இருட்டு வேளையில் நடந்த அந்தக் கொலையை நீங்கள் சரிவர பார்த்திருக்கவும் முடியாது. அதைச் செய்தவரை நீங்கள் அடையாளம் கண்டிருக்கவும் முடியாது. எனவே இந்தக் கொலையை உங்கள் மகன்தான் செய்தார் என்று சொல்வது உங்களுக்கிடையிலான முன்விரோதம் காரணமாக கூறப்படும் பொய்யான சாட்சியம் என்று சொல்கிறேன்.”

இந்த கேள்வி கேட்டுக் முடித்தபின்தான் ஜுனியர்களிடம் கைகாட்டி வழக்குக் கட்டை கொண்டுவரச் சொன்னார் வேதமணி. அசையாது அகலாது இருட்பிழம்புகள் மட்டுமே மிகுந்திருக்கும் பாப்பாவின் பாயிருள் கண்களை நோக்கி அடுத்தடுத்து கேட்ட பத்துக்கும் மேற்பட்ட கேள்விகளும் அவளின் மகனை, கொலை நடந்த அந்த நேரத்தில், அந்த இடத்தில் இல்லாததுபோல கட்டமைத்துக்கொண்டேச்சென்றது.

பின் அகஸ்டின் உள்ளே அழைக்கப்பட்டார். பேத்தியை பாப்பாவின் கைகளுக்கு இடம் மாற்றிவிட்டு தனது நீள்பாதங்கள் கொண்டு

உள்ளே நுழைந்தார். பாப்பாவிடம் காட்டியதுபோல எந்த குறுக்கு வழிகளையும் வேதமணி அவரிடம் பின்பற்றவில்லை. பாப்பா விட்டுச் சென்ற இடத்திலிருந்து அகஸ்டினிடம் தொடர்ந்தார். அனைத்துமே நேரடியான கேள்விகள்.

குற்றப் பத்திரிக்கையின் அத்தனை ஓட்டைகளையும் விசாரணை அதிகாரியை குறுக்குவிசாரணை செய்து ஏற்கனவே வெளிச்சம் போட்டுக்காட்டியிருந்த வேதமணி, அன்று மிச்சம் இருந்த துளைகளையும் விடாமல் பெரிதாக்கிக்கொண்டிருந்தார். அரசு வழக்கறிஞர் பின்னால் நின்று கொண்டிருந்த உதவி ஆய்வாளரை விடாமல் முறைத்துக்கொண்டிருந்தார். கொலையை நேரடியாகப் பார்க்காத அகஸ்டினோ வேதமணியின் கேள்விகளுக்குத் திணறிக்கொண்டிருந்தார். அவரின் ஜூனியர்கள் மிகுந்த உற்சாகத்துடன் கேள்விகளைக் குறிப்பெடுத்துக் கொண்டிருந்தார்கள். இப்போதெல்லாம் கண்ணீர்விட மட்டுமே பெரும்பாலும் பயன்படும் பாப்பாவின் அந்தக் கண்களிலிருந்து சொட்டிய உப்புநீர் பேத்தியின் மேல்பட்டு சிதறிக்கொண்டிருந்தது.

அந்த ஆறு வயதுக் குழந்தையோ, நடக்கும் எல்லாவற்றையும் பார்த்து ஒன்றும் புரியாமல் பயத்திலும், புதியதொரு சூழ்நிலையைத் தாங்கிக்கொள்ள முடியாத குழப்பத்திலும் மூழ்கியதன் விளைவாக, அதன் உடல் படிப்படியாக அனலுக்குத் தாவி, நெருப்புப் பொறிகளை வெப்பப் பெருமூச்சு மூலம் வெளித்தள்ள ஆரம்பித்தது. உடனே அந்தப் பாதகமானச் சுழற்சிக்கு ஒத்துழைத்த அவளது சின்னச்சிறிய உதடுகளும் சூரியனதுபோன்ற அவ்வெப்பமானக் கதிர்களை ஒரு விசும்பலின் வழியாகவும், ஒரு பாடலை முணுமுணுப்பதுபோலவும் மெதுமெதுவாக அரைத்து தனது செங்கனி வாய்க்குள் கொஞ்சம்கொஞ்சமாக விழுங்கத்தொடங்கியது. அவ்வாறு விழுங்கப்பட்ட அக்கதிர்கள் வயிற்றுக்குள் செல்லாமல் நேரடியாக தலைக்குள் நுழைந்து தன்னைத்தானே மயங்கிச்சரிய வைக்க ஆயத்தமானபோது, உள்ளே நுழைகையில் கொண்டிருந்த தனது நீள்பாதங்களை அங்கேயே விட்டுவிட்டு புத்தம் புதிதாக உருவாகியதான மிகவும் சுருங்கியப் பாதங்களைக்கொண்டு தாங்கமுடியாத தனது உடல் பாரத்தைச் சுமந்தபடி அகஸ்டின் வெளியே வந்தார்.

3

நாவும் நெருப்புதான், அது அநீதி நிறைந்த உலகம்; நம்முடைய அவயங்களில் நாவானது முழுச்சரீரத்தையும் கறைப்படுத்தி, ஆயுள் சக்கரத்தைக் கொளுத்திவிடுகிறதாயும், நாக அக்கினியினால் கொளுத்தப்படுகிறதாயும் இருக்கிறது.

-யாக்கோபு 3:6

கதை என்றதும் 'அதுவரைச் சொல்லி வந்த விஷயத்தை தொடரும் ஒன்றாக இருக்கும்' என்று நினைத்துப் படிக்கத்தொடங்கி, பின்னர் அது அப்படி தொடரப்போவதில்லை என்று புரிந்ததும் ஒருவித குழப்பம் சூழ்ந்திருந்தால் அது அங்கே வேண்டுமென்றே செய்த காரியம்தானேயொழிய அறியாமல், தெரியாமல் செய்த ஒன்றல்ல.

காரணம், 'அதில் வரும் வழக்கறிஞர் மார்ஷல் வேதமணி என்பவர் வேறு யாருமல்ல; அது பெஞ்சமின் ஆசீர்வாதம்பிள்ளைதான் என்றும், அந்தக் கதை அவர் கேட்டுக் கொள்ளப்படாமலேயே எழுதப்பட்டது' என்றும் அங்கு சொல்லியிருந்தால், 'அந்தக் கதைகள் ஏன் எழுதப்பட்டது? அவையும் ஏன் அவர் விருப்பத்திற்கு மாறாக எழுதப்பட்டது?' என்பது போன்ற சில சந்தேகங்களுக்கும், கேள்விகளுக்கும் சேர்ந்தே விளக்கங்கள் சொல்ல வேண்டியதிருக்கும் என்பதாலும், அது இன்னமும் அளவுக்கதிகமான குழப்பங்களை தன்னளவில் விளைவிக்கக்கூடும் என்பதாலும்தான் தவிர்க்கப்பட்டதே தவிர, அதற்கென்று வேறொரு விசேஷ நோக்கமில்லை. அதனால்தான் இந்த இடத்திலும்கூட அவை எதுவும் விவரிக்கப்படாமலே ஏற்கனவே விட்டுச்சென்ற இடத்திலிருந்தே இந்த அத்தியாயமும் தொடர்கிறது.

பாப்பா வழக்கின் அனைத்துச் சாட்சிகளும் குறுக்கு விசாரணை செய்யப்பட்டப்பின் அரசு தரப்பிலும், குற்றம் சாட்டப்பட்டவர் தரப்பிலும் தொடர்ந்து நான்கு நாட்கள் விவாதங்கள், எதிர் விவாதங்கள் நடந்தன. "ஒரே நேரத்தில் ஒரு மனிதன் இரண்டிடங்களில் இருக்கமுடியாது" என்ற கோட்பாட்டை பாப்பாவின் மகனைப்பொறுத்து ஆசீர்வாதம்பிள்ளை மூன்றாவதுநாளில் நிரூபித்தும்விட்டார். அது சம்மந்தமான கேள்விகளுக்கும், எதிர் கேள்விகளுக்கும், அதற்கான பதில்களுக்கும் விவாதம் நடந்த நான்காவது நாளை மொத்தமாக அவரது வசம் எடுத்துக்கொண்டு அதிலிருந்து கொஞ்சமும் விலகாமல் நின்றுகொடுத்தார். அந்தக் கொலை வழக்கிலிருந்து அவனை இந்தக் கோட்பாடுதான் காப்பாற்றும் என்று அவர் உறுதியாக நம்பினார்.

அப்படித்தான் பின் நடக்கவும் செய்தது.

யானையோடு யானை மோதுவதுபோல அரசு வழக்கறிஞரிடம் வானத்தினுயரம் எழும்பிநின்று செய்த தனது அந்த விவாதங்களை வீட்டில் அவர் விளக்கிக்கொண்டிருந்தபோது இலக்கியம் படித்துமுடித்த அவரது மகளுக்குள் 'நாவானது சிறிய அவயம்தான். பாருங்கள் சிறிய நெருப்பு எவ்வளவு பெரிய காட்டைக் கொளுத்திவிடுகிறது' என்ற வசனம் தோன்றி மறைந்தது. அப்படி தோன்றினாலும் அதைக் கதையாக எழுதும் எண்ணம் எல்லாம் அப்போது அவளிடத்திலில்லை.

பொதுவாகவே ஆசீர்வாதம்பிள்ளை உதிர்க்கும் வார்த்தைகளின் அளவு சற்று நீளமாகவும், உண்மையிலிருந்து கொஞ்சம் தொலைவாகவும், எனவே அதைக் கேட்பவர்களுக்கு சற்று அயற்சியையும், சிறிது அசூயையையும் உருவாக்குவதாகவும் இருக்கும். இதில் திரேசம்மாளைத்தவிர தன் சொந்தப் பிள்ளைகளுக்கும்கூட அவர் அதிலிருந்து விதிவிலக்கு வழங்கவில்லை.

"ஜீவனை விரும்பி, நல்ல நாட்களை காண வேண்டுமென்றிருக்கிறவன் பொல்லாப்புக்கு தன் நாவையும், கபடதுக்குத் தன் உதடுகளையும் விலக்கிக் காத்துக்கொள்ள வேண்டும்" என்று வாரம்தோறும் சாமியார் சபையில் கத்தினாலும் அதற்கு நேர்மாறானவர்தான் ஆசீர்வாதம்.

அப்படி தனக்கு மட்டுமே சுவையையும், மனநிறைவையும் உண்டாக்கும் நாக்கை வைத்திருந்தினால்தான், இவரைப்போலவே சிரஸ்(த)தார், டிஸ்ட்ரிக்ட் ஜட்ஜ் பிஏ, ஹெட் கிளார்க் போன்ற

பல்வேறு பதவிகளிலிருந்து இவருடன் சேர்ந்து விரும்பியும், விரும்பாமலும் ஓய்வுபெற்றவர்களெல்லாம் நகரின் ஒதுக்குப்புறமாக இடங்களை வாங்கிக் குவித்துக்கொண்டும், அதிலிரண்டு மூன்று மாடிவீடுகளைக் கட்டி வாடகைக்கு விட்டுக்கொண்டிருந்தபோது, இவர் மட்டும் முதல்வேலையாக சட்டக்கல்லூரியில் மூன்று வருட பட்டப் படிப்பில் அட்மிஷன் போட்டு, அதை மூன்று வருடத்திலேயே முடித்து, பார் கவுன்சிலில் பதிவுசெய்து, பெரிதாக யாரிடமும் ஜூனியராக சேராமல், தனக்கு இருந்த அபரிமிதமான நீதிமன்ற அனுபவத்தை, அறிவை வைத்து வழக்குகளை எடுத்து நடத்த அவர் சிரஸ்தாராக இருந்த கோர்ட்டிற்கே வந்தபோது பார்த்தவர்கள் கொஞ்சம் மிரளத்தான் செய்தார்கள்.

அப்படிப்பட்ட நாவின் அடர்த்தியை வைத்துதான் பாப்பாவின் மகனுக்கு அந்த வழக்கில் விடுதலை வாங்கித் தந்தார். அந்த வழக்கின் தீர்ப்பு அவனது மற்ற எல்லா வழக்கிலிருந்தும் விடுதலைபெற அல்லது தண்டனை குறைய வாய்ப்பை வழங்கும் என்றும் நினைத்தார். அதன்பிறகு இன்னும் அவரது வாய் வீச்சானது தனது முழு பலத்தையும் எதிரிலிருப்பவர்களின்மீது, அது யாராக இருந்தாலும் பிரயோகிக்கத் தொடங்கியது.

டீ மாஸ்டர்களிடம்: "லேய் எனக்கப் பூட்டன் யாருன்னு நினைக்க? பண்டுல புனிதர் பட்டம் வாங்குனவரு கையாள ஆசீர்வாதம் வாங்குனவராக்கும். அதுனாலதான் எனக்கு பேருல மட்டும் இல்ல, என் வாழ்க்கைலயே ஆசீர்வாதம் இருக்கு."

ஜூனியர்களிடம்: "இந்த நகரம் என்னோடு சேர்ந்து வளர்ந்தது. அதன் தொழில்களும் தொழிற்சாலைகளும் என் கண்முன்னால்தான் இங்குப்பெருகின. அது இப்போது இங்கு கொண்டிருக்கும் வர்த்தகத் தொடர்புகள் அத்தனையும் என் காதுகளைக் கடந்தே சென்றன. அந்தச் சலுகையில் வளர்ந்தப் பொடியன்கள்தான் இன்று முதலாளிகளாகவும், அரசியல்வாதிகளாகவும், பண்ணையார்களாகவும் என் மூக்கின் முன்பு சுற்றிக்கொண்டிருக்கிறார்கள். அவர்களின் அத்தனைக் கண்டுபிடிப்புகளும் என் முழு உடலைத் தாண்டித்தான் சென்றிருக்கிறது. ரயில்வேக்கள், துறைமுகங்கள், விமான நிலையங்கள், அதிநவீன மருத்துவமனைகள், கல்லூரிகள் என ஒட்டுமொத்த..."

குமாஸ்தாக்கள் பக்கமாக: "சவச்சுத் துப்புனச் சோறு ருசியாவாடே இருக்கும்?" என்ற கேள்வியைக் கேட்டுவிட்டு அமைதி காப்பவர்,

"அப்படி பார்த்தால் இது அத்தனையும் நான் துப்பியது. என் மூளை என்பது சரக்குகளை ஏற்றி நிற்கும் கப்பல்கள் மாதிரி. யார் வேண்டுமானாலும் எவ்வளவு வேண்டுமானாலும் அதிலிருந்து எடுத்துக்கொள்ளலாம். அங்கு ஒரு குற்றவாளியின் மூளையுமிருக்கும்; தண்டனை வழங்க அவனைப் பிடிக்க ஓடும் காக்கியின் மூளையுமிருக்கும். சொர்க்கத்தைவிட அற்புதமானது என் மூளை; என் அடிமை அது; அதற்கு நான் அடிமை கிடையாது" என்று மேடை மொழியுடனும், ஆணவத்துடனும் முடிக்கும்போது, பல சேவல்கள் துரத்தும் ஒரு கோழியைப்போல ஜூனியர்கள் முதற்கொண்டு கேண்டீனில் டீ குடித்துக் கொண்டிருப்பவர்கள்வரை தெறித்தோடவேச் செய்வார்கள்.

இப்படி நீண்டு கொண்டிருக்கும் அவரது பேச்சுகள் இறுதியில் ஒரு முடிவுரை வரையும்போது அல்லது சாமர்த்தியமாக ஓடியவர்களைத் தவிர்த்து மிஞ்சிய ஒன்றிரெண்டு ஆட்களிடம் மெதுவாகப் பேசும்போது: "அறிவு என்பது பணம் கட்டி முதலீடு செய்து வாழும்போதும், வாழ்க்கைக்கு பிறகும் வர வைக்கும் மியூசுவல் ஃபண்ட் என்றா நினைக்கிறீர்கள்? அது வரம். பிறப்பிலேயே அமையவேண்டும்; எனக்கு அமைந்திருக்கிறது. அதை நான் முடிந்த வரையில் நல்ல காரியங்களுக்கே பயன்படுத்தியிருக்கிறேன். அந்த வகையில் கடவுள்முன் மற்றவர்களைப்போல நான் பாவியாக ஒருபோதும் நிற்க மாட்டேன். சூரியனை அறிவியல் விதிகளுக்கு இணங்கும் ஒரு பொருளாகப் பார்க்கும் அதிபுத்திசாலிகளை நாம் ஒருபோதும் ஒரு பொருட்டாகவே கவனத்தில் எடுத்துக்கொள்ளக்கூடாது. கடவுளுக்கு விரோதமானவர்கள் அவர்கள்."

இவ்வாறான சங்கதிகளை இங்கே குறிப்பிடுவதின் நோக்கம் 'ஆசீர்வாதம்பிள்ளை இப்படிப்பட்டவர்தான்' என்றவொரு சித்திரத்தை இங்கு மொத்தமாக அவர்மேல் உருவாக்குவதற்காகவோ, 'அவரின் அன்றாடம் இப்படிப் பட்டதாகத்தான் இருந்தது' என்று அவரைச் சுருக்கிக் காட்டுவதற்காகவோ நிச்சயமாக இல்லை. மாறாக, 'அவர் இப்படிப்பட்டவரல்லாத ஒருவராகவும் இருந்தார்' என்றவொரு சித்திரத்தை வரைய அவரிடமிருந்தே எடுத்துக்கொண்ட ஒரு தொடக்கக் கோடுகள்தான் இவை. அதேபோல தனது விருப்பத்திற்கும், தனக்கு அனுமதிக்கப்பட்டதற்கும் இடையிலான பெரும் இடைவெளியைக்கொண்ட ஒரு வாழ்வில், அதுவும் தனது இறுதிக் காலத்தில், அருகில்சென்று சத்தமாக யாராவது கூப்பிட்டால்கூட சரிந்துவிழக்கூடிய அந்த பெருத்த உடம்புடன் அவர் நடமாடிக்கொண்டிருந்த நாட்களிலும்கூட அவரின் இந்த

‘இப்படிப்பட்டவர்’ என்பதிலோ பின்னர் விவரிக்கப்போகும் ‘இப்படிப்பட்டவரல்ல’ என்பதிலோ, அந்த இரண்டிற்கும் இடையிலான முரண்பாட்டிலோ ஒரு சிறுமாற்றமும்கூட நிகழவில்லை என்ற அந்தச் சின்னஞ்சிறிய உண்மைக்கான ஒரு தொடக்க வரையறையும்தான் இவையேத் தவிர, இந்த இடத்திலும் ஒரு குழப்பத்தை உருவாக்க செய்த முயற்சியாகவோ, அவரை குழப்பமிக்க மனிதராகக் காட்ட வலிந்துசெய்யும் காரியமாகவோ அதைப் பார்க்க வேண்டியத் தேவையில்லை.

அந்த வகையில், அவரின் அத்தகைய நடத்தையைக் கண்டு பலர் ஓடித் தெறித்தபோதும், ‘உலகில் மிக எரிச்சலான விஷயங்களில் ஒன்று, எல்லாம் இருப்பவனின் கஷ்டங்களைக் கேட்பதுதான்’ என்ற உண்மை மட்டும் அவருக்கு விளங்கவேயில்லை. மாறாக அந்த நாட்களில் ஆசீர்வாதம்பிள்ளை தனது நாக்கின் வழியாக வேகமாக வளர்ந்து வந்தார். அவருடன் சேர்ந்து அதுவும்கூட அசுரத்தனமாக வளர்ந்து வந்தது.

‘வாய்க்குள்ளே போகிறது மனுஷனைத் தீட்டுப்படுத்தாது, வாயிலிருந்து புறப்படுகிறதே மனுஷனைத் தீட்டுப்படுத்தும்’ என்ற உண்மை அதற்குத் தெரிந்தபோதும் அது தன் வார்த்தைகளிலும் ஒன்றையாகிலும் அவரிடமிருந்து தரையிலே விழுந்துபோக விடவேயில்லை. தனது நன்மை விளையா நெடும்கொடும் பழியை ரசிக்கும் மனதில் வெம்பாவமும் வினயமும் முற்றி, மாயாப் பழியும், தீங்குதரும் நெடுச்சொலும் கனல் மிக்க வெங்குழிபோல பொங்கிப் பெருகி, அதனாலேயே எவரொருவரையும் வெந்துயரத்தில் ஆற்றாமல், வெளிப்படையான பகைஞர் இல்லாமல், தனது பெரும்பாழ் வயிற்றைத் தாங்கும் தனது உடல் வெறிதாய் உயிரற்று காலக்கடைத்தீயில் விழத் தயாராகும்வரை அத்தகைய செத்த மீன்கள் நாறும் கடல் நீர் போன்ற தனது வார்த்தைகளில் ஒன்றைக்கூட அவர் வெறுமனே கீழே விழுந்துபோக விடவேயில்லை.

பாப்பா வழக்கு அவருக்கு பெரும் பெயரை வாங்கித்தந்தது. அவர் அத்தனை காலம் இட்டுக்கட்டிவந்த வெளியுலக வேடத்திற்கு சரியான மகுடமாக அது அமைந்தது. இன்னும் சிறிது காலம் அவர் உயிருடன் இருந்திருப்பாரேயானால் வீட்டிலேயும்கூட திரேசம்மாள் அவரிடம் கொஞ்சம் கனிவாக நடந்திருக்கும் வாய்ப்புகள் உருவாகியிருந்திருக்கலாம்.

ஆனால் “நாட்கள் பொல்லாதவைகளானதால், நாம்தான் அதை பிரயோஜனப்படுத்திக் கொள்ள வேண்டும்” என்று

அவர் அடிக்கடி சொல்லும் வாசகம் அன்று தலைகீழானது. அவர் காலத்தை பயன்படுத்துவதற்குமுன் காலம் அவரைப் பயன்படுத்திக்கொண்டது. நரை, திரை, மூப்பு என்பது தனக்கு சம்மந்தமில்லாத ஒன்று என்று நினைத்தபடி 'நீ சீக்கிரமாய் என்னிடத்தில் வரும்படி ஜாக்கிரதைப்படு' என்ற வசனம் அச்சடித்திருந்த நாட்காட்டி ஒன்று அசைந்து கொண்டிருந்த ஒரு செக்கர்நிறத்து மாலைப்பொழுதில் கொஞ்சம் உறங்கிப்போகவும், கனவு காணவும் கதவைச் சாத்தியவர் பின் எவர் எழுப்பியும் எழவேயில்லை.

சிலருக்கு பெஞ்சமினுமாய், சிலருக்கு ஆசீர்வாதம்பிள்ளையுமாய் அறியப்பட்ட அவர் மறைந்துபோன தகவல் இவ்வாறுதான் எல்லோருக்கும் அறியப்பட்டது. இவ்விதமாய் நாம் ஏடறிந்த காலமாய் அறியப்பட்ட கில்பர்ட் அலெக்ஸாண்டர் முதலாய் உண்டாகி, வேறுபட்டவொரு பாரம்பரியத்தைக் கொண்டதுமான அத்தலைமுறை வரலாறானது பெஞ்சமின் ஆசீர்வாதம்பிள்ளையின் இறப்பின் வழியாக ஒரு இடை நிறுத்தத்தைச் சந்தித்த இந்த இடத்தில், எந்தவிதச் சம்மந்தமும் இல்லாமல் "திரேசம்மாள் வேறு யாருமில்லை பெஞ்சமின் ஆசீர்வாதம்பிள்ளையின் மனைவிதான்" என்று திடீரென்று சொல்வது பொருத்தமாக இருக்காது என்றாலும் வேறு வழியில்லை; சொல்லித்தான் ஆகவேண்டும்.

திரேசம்மாள் என்பவள் வேறு யாருமில்லை பெஞ்சமின் ஆசீர்வாதம்பிள்ளையின் மனைவி.

4

அப்படி நாளுக்குநாள் இருந்து, இரண்டு வருஷம் முடிகிற காலத்தில் அவனுக்கு உண்டான நோயினால் அவன் குடல்கள் சரிந்து கொடிய வியாதியினால் செத்துப்போனான்; அவனுடைய பிதாக்களுக்காகத் கந்தவர்க்கங்களைக் கொளுத்தினதுபோல், அவனுடைய ஜனங்கள் அவனுக்காகக் கொளுத்தவில்லை.

-II நாளாகமம் 21:19

மரணத்தைச் சுட்டும் வெள்ளைப்போளம், மரணத்தின் வீரியத்தைச் சொல்லும் கருவாப்பட்டை, உயிர்த்தெழுதலைக் குறிக்கும் வசம்பு, சாத்தானை விரட்டும் இலவங்கப்பட்டை என நான்கு சுகந்தவர்க்கங்களும் ஒலிவ எண்ணெயோடு சேர்த்து அபிஷேகத் தைலம்போல தெளிக்கப்படாவிட்டாலும், நவீன முறையில் ஆசீர்வாதம்பிள்ளைக்கு கந்தவர்க்கங்கள் தெளிக்கப்படத்தான் செய்தன.

ஊர்கோவிலின் மணியை குறிப்பிட்ட இடைவெளியில் விட்டுவிட்டு அடித்துக்கொண்டிருந்தார் கோயில்பிள்ளை. அந்த மணிச்சத்தம் இயல்பாகவே அவரை 'மனிதனே மண்ணாக இருக்கின்றாய், மண்ணுக்குத் திரும்புவாய் மறவாதே' என்ற பாடலை முணுமுணுக்க வைத்தது. சிறிதுநேரம் அமைதிக்காத்து அமர்ந்திருந்தவர், ஒலிபெருக்கி மூலமாக இறப்புசெய்தி ஏற்கனவே அறிவிக்கப்பட்டிருந்தாலும் அவர் பங்கிற்கு தகவலைத் தெரிவிக்க ஊருக்குள்செல்ல ஆயத்தமானார்.

அதற்கு முன்பாகவே ஆசீர்வாதம் வீட்டின்முன்பு கருப்புத்துணி கட்டப்பட்டிருந்தது. இராமச்சவேர், உப்பு, செண்ட், பவுடர், மாலை, மெழுகுவர்த்திகள், பத்திகள் என ஆசீர்வாதத்திற்கு தேவையான

பொருட்களை வாங்கவும், அவரைக் காணவருபவர்கள் தங்களது சட்டைப்பைகளில் குத்திக்கொள்ள தேவைப்படும் கருப்புத்துணி, குண்டூசிகள் மற்றும் தேநீருக்கான பொருட்கள் வாங்கவும் ஆட்கள் கடைகளுக்குச் சென்றிருந்தனர். ஏழாம் நாள் நினைவு நிகழ்வுக்கான நேரம், இடம் குறித்து அறிவிக்கும் கையடக்க துண்டறிக்கை நோட்டிஸ்களையும், ஊருக்குள் ஒட்டுவதற்கான சுவரொட்டிகளையும் அச்சடிக்கத் தேவையான வேலைகள் ஆரம்பித்திருந்தன. அவரது பாஸ்போர்ட் சைஸ் புகைப்படமும், பிறப்பு இறப்பு ஆண்டு, மாதம், தேதி போன்றவற்றை அவரது மகனிடமிருந்து பெற்று, 'நானே உயிர்த்தெழுதலும் ஜீவனுமாயிருக்கிறேன், என்னை விசுவாசிக்கிறவன் மரித்தாலும் பிழைப்பான்' என்ற யோவானின் பதினோராவது அதிகாரம் இருபத்தைந்தாவது வசனமும் அடங்கிய ஒரு சிறுகுறிப்பையும் அதனோடு சேர்த்து அச்சகத்திற்கும் அனுப்பப்பட்டிருந்தது. இவ்வாறு ஆசீர்வாதம்பிள்ளையின் இறுதிச்சடங்குகள் முன்பின்னாக தங்களைத் தொடங்கியிருந்தன.

பக்கவாட்டாக அபரிமிதமாக பருத்திருந்த அவரின் உடல் இறந்தபின்பு இன்னும் பெருத்திருந்தது. அதைக் கழுவவும், அதற்குப் புதுத்துணிகள் அணிவிக்கவும் ஊர் பெரியவர்கள் தீவிரமான போராட்டத்தை மேற்கொள்ள வேண்டியிருந்தது. எவ்வளவு முயற்சித்தும் வாங்கி வந்த பனியனில் அவரது கைகளை நுழைக்கவே முடியவில்லை. சட்டையும் அப்படித்தான். வேறு வழியில்லாமல் இன்னொரு சட்டை வாங்கவேண்டியிருந்தது. அதுவும்கூட பல யோகாசனங்களுக்குப் பிறகே மாட்டிவிட முடிந்தபோது தொண்ணூறு நிமிடங்கள் அதற்காக மட்டுமே கழிந்திருந்தது.

பின் அவரது கன்னங்கள் அழுத்தப்பட்டு வாய்க்குள் வேப்பெண்ணெய் ஊற்றப்பட்டது. வாங்கிவந்திருந்த நூறு கிராம் இசட் பவுடரும், இசட் செண்டும் சட்டையின் உள்புறமும் வெளிப்புறமுமாக அவரின்மீது முழுவதுமாக தெளிக்கப்பட்டு - இன்னும் சில மணிநேரங்களில் கழற்றப்படப்போகும் - அவர் எப்போதும் அணிந்திருக்கும் வாட்ச், செயின், மோதிரங்களும் அணிவிக்கப்பட்டன. சுற்றிலும் மெழுகுவர்த்திகளின் ஒளி வீச, பத்திகளின் மணம் கமழ வீழ்த்தப்பட்ட ஒரு மரத்தின் நடுப்பகுதிபோல இருந்த ஆசீர்வாதம்பிள்ளை இப்போது குளிர்பதனப்பேழைக்குள்ளும் திணித்து வைக்கப்பட்டிருந்தார். இவைகளுக்கு தனியாக நாற்பது நிமிடங்களானது.

இப்போது அவரது கண் இருந்த இடத்தை இமைகள் மூடியதுபோலத் தெரியவில்லை. மாட்டப்பட்டிருந்த கண்ணாடியின் வழியாக அருகில் வரும் அனைவரையும் அவர் பார்த்துக்கொண்டிருப்பது போலவேயிருந்தது. சிறுமியின் மார்பு மேடனத் துருத்திக்கொண்டிருந்த கன்னச் சதைகளினால் அவர் கண்களுக்குள் இருந்த குழி பெரிதாகத் தெரியவில்லை. நெற்றி கண்ணாடியோடு சரிசமமாகப் பொருந்திப்போயிருந்தது. ஒரு குறிப்பிட்ட விகிதத்தில் சாய்ந்துறைந்திருந்த உதடுகளானது ஆறாத சோகத்தில் அழுதுகொண்டிருந்தவர் சட்டென்று சிரித்ததைப்போல ஒரு தோற்றத்திலிருந்தது. அப்படி அவரைப் பார்க்கும்போது ஏதோவொரு வீண்போட்டிக்காக மாறுவேடம் போட்டவர்போலத் தெரிந்துக்கொண்டிருந்தாரே தவிர இறந்துபோனவர்போல் தெரியவில்லை.

அவர் இறக்கும்போது, அந்த மாலையின் செவ்வண்ண நிறத்தில் அவரது இரத்தம் கலந்த மலமும் கொஞ்சம் வெளியேறியிருந்தது. உள்பக்கமாக பூட்டபட்டிருந்த கதவு நெடுநேரம் திறக்காத சந்தேகம் அவர்கள் வீட்டிலுள்ளவர்கள் யாருக்கும் எழவில்லை. இரவுணவுக்காக அழைக்கப்படும்போதுதான் நிலைமை புரிந்தது. உள்பக்கமாக பூட்டப்பட்டிருந்த கதவு உடைக்கப்பட்டு பெஞ்சமின் மனைவி, மகன், மகள், மருமகன், பேத்தி என அந்த நேரத்தில் வீட்டில் இருந்தவர்கள் உள்ளே நுழைந்தபோது மின்விசிறியின் காற்றில் அரைகுறையாய் காய்ந்திருந்த மலத்தின் வீச்சம் அந்த அறையெங்கும் நிறைந்திருந்தை உணர்ந்து நிலைகுலைந்தார்கள்.

“அந்த வீச்சமானது அறையைத் தாண்டி, அகல விரிவான அந்த ஹாலைத் தாண்டி, மூன்று மாடிகளும், நான்கு பக்கச் சுற்றுச்சுவர்களும் கொண்ட ‘கம்பெனி குடும்பத்தார்’ என்று அழைக்கப்படும் அவர்களின் அப்பெரிய வீட்டையும் தாண்டியது” என்ற கதைகள் அங்கிருந்து வெளியேறியபோது, ஆசீர்வாதம்பிள்ளையின் இறப்பை உறுதிப்படுத்த மருத்துவர் வருவதற்குமுன்னே அவரின் இறப்பு செய்தியும் அதனோடு சேர்ந்து ஊரெங்கும் பரவியது.

விஷயம் அறிந்து ஓடிவந்த அத்தெரு பெரிய மனிதர்கள்தான் முதன்முதலாக அவரை கழுவினார்கள். நீண்ட நேரம் நீடித்த அந்த நடவடிக்கையின் நடுவிலும் “இப்போதெல்லாம் செத்துப் போனவனுடைய பிரேதத்தைத் தொட்டவன் ஏழுநாள் தீட்டுப்பட்டிருப்பான் என்ற வசனத்திற்கு எந்த மதிப்பும் இல்லை” என்ற பேச்சின் நடுவிலும் அந்த அறைக்கு மட்டும் மொத்தம்

மூன்று ஸ்ப்ரேக்கள் காலியாகியிருந்தன. நிலுவையிலிருந்த மீதி இரண்டும் காலியானபோது கிட்டத்தட்ட அவர் வசித்துவந்த தெருவிலிருந்த பெரும்பாலானோர் அவரின் இறந்த உடலைத் தொட்டிருந்தனர்.

ஐந்து மணிக்குமேல் பூஜை நடத்தும் வழக்கம் ஊருக்குள் இல்லை. மறுநாள்வேறு முகூர்த்த நாள். ஆனால் முன்புபோல பிணத்தை வைத்துக்கொண்டு நல்ல காரியங்களுக்கு செல்லமுடியாத ஊர்கட்டுப்பாடுகள் பெரிதாக இப்போது இல்லை. எனவே அவசர அவசரமாக காலையில் நிகழ்வு வைக்க வேண்டாம் என்று பெரியவர்களுக்குள் பேசி முடிவெடுத்து அடக்கம் மாலை மூன்றுமுப்பது மணிக்கு என்று அறிவிக்கப்பட்டது. ஊர் ட்ரஸ்ட்டின் பொறுப்பாளர்கள் குடும்ப மூத்தவர்களை அழைத்து சவப்பெட்டி குறித்து ஆலோசனை செய்தனர். முடிவில் 'இரு ஆள்' அளவுள்ள ஒரு பெட்டிக்கு ஏற்பாடு செய்யப்பட்டது.

இப்போது தனது அறையை கைவிட்டுவிட்டு வீட்டின் மையப்பகுதியில் படுத்திருந்தார் ஆசீர்வாதம்பிள்ளை. பலர்சேர்ந்து போர்தொடுத்து அந்த அறையைக் கைப்பற்றி அவரை வெளியேக் கொண்டுவந்தார்கள் என இளைஞர்களில் சிலர் வெளியேப் பேசிச்சிரித்துக் கொண்டிருந்தார்கள்.

ஊர் பெரியவர்கள், சொந்தக்காரர்கள் என அந்த அறையிலிருந்து அவரைத் தூக்கிவரும்போது அவரது மேசையைச் சுற்றியிருந்த பொருட்களோடு, ஆசீர்வாதம்பிள்ளையின் இலக்கிய ஆர்வத்தை பறைசாற்றும் அந்த டைரியும் கீழேவிழுந்தது. பின்னாளில் முழுவதும் கழுவி சுத்தப்படுத்தப்பட்டு பழைய நிலைக்கு அந்த அறையும், அவரின் இறப்பு கொஞ்சம் கொஞ்சமாக மறக்கப்பட்டு இயல்பு நிலைக்கு வீட்டாரும் திரும்பிக் கொண்டிருந்தபோது கணவனுடன் வீட்டிற்கு வந்த பெஞ்சமின் மகள் அந்த டைரியைப் பிரித்துப் பார்த்தாள். அதிலிருந்த ஒரு தாள் மட்டும் மடித்து வைக்கப்பட்டிருந்தது. விரித்துப் பார்த்தபோது....

"எளிய மசால்வடை, எளிய மஞ்சள்காமாலை, எளிய மஞ்சள்பத்திரிகை, எளிய மடச்சாம்பிராணி, எளிய மசக்கை, எளிய மண்டகசாயம், எளிய மணத்தக்காளி, எளிய மத்தியதரைகடல், எளிய மதுவிலக்கு, எளிய மயானம், எளிய மதினி, எளிய மயக்கஊசி, எளிய மர்மஉறுப்பு, எளிய மலசிக்கல், எளிய மறுவாழ்வுமையம், எளிய மக்கள்நீதிமையம், எளிய மாமியார், எளிய மாரடைப்பு, எளிய மனப்பிராந்தி, எளிய மனிதகுரங்கு,

எளிய மார்வாடி, எளிய மாட்டுத்தாவணி, எளிய மாவுக்கடை, எளிய மாற்று சான்றிதழ், எளிய மாறுகண், எளிய மானஸ்தன்…"

அந்த வீட்டில் அவளுக்கு மட்டும்தான் இந்த வார்த்தைகளின் அர்த்தம் புரியும். அப்பா எழுத முயற்சித்த விசித்திரமான திரில்லர் கதையை நினைத்துச் சிரித்துக்கொண்டாள். இப்போதும் அவள்தான் அந்த டைரியை எடுத்து மேசை மீது வைத்துவிட்டு ஆக வேண்டிய காரியங்களைப் பார்க்க வெளியேச்சென்றாள்.

முதல் காரியமாக அவர் உறுப்பினராக இருந்த வழக்கறிஞர் சங்கத்திற்கு தகவல் கொடுத்தாள்.

சங்கம் துக்கம் அனுஷ்டித்தது. ஆசீர்வாதம்பிள்ளைக்கு அர்ப்பணிக்க சங்க நிர்வாகிகள் மலர்வளையங்களுக்கு ஆர்டர் கொடுத்தார்கள். மறுநாள் சங்க வழக்கறிஞர்கள் அனைவரையும் நீதிமன்றப் பணியை புறக்கணிக்குமாறு அறிவுறுத்தியது. அதற்கு மறுநாள் நீதிமன்றம் செல்வதற்குமுன், காலையிலேயே அவருக்கு மாவட்ட நீதிமன்றத்திலும், வழக்கறிஞர் சங்கத்திலும் சங்கப் பொறுப்பாளர்கள் அரைமணிநேர இரங்கல் கூட்டம் நடத்தினர். அவர் யாருக்கு மகனாக எந்த ஆண்டு பிறந்தார்? என்ன படித்தார்? எங்கு படித்தார்? மனைவி குழந்தைகளின் பெயர்கள், வகித்த பதவிகளின் பெயர்கள், இறக்க காரணமான நோயின் பெயர் வரை எல்லா தகவல்களும், பெருமைகளும் அடங்கிய அவரது வாழ்க்கை குறிப்பு எல்லோரின் முன்னிலையிலும் வாசிக்கப்பட்டது. பின் இரண்டு நிமிட மௌன அஞ்சலி செலுத்தப்பட்டு பெருமூச்சுடன் அனைவரும் பணிகளுக்கும், கேண்டீன்களுக்கும், வம்பளப்பிற்கும் வழக்கம்போலத் திரும்பினர்.

இரவு என்றாலும் இறந்த வீட்டைச்சுற்றி இங்கேயும்கூட அத்தகைய வம்பளப்புகளுக்கு எந்தக் குறையுமில்லை. கதவு உடைக்கப்பட்டதும் அவரைப் பார்த்தவர்களில் சிலர் அவர் இறந்ததை நம்ப முடியாமல் அடிக்கடி உள்ளேச்சென்று அவரது முகத்தைக் கூர்ந்துப் பார்த்துவிட்டு வந்தார்கள் என்றும், அதை குடும்பத்திலுள்ளவர்கள் பார்த்து எரிச்சல் கொண்டதும் கவனமானார்கள் என்றும் வெளியே பேச்சு ஓடிக்கொண்டிருந்தது.

அந்தப் பேச்சானது பல்கிப்பெருகி நடுயிரவு தாண்டியதும், இறந்தக் குழந்தையை உயிர்பிக்க இயேசு அதன் கையைப்பிடித்துச் 'சிறுபெண்ணே எழுந்திரு என்று உனக்குச்சொல்லுகிறேன்' என்று அர்த்தம் தொனிக்கும் 'தலீத் தாகூமி' வார்த்தையை உச்சரித்ததுபோல, "ஆசீர்வாதம்பிள்ளையை இப்போதுகூட

யாரோ ஒருவர் வந்து எழுப்பினால் உடனே எழும்பிவிடுவார், திரேசம்மாள்தான் அப்படி அவரை எழுந்திருக்கவிடாமல் படுக்கவைத்திருக்கிறாள்" என்ற கற்பனையின் ஒரு உச்சகட்டத்தை அடைந்து விடியும்வரை சிரித்துக்கொண்டிருந்தது.

பின்னர் விடியவும் மீண்டும் ஒரு மெல்லியப் புன்னகையுடன் அவர்களே இப்படி ஆரம்பித்து வைத்தார்கள்: "திரேசம்மாளுடன் நல்ல போராட்டத்தை போராடினான் பெஞ்சமின். பின் அவளுடனான ஓட்டத்தை முடித்து, தனக்கான விசுவாசத்தைக் காத்துக் கொண்டான்."

பின் நேரமாக ஆக, உள்ளே நுழைந்தும் வெளியே வந்தும்கொண்டிருந்த அவர்களைப்போன்ற இறந்தவீட்டு மனிதர்கள் அனைவருமே வழக்கமாக எல்லா இடங்களிலும் செய்வதுபோல, இறந்துபோனவரின் வாழ்வையும் மரணத்தையும் குறித்து விரிவாகப் பேச ஆயத்தமானார்கள். அதை ஊக்குவிக்கும் விதத்திலும், அதற்கு தோதுவாகவும் உள்ளூர், வெளியூரிலிருந்து ஆட்களும் வர ஆரம்பித்தனர்.

ஆசீர்வாதம்பிள்ளையின் வீடு முழுவதுமாகவும், ஊர் அதில் பாதியுமாக சவக்களையை நோக்கி உற்சாகமாக ஆயத்தமாக இவ்வாறுதான் சம்பவங்கள் தங்களைத் தொடங்கிக் கொண்டிருந்தது.

கர்த்தரின் பலிபீடம்போல தனது கல்லறையும் எவரொருவரின் காலுக்கிடையில் காணப்படும் நிர்வாணம் காணாதபடிக்கு, மேலே ஏறிநின்று அமைக்கப்படாமல் சுற்றிலும் நின்றே குழிதோண்டப்பட வேண்டும் என்று நினைத்திருந்தார் ஆசீர்வாதம்பிள்ளை.

கருங்கழல் காலனும் தன்னிடம் வருவதற்கு அஞ்சுவான் என்றவொரு மிதப்பு அவரிடம் அந்த நாட்களில் கொஞ்சம் அதிகமாக இல்லாவிட்டாலும், இப்படியொரு அந்தி வந்து அணுகும் வேளையில் தனக்கு இவ்வளவு சீக்கிரமாக சாவு வந்து தீண்டாது என்பதிலும், கொடும் நெடுஞ்சூலம் கொண்டுப் பலரை அச்சுறுத்திய தன் ஏறின புருவம் இறங்குவதற்கும், அவர்கள் அழியுமாறு அரும் பழிச்செயல்கள் செய்வதற்கான தனது நிறைவேறாத விருப்பத்திற்கும், தன் இறப்பிற்கும் இன்னும் காலங்கள் எக்கச்சக்கம் மீதமிருக்கிறது என்பதிலும் உறுதியாக இருந்தார். இப்படி சாவு குறித்து தனக்கிருந்த உறுதியான நம்பிக்கையால் அதை அவர் யாரொருவருக்கும் அறிவிக்கவுமில்லை.

அதனால், தன் மனைவியைப்போலவே தனக்கும் செருக்கு என்பது உரிய ஒன்று நினைத்துக்கொண்டு, பாவனை செய்துகொண்டு, யார் யாரையெல்லாம் அவர் கேடுகெட்ட கீழான கடைப்படு பிறவி என்று நினைத்தாரோ, அந்த அவர்களே, அதாவது அவரின் அந்த விருப்பத்தை அறியாத அவர்கள்... எல்லோருக்கும் தோண்டுவதுபோல காலை இருபுறமும் அகல நீட்டிக்கொண்டு அவரது கல்லறைக்கானக் குழியைத் தோண்ட ஆரம்பித்தார்கள்.

எனவே...

சூரியன் இன்னும் வானின் நடுப்பகுதிக்கு வந்து சேராத இப்பொழுதில், அவர்களைப் போலவே, அவர்களோடு சேர்ந்து பெஞ்சமின் ஆசீர்வாதம்பிள்ளையின் வாழ்க்கையை விட்ட இடத்திலிருந்து தோண்டுவதற்கும்கூட இதுதான் சரியான இடம் என்றும் தோன்றுகிறது.

5

ஸ்திரீயில்லாமல் புருஷனுமில்லை, புருஷனில்லாமல் ஸ்திரீயுமில்லை.
ஸ்திரீயானவள் புருஷனிலிருந்து தோன்றுகிறதுபோல, புருஷனும்
ஸ்திரீயினால் தோன்றுகிறான்.

- 1 கொரிந்தியர் 11: 11,12

இருபத்தோரு மாதங்கள் நீடித்துவந்த நெருக்கடிநிலை காலகட்டம் முடிந்தநேரத்தில், நாட்டு மக்கள் அனைவருமே சொல்லமுடியாத துயரங்களில் சிக்கி அவதிப்பட்டுக்கொண்டிருந்த நாட்களில், "இந்திரா காந்தியை ஏன்தான் பிரதமராக்கினோம்" என்று தன் தலையில் தானே அடித்துக்கொண்ட காமராஜரும்கூட இறந்து இரண்டு வருடங்களான நிலையில் அவரது நினைவேந்தல் நிகழ்வு ஊரெல்லாம் தொடர்ச்சியாக நடந்துக்கொண்டிருந்தபோது, தனது பதினோராவது வயதில் "கவலை இல்லாதவர்கள் கை தூக்குங்கள்" என்று வகுப்பில் டீச்சர் சொன்னபோது கை தூக்கிய ஒரே ஆள் திரேசம்மாள்தான்.

ஆசீர்வாதம்பிள்ளையின் ஊரிலிருந்து மேற்காக சுமார் நாற்பத்தைந்து கிலோமீட்டர் தொலைவிலிருந்த அவள் குடும்பம், ஊருக்குள் 'ஐம்பத்தைந்தாம் கம்பெனி' என்று அப்போது அழைக்கப்பட்டு வந்தது. இருபத்து நான்காம் கம்பெனி, முப்பத்தியேழாம் கம்பெனி, நாற்பத்துரெண்டாம் கம்பெனி என்று வெறும் குடும்ப நபர்களின் எண்ணிக்கையைக் கணக்கில்கொண்டு மட்டும் அந்தப் பெயர் அவர்களுக்கு ஆதிகாலம் தொட்டு படிப்படியாக வரவில்லை; அவர்கள் வாங்கும் வழக்குகளின் எண்ணிக்கைகளினாலும்தான் அந்தப் பெயரால் அவர்கள் அழைக்கப்பட்டு வந்தனர்.

வியாபாரம் முதற்கொண்டு சிறிய பேருந்து பயணம்வரை குடும்பத்தில் எவரொருவருக்காவது ஏதாவதொரு சிக்கல் என்றாலும்

ஒட்டுமொத்த குடும்பமும் திரண்டுவந்து பிரச்சனையைப் பேசி, பெரிதாக்கி, சண்டைப் போட்டு, தீர்த்தும் தீர்காமலும் அதை இன்னும் சிக்கலாக்கி, எதிர்த்தரப்பின் தலைகளை உடைத்து, அவர்கள் உடல்களுக்குக் காயங்களை வழங்கி, தங்கள் தலைகளை உடைத்து, தங்கள் உடல்களுக்கும் காயங்களைப் பெற்று, அதன் காரணமாக வழக்குகளை கொடுத்து வாங்கும் வழக்கமும்கூட அவர்களின் பரம்பரைச் சொத்தாக இருந்தது.

இப்படி அவர்களின் குடும்ப உறுப்பினர்களின் எண்ணிக்கை ஒருபுறமும், அவர்கள் வாங்கும் வழக்குகளின் எண்ணிக்கை மறுபுறமுமாக, ஜலப்பிரளயமுண்டான இரண்டு வருடத்திற்குப்பின் தொடங்கும் ஆதியாகமம் பதினோராவது அதிகார சேமுடைய வம்ச வரலாறுபோல "சாலா ஏபேரைப் பெற்றான்; ஏபேர் பேலேகைப் பெற்றான்; பேலேகு ரேகூவைப் பெற்றான்; ரெகூ செரூகைப் பெற்றான்; செரூகு நாகோரைப் பெற்றான்" என்ற பாணியில் நீண்டுகொண்டேச் சென்றாலும், "ஒரு சென்ட் முப்பது லச்சமா? பரவால்ல, ஒரு நாலஞ்சு சென்ட் வாங்கிப்போடு" என்பதுபோன்ற அலட்சியம் நிரம்பிய அவர்களின் தினசரி நடவடிக்கைகளையும், தொழில்களையும், வாழ்க்கையையும் அது எந்தவிதத்திலும் பாதிக்கவில்லை. சொல்லப்போனால் அவர்களின் அசையும் அசையாச் சொத்துக்களின் மதிப்புகளும் ஏதோ ஒருவிதத்தில் நாளுக்குநாள் பெருகிக்கொண்டுதானிருந்தது. அப்படியான விசித்திரமான அந்தக் குடும்பத்தின் செழிப்புமிக்கப் பெண்டிருள் - வாரிசுகளில் - ஒருவர்தான் திரேசம்மாள்.

இவ்வாறு வம்சமும், வளமும் நாளுக்குநாள் பெருகிவந்த அந்தக் கதையானது கிட்டத்தட்ட இரண்டு மூன்று மனைவிமார்களைக் கட்டி, அவர்களைப் பராமரிப்பதைவிட்டு, வேறெங்கோ கவனத்தைச் செலுத்தி அதிலும் தோற்றுப்போன கில்பெர்ட் போன்ற 'மண்டன்மார்' கதையை போன்றதுதான் என்றாலும், அதே இரண்டு மூன்று மனைவிமார்களை தன்னகத்தே கொண்டிருந்தாலும், 'வதவதவென்று பிள்ளைக் குட்டிகளைப் பொரிந்து' தள்ளினாலும் காகிதநோட்டு விவகாரத்தில் சூதானமாக இருந்ததினால் திரேசம்மாள் வம்சம் பெஞ்சமினின் முன்னோர்களைப்போல "நாசமத்து லெச்சணம் கெட்டுப்" போகவில்லை என்பதையும், அவர்களைப்போல வம்ச எண்ணிக்கையை குறையவிடவுமில்லை என்பதையும் இங்கே சொல்லியாகவேண்டும். இன்னும் சுருக்கமாகச் சொன்னால், ஆசீர்வாதம்பிள்ளை ஒரு தோற்றுப்போன திரேசம்மாள். திரேசம்மாள் ஒரு வெற்றியடைந்த ஆசீர்வாதம்பிள்ளை.

எனவே அப்படிப்பட்ட குடும்பத்தில், இரண்டாவது துணைப் படைப்பிரிவைச் சார்ந்த 'விங் காமண்டர்' பதவிபோன்ற ஒரு அதிகாரத்தில் இருந்தவருக்கு பிறந்த திரேசம்மாள் வகுப்பில் அப்படி கை தூக்கியதில் என்ன ஆச்சரியம் இருந்துவிடப்போகிறது இல்லையா?

பள்ளிப் படிப்பை சுமாராக முடித்து, கல்லூரிப் படிப்பை அப்படி முடிக்கக்கூட முடியாமல் நான்கு வருடங்களாகத் தத்தளித்து வந்த திரேசம்மாளுக்கு வேறு என்ன செய்வதென்று தெரியாமல் திருமணம் செய்ய முடிவெடுத்தது... அப்போது அறுபத்துசொச்சம் கம்பெனியாக இருந்த அக்குடும்பம். அருகருகே இருந்த மூன்று சர்ச்களிலும் மாப்பிள்ளைகள் கிடைத்தாலும் வேண்டாமென்று, சினிமாக்களில் வருவதுபோல மூன்று நான்கு அண்ணன்மார்களும் சேர்ந்து திரேசம்மாளுக்கு வீட்டோடு மாப்பிள்ளை, அதாவது வீட்டின் அருகிலேயே தனிவீடு கட்டிக்கொடுத்துக் கூடவே வைத்துகொள்ள சட்டப்பூர்வமாகவும், சட்டவிரோதமாகவும் மாப்பிள்ளை தேடிக்கொண்டிருந்தனர்.

நெடுநாட்கள் நீடித்த அப்புனிதமான தேடுதல் படலம் எங்கெல்லாமோ சுற்றி, ஊரில் அரசாங்க வேலையும், அமைதியும் ஒருங்கே அமைந்திருந்த ஆசீர்வாதம்பிள்ளையின் பொற்பாதங்களில் வந்து ஒருவழியாக முடிவடைந்தபோது, அவர்கள்முன் இருந்த ஒரே சவால்...

'எலிசா' மட்டும்தான்.

ஊருக்குள் மட்டுமல்ல, சுற்று வட்டாரங்களிலும்கூட அவரைப்போல அமைதியான, அடக்கமான ஒருவரில்லையென்றாலும், முப்பது வயது தாண்டியும் அவருக்குப் பெண் கிடைக்காமல் இருந்ததற்கான காரணமும் அதே எலிசா மட்டும்தான்.

இப்படி அவளைப் பற்றி அறிந்திருந்தும் அவர்கள் அவரிடம்வந்து சேர்ந்ததிற்கு இன்னொரு காரணம் வீட்டோடு மாப்பிள்ளை என்றதும் மறுவார்த்தை பேசாமல் வந்துவிடுவார் என்ற நம்பிக்கை.

அதற்கும் காரணம் அதே எலிசாதான்...!

எலிசா என்ற எலிசபெத் மார்த்தா. ஆசீர்வாதம்பிள்ளையின் தாயார்.

* * *

எலிசா இளம் வயது முதலே தன் வாயைத்தவிர மீதி எல்லாவற்றின்மீதும் பற்றுக் குறைந்தவளாக காணப்பட்டாள். எவனையோப் பார்த்து எதுவோ ஆனதுபோல, புத்திசாலித்தனமும், வீரமும் இல்லாத, கோர்ட்டும், போலீஸ் ஸ்டேஷனும் ஏறாத, உப்பைத் தொட்டு மட்டும் தினமும் இரண்டு குவாட்டரைக் குடிப்பதைத் தவிர வேறு எந்த வேலையும் தெரியாத அல்லது இல்லாத, ஊழியக்காரரான தன் தகப்பனார் ஜார்ஜ் தேடி வைத்திருந்த கொஞ்சம் சொத்துக்களுடனும், கொஞ்சம் வியாதிகளுடனும் உலவிவந்த ‘தொட்டித்தனமிக்க’ பெஞ்சமினை யாருக்கும் தெரியாமல் காதலித்ததுதான் அவள் தனது வாழ்க்கையில் மேற்கொண்ட முதலும் கடைசியுமான மௌன நடவடிக்கை.

வீட்டாரின் தொடர் எச்சரிக்கை ஜெபங்களை விசுவாசிக்க மறுத்து, கடுமையான பட்டினி உபவாசம் மேற்கொண்டு, ரயில்வே பாலத்தினடியில் தொழில்முறை ஓவியனல்லாத எவனோ ஒருவனால் வரையபட்டிற்கும் இயேசுவின் உருவம்போல இருக்கும் பெஞ்சமினைக் கட்டிக்கொண்டபோது, அவனது வாழ்க்கையைப்போலவே முழுவதும் தோற்றுப்போன உள்ளூறுப்புகளால் முக்கியமாக சிறுநீரகங்களால், திருமணமான ஒன்பதாவது வருடத்தில் அவனும் விண்ணுலகம் சென்றுவிடுவான் என்று அப்போது அவளுக்குத் தெரியாது.

ஊரிலெல்லோரும் “பாவி மட்டையானவளின் வாயின் நீளத்தில் பாதிகூட அவன் ஆயுளின் நீளம் இல்லையே?” என்று அவள் காதும், கண்ணும்படவே பேசிக்கொண்டனர். அப்போதிருந்துதான் அவள் வாயின் நீளமும், அது உதிர்க்கும் வார்த்தைகளின் ஆழமும் இன்னும் மோசமானதும், அறிவியலுக்கு புறம்பானதுமான ஒரு பரிணாம வளர்ச்சியை அடைந்ததுமாகும்.

அதுவொரு உச்சக் கட்டத்தை அடைந்து, ஆசீர்வாதம்பிள்ளையை அவள் பிரசவிக்கும்போது வானத்தில் அக்குழந்தையின் ஆளுமையைக் குறிக்கும் அடையாளங்கள் தென்பட்டதாகவும், பகலிலேகூட நட்சத்திரங்களில் சில பூமியைநோக்கி வந்தது தெரிந்ததாகவும், சூரியன் தனது கொழுங்கதிர்களின் வெக்கையை அவனுக்காக குறைத்ததாகவும், மேகங்கள் சூழ்ந்த மலை ஒன்றிலிருந்து தேவன் அருளியதுபோல அவள் கர்ப்பந்தரித்து ஒரு குமாரனைப் பெற்றதாகவும் ஊருக்குள் அவளே சொல்லிக்கொண்டாள்.

ஆனால் “நாவினால் பாவஞ் செய்யாதபடிக்கு தன் வழிகளை தானே காத்து, துன்மார்க்கன் தனக்கு முன்பாக இருக்கும் மட்டும்

கடிவாளத்தால் தன் வாயை தன்னாலேயே கட்டிப்போட முடியாத" அவளால் ஒரு குறிப்பிட்ட நாட்களுக்குள் ஊருக்குள்ளாக, "தான் கெப்பனக்காரியாக இருக்கும்போது தேவனோ, தேவசகாயமோ தன்னை மலையிலிருந்தோ, மளிகைக்கடையிலிருந்தோ எட்டிப்பார்க்கவில்லையெனவும், தான் பிரசவிக்கும்போது கடும்வேதனைக்கு உட்பட்டதாகவும், அப்போதிருந்தே பிள்ளை பெறுவதின்மீதும், ஆசீர்வாதம்பிள்ளையின்மீதும், அதற்குக் காரணமான பெஞ்சமின்மீதும் அவளது வெறுப்பு தொடங்கிவிட்டதாகவும், அவர்களைப் பொறுத்தவரை அவர்கள் இருவருமே தன் வாழ்வை அழிக்கவந்த வஞ்சகர்களென்றும், மருத்துவச்சிகள் "கவலைப்படாதே ஆண் பிள்ளை பெற்றிருக்கிறாய்" என்று அறிவித்தபோதும் அவள் அதை ஏறெடுத்துப் பார்க்கவில்லையெனவும், பின் மெல்ல மெல்ல பார்த்தவளுக்கு, அவளின் அடிவயிற்று வலி வானளவு உயர்ந்து நின்று, அந்த ஒரு கணத்தில் அவள் ஊமையானதாகவும், இதயம் அனல்கொண்டு அக்கினியால் மூழ்கியதாகவும், பின் முகத்தை அதனிடமிருந்து திருப்பியதும் அவளது எல்லா வலிகளும் குறைந்ததாகவும் இன்னும் அதிகக் கற்பனையோடு அவளால் ஒப்பிக்கப்பட்டது.

இது கணவன், மகன் விஷயத்தில் மட்டுமல்ல, எதிர்கண்ட எல்லோரிடமும் இப்படியொரு பிடிப்பும் பிடித்தமுமில்லாததுமான ஒரு அசாதரணமான அணுகுமுறையையே அவள் எப்போதும் கொண்டிருந்தாள் அல்லது காரணமேயில்லாமல் அப்படிக் காட்டிக்கொண்டாள்.

மாதம் ஒருமுறையாவது குழாயடி, ரேஷன்கடை, மீன்சந்தை, தவணைக்குப் பொருள் விற்க வருபவர்கள், பேருந்து நடத்துனர், பக்கத்து தெரு, முடிந்தால் பக்கத்து ஊர் என சக சண்டைக்கார ஹிருதயங்களை முறை தவறாமல் சந்திக்கும்போது அவள் செதுக்கி உதிர்க்கும் வார்த்தைகளும், சுற்றி நின்று கேட்போரின் மூளைக்குள் அது உருவாக்கும் கற்பனைக் காட்சிகளும் மேற்குறிப்பிட்ட வகையில் உண்மையிலேயே ஒரு தேர்ந்த சிற்பியை நம் கண்முன் நிறுத்தத்தான் செய்யும். எதிரில் நிற்பது ஆண் என்றால் அவள் வார்த்தைகள் கவனம் குவிக்கும் இடமும், பெண் என்றால் அது மையம் கொள்ளும் ஸ்தலமும் மட்டும் கொஞ்சம் மாறுபடுமே தவிர, மற்றபடி எலிசாவின் எதிரியை அவள் எல்லைக்குள்ளிருந்து சட்டென்று தூக்கியெறிந்து தூரதேசத்திற்கு விரட்டியடிக்கும் தேவ வல்லமையானது அந்த இருவேறுபட்ட பாலின வார்த்தைகளுக்கும் சமஅளவில் உண்டு.

செய்யுளும், உரைநடையும் கலந்து தயாரித்து காற்றில் அவள் வீசும் வார்த்தைகளின் வாணவேடிக்கைகள் சிலவற்றை உதாரணத்திற்கு சொல்லலாம்தான். ஆனால் ஆரம்பத்திலேயே ஆசீர்வாதம்பிள்ளையை சாகடித்ததுபோல மீண்டும் இன்னொரு நிலைகுலைவை அது சந்திக்க வைத்துவிடும் என்பதால்... எந்தச் சண்டையாக இருந்தாலும், அது யாருடனிருந்தாலும் அந்தச் சொற்பொழிவின் இறுதி ஆய்வுரைகளானது முடிவில் வந்துவிழுமிடமான பெஞ்சமின் மற்றும் ஆசீர்வாதத்தின் தலைகளை வேண்டுமானால் கீழ்காணுமாறு கவனத்திற்கு எடுத்துக்கொள்ளலாம்:

"எல்லாச் செற மயிருக்கும் காரணம் இந்தக் கோம்பத் தாய்ளிகதான். எனக்கு ஒரு தீனமோ, சாக்காலமோ வர மாட்டேங்குவே ஏசப்பா! என்னைக்கு என்மேல மண்ணள்ளி போடுகானுகளோ அன்னைக்குதான் எனக்கு விடுதல. இங்கன நான் சாணங்கி சொமடு சொமந்து பாடா படுகேன். சோக்கேடு புடிச்ச செவத்தளவுக என்னடான்னா, தேரம் விடியாண்டாம் கெடக்க கெடப்பு தெரியாம எனகென்னான்னு லாந்திட்டு திரியுவு, வெட்டோத்திய எடுத்து ஒரு கொத்து கொத்தினா எல்லாம் சரியாவும், இப்படி உறிஞ்சு போட்டு பிரேதம் கணக்கா ஆடதுக்கு அது ஒண்ணுதான் ஒரே வழி, கொள்ளைல போக..."

அவள் இப்படி புலம்புவதற்கும் காரணம் இல்லாமலில்லை. இறப்பதற்குமுன்பு பெஞ்சமின் என்ற தனது பெயருடன், அவன் யாரைப்போல் ஆகவேண்டும் என்று ஆசைபட்டானோ அவனது கனவு ரவுடியான ஆசீர்வாதம்பிள்ளையின் பெயரையும் இணைத்து வலுக்கட்டாயமாக வைத்த பெயரைத் தாங்கியபடி, அதுவும் அவள் மொழியில் சொன்னால், "கொண்டாடிப்போவான் அப்படியே அவனை உரிச்சு வச்சாமாரில்லா பெத்து வுட்டுருக்கான்!" என்பதற்கு இணங்க நீண்ட மூக்குடனும், நீளம் குறைந்த ஆரம்பித்த இடத்திலேயே முடிந்துவிட்ட கழுத்துடனும், அகலமான காதுகளுடனும், கட்டைப் பற்களுடனும் அவள் முன்னால் ஆசீர்வாதம்பிள்ளை நின்றுகொண்டிருந்தால் அவளுக்கு வேறு வாய்ப்புகள் இருக்கிறதா என்ன?

* * *

இப்படியொரு அசாதரணமான சூழ்நிலையில் சிறு வயதிலிருந்தே வளர்ந்து வந்த ஆசீர்வாதத்திற்கு வலிப்பு மட்டும்தான் வரவில்லை; ஆனால் அதற்கு பதிலாக வந்து சேர்ந்தவள்தான் திரேசம்மாள்.

ஏற்கனவே சொன்னதுபோல அரசு வேலையுடனும், அமைதியான சுபாவத்துடனும், காதுகளை முகம் சுழிக்க வைக்கும் எலிசாவின் துதிபாடல்களுடனும் முப்பதைத் தாண்டிக்கொண்டிருந்த அவரது வறண்டுபோன நாட்களில்தான் திரேசம்மாள் குடும்பம் வந்தது. அவர்கள் நினைத்ததுப்போலவே மறுவார்த்தை பேசாமல் எல்லாவற்றிற்கும் அவர் தலையாட்டினார்.

அதன்பின் நடந்தவைகளெல்லாம் அவரும் எதிர்பார்க்காதவை. அதில் நல்லதுமிருந்தது; ஒவ்வாதவைகளும் இருந்தன. ஆனால் அவையத்தனையும் சேர்ந்ததுதான் அந்த வயதிற்குமேல் ஆசீர்வாதத்தை இன்னொரு நபராக மெல்லமெல்ல செதுக்கவுமாரம்பித்தது. அது அனைத்தையும் இங்கேயே சொல்லப் புகுந்தால் - அதில் கொஞ்சமும் விறுவிறுப்பு இல்லை என்பது வேறு விஷயம் - கதை இன்னொரு இடத்திற்கு நகர்ந்து விடுவதோடு, அதை மீண்டும் இழுத்துப்பிடித்து இங்கே கொண்டுவரும்போது ஆசீர்வாதத்தின் சவஅடக்கமே முடிந்துவிட்டாலும் ஆச்சரியப்படுவதற்கில்லை.

மட்டுமல்லாமல் ஆசீர்வாதம்பிள்ளையின் இறுதிநாளில் நின்றுகொண்டு, நவீன காலத்தில் வாழ்ந்துகொண்டு இதுபோன்ற மிகமிகப் பழமையான, சலித்துப்போன, கொஞ்சமும் சுவாரசியமில்லாத, சினிமாக்களில் ஆயிரம் முறைக்கும்மேல் காட்டப்பட்ட ஒரு கணவன் மனைவி சண்டையையொத்த விஷயத்தை இங்கே சொல்வது கொஞ்சமும் நியாயமில்லாத வேலையும்கூட.

ஆனால் அவள் மட்டுமல்லாமல், அவருமே அதே அந்த அரதப் பழசான ஸ்டீரியோ டைப் ‘கணவர்கள் கோட்பாட்டை’ அச்சுப்பிசகாமல் கடைப்பிடித்த விஷயமும், “ஒரு மனிதனின் வாழ்வில் எல்லா பக்கங்களுமே ஆர்வமூட்டுவதாக மட்டுமே இருக்குமா என்ன?” என்ற தர்க்கம் நிறைந்த கேள்வியும், “இதைவிட்டால் அதை விவரிக்க வேறு இடம் வாய்க்காது” என்ற காரணமும்தான், திருமணமான மூன்றாவது மாதத்தில் “தனக்கு வாய்த்த அம்மாவும், மனைவியும் எப்படி கர்த்தரால் ஒரேயளவெடுத்து, கொஞ்சமும் பிசிறாமல், நேர்த்தியான வடிவமைப்போடு தன்னிடம் அனுப்பப்பட்டனர்?” என்ற வியப்பை அவருக்குள் ஏற்படுத்திய அந்த ஊத்தையானச் சம்பவத்தையும், அதற்கான ஒரு முன்குறிப்பையும் இங்கு சொல்ல வேண்டிய கட்டாயத்திற்கு ஆளாக்குகிறதே தவிர அதற்கென்று சிறப்பான எந்த இடமும் இந்தக் கதைகளில் இல்லை.

ஆசீர்வாதம்பிள்ளை முழுவதும் திரேசம்மாள் குடும்பத்தின் கட்டுப்பாட்டிற்குள் வந்துவிட்டப் பின்னால்வந்த ஒரு நல்லநாள் பொழுதில்தான் அந்தச் சம்பவம் நடந்தது. காலை வேளை. கடந்த ஒரு வாரத்தில் இருவருக்குமிடையில் எந்தப் பிரச்சனைகளும் எழுந்திருக்கவில்லை; முக்கியமாக அவரால். எனவே அவருக்கு ஒரு நம்பிக்கை இருந்தது. அந்த நம்பிக்கையிலும், சூழ்நிலையிலும்தான் 'தனக்கு தெரிந்த ஒருவரின் திருமணத்திற்கு வெளியூர் சென்றுவர' அவளிடம் அவர் அனுமதிகேட்டார். இத்தனைக்கும் அந்த நாட்களில் அவருக்கு ஒரு வேலையும் இல்லை. கிறிஸ்மஸ் பண்டிகையோடு சேர்த்து பதினோரு விடுமுறை நாட்கள் அவர் கையிலிருந்தது. எனவே எப்படியும் ஒன்று, ஒன்றரை நாட்கள் அனுமதி கிடைக்கும் என்ற நம்பிக்கையில்தான் அந்தக் கோரிக்கையையும்கூட அவர் அவள்முன் வைத்தார். ஆனால் அடுத்த அரைவினாடியில் வந்துவிழுந்த மின்னல்போன்ற அந்தப் பதிலைச் சந்தித்த அவரது உடலானது அதை எதுவும் செய்யமுடியாத அதிர்ச்சியில் ஒரு குலுங்கு குலுங்கி அடங்கியது.

"நீங்கள் உங்களுக்குத் தெரிந்ததாகச் சொல்லும் நபரை எனக்குத் தெரியாது என்பதால், அந்த நபரை உங்களுக்கு தெரியாத நபராக நீங்கள் கருதிக்கொண்டு அந்தத் திருமணத்திற்கு செல்லும் எண்ணத்தை உங்கள் உள்ளுறுப்புகள் ஒவ்வொன்றிலிருந்தும் அகற்றிவிட்டு, எனக்கு இரண்டு ஜோடி மெரூன் கலர் ஹேர்பின் அட்டைகளை அரசன் கோல்ட் கவரிங் கடையிலிருந்து வாங்கி வரவும். பணம் கொடுக்க வேண்டாம். என் பெயரைச் சொன்னால் போதும்; அவர்களே தருவார்கள்."

இதுபோன்ற தோரணையில் அவள் எதுவோ ஒன்றை அவரிடம் சொல்லியபோது அந்த வார்த்தைகளால் நிச்சயமாக அவர் உசுப்பேறியிருக்க வேண்டும். ஏன் அவருமே அப்படி நினைத்துக்கொண்டுதான் எழுந்தார். ஆனால் அவரது இடுப்பு எலும்புகள்கூட அவருக்கு அடிபணியாமல் திரேசம்மாளைக்கண்டும், அவளின் அண்ணன்மார்களைக்கண்டும் அச்சத்தில் வளைந்து நடுங்க ஆரம்பித்து நாட்கள் பல ஆகிவிட்டதால், அந்த எண்ணத்தை உடனடியாக கைவிடவும், விட்ட கையோடு கவரிங் கடையை நோக்கி நடப்பதையும் தவிர அவருக்கு வேறு வழிகள் அன்று இல்லை. திரேசம்மாளுடனான அத்தனை ஆண்டுகால திருமண வாழ்வில் அவரின் தனிப்பட்ட கோரிக்கைகள் ஒவ்வொன்றும் அவளால் ஈவு இரக்கமில்லாமல் நிராகரிக்கப்பட்டதும், அவர் நடவடிக்கைகள் அனைத்தும் அவளை மையமாகக்கொண்டு இயங்க ஆரம்பித்ததும் இப்படித்தான் தொடங்கியது.

அதாவது அதையொரு குறியீட்டு வடிவில் சொல்லப்போனால் ஒரு குறிப்பிட்ட கால கட்டத்திற்குப்பின் ஆசீர்வாதம்பிள்ளை அவர்கள் கட்டிலின்மேல் படுத்துக்கொண்ட நாட்களைவிட அவளுக்குப் பயந்து அதன்கீழ் படுத்துக்கொண்ட நாட்களே அதிகம். அது அவளின் சீதனச் சொத்து என்பதாலோ, அதில் தனக்குப் படுக்க அனுமதியில்லை என்பதாலோ அல்ல. எஞ்சியிருக்கும் தனது எதிர்கால வாழ்வில் எந்தவிதச் சிக்கலும் வந்துவிடக்கூடாது என்பதற்காக அவர் எடுத்துக்கொண்ட போர்கால நடவடிக்கைகளில் ஒன்று அது. ஏனெனில் திரேசம்மாள் அவரது ஒவ்வொரு நொடிப் பொழுதுகளையும் அந்த வீட்டின் செங்கற்களாலும், கல்லும், மண்ணாலும் மட்டுமல்ல, ஹாலில் அவரைப்போலவே தேமேயெனக் கிடக்கும் ஷோஃபாசெட்களாலும், டீபாய்களினாலும், சமையலறையிலிருக்கும் ஒவ்வொரு எவர்சில்வர் பாத்திரங்களினாலும் அளந்து வைத்திருந்தாள். அவர் பார்க்கும் அரசாங்க உத்தியோகமும், மாதம்தோறும் வாங்கும் சம்பளமும்கூட அவளைப்பொறுத்தவரை 'கூறுகெட்டத்தனம்', 'கைசோலி பிழைப்பு' அல்லது அவளது தூரத்துத் தங்கையொருத்தியின் கணவரோடு ஒப்பிட்டுப்பார்க்கும் 'இளக்கார' நடவடிக்கை.

அதுவும் அவர் சம்பளம் வாங்கும் நாட்களில் இதுபோன்ற பெயர்களை அவள் உச்சரிக்காமல் இருந்ததேயில்லை. அப்போது வெறுப்புடனும், அதேநேரம் அதை வெளிக்காட்டிக்கொள்ளாமல் இன்முகத்துடனும் நின்றுக்கொண்டிருப்பார். கோடிகளில் புரளும் ஒருத்திக்கும், அவள் உடன்பிறந்த அண்ணன்மார்களுக்கும் சேர்த்து வாக்கப்பட்ட அந்த வாழ்வுக்கு நியாயம் செய்யும் வகையில் அதைத்தவிர அவரிடம் செய்வதற்கு அந்த நாட்களில் ஒன்றுமிருந்ததுமில்லை.

மஞ்சள் விளக்கினைச் சுற்றிப் புகை மேலெழும்பும் சித்திரம்போல அழகாக இருந்த அவள் வாழ்வு, அப்படிப் புகை எழும்போது வெளிச்சம் துண்டிக்கப்பட்டதுபோல மாறியதற்கு காரணம் பெஞ்சமின் என்றே நினைத்தாள். பல ஆண்டுகளாகக் கைவிட்டுப்போய் சிதிலமடைந்துவிட்ட ஒரு வீட்டின் சுற்றுச்சுவர்போல எந்தவிதப் பிரயோசனமுமில்லாத ஒருவராகவே அவள் அவரைப் பார்த்தாள். எப்போதும் அடுத்தவர்களின் கைகளையேப் பார்த்துவந்த அவள் அதைவிட பெரிதாக அழகாக இருக்கும் தன் கைகளை ஒருபோதும் பார்க்கவேயில்லை. ஏற்கனவே பெஞ்சமின் பறித்திருந்த அவளது அதிர்ஷ்டம்போக மீதியிருந்ததை யாராவது பறித்துக்கொண்டு ஓடிவிடுவார்கள் என்றே பயந்தபடியிருந்தாள். "அவர்கள் வம்சங்களில் எண்ணப்பட்டவர்கள்

இரண்டாயிரத்து எழுநூற்று ஐம்பது பேர்” என்பதுபோன்ற அவளது அதீத பெருமைக்கு கொஞ்சமும் பொருத்தமானவர் ஆசீர்வாதம் இல்லை என்பதில் மட்டும் உறுதியாக இருந்தாள். மட்டுமில்லாமல் அவர் பார்க்கும் வேலையினால் வீட்டோடு மாப்பிள்ளை என்ற சௌகரியமும் கொஞ்ச வருடங்களில் முடிவுக்குவேறு வந்திருந்தது.

பின் அந்த வீட்டில் ஆசீர்வாதம்பிள்ளையின் இடம் எதுவென்றால் எலிசாவிற்கு கிடைக்கும் மரியாதையைவிட கொஞ்சம் கூடுதலான ஒரு இடம். வருடத்திற்கு இரண்டு மூன்று முறை அதிசயமாக நிகழும் சம்பவம் அது. அப்படி எலிசாவிற்கு கிடைக்கும் மரியாதை என்னவென்று தெரிந்துகொள்ள வேண்டுமென்றால், மகனுக்கு திருமணமாகி ‘வீட்டோடு மாப்பிள்ளையாக போய் விட்டான்’ என்பதை நம்பமுடியாமல் ஏற்பட்ட அதிர்ச்சியிலும், அந்த அதிர்ச்சியை நம்பமுடியாமல் ஏற்பட்ட இன்னொரு முடக்குவாத அதிர்ச்சியிலும் மகனைப்பார்த்து “நடக்க மடிச்சவன் கெழவியைக் கட்டுனானாம்” என்றும், மருமகளைப் பார்த்து “நாந்தான்னு வாழ்ந்தவனெல்லாம் ஒருநாள் ஓந்தானாப் போவான்” என்பது போன்றதுமான உச்சைக்கு விளிகளை உதிர்த்துவிட்டு போய்சேர்ந்திருந்த அவளைப் புதைத்த இடத்தில் வருடத்திற்கு ஒருமுறை மட்டும் அகற்றப்படும் செடி கொடிகளிடத்தில்தான் கேட்க வேண்டும்.

“ஊமையும் செவிடுமான ஆவியே, நீ இவனை விட்டும் நீ இவளை விட்டும் புறப்பட்டுப்போ, அவனுக்குள் நீயும், உனக்குள் அவனும் இனி ஒருபோதும் போகாதே” என்று ஏசுவே நேரில் வந்து கட்டளையிட்டதுபோலத்தான் இருவரும் வாழ்ந்து வந்தார்கள்.

அதேநேரம், முன்பு பெஞ்சமினைக் குறித்த விஷயங்களைப் பற்றி சொல்லியதுபோலவே, திரேசம்மாள் குறித்தும் இதுவரை சொல்லிவரும் சமாச்சாரங்களை வைத்து மட்டுமே ஒரு முடிவுக்கு வராமல், கொஞ்சம் உள்சென்று அத்தகைய சம்பவங்களைக் கவனப்படுத்திப் பார்த்தால்... திரேசம்மாளுக்கு இந்தத் திருமண வாழ்க்கையோ, ஆசீர்வாதம்பிள்ளையோ முழுவதுமாக பிடிக்கவில்லை என்றோ, பிடிக்காமல்தான் இவ்வளவு நாட்கள் அவருடன் வாழ்ந்தாள் என்றோ அதற்கு நேரடியாக அர்த்தம் எடுத்துக்கொள்ளக்கூடாது. ஆசீர்வாதத்தின் இடத்தில் யார் இருந்தாலும், அது அவள் நினைத்ததுப்போன்ற ஒருவனாகவே இருந்தாலும் அவள் இப்படித்தான் நடந்திருப்பாள் அல்லது நடித்திருப்பாள். அவளுக்குப் பணம் நிறைந்த ஒரு மனிதனோ, அது குறைந்து வாழும் ஒருவனோ அல்ல விஷயம். அவளுக்குக்

கீழொருவன் வேண்டும்; அதுவும் ஒரு கெட்டிக்கார அமைதியான அடிமை. அதைக்குறித்து அவளுக்கு முன்பே ஏதாவது ஒரு யோசனை இருந்திருக்க வேண்டும். அதற்கான கவசத்தைத்தான் தனக்கு உலகம் தெரிந்த நாளிலிருந்து அவள் உருவாக்கியும் வந்திருக்க வேண்டும். ஒரு கட்டத்தில் தான் நினைத்ததுபோலவே தனக்கு தோதுவான ஒருவனே கிடைக்கும்போது இதுபோன்ற சூழலால் வளர்ந்த ஒரு பெண்ணால் அதை எப்படி அவ்வளவு வெளிப்படையாகக் காட்டிக்கொள்ள முடியும்?

கொஞ்சம் யோசித்துப் பார்த்தால் "வகுப்பில் அவள் கை தூக்கியது கவலை இல்லை என்ற அர்த்தத்தில் அல்ல; கவலைகள் இல்லா ஒரு வாழ்வு வேண்டும் என்ற அர்த்தத்தில்தான்" என்பதையும் இந்த இடத்தில் புரிந்துகொள்ளலாம். காரணம் அவள் இப்போது மட்டுமல்ல, எப்போதுமே தனக்குத்தானே பல பொய்யான, போலியான, பகட்டான கவலைகளைத்தான், கற்பனைகளைத்தான், கவசங்களைத்தான் சலிக்காமல் உருவாக்கிக் கொண்டிருந்தாள்.

அதை ஆசீர்வாதம்பிள்ளை உணர்ந்துக்கொள்ள நீண்ட காலம் தேவைப்பட்டது. அப்படி உணர்ந்துகொண்டபோதும் அவள் கற்றுக் கொடுத்த வழிமுறைகளின் மூலமாகத்தான் அதைக் கையாள முயற்சித்தாரே தவிர தனக்கென்று பிரத்யேகமானப் பாதைகளை ஆரம்பத்தில் அவர் உருவாக்கிக்கொள்ளவில்லை. பின்னர் படிப்படியாக உணர்ந்துக்கொண்டதை புரிந்துக்கொண்டபோது, அவளைவிட வலிமைமிக்க, எதையும் வெளிக்காட்டிக்கொள்ளாத ஒரு கவசத்தை உருவாக்கிக்கொண்டு அதை தேர்ந்த ஒரு வீரனாக, அவளைவிடப் புத்திசாலியான ஒருவனாகப் பயன்படுத்தி அவளை மிஞ்சும் மாற்று வழிகளில் தன்னை நிறுவிக்கொள்ள முடிந்தவரை போராடினார்.

அப்படி அவர்கள் ஒருவர் மாற்றி ஒருவர் உருவாக்கிக்கொண்ட, வரித்துக்கொண்ட, மாற்றிக்கொண்ட வாழ்வொன்றின் இறுதிப் பந்தயத்தில்தான் திரேசம்மாளை முதலாவதாகக் முந்திக்கொண்டு, குளிரும் தன் உடலையும் உணரமுடியாமல் பெட்டிக்குள் கால் நீட்டிப் படுத்துக்கொண்டிருக்கிறார் பெஞ்சமின் ஆசீர்வாதம்பிள்ளை.

6

நான் கூப்பிட்டும், நீங்கள் கேட்க மாட்டோம் என்கிறீர்கள்; நான் என் கையை நீட்டியும் கவனிக்கிறவன் ஒருவனும் இல்லை. என் ஆலோசனையையெல்லாம் கடிந்துகொள்ளுதலை வெறுத்தீர்கள். ஆகையால், நானும் உங்கள் ஆபத்துக்காலத்தில் நகைத்து, நீங்கள் பயப்படுங்காரியம் வரும்போது ஆகடியம் பண்ணுவேன்.

-நீதிமொழிகள் 1: 24,25,26

திரேசம்மாள் விடிந்ததிலிருந்து ஒரு பொட்டு அழவில்லையெனவும், நேற்றுமேகூட அழுவதுபோல பாவனை மட்டுமே செய்துகொண்டிருந்தாளென்றும், உண்மையிலேயே அவள் மனதுக்குள் சிரித்தபடிதான் இருக்கிறாள் என்றும் திரேசம்மாளைப் பிடிக்காத சிலர் வெளியே நின்று பேசிக்கொண்டிருக்கும்போதுதான், முன்பொரு சமயத்தில் ஆசீர்வாதம்பிள்ளைக்கு வைத்தியம் பார்த்த ஜெபமந்திரம் தனது இரு உதவியாளர்களின் உதவியுடன் வீட்டிற்குள் நுழைந்தார்.

உள்ளே அழுகைச்சத்தம் இப்போது குறைவாக இருந்தது. திரேசம்மாளின் கண்களுக்குக் கொஞ்சம் எட்டாத உயரத்தில் ஆசீர்வாதம்பிள்ளை பெட்டிக்குள் நீண்டுக்கிடந்தார். அதன் முன்சக்கரம் ஒன்றை இடதுகையால் பிடித்தபடி அவர் தலைமாட்டில் அவிழ்ந்த தலையோடும், பெட்டியோடும் சாய்ந்துக்கிடந்தாள் திரேசம்மாள். மகள் அவளையொட்டியும் ஒட்டாமலும் ஒருவாறு கால்களைச் சுருக்கி அமர்ந்திருந்தாள். பேத்தி அவள் வயதுக் குழந்தைகளுடன் அமைதியாக விளையாடுவது எப்படி என்று தெரியாமல் விளையாடிக்கொண்டிருந்தாள். அவர்களைச் சுற்றியும் நெருங்கிய உறவுக்காரப் பெண்கள் முன்னும் பின்னுமாக அமர்ந்திருந்தனர். அந்தக் கூட்டத்திலிருந்து

சிறுமுனகல் சத்தம் மட்டும் விடாமல் கேட்டுக்கொண்டிருந்தது. ஆனால் அது யாரிடமிருந்து அல்லது எங்கிருந்து வருகிறது என்று அந்த இடத்திலேயே நின்று பலமுறை கூர்ந்துப் பார்த்தும் வைத்தியரால் கண்டுபிடிக்க முடியவில்லை. ஆனால் புதிதாக ஆட்கள் நுழையும்போது மட்டும் அந்த சத்தம் கொஞ்சம் அதிகரித்து அடங்குகிறது என்று மட்டும் கண்டுகொண்டார். வந்து போவோர்கள் நின்று மரியாதை செய்வதற்கு ஆசீர்வாதத்தின் இடதுகை பக்கம் மட்டுமே கொஞ்சம் இடமிருந்தது.

வைத்தியர் ஆசீர்வாதத்தின் முகத்தை ஆராய்வதுபோல தன் முகத்தைப் பெட்டியினருகில் கொண்டுச்சென்றார். உதவியாளர்களில் ஒருவர் கையில் வைத்திருந்த புத்தகத்தின் ஒரு பக்கத்தை சட்டென்று திறந்து அதிலிருந்த மந்திரங்களைச் சத்தமின்றி முனங்கத்தொடங்கினார். இன்னும் சாமியார் வந்து ஜெபிப்பதற்கு நேரமிருந்தாலும் அதைப் பார்ப்பதற்கு ஒரு குட்டி ஜெபம் போலவேயிருந்தது.

ஜெபமந்திரம் என்ற அவரது பெயரில் மந்திரத்திற்கு முன்னால் ஜெபம் என்ற பெயர் இதனால்தான் வந்ததோ என்று தெரியாவிட்டாலும், ஊரில் அவருக்கு ஓனான் என்று ஒரு பெயரும் உண்டு. சொல்லப்போனால் அதுதான் அவரது முதன்மை பெயரும்கூட. ஐம்பதாண்டுகளுக்கு முன்பு ஆதியாகமம் முப்பத்தெட்டாவது அதிகாரத்தில் வரும் கதையைப் போன்றே அவர் வாழ்வில் நடந்த ஒரு சம்பவம்தான் அப்பெயருக்கான ஒரு காரணம் என்பதால் அதைத் தெரிந்துகொள்ள, ஆசீர்வாதத்தைப் பார்க்க வருபவர்களுக்கு அங்கு அமர்ந்திருக்கும் பெண்கள் இடம் கொடுப்பதுபோல இந்த இடத்தில் நாமும் கொஞ்சம் பின்நோக்கி நகர வேண்டும்.

அப்போது மந்திரத்தின் அண்ணன் என்னவென்று தெரியாத ஒரு விசித்திர நோயினால் கன்னங்கள் முதல் கை கால்கள்வரை வீங்கி இறக்கக் காத்திருந்தபோது, திருமணமாகி ஒரு வருடம்கூட முழுதாக முடிக்காத அவனது மனைவியைக் கட்டிக்கொள்வதாக அவனிடமே கொடுத்த வாக்குறுதியை - அவளது மூலமாக பிறக்கும் குழந்தை தனது வம்சத்திற்கு எப்படி வாரிசாகும் என்று நினைத்து - அவன் இறந்தபிறகு காற்றில்விட்டார் ஜெபமந்திரம். மட்டுமில்லாமல் அவளை அவசர அவசரமாக வீட்டை விட்டும் துரத்தினார். அப்படித் துரத்திய மறுநாளே விடாமல் நழுவிவந்த அண்டை வீட்டு சாராளை துரத்திப்பிடித்து அவசர அவசரமாக ஒரு திருமணத்தை செய்துகொண்டார். ஆனால் அப்படி அவர் செய்துகொண்ட அந்த புத்தம் புதிய

திருமணத்தினால் ஒன்று, இரண்டு, மூன்று என்று வருடங்கள் பல கடந்தாலும் அவர்களுக்கிடையில் ஒரேயொரு வாரிசைக்கூட கொடுக்க முடியவில்லை.

தனது வைத்தியத் தொழிலிலும் அந்த வருடத்திலிருந்துதான் சரிவையும் சந்திக்க ஆரம்பித்தார். மகப்பேறு வேண்டி வருபவர்களோ அதன்பின் சுத்தமாக தங்களது வருகையை நிறுத்திக்கொண்டனர். இது எல்லாவற்றிற்கும் காரணம் அவரது அண்ணனின், அண்ணியின் சாபம்தான் என்று ஊருக்குள் பேசத் தொடங்கினார்கள். ஆனாலும் அதையெல்லாம் அவர் காதில் வாங்கிக் கொள்ளவில்லை; தனது நம்பிக்கையும் இழக்கவில்லை. ஆப்ரகாமிற்கு தொண்ணூற்றொன்பது வயதிலும் கர்த்தர் வாரிசுகளை அள்ளிக்கொடுத்ததுபோல தனக்கும் என்றாவது ஒருநாள் கொடுப்பார் என்று தலைமுடியும் தள்ளாடும் இந்த எழுபத்தொன்பது வயதிலும் அவருக்கு அசைக்க முடியாதவொரு கட்டற்ற விசுவாசம் உண்டு.

ஆனால் வருடங்கள் செல்ல செல்ல இந்தப் பழையக் கதையை ஏற்றுக்கொள்ளாத புதிய தலைமுறையினர் அவரது அண்ணன் இறப்பிற்கு காரணம் ஓனான் மந்திரம் ஓணானை வைத்து செய்த வைத்தியம்தான் என்றவொரு புதிய கதையை இவ்வாறு ஊருக்குள் பரப்பி விட்டிருந்தனர்:

“திருமணமாகி எட்டு மாதங்களாகியும் ஒரு பொட்டுப் பூச்சியைக்கூட மனைவியின் வயிற்றில் உருவாக்க முடியாத சோகத்திலிருந்த அண்ணன்முன் ஒரு ஓலைச்சுவடியை விரித்துக் காண்பித்து, ‘உயிரோடு இருக்கும் ஓணான் மூக்கில் முப்பதுமுறை மூச்சுவிட்டு, பின் அதன் ஈரலை வெயிலும் அல்லாத இருளும் பரவாதவொரு மாலைப்பொழுதில் விளக்குச்சூட்டில் சுட்டுத்தின்றால் முப்பதுநாளில் விவரிக்கமுடியாத அளவிற்கு வீரியம் பெருகும்’ என்றவொரு மருத்துவக் குறிப்பைப் படித்துக் காண்பித்தது மட்டுமல்லாமல், அதை வலுகட்டாயமாகச் அண்ணனை வைத்து சோதனை செய்தும் முடித்தபோதுதான் அந்தப் பெயர் தெரியாத வியாதி ஒன்று உருவாகி அவனது உயிரை உருக்குலைக்க ஆரம்பித்தது. அந்தச் செத்துப்போன ஓணானின் ஆவிதான் மந்திரத்தின் மூக்கிற்குள்ளும் நுழைந்து, வெறும் ஜெபமந்திரத்தை ஓணான் மந்திரமாகவும் ஆக்கியது.”

இப்போது ஆசீர்வாதம் இறந்த நேரமும் அதேபோன்ற ஒரு மாலை நேரமென்பதால் இன்னொரு துணைக் கதையும் ஓணானைப்

பொருத்து கிடைத்துவிட்ட சந்தோசத்திலிருந்தார்கள் அவர்கள். அந்தக் கூட்டம்தான் மந்திரம் வீட்டிற்குள் நுழையும்போது, திரேசம்மாளைப் பற்றிப் பேசிக்கொண்டிருந்த தரப்பிற்கு எதிராக நின்றபடி அவரைப் பார்த்து சிரித்துக்கொண்டுமிருந்தது.

எதுவும் தெரியாதவரல்ல மந்திரம். எல்லாவற்றையும் அவரும் பார்க்கத்தான் செய்திருந்தார். அதேநேரம் அதில் கொஞ்சம் உண்மை இல்லாமலும் இல்லை. காரணம் ஆஸ்பத்திரி செல்ல அச்சப்பட்டு ஆரம்பத்தில் ஆசீர்வாதம்பிள்ளை தன் குடலைச் சுட்டிக்காட்டி உருண்டைகள் சில வாங்கித் தின்றது இதே மந்திரத்திடம்தான். பின் அது தீராத கும்பிக் கொந்தளிப்பை ஏற்படுத்தி மணிக்கு சிலநூறு மைல் வேகத்தில் இடியுடன்கூடிய காற்றையும், பருவங்களை பொருட்படுத்தாத புயல்களையும் அது கிளப்பியதால் பயந்துபோய் அவர் ஓட ஆரம்பித்ததும் இதே மந்திரமிருக்கும் திசைக்கு எதிராகத்தான். அந்த நாட்களில் நாள் முழுவதும் கழிவறையை நோக்கி ஆசீர்வாதம்பிள்ளை ஓடிய அந்த ஓட்டமானது ஒரு பிரபலமான ஓட்டம் என்பதால், மந்திரம் தயாரித்த அந்தக் கச்சான் காற்றைக் குறித்து ஊருக்குள் அனைவருக்குமே தெரியும். அதனால்தான் தன்னைப்பற்றி பேசும் பேச்சுக்கள் காதில் விழுந்தாலும் எதையும் கேட்காததுபோலவும், கேட்டிருந்தால் பதில் சொல்லிருக்கலாம் என்ற பாவனையுடனும் இறப்பு வீட்டிற்குள் மிடுக்குடன் நுழைந்திருந்தார் மந்திரம்.

இப்போதும் அவர் கையில் அதே அதிரசவாத முனிவர் எழுதிய 'அல்பாயுசின் ஆயுள்' என்ற ஓலைச்சுவடி இருந்தது. அதைத்தான் உதவியாளர் கையில் கொடுத்து வாசிக்கச்சொன்னார்; தனது கையையும் நெற்றிக்குமேல் தூக்கி ஏதேதோ மந்திரத்தை முனங்கினார். முன்புபோல அவரைக் கண்டால் எழும்பி ஓட வாய்ப்பில்லாமல் படுத்துக்கிடந்த ஆசீர்வாதம்பிள்ளையை பார்த்தும், அவர் வீட்டின் நான்கு மூலைகளை நோக்கியும் ஏதேதோ ஜெபித்தார். பின்னர் திரேசம்மாள் அவர் பக்கம் திரும்புவதற்குமுன் எல்லாப் பக்கமும் பார்த்து வணங்கியபடி ஒரு ஓணானைப்போலவே வேகமாகவும் வெடுக்கென்றும் வெளியேறினார். அப்படி வெளியேறிய அவர் திரேசம்மாள் அழுகை குறித்து ஆய்வு செய்துகொண்டிருந்த ஆராய்ச்சியாளர்கள் கூட்டத்தோடு கொஞ்சம் கொஞ்சமாக ஐக்கியமானார்; அப்படி ஐக்கியமான ஐந்து நிமிடத்திற்குள் தனது உரையை மெதுமெதுவாக ஆரம்பிக்கவும் செய்தார்.

அவரின் அந்த உரைக்குப் பின்னாலிருந்த உள்நோக்கமானது, நலிவடைந்த அவரது வைத்திய தொழிலைத் தூக்கிநிறுத்தும் பொருட்டு முன்பு ஒருமுறை திரேசம்மாளிடம் கேட்ட கடன்தொகை கிடைக்காமல்போன சோகத்தையும் தோல்வியையும் வரலாறையும் பிரதிபலிக்கும் ஒன்றுதான் என்று அனைவருக்குமே தெரிந்திருந்தாலும் அதை யாரும் அங்கு ரசிக்காமலில்லை. காரணம், அப்படி ரசித்தவர்கள் ஏதோ ஒரு வகையில் அவரைப்போலவே திரேசம்மாளுடன் ஒன்றிரண்டு மோசமான சம்பவங்களில் தொடர்புடையவர்களாக இருந்தார்கள்.

அங்கு அதற்குமுன் பேசிக்கொண்டிருந்தவர்களைப்போல கணவனின்மீது பெரிதாக மரியாதை இல்லாதவள் என்றோ, அவர் உடல்நிலை மோசமாக இருப்பது தெரிந்தும் அவள் பெரிதாக அதில் கவனம் செலுத்தவில்லை என்றோ அவர் ஆரம்பிக்கவில்லை. ஆசீர்வாதம்பிள்ளையின் மரணத்தின் மூலம் அனைவரின் மனதிலும் ஒரு அச்சத்தை விதைக்க நினைத்தார். அதன் வழியாக, கொடியில் துணி காயப்போடுவதுபோல புரியாத பல இந்தி எழுத்துகளின் துணையுடன் தொங்கிக் கொண்டிருக்கும் தனது நொடிந்துபோன வைத்தியச் சாலையையும், அதன் பெயர் பலகையையும் மருந்துக்களின் மணம் கமழப் புதுப்பிக்கும் நோக்கத்தையும் நிறைவேற்ற நினைத்தார்.

"முன்ன எனக்கிட்ட பெஞ்சமின் வந்தப்ப பெருசா ஒரு வியாதியும் அவனுக்கில்ல, எல்லாம் அந்த கொடல் எறக்கமும் வாயுவும் மட்டும்தான். நூத்தி நாலு சித்தருகச் சொன்ன அதே மருந்தத்தான் அவனுக்கும் கொடுத்தேன். நல்லா கேட்டுக்கோங்கய்யா, மூலிகையோட தலைவன் சோமன் வந்தாக்கூட அந்த மருந்துல ஒரு குத்தம் கொறை கண்டுபிடிக்க முடியாது. வெறும் வேத மந்திரத்தை மட்டுமே சொல்லி உடம்பத் தடவிவிட்டு அவனுக்கு இருந்த மூத்திர அடைப்பையும், ஒடம்பு சீணத்தையும் ஒரே நாள்ல நான்தான் சரி பண்ணனாக்கும்."

"பின்ன யாம்வே நீரு ஏதோ மண்டைவோட்ல தொள போட்டு காத்த உரியுற மாதிரி அந்த ஓட்டம் ஓடுனான் பெஞ்சமினு..?"

கேட்டது வேறு யாரும் இல்லை, முப்பதிலேயே கணவனை இழந்து தனியாக வசித்து வந்த வைத்தியர் மனைவியின் கடைசி தங்கையை பூவே உனக்காக படம் வந்ததிலிருந்து கள்ளத்தனமாக கைவசம் வைத்து, இந்த வயதிலும் அதில் எந்தவிதக் குறையும் ஏற்படாமல், அவளுடன் அமைதியான முறையில் காலத்தை

கழித்து வரும் 'ஆறு குப்பி' யாக்கோபுதான். தான் செய்யும் தவறிலிருந்து ஒருபோதும் பாடம் கற்றுக்கொள்ளாத, திருந்தாத ஒரு பிறவி இப்பூவுலகில் உண்டு என்றால் அது ஆறுகுப்பி மட்டும்தான் என்பதால், பெரிதாக எவரும் அவரிடம் வாய் கொடுப்பது கிடையாது. கொடுத்தாலும் அதில் ஏந்த பிரயோஜனமும் இருக்கவும் செய்யாது.

பின் பெயருக்கு அர்த்தம் என்னெவென்று சொல்லித் தெரியவேண்டியதில்லை. ஆறுகுப்பி என்பது கள் குடிக்கும் கணக்கு. பின் அதுவே அவரது பெயர் கணக்காகவும் ஆனது. அப்படியாக அந்தப் பெயரானது தன்னைத்தானே வகுத்துப், பெருக்கி, கூட்டிக் கொண்டிருந்த ஒருநாளில்தான், வைத்தியர் மனைவியின் தங்கையும் யாக்கோபும் தியேட்டருக்கு தனித்தனியாகச் சென்று, இடைவேளை முடிந்தும் உள்ளே செல்லாமல் பின்னாலுள்ள குடிநீர்தொட்டி அருகில் பின்னிப்பிணைந்து கொண்டிருந்தனர். அவர்களைப்போலவே ஒரு எண்ணத்தில் வெளியே வந்த இன்னொரு ஜோடி கண்களுக்கு முதலில் அது ஏமாற்றமாகவும், பின் அதுவே உலகின் பொதுவான பழக்க வழக்கத்தை நிறைவேற்றும் ஒரு அத்தியாவசியமான கடமையாகவும் தோன்றவே, அன்றைய தினம் ஒன்றும் செய்ய முடியாத விரக்தியில் மீண்டும் உள்ளே சென்ற அந்த கண்கள், படம் கேட்டுக்கொண்டிருந்த ஊர் காதுகளுக்கு அதை ஓதும் வேலையைச் செய்தது.

"வில்லுப்பாட்டுக்காரன் படம் வந்ததிலிருந்தே அவர்களுக்கிடையில் லிங்க் ஒன்று இருக்கிறது" என்று ஊருக்குள் பேசப்பட்டாலும், இவ்வாறு அது ஆயிரத்து தொள்ளாயிரத்து தொண்ணூற்றி ஆறிலிருந்துதான் ஒரு அதிகாரப்பூர்வமாக அனைவரின் மத்தியிலும் ஊர்ஜிதமானது.

அதைக்குறித்து எந்தவித வருத்தமும் அவர்களுக்கு அப்போதும் இல்லை; எப்போதும் இல்லை. இப்போதும் ஊர் கவுன்சிலராக இருக்கும் சைமனின் மனைவியாகும் ஒரு சந்தர்ப்பத்தை யாக்கோபுவின் இதுபோன்ற ஒரு தியேட்டர் சம்பவத்தினால் முன்னாலேயே இழந்து, வேறு வழியில்லாமல் அவரையேக் கட்டிக்கொண்டு, கவுன்சிலரின் மனைவி என்ற பட்டம் கிடைக்காமல் ஆறுகுப்பியின் மனைவி என்ற பட்டத்துடனே வாழ்ந்து வந்து சமீபத்தில் இறந்தும்போன அவரது சட்டப்பூர்வ மனைவிக்கு மட்டுமே அப்போது சிறிய அதிர்ச்சியும் கோபமும் இருந்தது. அதுவும் யாக்கோபுவின் சாமர்த்தியத்தால் சில வருடத்திலேயே தணிந்தும் போனது. யாக்கோபுவிற்கு

பெண்களிடத்தில் மட்டுமல்ல, ஊராரிடத்திலும் ஏதோ ஒரு அதிர்ஷ்டம் இவ்வாறுதான் எல்லா சந்தர்ப்பத்திலேயும் இருந்து வந்தது.

இல்லாவிட்டால், சமீபத்தில் இறந்துபோன ஆறுகுப்பியின் அசல் மனைவிக்குகூட கிடைக்காத ஒரு வாய்ப்பாக, எப்போதுமே திருமணம் என்ற ஒன்றை செய்துகொள்ளாமல் சேர்ந்து வாழும் அவர்கள் இருவரும் ஆசீர்வாதம்பிள்ளை இறப்பிற்கு ஒன்றாக சேர்ந்து வந்தபோதும், அவர்களைக் குறித்துப் பேசாமல் ஊர் வாயானது திரேசம்மாள் குடும்பத்தைப் பற்றி மட்டுமே பேசிக்கொண்டிருக்குமா என்ன?

சுத்தமான கள் கிடைப்பது அரிதாகிவிட்ட இந்த காலத்தில், அதில் சுத்தமான கலப்படங்கள் ஏற்பட்டு விட்டதாலும் ஆறுகுப்பி கள் என்பது ஆறு க்ளாஸ் பிராந்தியென்று ஆகிப்போன தனது அன்றாடத்தை மாற்றிக்கொண்ட ஆறுகுப்பிதான் இப்படியொரு கேள்வியை மந்திரத்தை நோக்கி வீசினார். வைத்தியருக்கு இதுமாறிப்பட்ட கேள்விகள் ஒன்றும் புதிதில்லை என்பதால் அவரும் அசந்து விடவில்லை.

“ஏல விசயம் தெரியாம பேசாத, விக்கது வெசம்னா அதுல ஒரு குப்பி தான்னு கேக்குற பயலாக்கும் நம்ம பெஞ்சமினு. பைபிளுக்குள்ள பல லட்சம் ரூவா தாள்களப் பாத்தவனுக நம்ம சாமியாருக மட்டும் இல்ல, இந்த வக்கீலுமாருகளும்தான். அவ்வளவு கேசு கோர்ட்ல கெடக்கு. அந்தச் சாமியாருக காலப் புடிச்சே நம்ம சபை கேசு அத்தனையும் தேவராஜ் வக்கீல்ல்ட்ட இருந்து தட்டிப் பறிச்சவனாக்கும் பெஞ்சமினு. சபை தேர்தல்ல இருந்து காலேஜ் அட்மிசன் வரைக்கும் அவன் கைக்கும் கணிசமா பங்கு போச்சு. பாவப்படவனுகள வஞ்சிச்சா, அது சும்மா விடுமா? அதுல எவனோ மருந்து வச்சிட்டான். அது தெரியாம வெறும் வயித்து வலின்னு என்கிட்ட வந்தான். மொகம் சீறீப்போயி கெடந்ததை பாத்து இது வேற சமாச்சாரமாக்கும்னு சொன்னேன்; பய நம்பல. ஆனா அந்த மருந்த எடுத்து நான் அவன்கிட்ட காமிச்சப்பதான், ‘எங்க ஊருக்கு இந்த விஷயம் தெரிஞ்சிருமோ?’ன்னு பயந்துபோய் வரத நிப்பாட்டுனான். ஒரு பாக்ஸ் புல்லா டுனா மீனோட நடுகண்டத்தை வீட்ல இறக்குனான், நான் அசரலையே. இது தெரியாம எல்லாதுட்டயும் காமிக்க மாதிரி ஒனக்க தொரைத்னத்தை எனக்கக்கிட்ட காமிக்காத. நீ எந்தளவு அளக்கியோ அந்தளவுக்குதான் உனக்கும் அளக்கப்படும்னு சும்மாவா பைபிள்ல சொல்லிருக்கானுக, கர்த்தரோட ஆக்கினைக்கு எல்லாவனும் ஒரு டைம்ல கட்டுப்பட்டுதாம்ல ஆகணும். அளந்து

பேசு, குண்டனி அளக்காத, இல்ல உனக்கும் இதே கதிதான். அப்புறம் உனக்கும் நான்தான் மருந்து எடுக்கணும். சுத்து வட்டாரத்துல அதுக்கு ஒருத்தனும் கெடையாது.”

ஆறு குப்பிக்குச் சிரிப்பை அடக்கமுடியவில்லை.

“வோய் பேச்ச மாத்தாதீரும், ஏதோ நீரு திபெத்திய சித்தரோட பரம்பரைனு சொல்லிட்டு ‘யானை, குதிரை, கோழிக்கு வர நோய்தான் இது, அதுக்கு கொடுக்குறதே இதுக்கும் போறும்’னு கொடுத்த மருந்துதான் பெஞ்சமினுக்க பின் பக்கத்த சோலி பாத்துச்சுனு கேள்விப்பட்டேன். இங்க கெடந்து ஒரு பாக்ஸ் மீனுன்னு கத வுடுகீரு. சும்மா அன்னன்னைக்கு பாடப் பாத்துட்டு, மடில இருக்குற அந்த ஒரு கூடு கணேசு பாக்கட்டையும் சவச்சு முழுங்கிட்டு, கெடைக்க எரைய தின்னுட்டு, கொறச்ச காலம் உம்ம மருந்து சருவத்தை கொஞ்சம் மூடி வச்சீருன்னா, இன்னும் கொஞ்ச உசுரு இந்த ஊர்ல வாழும்னு நெனக்கேன். இல்ல அநியாயமா பெஞ்சமினு போண மாரி பலதும் இங்க காலியாயிரும். அப்படி கேக்காம, கொத்தன் காங்கிரீட்டுக்கு சாந்து கூட்டுன மாறி கண்ட கண்ட மருந்துகளை வெரவி வரக்கூடிய பாவப்பட்டதுகளுக்கு கொடுத்துட்டு, நான் இப்படித்தான் நிக்க மாட்டாம ஆடுவேன்னு ஆடுனா, முன்னாடிவுள்ள காலம் மாதிரி சிகிச்சைல சீக்குக்காரன் செத்துட்டா சீக்கு பாத்தவனையும் கொன்னு சிமித்தேரில பூத்துறமாரி உம்மளையும் கொன்னு பூத்த நீரு சம்மதிக்கணும், அப்படி இல்லைனா நீரு சொல்லது எல்லாம் வெத்து அனத்தல்னு இங்கயே சொல்லிரும். நாங்க மேக்கொண்டு எதுவும் பேசல, என்னவோய் நான் சொல்றது” என்று சுற்றிலும் நின்ற அறுபது வயதுக்கு மேற்பட்ட தன் சகாக்களைப் பார்த்து கேட்டார் ஆறுகுப்பி. அவர்களுக்கும் சிரிப்பை அடக்க முடியவில்லைதான்; ஆனால் பில்லி சூனியம் பற்றிய பழைய ஓலைச் சுவடிகள் இப்போதும் மந்திரத்தின் வைத்திய சாலையில் இருப்பதாகவும், அதை வைத்து அவரை எதிர்ப்பவர்களுக்கு இருதய நோயை ஏற்படுத்துவதாகவும் நம்பிக்கொண்டிருக்கும் அந்த திடீர் பாவங்களினால் ஒன்றும் சொல்ல முடியவில்லை.

‘தான் ஒன்று நினைக்க தாணப்பன் ஒன்று நினைப்பான்’ என்பதுபோல, தனக்கு எதிராகச் செல்லும் சூழலைத் தன் கைக்குள் கொண்டுவரவேண்டிய நிலைமை மந்திரத்திற்கு ஏற்பட்டுவிட்டது. என்ன செய்வதென்று தெரியாமல் ஒரு நிமிடம் திகைத்தாலும் தனது அத்தனை திட்டங்களும் காற்றோடு பறந்துவிடும் என்பதால் ஆறுகுப்பியின் வார்த்தைகள் தன்னை நிலைகுலைய வைக்கவில்லை

என்பதைக் காண்பிக்கும் பொருட்டும், 'எதிராளியை வெல்ல வேண்டும் என்றால் முதலில் அவனைச் சுற்றியிருக்கும் கூட்டத்தை வெல்லவேண்டும். வெற்றி தானாகவே வந்துவிடும்' என்பதுபோன்ற ஒரு உடல் மொழியோடும் அவர் இப்படி ஆரம்பித்தார்:

"இதுவரைக்கும் யாருக்கும் சொல்லாத சங்கதி ஒண்ணச் சொல்லுகேன் கேட்டுக்கோங்க, நம்ம நடுக்காட்டு காளிக்கோயில் புளிய மரம் இருக்குல்ல, அதுல பெஞ்சமினோட வயிற யாரோ வரஞ்சு மந்திருச்சு வச்சிருந்தானுக. அது வெளியூர் மந்திரவாதியோட வேலையாத்தான் இருக்கும்னு எனக்கு தெரியும். ஆனா யாருன்னு கண்டுபிடிக்க முடியல. அப்புறம்தான் பந்துரண்டு மணிக்கு ஒரு சேவலை வச்சு வேத மந்திரம்லாம் ஓதி, பெஞ்சமின் வயித்த வெள்ளில செஞ்சு காளிக்கோவிலுக்குப் பரிகாரமாக் கொடுத்தேன். என்னோட அந்த பூஜைனால மட்டும்தான் அந்த சூனியத்த வெளியே எடுக்கமுடிஞ்சது. மனுசனுக்கு மட்டும் இல்ல, கரப்பான் பூச்சி, பல்லிக்குக்கூட பில்லி வச்சு அத மனுசன நோக்கித் தள்ளிவிடுற காலம்டே இது. வெவரம் தெரியாம பேசாத. பேடியில்லாம நீயிப்பம் எதுனாலும் சொல்லிட்டு போயிருவ, ஆனா உனக்குன்னு ஒரு பிரேதத்தோட ஒறக்கச் சடவு ஒட்டிக்கும்போதுதான் எல்லாம் புரியும். வெதைக்கொட்டை தெறிக்க என்கிட்டதான் ஓடிவரணும். எல்லாக் காரியங்களையும் பேசுற மாறிப் பேசிட்டு நவுந்துப்போற சங்கதி இல்ல இது. அத மொத நீ புரிஞ்சுக்கணும். ஒரு தடவை பேசிட்டா அவ்வளவுதான், வாதையோட சோத்துகை எப்பவும் நம்ம தல மேல நிண்ணு தொங்க ஆரம்பிச்சிரும்."

இது சுற்றிலும் கேட்டுக்கொண்டு நின்றவர்களை காலோடு கழிய வைக்கும் அளவிற்கு பயப்படுத்தியதே தவிர, ஆறுகுப்பியை ஒன்றும் அசைத்து விடவில்லை.

"வோய் நீரெல்லாம் ஒரு கிறிஸ்தவனாவோய்? எப்ப பாரு, புராணம், வேதம், பில்லி சூனியம்ன்னுட்டு. கள்ளதீர்க்கதரிசி மாதிரி கள்ளக் கிறிஸ்தவனுக எண்ணிக்கையும் ஊருக்குள்ள கூடிட்டு. எங்களயெல்லாம் கண்டா இதுமாறிப்பட்ட ஒரு ஊத்த சிலாக்கியக் கதைய எக்காளம் ஊதுற மாதிரி ஊதிகிட்டு... நல்லதொரு ஐசுவரியமும், அநுக்கிரகமும், மகிமையும் வந்தாலும்கூட நீரு பேசுற நப்பித்தனமான பேச்சக் கேட்டா வந்ததும், ஏதோ ஓபத்திரவமான ஒரு எடத்துக்கு வந்துட்டோம்னு துண்டக் காணோம் துணியக் காணோம்னு ஓடிரும்போல, மனுசனாவோய் நீரு..."

இப்படி ஆறுகுப்பியின் பேச்சுத் திசைமாறி வேறெங்கோ சென்றது மந்திரத்திற்கு மிகுந்த மகிழ்ச்சியை ஏற்படுத்தியது. தான்

நினைத்ததுபோலவே அத்தனையும் நடக்கிறது என்று அவரை இன்னும் கொஞ்சநேரம் பேசவிட்டு கேட்டுக்கொண்டிருந்தார் ஜெப மந்திரம். பின் தான் பேசுவதற்கு சரியான ஒரு இடம் வந்ததும் அதிரடியாக ஆரம்பித்தார்.

“கூதிக்கு காச்சல் வந்தா குண்ணைக்கு அலைச்சல் வருமாம். வலிக்காரன் பிரச்சனையை தீத்ததுக்கு வைத்தியக்காரனுக்கு கெட்டப்பேரு. நல்லா இருக்குடே உங்க நியாயம், அநியாயம். எல்லாம் என் நேரம். இப்ப சொல்லுகேன் கேட்டுக்கோ, நம்ம உடம்புல பலவிதமான மூச்சுகச் சுத்திட்டு இருக்கு. அதுல எது எப்ப கோபப்படும்னு யாருக்கும் தெரியாது. அப்படி ஒண்ணு தானாவே திசைமாறினாலும் இல்ல மாத்தப்பட்டாலும் அத எடுக்கக்கூடிய சக்தி இந்த மந்திரத்துக்கும், அந்த வேதமந்திரத்துக்கும் மட்டும்தான் இருக்கு. நம்மளச் சுத்தி இருக்குற காத்துலயும், அதோட சேர்க்கைலயும் மந்திரங்கள்தான் நெறஞ்சு இருக்கு. நெஞ்சு அடைப்புக்கான மருந்தக்கூட அதுல இருந்து எடுக்கலாம். நாபிதான் கருவுல தோனுற மொத உறுப்பு. அதுனால எல்லா சிகிச்சையும் அதுல இருந்துதான் ஆரம்பிக்கணும். ஆனா மாறிப்போன இந்த வாழ்க்கை முறைனால இதெல்லாம் இப்பப் படிச்சவனுக்கும்கூட தெரியிறதில்லை. மனுஷனுக்கு வர நோய்க மட்டுமில்லாம, யானை, குதிரை, கோழி வண்டுக்கு வர நோய்களும்கூட மனுஷனுக்கு வர ஆரம்பிச்சிட்டு. வேதம் புராணம்னு சர்வ சாதரணமா சொல்றியே, முனிவர்க அருளுனதையும், ஸ்ருமிதிகளையும் எல்லாவனும் படிச்சிருந்தா இந்த நிலை மனுசனுக்கு வந்துருக்கது. அதுல எவ்வளவோ விஷயம் இருக்கு. சாய, கால, விரஹ, ஐர்த்வாங்க, பல்ய, நம்ஷ்ட்ர, ஊரா, சிருஷ்ய சிகிச்சைனு அந்த காலத்துல இருந்த சிகிச்சை முறை இப்ப இல்ல. நெய், வெண்ணை, தேன், வெல்லம், அபின், கற்பூரம், புதுசா பொறந்தக் கண்ணுகுட்டி மூத்திரம், திருநீறுனு இதிலயே எல்லா நோயையும் காலி பண்ணிரலாம். முக்கியமா தண்ணில மலஜலம் கழிக்கக்கூடாதுன்னு அதுல இருக்கு. இன்னைக்கு மாடர்ன் டாய்லட்டுங்குற பேரால எல்லாப் பயலும் அதுலயேதான் பேண்டு வைக்கானுக. மனுசனோட அவ்வளவு வியாதிக்கும் காரணம் இப்படிப்பட்ட கக்கூசுகதான். முன்னாடி மாதிரி காடுகரைப் பக்கம் போனாதான இதுக்கெல்லாம் ஒரு முடிவு வரும். இப்பெல்லாம் குருட்டு குழந்தைக ஏன் அதிகமா பிறக்குது சொல்லுங்க பாப்போம்? உடலுறவுல பொம்பளைங்க கண்ண மூடக்கூடாது. அப்படி அம்பிகா கண்ண மூடுனதுனாலதான் திருதராஷ்டிரன் குருடனா பொறந்தான். பொண்ணுகதான் நாட்டின் கண்கள்னு சும்மாவா சொல்லிருக்கான். அவங்கள வீட்டுக்குள்ளயே வச்சுப் பாதுகாக்கணும். ஆனா இன்னைக்கு...?

கீரி பாம்புக்கு விரோதிபோல, இது அத்தனைக்கும் விரோதி இந்த நவீன காலம்தான். கணவன், மனைவி, குழந்தைகள் என ஒரே மாமிசமாயிருங்கள்னு ஏன் கர்த்தர் சொன்னாருன்னா..."

ஆறுகுப்பிக்கு எரிச்சல் வந்துவிட்டது. "வோய்.. வோய்.. இந்த கண்ட கண்ட கருமாந்திரத்தத்தான அந்த கவுன்சிலர் பய வச்சுருக்க லோக்கல் கேபிள் சானல்ல தினமும் காலங்காத்தால வந்து ஓதுக, இங்கயும் வந்து உம்ம மந்திரத்தை ஊதாதீரும். எங்களுக்கும் கர்த்தர் என்னென்ன சொல்லிருக்காருன்னு தெரியும், மூடனை உரல்ல போட்டு உலக்கையை வச்சு நொங்கு நொங்குனு குத்துனாலும் அவனோட மூடத்தனம் அவனை விட்டு போகாதுன்னு சொல்லிருக்காரு. அது ஒமக்குத் தெரியுமாவோய்? தெரிஞ்சு மட்டும் என்ன ஆவப்போது? இரத்தக்கொதிப்பக் கொறைக்க பாடிலருந்து கொஞ்ச இரத்தத்தை எடுத்தா போரும்னு சொன்ன ஆளுதானவோய் நீரு?"

இப்படியெல்லாம் ஆசீர்வாதம்பிள்ளையைச் சுற்றி நடந்துக்கொண்டிருக்கும் வாதப்பிரதிவாதங்களை வைத்து, அவர்களைப்போலவே நாமும் அவரை முன்புபோல குறைத்து மதிப்பிடும் ஒரு இடத்திற்கு சட்டென்று சென்று விடுவது சிரமமில்லாத ஒரு காரியம்தான்.

"ஆனால் இவர்கள் அனைவரும் ஏதோவொரு விதத்தில் ஆசீர்வாதம்பிள்ளையின் இன்னொரு வாய்கள்தான் என்றும், வீட்டிலும், ஊரிலும் இருக்கும் ஆள்வேறு, நீதிமன்றத்திலோ அவர் வேறொரு ஆள் என்றும், அப்படியான ஆசீர்வாதம்பிள்ளையைப் பற்றி தெரியவரும்போது, 'அவர் ஒரு ஆண் திரேசம்மாள்; எலிசாவைப்போல வெளிப்படையான, திறமையான சிறந்தவொரு கண்டனப் பேச்சாளர்' என்ற இன்னொரு முடிவுக்கு அவர்கள் தாவுவது அவ்வளவு எளிமையான விஷயம் ஒன்றுமில்லை என்றும்..." ஜெபமந்திரம் கோஷ்டிகள் ஆசீர்வாதம்பிள்ளையை ஆவலோடு ஆராய்ச்சி செய்துக்கொண்டிருப்பதை ஒரு ஓரமாக நின்று வேடிக்கைப் பார்த்துக்கொண்டிருக்கும் அவருக்கு அது நன்றாகவே தெரியும்.

'அவர் யார்?' என்பதைப் பற்றி தெரிந்து கொள்வதற்குமுன், ஆசீர்வாதம்பிள்ளையைப் பற்றிய ஒரு சிறு அறிமுகத்தையும், அவர் வக்கீல் ஆவதற்குமுன் வகித்த நீதிமன்ற பதவிகளைப் பற்றியும் சுருக்கமாகப் பார்த்து விடலாம்.

7

> மனுஷன் சூரியனுக்குக்கீழே படுகிற எல்லாப் பிரயாசத்தினாலும் அவனுடைய இருதயத்தின் எண்ணங்களினாலும் அவனுக்குப் பலன் என்ன? அவன் நாட்களெல்லாம் அலுப்புள்ளது, அவன் வேலைகள் வருத்தமுள்ளது; இராத்திரியிலும் அவன் மனதுக்கு இளைப்பாறுதலில்லை; இதுவும் மாயையே.
>
> -பிரசங்கி 2: 22,23

ஆசீர்வாதம்பிள்ளை தன் வாழ்நாளில் தோற்ற பல்வேறு விவகாரங்களில் இதுவும் ஒன்று.

இருபுறமும் அடர்த்தியாக வளர்ந்த மரம், செடி, கொடிகளுக்கிடையில் வெண்மணல்கள் சூழ வற்றிப்போய் கிடக்கும் கோடைகால ஆறுகளையொத்த வறண்ட, அகலமான, வெண்மையானதொரு நிலப்பரப்பொன்று ஐம்பது வயதை நெருங்கும் முன்னரே ஆசீர்வாதம்பிள்ளையின் தலைக்கு நடுவே உருவாகியிருந்தது. சொல்லாமல் கொள்ளாமல் அவரை விட்டுப்போன அந்த ஒவ்வொன்றையும் காப்பாற்ற அத்தனை காலம் அவர் எடுத்துவந்த ஒவ்வொரு நடவடிக்கையும் இறுதியில் தோற்றும், நீர்த்தும்தான் போயிருந்தது. ஆனாலும் அவரை ஒரு முழுமையான வழுக்கையாளர் என்று சொல்லிவிட முடியாதுதான்.

காதுகள் மற்றும் பின்னங்கழுத்துக்குமேல் நான்கு விரல்களின் கிடைமட்ட உயரத்திற்கு தலையைச்சுற்றி டை அடிக்கப்பட்ட கருப்பு முடிகள் இன்னும்கொஞ்சம் மிச்சமிருக்கத்தான் செய்தன. அதில் இடதுபுறம் இருக்கும் முடிகளை வலதுகாதைத் தொடுமளவிற்கு பல வருடங்களாக அவர் கஷ்டப்பட்டு வளர்த்து ஆளாக்கி நீளமாக்கியிருந்தார். அப்படி வளர்ந்த அவற்றை

"தான் இன்னும் கசண்டி ஆகவில்லை" என்று அனைவருக்கும் விளம்புகை செய்யும் பொருட்டு இடதுபுறத்திலிருந்து வலது காதுவரை தலையின் குறுக்காக இழுத்துக் கொண்டுபோய் போட்டிருப்பதைப் பார்க்கும்போது, குறுகிய ஆறு ஒன்றின் ஒரு கரையிலிருந்து மறுகரை வரைக்கும் நீண்டிருக்கும் தென்னை மரத்தின் உச்சிகிளைகள்தான் நினைவுக்கு வரும்.

விட்டால் எப்போது வேண்டுமானாலும் தன் இடத்தைவிட்டு பறந்துசெல்லும் ஆயத்தப் பணியிலிருக்கும் அவையும்கூட, சட்டப்பையிலிருந்து நீளமானதொரு சீப்பை எடுத்து சீவி முடிப்பதற்குள் எண்ணிவிடும் எண்ணிக்கையில்தான் இருந்தன. காற்று வீசும்போதெல்லாம் காயப்போட்டிருக்கும் துணிகள்போல பறக்கும் அவற்றைச் சமநிலைக்கு கொண்டுவர அவர் பெரும் போராட்டமே நடத்தவேண்டியதிருக்கும். அந்த சமயத்திலெல்லாம் அது கொஞ்சமும் அடங்காமல் இன்னொரு திரேசம்மாளாக உருமாறி அவருக்கு அளவுக்கதிகமான மனவுளைச்சலை கொடுக்க ஆரம்பித்துவிடும்.

மற்றபடி வெள்ளை வேட்டி, கலர் சட்டை, மீசை மயிர்களை எப்போதும் அனுமதிக்காத முழு முகச்சவரம், ஒரு முக்கியமான பதவியிலிருக்கும் அரசு ஊழியருக்கு தேவையான தொப்பை, கடுகடுப்பு, கோபம் என பார்ப்பதற்கு வெறும் உப்பை வைத்து மட்டும் அல்லாமல், ஆரோக்கியமான நொறுக்குத்தீனிகளை வைத்து அளவாகக்குடித்து முழுமையாக தோற்றுப்போகாத சிறுநீரகங்களோடு ஒருவேளை ஐம்பது வயதுவரை தனது அப்பாவான பெஞ்சமின் உயிரோடு அலைந்து கொண்டிருந்தால் எப்படியிருப்பாரோ அப்படியிருப்பார்.

"திட்டுவது என முடிவெடுத்துவிட்ட பின்னர் அது கணவனா? கடவுளா? என்று பாகுபாடில்லாமல் அது யாராக இருந்தாலும் அவர்களை நோக்கி வார்த்தைகளை பெருமையுடன் வழங்கும் எலிசாவும், திரேசம்மாளும் கலந்த தெளிவானதொரு கலவையாகவும், 'அயர்லாந்தில் இயற்கையாகச் சாவதைவிட இங்கிலாந்தில் தூக்கிலிடப்பட்டுச் சாவதேமேல்' என்பதுபோலவும்தான் அவரது அன்றாட நீதிமன்ற நடவடிக்கைகள் அதிபுரட்சிகரமாக இருக்கும்" என்று இங்கே சொன்னால், அது அவரை இதுவரைப் பார்த்து ஒரு நபரிலிருந்து முற்றிலும் வேறுபட்ட ஒருவராகவும், நம்புவதற்கு கொஞ்சம் சந்தேகத்தை எற்படுத்துவதாகவும்தான் இருக்கும்.

ஆனால் சில உண்மைகள் தூக்கிலிடப்பட்டுச் சாவதைவிடக் கொடுமையான ஒன்றாகத்தானே இருக்கும்?

வக்கீலாவதற்கு முன்பாக, முன்சிப் கோர்ட்களில் ஹெட் க்ளார்க்காக இருந்ததிலிருந்து, டிஸ்ட்ரிக்ட் கோர்ட் சிரஸ்தார் பதவி வரையிலும் தன்னை ஒரு கண்ணியமான கனவானாக, எளிதில் கோபத்தீ பற்றக்கூடிய ஒரு அபாயகரமான திரவமாக காட்டிக்கொள்வதிலேயே முழுசிரத்தை எடுத்து செயல்பட்டு வந்த அவர், தனது நடவடிக்கைகளும், உரிமைகளும் கட்டுப்படுத்தப்பட்டு சிறைவாசம் அனுபவிக்கும் ஸ்தலமாக இருக்கும் வீட்டை அயர்லாந்து போலவும், தனக்கு கீழ் பணியாற்றும் ஊழியர்களிடம் தனது அதிகாரத்தை நிலைநிறுத்தும் இடமாக இருக்கும் சிரஸ்தார் பதவியை இங்கிலாந்துபோலவும் தனக்குத்தானே எண்ணிக்கொண்டதில் பெரிய ஆச்சரியம் என்ன இருந்துவிடப் போகிறது?

தாங்கள் தாக்கல் செய்யும் வழக்குக்கட்டுகள் எண்ணிடப்பட்டு கோப்பிற்கு எடுத்துக்கொள்வதற்காக ஆசீர்வாதம்பிள்ளையின் மேஜையின்மீது கிடக்கும்போது, ஹெச்ஐவி டெஸ்ட் ரிசல்டுக்காக லேப் வாசலில் காத்திருப்பதுபோல வழக்கறிஞர்களும், அவர்தம் குமாஸ்தாக்களும் பல்லைக் கடித்துக்கொண்டு காத்திருப்பர். மிகச் சரியான சட்டப் பிரிவுகளுடன், நியாயமான காரணங்களுடன், போதுமான நீதிமன்ற கட்டணங்களுடன் அந்த கேஸ் கட்டுகள் தாக்கல் செய்யப்பட்டிருந்தாலும் எப்படியாவது அதில் ஏதாவதொரு குறையைக் கண்டுபிடித்து வழக்கை “ரிட்டர்ன்” போடும்போது ஆசீர்வாதம் தன்னை ஒரு குட்டி நீதிபதியாகவே நினைத்துக்கொள்வார்.

அதுவே பொய்யான காரணங்களுடன் தாக்கல் செய்யப்பட்ட வழக்கு என்றால் அவ்வளவுதான். வக்கீல்களும், குமாஸ்தாக்களும், வழக்காடிகளும் மட்டுமல்ல; ஆக்கிரமிக்கப்பட்ட சொத்தின் ரீசர்வே எண்களும், எல்கைகளும், அதன் விஸ்தீரணங்களும்கூட அவரிடமிருந்து தெரித்து ஓடுவதைக் காணலாம்.

இதனாலேயே முகம் மறைக்கப்பட்ட வழக்கறிஞர்களிடம் அல்லது முட்டுச்சந்திற்குள் அவ்வப்போது, ஆங்காங்கே சிலபல குத்து பத்துகளையும், தாய், தந்தையருக்கான அகராதியில் இடம்பெறாத ஆகச்சிறந்ததும் கண்ணியமிக்கதுமான வார்த்தை அர்ப்பணிப்புகளையும் ஆரம்பகாலத்தில் அவர் வாங்கியதுண்டு. ஆனாலும் அவரது கைகள் கேஸ் கட்டுகளை நீதிபதியின்

டேபிள்வரை கொண்டு செல்லாமல் ஆரம்பத்திலேயே “ரிட்டர்ன்” எழுதும் பழக்கத்தை மட்டும் விடவேயில்லை.

ஏதோ பலவருட அனுபவத்திற்குப் பிறகுதான் அவரிடம் இந்தப் பழக்கம் ஒட்டிக்கொண்டதாகவும், தன்னை ஒரு கண்டிப்பான அலுவலர் என்று அவர் காட்டிக்கொள்வதாகவும் இங்கே நினைத்துவிடக்கூடாது. ஹெட் க்ளர்க் நாற்காலியில் அமர்ந்த நாளிலிருந்தே அவர் அப்படித்தான். ஒருமுறை எப்படி ஆராய்ந்தும் ஒரு வழக்கைத் திருப்பி அனுப்பக் குறைகண்டுபிடிக்க முடியாமல் திணறி, இறுதியில் ஒரு காரணத்தைக் கண்டுபிடித்து ‘ரிட்டர்ன்’ எழுதியபோது நீதிபதிக்கே பொறுக்காமல் ஒரு அறையும், கூடவே ஒரு சஸ்பென்ட் மெமோவையும் வாங்கினார். அந்த சம்பவத்திற்குப்பிறகுதான் அவர் பெயருக்கு முன்னால் ‘ரிட்டன்’ என்ற ஒட்டு ஒன்றும் அப்பிக்கொண்டது.

பெரிதாக ஆர்வமூட்டாத ‘வெறுவாக்கலியங்கெட்ட புளிச்ச சிரி’ ஒன்றையும், ஆசீர்வாதம்பிள்ளையின் மாபெரும் கோட்டித்தனத்தையும் வெளிப்படுத்திய அந்த சம்பவத்தின் சுருக்கப்பட்ட எடவாடு இதுதான்: தான் தாக்கல் செய்த வழக்கில் வழக்கறிஞர் ஒருவர் ஆ.சுப்ரமணியபிள்ளை என்ற அவரது பெயரை *ASP* என்று ஆங்கிலத்தில் சுருக்கிக் கையெழுத்துகளை இட்டிருந்தார். அதைப் பார்த்த ஆசீர்வாதம்பிள்ளையோ “இம்மாண்புமிகு நீதிமன்ற சமூகம் தங்கள் கையெழுத்தை ‘அஸிஸ்ட்டன்ட் சூப்பிரென்ட்டன்ட் ஆஃப் போலீஸ்’ என்று கருத வாய்ப்பிருப்பதாலும், அதனால் எதிர்வரும் வழக்கு நடைமுறையில் சிக்கல்கள் பல உருவாக சாத்தியங்கள் இருப்பதாலும் உங்கள் கையெழுத்தை மாற்றிப்போடுமாறு இதன்கீழ் கேட்டுக்கொள்ளப்பட்டு வழக்கு திருப்பப்படுகிறது” என்று வழக்கை ஒரேடியாக திருப்பி அனுப்பியபோதுதான் ஆசீர்வாதம்பிள்ளையின் காதுகளும் சேர்ந்து திருப்பப்பட்டன.

‘ஆசீர்வாதத்திற்கு ஆர் என்றால் ரிட்டர்ன் அல்லது ரீசர்வே நம்பர் மட்டும்தான்’ என்று நீதிமன்ற வளாகத்தில் ஆழமாக வேரூன்றியிருந்தது. அது எந்தளவிற்கு ஆழமாக வேரூன்றியிருந்ததென்றால், அவருக்கு குழந்தை பிறந்த சமயத்தில் “பிள்ளை பேரு என்ன ரிட்டர்னா? இல்ல ரீசர்வே நம்பரா?” என்று வழக்கறிஞர்கள், குமாஸ்தாக்கள் மத்தியில் எழுந்த கேலியும் கிண்டலும் உயர்நீதிமன்ற நீதிபதி ஒருவரின் காதுவரை சென்று, அது பற்றி விசாரித்ததில், நீதிமன்றத்தில் வழக்குகள் பல குவியவிடாமல் தடுக்கும் அவரது பணியைக் கேள்விப்பட்டு

அசந்துபோய் அவரே இவரைப் பார்க்க வேண்டும் என்று ஆசைப்பட்டு தனிப்பட்ட ப்ரோட்டகாலை மீறி நேரடியாக வந்து கை குலுக்கிவிட்டுச்சென்ற சம்பவமானது "அதுவரை அறிந்திருந்த நீதிமன்ற வரலாற்றில் இதற்குமுன்னும் நடந்தது இல்லை; இனிமேலும் நடக்கப்போவது இல்லை" என்று ஒருமனதாக அறிவிக்கப்பட்டு, அவரது ஆதரவாளர்களால் ரெக்கார்ட் செக்சனில் அவருக்கு தனியாக ஒரு பாராட்டு விழா ஏற்பாடு செய்யப்பட்டு நடந்தது.

இவ்வாறு தனக்கென வடிவமைக்கப்பட்ட ஒரு பாதையில் பெரும் பேரலையாக, யாராலும் மாற்றீடு செய்யமுடியாத நேர்த்தியாக உருவாக்கப்பட்ட அலுவலக அட்டவணையின் அடிப்படையில் சென்றுகொண்டிருந்த ஆசீர்வாதம்பிள்ளை அவர்களின் வாழ்க்கையில் ஒருநாள் பைக்கோடு வந்து சேர்ந்தவர்தான் சப் கோர்ட் பெஞ்ச் க்ளர்க் யூசுப்.

மேற்படி யூசுப் என்பவர் வேறு யாருமல்ல, "என்னிடம் மருந்து வாங்கித்தின்பவன் இராவணனைப்போல நீரிலும்சாகான், நெருப்பிலும்சாகான், இரவிலும்சாகான், பகலிலும்சாகான், ஆழ்கடல் பொங்கி மேலே வந்தாலும் அதனுள்ளும்மூழ்கான்" என்று ஜெபமந்திரமும், "மந்திரவாதியும், சன்னதக்காரனும், மாயவித்தைக்காரனும், குறிசொல்கிறவனும், செத்தவர்களிடத்தே குறிகேட்கிறவனும், நாள் பார்க்கிறவனும், சூனியக்காரனும் உங்களுக்குள்ளே இருக்கவேண்டாம்" என்று அவரது எதிர் கோஷ்டிகளும் தங்கள் தோள்களும், மார்புகளும் குழுங்க குழுங்க ஒருவரை ஒருவர் மட்டுமல்லாது உலகையேத் தங்களது நாவால் எட்டுத்திக்கெங்கும் நக்கியபடி ஆசீர்வாதம்பிள்ளையின் இறப்பையும், நோயையும் ஆவலோடு ஆராய்ச்சி செய்துக்கொண்டிருந்தபோது ஒரு ஓரமாகநின்று அவர்களை ஒருவர் வேடிக்கைப் பார்த்துக் கொண்டிருந்தாரே...? அவரேதான்.

பெஞ்சமின்போலவே சிரஸ்தாராக இருந்து ஓய்வு பெற்றாலும் அவரைப்போல வக்கீலாகவெல்லாம் ஆகவில்லை. கிடைக்கும் ஓய்வூதியமே போதுமென்று வீட்டில் அமர்ந்தபடி முழுநேர எழுத்தாளராகி விட்டார். யூசுப்பும், அவரது எழுத்தும்தான் ஆசீர்வாதம்பிள்ளையின் வாழ்க்கையைத் தலைகீழாக மாற்றிப்போட்டது என்றால் அது மிகைப்படுத்தப்பட்ட கூற்றல்ல. திரேசம்மாளுக்கு பின்னர், எந்தவொரு நபரும் அவரைப் பாதித்ததைவிட அதிகமாகவே அவர்மீது செல்வாக்கு செலுத்தியவர் யூசுப்.

அந்த நாட்களில் ஆசீர்வாதம்பிள்ளைக்கு பைக் ஓட்டத்தெரியாது. கற்றுக்கொள்வதற்கு எடுத்த முயற்சிகளும் முதல் கியரோடு தோல்வியில் முடிந்துகொண்டிருந்த நேரமது. எவ்வளவோ முயற்சித்தும் சொல்லித்தந்தவரால் இரண்டாவது கியருக்கேச் செல்லமுடியவில்லை. ஆக்ஸிலேட்டரை திருகியபடி முதல் கியரிலேயே அவர் ஓட்டும்போது பின்னால் இருந்த 'ஓய்வுபெற்ற மெக்கானிக் தங்கப்பழம்' அவர்களின் உள் மற்றும் வெளி உறுப்புகள் அதிர்ந்துகுலுங்கின.

"இது சரிபட்டு வராது" என்று ஸ்கூட்டி மாதிரியான வாகனத்தை முயற்சி செய்தபோது, எதிரில் சுவர் இருந்தாலும்சரி அல்லது எதுஇருந்தாலும் சரி, முன்புபோலவே ஆக்ஸிலேட்டரை ஒரே திருக்காகத் திருக்கி அவற்றைக் குறிபார்த்து துளைக்கும் அதீத முயற்சியில் ஆசீர்வாதம்பிள்ளை ஈடுபட்டபோது, அதுவரை அதிர்ச்சியில் வெறுமனே குலுங்கிக் கொண்டிருந்த தங்கப்பழத்தின் உள் உறுப்புகள் வெளியே குதித்துவிழவும், வெளி உறுப்புகள் தங்களது இணைப்புக் கன்னியை ஒட்டி வைக்கப்பட்ட இடத்திலிருந்து படுவேகமாக அறுத்துக்கொண்டு பாயவும் எத்தனித்தன. எஞ்சிய வாழ்க்கை சகாயத்திற்காக இருப்பதைக் காப்பாற்றிக்கொண்டு ஓடிய அவரோடு சேர்ந்து அந்த வண்டி ஓட்டும் படலமும் முடிவுக்கு வரவே, ஆசீர்வாதத்தின் பயணமானது எப்போதும்போல பேருந்திலேயே தொடர்ந்தது. எப்போதாவது தெரிந்தவர்கள் அவரைப் பைக்கில் ஏற்றிக்கொண்டு கோர்ட்டில் இறக்கிவிடும்போது கியர் மாற்றும் அவர்களின் கால்களைப் பார்த்து ஏக்கப் பெருமூச்சு விட்டுக்கொள்வதோடு அவருக்கும் பைக்குக்கும் உண்டான தொடர்பு முடிந்துவிடும்.

அப்படி ஒருநாள் பேருந்திற்காக காத்திருக்கும் நேரத்தில்தான், புதிதாக அந்தப் பகுதியில் குடியேறியிருந்த யூசுப் பைக்கோடு ஆசீர்வாதத்தின் முன்வந்து நின்றார். பின்னர் வெறும் இரண்டே வாரங்களில் அந்த பைக் பயணம் முடிவுக்கு வருவதற்கும், ஆசீர்வாதம்பிள்ளை வெறிகொண்டவராக இலக்கிய உலகிற்குள் கால் பதிக்க விழைவதற்கும் காரணம் அன்றுதான் தொடங்கியது. உன் தரித்திரம் வழிப்போக்கனைப் போலவும், உன் வறுமை ஆயுதமணிந்தவனை போலவும் வரும் என்று சும்மாவாகவாச் சொன்னார்கள்.

"பாப்பா கதை அவர் கேட்டுக் கொள்ளப்படாமலேயே எழுதப்பட்டது? அந்தக் கதைகள் ஏன் எழுதப்பட்டது? அவையும் ஏன் அவர் விருப்பத்திற்கு மாறாக எழுதப்பட்டது?" என்று முன்பு

கேட்ட கேள்விகளுக்கு பதில் சொல்வதற்கு பொருத்தமான இடம் இதுவல்ல என்றாலும் அதற்கான ஆரம்பப் புள்ளிகளை மெதுவாக இந்த இடத்தில் வைக்க வேண்டியது அவசியமான ஒன்றாகும்.

அது யூசுப் எழுதிய கதைகள்...

தனக்கு கீழான பதவியில் இருக்கும் ஒருவன் தான் எழுதிய கதைகள், தான் சொல்லும் கதைகள், யாருக்கும் அஞ்சாத, அதேநேரம் மெல்லியப் பகடி பேசும் தனது உடல்மொழிகள் என எல்லாவற்றின் மூலமாக தன்னைச்சுற்றிப் பெரியதொரு ரசிகர் பட்டாளத்தையே உருவாக்கி, அவர்கள் அனைவரிடமும் தான்பெற்ற பாராட்டுக்களைவிட கூடுதலான எண்ணிக்கையிலும், அளவிலும் அவற்றைப் பெற்றுக்கொண்டிருந்தது அவருக்கு தாங்கமுடியாத பாரமாக, வேதனையாக இருந்தது. அதுவரை தனது அதிரடி நடவடிக்கைகள் மட்டுமே எல்லோரின் மத்தியிலும் பேசப்பட்டு வந்த சூழலை மாற்றி, அதைவிட பலமான இன்னொரு திறமையினால் அவர் அமர்ந்திருந்த இடத்தைவிட உயரமான ஒன்றில் இன்னொருவன் அமர்ந்ததை அவரால் தாங்கிக் கொள்ளமுடியவில்லை. யூசுப் மாற்றாலாகி வந்த ஒரு வருடத்திற்குள் அது இன்னும் தீவிரமாகி, எவராலும் அசைக்க முடியாத, ஒருவராலும் கைப்பற்ற முடியாத ஒரு இடத்திற்கு அவரைச் சுற்றியிருந்த அந்தக் கூட்டமானது அவரின் அனுமதியில்லாமல் கொண்டுவந்தும் நிறுத்தியிருந்தது.

நீதிமன்ற பணியாளர்கள் மத்தியில் நடந்த சிறுகதைப் போட்டியில் அவர் எழுதிய ஐந்தில் மூன்று குறுங்கதைகள் மொத்தமாக பதினைந்தாயிரம் ரூபாய் பரிசுத்தொகையை வென்றது. அப்படி மூன்று பரிசுகளை அவர் வாங்கிய சம்பவமும், அதை அப்படியே அவரது ரசிகர் வட்டத்திற்கு செலவு செய்த சம்பவமும் ஆசீர்வாதம்பிள்ளையின் இரவு உறக்கத்தைப் பறித்தது. நடுவரை விலைக்கு வாங்கிவிட்டார் என்றும், இது தவறானதொரு முன்னுதாரணம் என்றும் பார்க்கும் அனைவரிடமும் சொல்லிக்கொண்டாலும், அந்த நிகழ்வும் சேர்த்துதான் அவரை அவர் வெறுத்த கதை எழுதும் பக்கத்தைப் பார்த்து திருப்பவும் செய்தது.

அப்படி உறக்கம் வராத ஒரு இரவில்தான் யூசுப்பை கதைகளைத் தாண்டியும் தோற்கடிக்க திட்டம் வகுத்தார். அதற்காக உயர் அலுவலர்கள், மாவட்ட நீதிபதியின் தனி உதவியாளர், டிஸ்ட்ரிக்ட் ஜட்ஜ் பிஏ என கையில் அகப்பட்ட அனைவரையும் பயன்படுத்த

முயற்சித்தார். ஆனால் அது அத்தனையும் தோல்வியில்தான் முடிந்தது.

இப்படி எலிசா, திரேசம்மாளுக்குபின் அவரது நிம்மதியைப் பறிக்கும் மூன்றாவது நபராக வந்து சேர்ந்தார் யூசுப். அப்படிப்பட்ட யூசுப் யார் என்று தெரிந்து கொள்வதற்குமுன், அவருக்குப் போட்டியாக செய்த முயற்சிகள் தோல்வியாக முடிந்த சம்பவங்களை அறிந்து கொள்வதற்குமுன், யூசுப் எழுதிய அந்த ஐந்து குறுங்கதைகளையும் படித்துவிடுவது ஆசீர்வாதம் போலல்லாது அவரை வேறுவகையில் புரிந்துகொள்ள உதவும்.

8

உன் வாய் அல்ல, புறத்தியானே உன்னைப் புகழட்டும்; உன் உதடு அல்ல,
அந்நியனே உன்னைப் புகழட்டும்

- நீதிமொழிகள் 27: 2

1

இறந்துபோன அப்பா ஒருநாள் மதியம் வீட்டுக்கு வந்தார். வீட்டில் உள்ள அனைவரும் திகைத்து நின்றனர். அம்மா "பேய்" என்று கத்தினாள். அக்கா அவளது அறைக்குள் சென்று கதவைச்சாத்தினாள். மூத்தவன் உறைந்து நின்றான். தெருவிலிருந்தே அப்பாவைப் பின்தொடர்ந்து வந்த கடைக்குட்டி மட்டும் ஓடிச்சென்று கட்டிப்பிடித்தான்.

அவரைக் கட்டிப்பிடித்தவுடன், படத்தில் வருவதுபோல அப்பா ஒன்றும் மறைந்துவிடவில்லை.

வீட்டின் முன்னறையில் எனக்கான நோய்ப் படுக்கையில் நான் என் முழு உடலையும் சுருக்கியவாறு சாய்ந்து அமர்ந்திருந்தேன். உள்ளே நுழைந்ததும் வழக்கமாகக் கத்துவதுபோல அம்மாவிடம், "சோறு எடுத்து வை" என்று எரிச்சலடைந்துவிட்டு அப்பா கைகழுவச்சென்றார்.

அதற்குள் சத்தம் கேட்டு வந்த பக்கத்து வீட்டு சுந்தரத்தின் மனைவியிடம் "ஒன்றுமில்லை" என்று தொடங்கி ஏதேதோ தடுமாறி உளறிச் சமாளித்துவிட்டு வீட்டிற்குள் நுழைந்தான் மூத்தவன்.

அப்போதும் அப்பா இருந்தார்.

உணவருந்தும் மேஜையை அப்பா கண்டுகொண்டதாகத் தெரியவில்லை. சம்மணமிட்டு தரையில் அமர்ந்தார். “புது வீட்டை எப்டிப்பா கண்டுபிடிச்ச?” என்று சின்னவன் கேட்கும்போது அறைக்குள்ளிருந்து அக்கா மெதுவாக எட்டிப்பார்த்தாள். “அவளுக்கும் சேர்த்து சோறு போடு” என்றார்.

வெளறியக் கண்களோடும் பார்வையோடும் அப்பாவையேப் பார்த்துக்கொண்டிருந்த அம்மாவைப் பார்த்தவர் “ஊறுகாய் ஜாடியை எடுத்து வா” என்றார். முதலில் மீன் குழம்பு, இரண்டாவது வெள்ளரிக்காய் புளிசேரி, மூன்றாவது மோர், அதற்குத்தான் ஊறுகாய். பிடித்த கேரட் பொரியலை ஏனோ தொடவில்லை.

சாப்பிட்டு முடித்தப்பின்னும் அப்பா இருந்தார். சினிமாவில் வருவதுபோல அவர் ஒன்றும் மறைந்து விடவில்லை.

தம்பியைப் பக்கத்தில் அமரவைத்துக்கொண்டு அவன் சாப்பிடப்போவதை உறுதிப்படுத்திக் கொண்டார். பின் முதல் பிள்ளையைப் பார்த்து “நீ ஏன்டா சாப்டலயா?” என்று ஒரு அதட்டு அதட்டினார். அமைதியான சற்று பயம் கலந்த குரலில் “நீங்க வர முன்னாடிதான் சாப்ட்டு முடிச்சேன்” என்றான். இப்போது மகள் சாப்பிட்டுக் கொண்டிருந்தாள்.

அப்பா இன்னும் இருந்தார்.

திண்ணையில் அமர்வதுபோல கைகள் இரண்டையும் முதுகுக்கு பின்னால் வைத்துக்கொண்டு, கால்களை கீழே தொங்கவிட்டபடி ஊஞ்சலில் ஆடிக்கொண்டிருந்த அப்பா இன்னமும் இருந்தார்.

பின் தனது சட்டையில்லாத உடம்பில் கிடந்த டவலை எடுத்துப்பிரித்தார். காய்ந்துபோன வெத்தலையும் சுண்ணாம்பும் அதில்தான் இருந்தது. பாக்கும் புகையிலையும் அழுக்கு வேட்டியில் அதிக அழுக்குப் பகுதியான இடுப்புச் சுருக்கத்திலிருந்தது.

எல்லாவற்றையும் வெளியே எடுத்தவர் சிறிதுநேரம் மகளையேப் பார்த்துக் கொண்டிருந்தார்.

“என்ன சாப்புடற, வயசு பத்தாச்சு, அள்ளியெடுத்து வாய்க்குள்ளத் தள்ளு, போற வீட்ல நோய், சீக்குனு ஏதாவது வந்தா வளப்பு சரியில்லனு எங்களைத்தான் சொல்வாங்க” என்றார், நிறைமாதமாக இருந்த மகளின் வயிற்றைப் பார்க்காமல். அவளோ சுவரில் மாட்டப்பட்டிருந்த அப்பாவின் புகைப்படத்தையும் அப்பாவையுமே மாறிமாறிப் பார்த்துக்கொண்டிருந்தாள்.

இப்போது இரண்டிலுமே அப்பா இருந்தார்.

பலநாட்கள் மறந்துபோயிருந்த ஒன்று அப்போதுதான் அவளுக்குள் திடீரென்று தோன்றி பரவியது: "அப்பாவும் தன்னைப்போலவே நல்ல நிறம்."

பின்னர் அம்மாவின் முறை.

"எல்லாத்துக்கும் வச்சிட்டு ஒனக்கொண்ணும் இப்ப இருக்காதே, எப்பதான் திருந்தப் போறியோ?" என்று திட்டினார். பின் அவளிடமே "இரண்டு வயதுக் குழந்தைக்கு கொடுப்பதுபோல சாப்பிட ஏதாவது வேண்டும்" என்றார். கொடுத்ததை வாங்கி அதே டவலில் சுருட்டி வைத்துக்கொண்டார்.

ஒவ்வொருவரும் ஒவ்வொரு திசையிலிருந்து அப்பாவையேப் பார்த்துக்கொண்டிருந்தனர்.

இப்போது அம்மாவுக்கு அப்பாமீது ஒரு அன்பும் ஏக்கமும் உண்டாகியிருந்தது. அக்கா திகைப்பிலிருந்து விலகி வந்து கொண்டிருந்தாள். அண்ணனோ கையைப் பிசைந்துக்கொண்டு, "யாரைத் துணைக்கு அழைக்கலாம்" என்ற குழப்பத்திலிருந்தான்.

அந்த அன்பும் ஏக்கமும் விரிவதற்குமுன், அந்தத் திகைப்பானது முழுமையாக விலகும்முன், அந்தக் குழப்பமானது விட்டு விடுதலையடையும்முன் பொடியனை மட்டும் தன்னோடு சேர்த்துக்கொண்டு யாரும் எதிர்பார்க்காதபோது, எப்படி வேகமாக வீட்டிற்குள் நுழைந்தாரோ அதேவேகத்துடன் திடுதிப்பென வீட்டைவிட்டு வெளியேறினார்.

அவர்களால் அப்பாவைத் தடுக்க முடியவில்லை.

"இங்கேயே இருங்கள்" என்று கெஞ்ச முடியவில்லை.

"இனி எப்போது வருவீர்கள்" என்று கேட்க முடியவில்லை.

"இனி இதுபோல் வர வேண்டாம்" என்று சொல்லவும் முடியவில்லை.

மொத்தத்தின் முடிவில் முடிவின் தொடக்கத்தில் யாருக்கும் என்ன சொல்வதென்று தெரியவுமில்லை.

எனவே இப்போது வீட்டில் அப்பா இல்லை. அப்பா தெருவில் இறங்கி நடந்து கொண்டிருந்தார்.

“நான் மட்டும் ஏம்பா யார் கண்ணுக்கும் தெரிய மாட்டுறேன்? நீ மட்டும் எல்லார்ட்டையும் பேசுற? என்னால ஏன் அவங்ககூட பேச முடியல? வயிறு நிறைய சாப்டவும் முடியல?”

பசியை விரட்டுமொரு பயணத்தில் நேர்ந்தவொரு விபத்தில், பிறந்து இரண்டே வருடத்தில் அப்பாவுடன் சேர்ந்து செத்துப்போன கடைக்குட்டி மட்டும் இதேபோல பல கேள்விகள் கேட்டுக்கொண்டும் அப்பாவைப் பின் தொடர்ந்தபடியும் சென்றுகொண்டேயிருந்தான்.

அவர்கள் இருவரின் கண்களுக்கும் தெரியாத என்னால் மட்டும்தான் இந்தமுறை அவர்களுடன் செல்ல முடியவில்லை.

அப்பா இப்போது தெருவிலும் இல்லை.

2

நேற்று எனக்கு எம்.பி.ஏ கடைசி செமஸ்டரின் கடைசித்தேர்வு. தொலைதூரக்கல்வி மூலம் படித்துக்கொண்டிருக்கிறேன். என்னைப்போலவே பல்வேறு பாடப்பிரிவுகளில் படிப்பவர்களுக்கும் நேற்றுதான் தேர்வு. அதனால் கல்லூரியில் பயங்கர கூட்டம். பைக் பார்க் பண்ணுவதற்கே போதும் போதும் என்றாகிவிட்டது.

ஒவ்வொரு இடத்திலும் வண்டியை நிறுத்தும்போதும் ‘இந்த இடம் சரிபட்டு வராது’ என்று உள்மனதில் தோன்றிக் கொண்டேயிருந்தது. எங்கெல்லாமோ இடம் தேடிக் கொண்டிருந்தேன். பழக்கமில்லாத கல்லூரி என்பதால் சுற்றிய இடத்திலே மீண்டும் மீண்டும் சுற்றிக்கொண்டிருந்தேன். தேர்வுக்குவேறு நேரமாகிக்கொண்டிருந்தது.

இறுதியில் ‘இதுதான் பாதுகாப்பான இடம்’ என்று என்னை நானே சமாதானப்படுத்திக்கொண்டு நிழல் பரவியிருந்த ஒரு இடத்தில் பைக்கை பார்க்செய்து சைட்லாக் போட்டேன். நான் நிறுத்தியிருந்த இடத்தில் ஐந்தாறு பைக்குகள் மட்டுமே இருந்தது. ஆனால் நிழல் என் வண்டிக்கு மட்டுமே இருந்தது. அதில் சொல்ல முடியாத ஒரு ஆனந்தம்; திருப்தி. அது அரைமணிநேரம் நான் அலைந்ததின் பலன் என்று நினைத்துக்கொண்டேன்.

நிழல் விரித்திருந்த வேப்ப மரத்தையும், அதனருகில் வீற்றிந்த கல்லூரி நூலகத்தையும் அடையாளத்திற்கு மனதில் வைத்துக்கொண்டேன்.

மூன்று மணிநேரம். கேள்விகளும் திருப்தியாக இருந்தது. எனக்கு கிடைக்கப்போகும் மாஸ்டர் பட்டம் குறித்த மகிழ்ச்சியில் மதியம்

ஒரு மணிக்கு தேர்வு அறையை விட்டு வெளியே வந்தேன். கால்கள் வேப்ப மரத்தை நோக்கி நகர்ந்தது.

அந்த இடத்திற்கு செல்லவே பத்து நிமிடங்களானது. முதல் அதிர்ச்சி அங்கு அந்த நூலகம் இல்லை. இரண்டாவது அதிர்ச்சி அந்த இடத்தில அந்த மரம் இல்லை. மூன்றாவதாக அந்த நிழல் மட்டும் அப்படியே இருந்தது. “காலையில் நான் நிறுத்தியிருந்த பைக் அங்கு இல்லை” என்ற மிகப்பெரியதும் நான்காவது அதிர்ச்சியுமான ஒன்று எனக்குள் உருவானபோது, காலையில் வெயிலில் நிறுத்தப்பட்டிருந்த ஐந்தாறு பைக்குகள் இப்போது நிழலுக்கு மாறியிருந்தன. ஆனால் அந்த ஐந்தாவது அதிர்ச்சியை பற்றி யோசிக்கவெல்லாம் எனக்கு நேரமில்லை. முதல் ஐந்து நிமிடங்கள் எனக்குள் இருந்த நிதானமானது படிப்படியாக கலைந்து விவரிக்க முடியாத ஒரு பதட்டத்தை, குழப்பத்தை, மாயத்தோற்றங்களை எனக்குள் விஸ்தரிக்கத் தொடங்கியது.

காலையில் முதன்முதலாக பைக்கை நிறுத்த முயற்சித்த இடத்தை நோக்கி ஓடினேன்; அங்கும் இல்லை. இரண்டாவதாக ஆடிட்டோரியம் போர்டிகோ அருகில் சென்றேன்; அங்குமில்லை. பின் கேண்டீனுக்கு, அதன்பின் கல்லூரி நோட்டிஸ் போர்டு பக்கம், பிறகு சுயநிதி கட்டிடங்களின் மத்தியில் வியாபித்திருந்த ‘சி’ ப்ளாக்கிற்கு, அதன்பிறகு கணிதத்துறை என்று பலகையில் எழுதி அம்புக்குறி வரைந்திருந்த ஒரு திசையை நோக்கி என வியர்வையால் நனைந்து செருப்புடன் நழுவிக்கொண்டிருந்த என் கால்கள் சென்ற எந்த இடத்திலும் பைக் இல்லை.

இப்போது என்னை மட்டும் நம்பியிராமல், என்னுடன் தேர்வு எழுதிய முகம் தெரியாத நண்பர்களிடம் விசாரிக்கத் தொடங்கினேன், அங்கு சின்னதாகவொரு புத்தக விற்பனை கடையை தரையில் விரித்திருந்த ஒரு அண்ணனிடம் கேட்டேன், ஏன் சம்பந்தமே இல்லாமல் சில மாணவிகளிடமும், ஆசிரியர்களிடமும்கூட விசாரித்தேன். விசித்திரமாக என்னைப் பார்த்தபடியும், வேண்டா வெறுப்பாக பதில் சொன்னபடியும்தான் அவர்கள் என்னைவிட்டு நகர்கிறார்கள் என்று எனக்கேத் தெரிந்தது.

அதற்குள் இன்னொரு ஹாலில் தேர்வை முடித்துவிட்ட நண்பன் மேத்யூ என்னை நோக்கி வந்து கொண்டிருந்தான். மனது கொஞ்சம் ஆசுவாசமானது. அவனை நோக்கி ஓடினேன். பின் அவனும் நானும் கல்லூரியின் எல்லா மூலைகளிலும் தேடினோம். அப்போது அங்கு வந்த இன்னொரு முகம் தெரியாத நபர்

"'இங்க்'கினால் முழுவதும் நனைந்த ஒரு பைக் லைப்ரரி பக்கம் நின்று கொண்டிருப்பதாக" கூறினார். அவர் சொல்லி முடிப்பதற்குள் என் கால்கள் வேகமெடுத்தது.

"அது என்னுடைய பைக்தான்" என்று தூரத்திலிருந்து பார்க்கும்போதே தெரிந்துவிட்டது. ஆனால் அருகில் செல்லச் செல்ல முன்பக்கம் மட்டுமே என் பைக்காக இருந்தது. பின்னால் பார்த்தால் வேறு ஒன்றாக காட்சியளித்தது. மனக்குழப்பங்கள் மெல்ல தனது பல்வேறு வண்ணங்களை எனக்குள் பூச ஆரம்பித்தது.

திரும்பிப் பார்த்தால் மேத்யூ இல்லை. சம்பந்தமேயில்லாமல் எங்கள் தெருவில் டீ கடை வைத்திருக்கும் வாசு அண்ணன் அங்கு நின்றுகொண்டு "சரி கிடைச்சது இதுதான், இதையே எடுத்துக்கோ" என்றார். "என் பைக் காணாமல் போனது இவருக்கு எப்படித் தெரியும்?" என்ற யோசனை ஒரு பக்கம் இருக்க, "அடுத்தவரின் பைக்கை எப்படி எடுக்க முடியும்?" என்று அவரிடமே கேட்டேன். பதில் சொல்ல வாசு அண்ணன் அங்கு இல்லை. அதிர்ச்சியுடன் திரும்பி பார்த்தபோது தூரத்தில் சென்று கொண்டிருந்தார்.

எனக்கும் ஒரு கணம் அப்படித் தோன்றியது. ஆனால் ஒரு திருட்டு வழக்கு வாங்கும் தைரியமில்லை.

"இந்நேரம் பைக்கை திருடியவன் அதை கேரள எல்லைக்கு கொண்டு சென்றிருப்பான். அதற்கு அருகிலிருக்கும் ஊர்கள் சிலவற்றில்தான் திருடப்படும் பைக் முதல் லாரி வரை பிரித்து மேயும் நபர்கள் இருக்கிறார்கள் என்று கேள்விப்பட்டிருக்கிறேன். எனது விலையுயர்ந்த பைக்கிற்கு நல்லதொரு தொகை கிடைத்திருக்கும். போலீஸ் கம்ப்ளைண்ட் கொடுப்பதைத் தவிர வேறு வழில்லை. ஆனாலும் போனது போனதுதான், இனி அது கிடைக்க வாய்ப்பேயில்லை. இனி ஒரு மாதம் மிக மோசமான மனநிலையுடனும், உளைச்சலுடனும் ஸ்டேஷன் வாசலிலே காவல் கிடக்க வேண்டியதுதான். எத்தனையோ பேருக்காக இப்படி அலைந்திருக்கிறேன்? ஆனால் எனக்கே இந்த நிலையா?"

இப்படி என்னவெல்லாமோ தோன்ற பிரின்சிபல் அலுவலகம் செல்லும் படிக்கட்டில் ஏறிக்கொண்டிருந்தேன். எதிரே பழக்கமில்லாத ஒரு பெண்மணி நின்று கொண்டிருந்தார். பார்த்ததும் கை கொடுத்தார். எனது சோர்வான முகத்தைக் கண்ட அவர், கேட்கும் முன்னே விஷயத்தைச் சொன்னேன். "அதுக்கென்ன ஒரு புது பைக் வாங்கிக்கங்க" என்றார்.

இப்போது அந்தப் பெண்மணி நின்ற இடத்தில் பிரின்சிபல் நின்றிருந்தார். அவரை எங்கோ பார்த்ததுபோல இருந்தது. ஃபார்மலாக ஒரு புகார் கொடுத்துவிட்டு வெளியே வந்ததும் வீட்டு நினைப்பு வந்தது. அது இன்னும் கூடுதலானப் பதட்டத்தை ஏற்படுத்தியது.

அந்தப் பதட்டம் உருவாகிய அடுத்த நொடி, என் மனைவி எதிரே நின்று கொண்டிருந்தாள். இதயத் துடிப்பு நிமிடத்திற்கு முன்னூறு மைல் வேகத்தில் செல்ல, உடல் முழுவதும் வியர்வையால் நனைந்தது. மனைவியைத் தாண்டியும் வேறு யாரோ என் மூச்சை அடக்குவதுபோல உணரவே சட்டென்று முழிப்பு வந்தது.

அதற்குள் நான், மேத்யூ, வாசு அண்ணன் மூவரும் ஒரு விபத்திலிருந்து தப்பித்து வந்து நடுசாலையில் நின்றிருந்தோம்.

நான் சொன்னேன்: நல்லவேளை இது கனவு. அதில் லாரி மோதி நாம் சாவக் கிடந்ததை இப்போது நினைத்தாலும் உடல் நடுங்குகிறது. நிஜத்தில் நடந்திருந்தால்..!

மேத்யூ சொன்னான்: ஆமாம் அந்தக் கனவில் நானும் உன்னுடன்தான் தலை நசுங்கிக் கிடந்தேன். ஏதோ நிஜத்தில் செத்ததைப் போலவே இருந்தது. எப்படியோ தப்பித்தோம்..!

வாசு அண்ணனோ... : “இன்னும் அந்த ஆபத்திலிருந்து நாம் தப்பிக்கவில்லை. இப்போது நாம் பேசிக்கொண்டிருப்பதே அந்தக் கனவில்தான்..! அதோ பார்.. அங்கிருந்து வந்து கொண்டிருக்கும் லாரியின் முன் சக்கரங்கள் உங்கள் இருவருக்காகவும், அதைவிட கனமான பின் சக்கரங்கள் எனக்காவும் இன்னும் இரண்டு நொடிகளில்...”

அவன் சொல்லி முடிக்கும் முன்பே, முடித்திருந்தால் எப்படி முடித்திருப்பானோ அதைப்போலவே எல்லாம் நடந்து முடிந்தது. மின்சார சுடுகாட்டின் எரிகலனுக்குள் எங்களின் மீதமிருந்த முகங்களும், அடர்த்தியான ஆல்கஹாலும், கங்கென சிவந்து உருகி ஒழுகிப் புகைபோக்கி வழியாக கருமையாக வெளியேறியப் பின்னும்கூட....

அந்தக் கனவிலிருந்து என்னால் விழித்தெழ முடியவில்லை.

3

“மாடி வீட்டை சொந்தமுடைய ஏழுவயது குழந்தைக்கு வாடகை, அட்வான்ஸ், ஓனர் போன்ற வார்த்தைகளின் அர்த்தங்கள் தெரிந்திருக்காது. கார் ஒன்றில் எங்கேயும் சென்றுவரும் ஆறுவயது குழந்தைக்கு நெரிசலானப் பேருந்துப் பயணத்தின் முன்அனுபவமிருக்காது. காரும்வீடும் உடமை கொண்டிருக்கும் ஒரு ஐந்துவயது குழந்தைக்கு சொந்தமாகக் காரும்வீடுமில்லாத இன்னொரு குழந்தை இருக்குமென்றேத் தெரியாது.

அந்த இன்னொரு சொந்தவீடு இல்லாத ஏழுவயது குழந்தை கடையில் செங்கலும் சிமெண்ட்டும் வாங்கினாலேயே வீடு கட்டிவிடலாம் என்று நினைத்துக்கொண்டிருக்கும். அந்த இன்னொரு சொந்த கார் இல்லாத ஆறுவயது குழந்தை திருவிழாக் கடைகளில் கார்களை நோக்கியே தன் கைகளை எப்போதும் நீட்டிக்கொண்டிருக்கும். அந்த இன்னொரு சொந்த காரும்வீடும் இல்லாத ஐந்துவயது குழந்தை சொந்தமாக காரும்வீடும் உள்ள குழந்தைக்கும் தனக்குமான இடைவெளியை இன்னும் பழகியிருக்காது.

பழகாததும், தெரியாததுமான காரும்வீடும் உள்ள ஒரு குழந்தையும், காரும்வீடும் இல்லாத இன்னொரு குழந்தையும் ஒரே வகுப்பில் படிக்கும்போது, ஒரே வரிசையில் அருகருகே அமரும்போது, பின் ஒரே நேரத்தில் வெளியேறும்போது.. அவர்களுக்கு ஐந்து வயதாகும்போது, அவர்களுக்கு ஆறு வயதாகும்போது, அவர்களுக்கு ஏழு வயதாகும்போது இருவருக்கும் மத்தியில் மெல்லமெல்ல உருவாகும் விரிசல் கோடுகள், அவர்களுக்கு எட்டு வயதாகும்போது மாமிசம் வெட்டும் கசாப்புக் கடைகளின் தடிகளெனப் பருமனாகியிருக்கும்.”

நேற்று கேண்டீனில் அமர்ந்தபடி இந்த விஷயத்தை சீனியர் குமாஸ்தா ஒருவரிடம் நான் சொல்லிக் கொண்டிருந்தபோது, அவர் திரும்பி என்னிடம் இப்படிச் சொன்னார்: “தம்பி அதோ காய்கறி கூடையைச் சுமந்தபடி மனைவியின் பின்னால் அமைதியாகச் செல்கிறானே, அவன்தான் இருபது வருடங்களுக்குமுன் பழையாற்றில் தன் மூத்த மனைவியையும், நீ சொன்ன விஷயத்தில் வரும் ஒரு ஐந்து, ஆறு, ஏழு வயதுகளில் ஏதோ ஒன்றில் வாழ்ந்து கொண்டிருந்த மகளையும் கொன்றுவீச கூலிப்படையை ஏவியவன். அப்படி மோசமாக செத்துப்போவதற்குப் பதிலாக இப்படி மோசமான வறுமையுடன் வாழ்ந்துவிட்டு போய்விடலாம் இல்லையா?”

நான்காவது படிக்கும் என் மகளும் நேற்று இப்படிச் சொன்னாள்: “அப்பா ரோஹித் இருக்காம்லப்பா, அவனுக்கு எப்பவுமே அம்மா கிடையாதாம்ப்பா. அப்புறம் அவங்க அப்பாதான் நேத்து புதுசா ஒரு அம்மாவ அவனுக்காகக் கூட்டிட்டு வந்துருக்காறாம். இனிமே அவன கூப்பிட வேலைக்கார ஆன்ட்டி வரமாட்டாங்களாம். அவங்கதான் வருவாங்களாம்ப்பா. அம்மாவே இல்லாம இருந்த அவனுக்கு புது அம்மா வரது சூப்பர் இல்லப்பா?”

இதற்கு மாறாக, நேற்று மாலை எனது வழக்கறிஞர் அலுவலகத்தில் அமர்ந்திருக்கும்போது திடீரென்று ஒருவன் எந்தவித அனுமதியும் பெறாமல், அவனுக்கு முன்பாக வந்து காத்திருந்த ஒருவனைக் கொஞ்சமும் கண்டுகொள்ளாமல் எனக்கு எதிராகத் தோன்றி இவ்வாறு கூறினான்: “அது எப்படி சார் நேத்து வர நான் அனுபவிச்சிட்டு வந்த சொத்தை அவனுதுன்னு சொல்லமுடியும்? அதான் அவன விட்டுட்டு அவன் பொண்டாட்டிய தொட்டேன். சொத்துங்குறது கால் வைக்குற இடம் மட்டும் இல்லல சார், கை வைக்குற இடமும் சேந்ததுதான..? ஒண்ணுமே இல்லாம போறதுக்கு என் வாழ்கையை நான் இப்படி முடிச்சிக்கலாம்னு முடிவு பண்ணிக்கிட்டது சரிதானே சார்?”

சொல்லப்போனால் அவனின் தொடர்ச்சியாக நேற்றுப் பார்த்த படம் ஒன்றில் வந்த ஒரு காதாப்பாத்திரமும் இவ்வாறு பேசிக்கொண்டிருந்தது: “மண்ணும் பொண்ணும் ஒண்ணு. அந்த ரெண்டும்தான் பரம்பர மானத்தை காப்பாத்தக் கூடியது; வம்சத்த வாழையடி வாழையா தழைக்க வைக்கக் கூடியது, இல்லையா தம்பி?”

எனது நேற்றுக்கு மட்டும் என்ன நடந்தது என்று தெரியவில்லை. அதுவே தனக்குள்ளாக மாறிமாறி சண்டையிட்டுக் கொண்டிருந்த அதிசயம் பற்றி ஒன்றும் புரியவில்லை.

நான்குவயது குழந்தையை ஒரு வாரத்திற்கு முன்பு இழந்திருந்த நண்பனின் முகத்தை, எனது இன்னொரு நான்குவயது குழந்தையுடன் கடைவீதியில் நேருக்குநேராக பார்க்கும்படியான துர்பாக்கியச் சூழலை நேற்றுதான் என் மனைவியிடம் சொல்லிக்கொண்டிருந்தேன்.

“எப்படி இருக்கிறான்” என்றாள். அப்போது ஒன்றும் தோன்றவில்லை; இப்போது தோன்றுகிறது: “நான் இறந்திருந்தால் என் மகளின் முகம் எப்படியிருக்குமோ அப்படியிருந்தான்”

என் மகளுக்கும்கூட நேற்று இந்தக் கேள்விகள் தோன்றியிருக்கும்:

“எப்போதும் சாதனாவுடன் வரும் சசி அங்கிள் நேற்று ஏன் தனியாக வந்திருந்தார்? பத்துமணியாகியும் இன்னுமா தூங்கிட்டு இருக்கா? என்ற கேள்விக்கு ஏன் பதில் சொல்லாமல் கண்ணை மட்டும் சிமிட்டி விக்கலெடுப்பதுபோல கொஞ்சமாகச் சிரித்தார்? அப்படியே சாதனா போலவே சிரிக்குறீங்க அங்கிள் என்றதற்கு அவர் ஏன் அப்படி அழுதார்?”

சாதனாவைப் பார்க்கும்போது இந்தக் கேள்விகளைக் கேட்கவேண்டும் என்றும் நினைத்திருப்பாள்.

நேற்று என் மனைவியும்கூட இப்படி நினைத்திருப்பாள்:

“நான் அப்படிக் கேட்டிருக்கக் கூடாதுதான். உற்றுப் பார்த்தால் கண்ணீர் வடிந்த தடங்களின் ஆழமான வடுக்களை பார்த்துவிடக்கூடிய முகத்துடன், மகளிடம் நாங்கள் மறைத்து வைத்திருக்கும் அவ்விறப்பை எப்படியாவது பொய்யாக்கிவிட வேண்டுமென, காணும் இடங்களிலெல்லாம் தனது நான்குவயது முத்து ஒன்றை தேடிக்கொண்டு இருப்பவனைப் பற்றி நான் அப்படிக் கேட்டிருக்கக் கூடாதுதான்…”

“எப்படி இருக்கிறான்?”

ஒரு மோசமான கொலையில் இறந்துபோன மகனின் தந்தையானவர் கூண்டில் ஏறி சாட்சி சொல்லி முடித்துவிட்டு, நீதிமன்ற அறையைவிட்டு வெளியேறியபோது சொன்ன வார்த்தைகள் காற்று வாக்கில் என்னிடம் வந்துசேர்ந்ததும்கூட நேற்றுதான்: “மெதுமெதுவாக உழைத்துக் களைத்து ஐம்பது வருடத்தில் சம்பாதிக்க வேண்டிய பணத்தை, ஐந்து நிமிடத்தில் சம்பாதித்து விடவேண்டும் என்ற குறுக்கு எண்ணம் ஒருவனுக்கு வந்தால் என்ன நடக்கும் என்பதற்கு என் மகன்தான் இந்த உலகிற்கு சாட்சி”

நேற்றின் புதிர்கள் முடிந்தபாடில்லை, தொடர்ந்து கொண்டேயிருந்தன.

சிக்னலுக்காக காத்துக்கொண்டிருந்தபோது எனது இடதுபுறமாக இரண்டடி இடைவெளியில் காருக்குள் அமர்ந்திருந்தவனின் முகம் எனக்கு நன்றாகவேத் தெரியும்.

கேட்டால் ‘ஒன்றுமே படிக்கவில்லை’யென உதட்டைப் பிதுக்கிவிட்டு பாடங்கள் ஒவ்வொன்றிலும் நூறைத் தொட்டுவிட்டு

வகுப்பறையில் கைதட்டுகளும், முன்வரிசை பெண்களின் பெருமிதப் பார்வைகளையும் ஆசிரியர்களிடம் முன்னுதாரணப் பட்டங்களையும் வாங்கும் என் பள்ளி நண்பன்.

எல்லாப் பாடங்களிலும் சேர்த்து மொத்தமே நூறு வாங்கிவிட்டு மன்சூர் சாரிடம் அடியும், பிரேமா டீச்சரிடம் கிள்ளும், மூர்த்தி சாரிடம் புதிதாக அவர் வைக்கும் பட்டப் பெயர்களையும், தமிழிலும், சமூக அறிவியலிலும் அதனதன் ஆசிரியர்களிடமிருந்து பாவம் பார்த்து அவர்கள் போட்ட மதிப்பெண்களால் தேர்ச்சியடைந்த கதைகளும் வாங்குபவன் நான்.

இடையில் வருடங்கள் எத்தனையோ கடந்துவிட்டது. நாங்களுமேகூட வேறு வேறு வகையில் கொஞ்சம் மாறித்தான் போய்விட்டோம். நெடுங்காலத்திற்கு முன்பு ஒருமுறை அவனிடம் நான் இப்படிச் சொன்னேன்: "மாப்ள வாழ்க்கைல யாராவது ஒருத்தருக்காவது குறைந்தபட்சம் நேர்மையா இருக்கணும்டா. எல்லாரையும் ஏமாத்துனா எப்டி சரியாகும்..?

பதிலுக்கு அவன் இப்படிச் சொன்னான்: "எண்ணி அஞ்சே வருஷம்டா மாப்ள. நீயும் என்னை மாதிரி ஆகலைனா பாத்துக்கோ..."

இப்படி, நேற்று மட்டும் என்னைக் கடந்துபோன ஒவ்வொருவரைப் பற்றியும் நான் ஒவ்வொன்றை அறிந்து வைத்திருப்பது போல, என்னைக் கடந்துசெல்லும் ஒவ்வொருவரும் என்னைப் பற்றியும் ஒவ்வொன்றை அறிந்து வைத்திருக்கலாம் என்றுதான் நினைக்கிறன்.

அதிலும் என் நெருங்கிய நண்பர்கள்...

என் நெருங்கிய நண்பர்கள் அனைவருமே என்னிடம் அக்கறை மிகுந்தவர்கள். இடம் வாங்கு, வீடு கட்டு, தொழிலில் முன்னேறு என எப்போதும் எனக்கு நல்லதொரு அறிவுரைகளையே சொல்லிக்கொண்டேயிருப்பார்கள். ஆனால் மாதத் தவணையில் புதிதாக ஒரு பைக் வாங்கினாலும் அவர்களால் அதைப் பொறுத்துக்கொள்ள முடியாது.

என் நெருங்கிய நண்பர்கள் அனைவருமே அற்புதமானவர்கள். என் உடல்நிலையில் குடும்பநலனில் கடன் விவகாரங்களில் எப்போதுமே கவனம் கொண்டிருப்பார்கள். ஆனால் ஒரு கதையைப்போல அதைக் கேட்டு முடித்தவுடன் மகிழ்ச்சியாக எழுந்து சென்றுவிடுவார்கள்.

என் நெருங்கிய நண்பர்களில் இன்னும் பலரோ மிகமிக நேர்மையானவர்கள். எப்போதும் அவர்கள் எதுவுமே சொல்வதில்லை.. சொல்லி ஏதாவது நான் செய்துவிட்டால்..!

இத்தனைக் காலங்கள் பழகியும்கூட படியேறினாலும் அவர்களைவிட நான்கைந்து படிகள் பின்தங்கிதான் இருப்பேனென்று தெரியாமல் என்னை தவறாகப் புரிந்து வைத்திருக்கும் நெருங்கிய நண்பர்களும் எனக்கு உண்டு. அப்படியானவர்கள்தான் என் நெருங்கிய நண்பர்களிலே எனக்கு மிகமிக நெருக்கமான நண்பர்கள்.

அப்படிப் பார்த்தால் ஒருவகையில் நானும்கூட என் நெருங்கிய நண்பன்தான்..

அடிக்கடி அவர்கள் சந்தோஷப்படும்படி எங்கிருந்தாவது அடி வாங்கிக்கொள்வேன். மோசமான காயங்களுடன் கீழ்விழுந்து எழ முடியாமல் அவஸ்தையிலாழ்வேன். ஆறுதலான கைகள் நீண்டாலும் அப்போதும் வெடுக்கென்று உதாசினப்படுத்துவேன்; முகத்தை காயங்கள் இல்லாத பக்கமாகப் பார்த்து சட்டென்று திருப்பிக்கொள்வேன்.

பின் தனிமையில் நொறுங்கும் என் நினைவுகளை சரிசெய்ய வழக்கம்போல என் நெருங்கிய நண்பர்களை நானே தேடிச்செல்வேன். என் நெருங்கிய நண்பர்கள் அத்தனைபேருமே அன்பானவர்கள்தான்.

அவர்களின் வார்த்தைகளை ஒவ்வொன்றையும் யோசித்துப்பார்த்தால் எல்லாமே நேற்று சொன்னதுபோலத்தான் என் காதுகளில் ஒலித்துக்கொண்டிருக்கிறது. ஒன்றுக்கொன்று தொடர்பு இருப்பதுபோலத்தான் தோன்றுகிறது. நான்தான் இதுநாள்வரை நேற்று என்பதற்கு நேற்றுக்கான மரியாதையை கொடுக்காமல், அது ஒவ்வொன்றும் தனித்தனி நேற்றுகள் என்று நினைத்தே வாழ்ந்து வந்திருக்கிறேன். என்னைப் பொறுத்தவரை நேற்று என்பது நேற்றோடு முடிந்துபோனதொரு சமாச்சாரம்; உடனுக்குடன் மறந்து விடக்கூடிய ஒரு எறும்பின் கொலை. அவ்வளவுதான்.

இப்போதுகூட, "எண்ணி அஞ்சே வருஷம்டா மாப்ள" என்று அவன் சொன்னது நேற்றுபோலத்தான் இருக்கிறது. அதற்குள் அவன் சொன்ன ஐந்து வருடங்கள் சிக்னலில் காத்திருந்த நிமிடத்தோடு அல்லது நேற்றோடு முடிந்துவிட்டது.

அதன்பின் அவனும் நானும் நேற்றுப் பார்த்துக்கொண்டோம். "சுத்தமா கைல காசு இல்ல மாப்ள"யென தோள்களை குலுக்கிவிட்டு

புதுமாடல் கார்களை குறித்து போனில் பேசியபடியே அவனும், கையில் இருக்கும் ஐம்பது ரூபாயை வெறுமையாக கசக்கியபடி நானும், எதிரெதிர் திசைகளில் நின்று பேசிக்கொண்டிருந்தபோது எனக்குள் தோன்றியது இதுமட்டும்தான்:

"அவனுக்கும் எனக்குமிடையில் கடக்க இன்னும் இதுபோன்று எத்தனை வருடங்கள்தான் இருக்கிறது?"

அதன் தொடர்ச்சியாகத்தான் "இந்தக் காரியம் செய்தால் ஏழு லட்சம் கிடைக்கும் மாப்ள" என்ற அழைப்பு நேற்று அவனிடமிருந்து வந்தது.

தூக்கம் தழுவாத ஒரு நடுத்தர வர்க்க மனிதனின் இரவுநேரச் சிந்தனைகள் நிச்சயம் இந்த இரண்டைப் பற்றித்தான் இருக்கும்: ஒன்று பணம், இன்னொன்று மரணம். உறக்கம் வராத ஒரு நடுத்தர வர்க்க கனவானின் இரவுநேர யோசனைகள் நிச்சயம் இந்த இரண்டைப் பற்றித்தான் இருக்கும்: ஒன்று சொர்க்கம், இன்னொன்று நரகம். கண் அயராத ஒரு நடுத்தர வர்க்க ஆணின் இரவுநேரப் புலம்பல்கள் நிச்சயம் இந்த இரண்டைப் பற்றித்தான் இருக்கும்: ஒன்று எதிர்காலம், இன்னொன்று கடந்தகாலம். விழித்திருக்கும் ஒரு நடுத்தர வர்க்க மனிதனின் அடர்நிறைந்த இரவுகள் நிச்சயமாக கனவு கடன் காதல் கண்ணீர் கடமைகள் என இரண்டு இரண்டான இருபது காட்சிகளாகவும், மூன்று மூன்றான முப்பது காட்சிகளாகவும்தான் விரிந்திருக்கும்.

அந்தக் காட்சிகளை நான் மாற்ற விரும்பினேன்.

எனவே அவனை நம்பி நெடுங்காலமாக பூட்டப்பட்ட ஒரு வீட்டை நேற்றிலிருந்து நான் வேவுபார்க்கத் தொடங்கினேன். இப்படியாக எனது இந்த ஆறாவது வருடத்தில் சொற்பக் கூலிக்காரனான நான் எனக்கு நானே சொல்லிக்கொள்ள விரும்புவது இந்த ஒன்றை மட்டும்தான்:

நேற்று என்பது வெறும் நேற்று மட்டும் அல்ல; அது அச்சம் தரும் முதிய பேய்களையொத்த, கொஞ்சமும் புரிந்துகொள்ள முடியாத, கடினமான வடிவமைப்பைக் கொண்ட, எப்படி அச்சடிக்கப்படுகிறது என்று பெரும்பாலானோரால் கண்டுபிடிக்க முடியாத, ஒருவித அரியவகை காகிதத் தாள்களில் உருவாக்கப்படும் இன்றையும் நாளையையும் சேர்த்த அச்சுஅசலான அதிகாரத்தின் நோட்டு.

அது வெறும் நேற்று மட்டும் அல்ல; நோட்டு.

4

அந்த நாட்களில் பாட்டியின் நிர்வாணம்தான் எங்கள் வீட்டில் ஒரே பிரச்சனையாக இருந்தது. நினைத்தவுடன் நிர்வாணமாக என்னவெல்லாம் செய்யவேண்டும் என்று அவளுக்குத் துல்லியமாகத் தெரியும்.

அதிகமாகச் சாப்பிட மாட்டாள்; ஆனால் அடிக்கடி உடை மாற்றுவாள். முழுமையான சோம்பேறி; ஆனால் தினமும் இருமுறை குளிப்பாள். வேனலில் 'வேர்த்துக் கொட்டுவதைக்' காரணமாக்குவாள். ஆனால் அதையே குளிர்காலத்திலும் சொல்வாள்.

'மின்சாரம் எப்போது துண்டிக்கப்படும்' என்று எப்போதும் ஆவலோடு காத்திருப்பவளைப் பற்றி சொல்வதற்கு என்ன இருக்கிறது?

தொடக்கத்தில் இன்வெர்ட்டர் ஒன்றை வாங்கினோம். அவளின் நிர்வாணத்தைத் தடுக்கும் தள்ளிப்போடும் இதுபோன்ற எங்களின் மாற்று நடவடிக்கைகள் அவளுக்கு எந்த விதத்திலும் ஆச்சரியத்தைக் கொடுக்கவில்லை. காரணம், அந்த மாற்று மின்னோட்ட சாதனம்போலவே அவளுக்கும் மாற்றுத் திட்டங்களிருந்தன.

மொத்தம் அவளுக்கு நான்கு நைட்டிகள் வீட்டில் ஒதுக்கப்பட்டிருந்தது. காலையில் எழுந்ததும் முதலாவதை சிறுநீரால் நனைப்பாள்; மற்றொன்றை மாற்றும் சந்தர்ப்பத்தில் சிறிதுநேரம் நிர்வாணமாவாள். பின் வயிற்றுப்போக்கால் ஒழுக்கிவிட்டதாகச் சொல்வாள். தடயம் இல்லாவிட்டாலும் இரண்டாவதை மாற்றவேண்டும். கிடைக்கும் அந்தச் சந்தர்பத்தில் தனது நிர்வாணத்தை எல்லோரிடமும் எவ்வளவு முடியுமோ அவ்வளவு காட்டிக்கொள்வாள்.

பின் மூன்றாவதில் ஓட்டையிடத் தொடங்குவாள். கைகளுக்கிடையில் மெல்ல மெல்ல கிழிசல்களை உருவாக்குவாள். இடுப்பு பகுதியில் தையல்களை யாருக்கும் தெரியாமல் பிரிப்பாள். தொங்கும் முலைகள் வெளித்தெரிய நான்காவதின் ஸிப்பை கடித்துப் பழுதாக்குவாள்.

பின் மகனின் மனைவிக்குப் பாத்தியப்பட்ட தையல் மிஷின்முன் வந்து நிற்பவள், அதை அங்கேயே கழட்டி நிர்வாணமாவாள்.

அதை உடனே தைத்துக் கொடுக்க வேண்டும். அதுவரை வேறு எதையும் அணிய மாட்டாள்.

அவள் மேற்கொள்ளும் இத்தகைய அம்மணப் படையெடுப்புகள் பெரும்பாலும் பகல்பொழுதுகளில்தான். இரவை அவளுக்குப் பிடிக்காதோ, இல்லை தன் இளமையின் கடைசி சொட்டுவரை முதுமையின் முழுமையான இரவு ஒன்று தொடங்கும்வரை இரவுகளில் நிர்வாணமாக இருந்ததினாலோ என்னவோ? இரவில் மட்டும் அதற்கு விலக்கு. ஆனால் பகலோ இரவோ தோற்பது மட்டுமே எங்கள் பணி.

இப்படியான அவள்...

பேரனிடம் கொஞ்சம் வெட்கப்பட்டு அம்மணமாவாள். பேரனின் மனைவியிடம் "எல்லாம் கொஞ்சகாலம் மட்டுமே" என்று சொல்வதுபோல அவள் முகத்திற்கும் முலைக்கும்முன் அம்மணமாவாள். மகனின்முன் அதீத அலட்சியமாக. கொள்ளு பேரன் பேத்திகளிடம் சிரித்தபடி. மகளிடம் மட்டும் கொஞ்சம் மரியாதையாக.

ஒரு கட்டத்தில் பாட்டியின் நிர்வாணம் எங்கள் வீட்டில் ஒரு பிரச்சனையாக இல்லாமலானது. அம்மணமாக நின்று 'A' தரப்பு ஜோக்குகளை சொல்லி எங்களை முகம் சுழிக்கவைத்தபோதும், அவள் காலத்துக்கும் முந்திய வசை மொழிகளைக்கொண்டு எங்களைத் தூற்றித் தள்ளியபோதும், சிலநேரங்களில் கொடிகளில் காயும் அவள் காலத்துக்கு பிந்திய நவநாகரிக உடைகளை அணிந்து வந்து எங்களை திக்குமுக்காட செய்தபோதும்...

இவ்வாறு நாளொன்றுக்கு அனுமதிக்கப்பட்ட அவளது அம்மணத்தின் அளவுகளையும் எல்கைகளையும் மீறி அவள் கோபப்பட்டு ஒருமுறை வீட்டைவிட்டு ஓடியபோதும்கூட, அவளை சமாதனப்படுத்தி அழைத்து வந்தோமே தவிர நாங்கள் கோபப்படவில்லை; மனக்கோணல் கொள்ளவில்லை. அதுவொரு அவமானப்பட வேண்டிய விஷயம்தான் என்று பலர் சொல்லியும் எங்களுக்கு அப்படித் தோன்றவுமில்லை.

இப்படி அவளது தொங்கிய மார்புக் குவியல்களும், செம்பட்டை மயிரடர்ந்த கால் இடுக்குகளும், அதன் பின்பக்கமாக குவிந்த சதைகளுக்கிடையேச் செல்லும் நடுகோடுகளும், இன்னமும் தனது பளபளப்பில் கொஞ்சத்தை மீதி வைத்திருக்கும் தொடைகளும் என அவளது தேகத்தின் ஒவ்வொரு பாகத்தின் பரப்பளவும் எடை

அளவும் விஸ்தீரணமும் நீளஅகலமும் அது தொடங்கி முடியும் இடங்களும் எங்களுக்குப் பழகிப்போன ஒருநாளில், அவளுக்குப் பிடித்த பகல் பொழுதொன்றில்...

பாட்டி திடீரென்று இறந்து போனாள்.

ஞாபகமறதி அதனால் உருவான குழப்பங்கள், சிறுநீரகப்பிரச்சனை அதனால் ஏற்பட்ட அவஸ்தைகள், இதயக்கோளாறு அதனால் உண்டான வலிகள், சர்க்கரைநோய் அதனால் உருவான புண்கள் என எல்லாவற்றையும் விட்டுவிட்டு..

நிர்வாணமாக அத்தனை சுதந்திரமும் இருந்தும்கூட அன்று ஏன் பாட்டி திடீரென்று இறந்துபோனாள் என்று எங்கள் எவருக்கும் புரியவில்லை.

அவளுக்குப் பிடித்த கலர்கலரான பூ போட்ட நைட்டியைத்தான் அடிக்கடி அவள் கிழித்துவைப்பாள். அப்படி அவள் செய்வதைப் பார்க்கும்போது அவளைக் கிழித்த வாழ்க்கையை அவள் மறுபரிசீலனை செய்யச் சொல்வதுபோலவே இருக்கும். இறப்பதற்கு சிறிதுநேரத்திற்கு முன்னும்கூட அதன் வயிற்றுப்பகுதியில் ஏற்கனவே தைத்திருந்த இடத்தில் கிழித்து வைத்திருந்தாள்.

"நிர்வாணத்துடன் நின்று தைக்கக்கொடுக்கலாம்" என்ற நம்பிக்கையுடன் கிழித்திருப்பாள்போல என்று நினைத்துக் கொண்டோம்.

இப்போது முதல்முறையாக நாங்களாகவே பாட்டியை நிர்வாணப்படுத்தி மரபெஞ்சில் கிடத்தினோம்; குளிப்பாட்டினோம்.

ஏதோ அழுத குழந்தை அழுகையுடனே உறங்கிப்போனதுபோலக் கிடந்தது அவளது முகம். அழுதுகொண்டே உறங்கிப்போகும் பெரியவர்கள் அழுதுகொண்டே உறங்கிப்போகும் குழந்தைகளைவிட அழகானவர்கள் என்று நாங்கள் தெரிந்துக்கொள்வதற்கு பாட்டியினுடைய நிர்வாணத்தின் இறப்பு எங்களுக்குத் தேவைப்பட்டிருக்கிறது.

பின் கிழிசலில்லாத அம்மாவின் ஐந்தாவது நைட்டி பாட்டிக்கு அணிவிக்கப்பட்டது. எங்களது எல்லோரின் கண்களும் பாட்டியின் கைகளையேப் பார்த்துக் கொண்டிருந்தது

எங்களுடன் சண்டையிடாமல் தன்னை நிர்வாணமாக்கிக் கொள்ளாமல், எங்களைத் திட்டாமல் கொள்ளாமல், சிரிப்பை

89

உருவாக்காத ஆபாச ஜோக்குகளை மறந்தபடி, மாலை மூன்று முப்பது மணிக்கு அவள் வீட்டைவிட்டு வெளியேறும்வரை அவள் அந்த நைட்டியைக் கிழிக்கவேயில்லை.

மறுநாள், மூன்றாம் நாள், பதினாறாம் நாள், நாற்பதாம் நாள் என நாட்கள் எல்லாம் முறையாகத்தான் சென்றுகொண்டிருக்கிறது. ஆனால் வீட்டில் பாட்டியின் நிர்வாணம் இல்லாததுதான் இப்போது பிரச்சனையாக இருக்கிறது.

5

தவறு என் மனைவியின் பெயரில்தான். அவளால்தான் அந்த விபத்து நடந்தது. பழைய 'சிடி ஹண்ட்ரட்'டில் பின்னால் வந்தவரை அவள் கவனிக்கவில்லை; கவனித்திருக்க வேண்டும். சட்டென்று இவளது ஆக்டிவாவை நிறுத்தியதில் ஐம்பதிற்கும் அறுபதிற்கும் இடைப்பட்ட வேகத்தில் வந்து கொண்டிருந்தவருக்கு நிலைகுலைவதைத்தவிர வேறு வாய்ப்புகள் இல்லை.

மோதியதில் தூக்கி வீசப்பட்ட அவர் வலது ஓரமாக நிறுத்தி வைக்கப்பட்டிருந்த ஜேசிபியில் இடித்து அதனால் தோண்டப்பட்டிருந்த கம்பிகள்சூழ் பள்ளத்தில் அரைகுறையாக போய்விழுந்தார்.

என் மனைவிக்கு அவர் எடுத்துக்கொண்ட கால அளவுகூட தேவைப்படவில்லை. அருகில் துருபிடித்து வளைந்துக்கிடந்த நடைபாதை கம்பியில் பின்னந்தலை மோதியபோது அதன் துருக்களும் உள்ளே சென்று அவளது நினைவை இழக்க வைத்திருந்தன.

ஒரு விபத்துக்கே உண்டான பதட்டத்தோடும், பயத்தோடும் இதோ நானும் எனது மகனும், அவரது மனைவியும் மகனும் நின்று கொண்டிருக்கும் இந்த தீவிர சிகிச்சைப்பிரிவு அறை இருக்கும் மருத்துவமனைக்கு கொண்டு வரப்பட்டிருந்தனர்.

போக்குவரத்து காவலர் அறிக்கையின்படி விபத்து நேரம் காலை பதினொன்று இருபது. மணியோ மூன்று தாண்டிவிட்டது. எங்களைப்போலவே அவர்களுக்கும் இது சொந்த ஊர் இல்லைபோல, இவ்வளவு நேரமாகியும் உறவினர்கள் என்று எவரும் வரவில்லை.

தவறு செய்திருக்கும் பக்கம் இருக்கும் எனக்கு அது கொஞ்சம் ஆசுவாசமாக இருந்தது. எந்த தவறும் செய்யாத அவர்கள் பக்கமிருந்து சண்டைபோட ஆட்கள் வந்தாலோ சிகிச்சைக்கும் வாகனத்திற்கும் இழப்பீட்டு தொகை கேட்டாலோ கொடுப்பதற்கும் சமாளிப்பதற்கும் எங்களிடம் எதுவுமில்லை.

அதை மனதில் வைத்துதான் எங்களுக்குகூட வாங்காமல் இரண்டு சாப்பாடு பொட்டலங்கள் வாங்கி அவர்களிடம் கொடுத்தேன். ஒன்றைப்பிரித்து முதல் வாயை அவள் மகனுக்கு ஊட்டினாள். இரண்டாம் உருண்டையை பிசையும்போது திரும்பியவள் என் மடியில் தலைவைத்து உறங்காமல் விழித்துக்கிடந்த என் மகனை அழைத்தாள்.

என்னிடம் அனுமதி வாங்கிவிட்டு இரண்டாவது உருண்டையை வாங்கியவன், மூன்று ஐந்து ஏழு ஒன்பது என்று போய்க்கொண்டிருந்த சக வயதுக்காரனோடு போட்டி போட்டு நான்கு ஆறு எட்டு பத்து என்று சென்று கொண்டிருந்தான்.

அவன் அவர்களுடன் பேசினான், அவனுடன் விளையாடினான், அதற்குள் சத்தம் போடாமல் சிரிக்கவும் கற்றுக்கொண்டிருந்தான். பின் சாப்பிட்டுவிட்டு அவளது வலதுமடியிலேயே உறங்கிப்போகும்வரை அதன்பிறகு எதற்கும் அவன் என்னிடம் அனுமதி கேட்கவில்லை. தனித்து விடப்பட்ட அந்த ஒற்றைப் பொட்டலம் பிரிக்கப்படாமலேயே எங்களிடமிருந்து ஒரு ஓரமாக ஒதுங்கிக்கொண்டது.

ஆறு மணி தாண்டியபோது அவளது கணவர் கண் விழித்திருந்தார். ஆனால் முன்புபோல அல்லாமல் நடக்க ஆறு மாதம் ஆகவைக்கும் சில எலும்பு முறிவுகளின் துணையுடனும் அந்தப் பள்ளத்தில் சூழ்ந்திருந்த கம்பிகளுள் ஒன்று பதம் பார்த்திருந்த அவரது வலது காலுடனும்.

நான் கொஞ்சம் ஸ்தம்பித்து உறைந்திருந்தேன். ஆனாலும் என் மகனை அவள் மடியிலிருந்து அப்புறப்படுத்தவில்லை.

இரவானபோதும் என் மனைவி அவளது நினைவுகளுக்குள் திரும்பவில்லை. மறுபடியும் இரண்டு பொட்டலங்கள் வாங்கி வந்தேன். ஒன்றைப் பிரித்தவள் இப்போது முதல் வாயே என் மகனுக்குத்தான் ஊட்டினாள். கொஞ்சம் ஆசுவாசமடைந்தேன். அவர்களோடு சேர்ந்து அவளும் சிரித்துக்கொண்டாள், சத்தம் போடாமல் கதைகளைச் சொன்னாள், இடையில் அவ்வப்போது

என்னிடம் வந்து "அம்மா எப்ப வரும்?" என்று கேட்கும் அவனுக்கு ஏதேதோ பதில்களையும் சொல்லிச் சமாளிக்கவும் செய்தாள்.

இப்போது வலது தொடையை அவனுக்கு ஒதுக்கியிருந்தாள். சாய்ந்து உறங்கிப்போயிருந்த என் மகன் இந்த ஒருநாளும் என்னை முழுவதுமாக மறந்திருந்தான். பிரிக்கப்படாத அந்த ஒற்றைப் பொட்டலத்தையும் பசியையும் நாங்களும் மறந்திருந்தோம்.

விடிந்திருந்தது.

அதிகாலை மூன்று பின் ஐந்து அதன்பின் ஆறு என என் மனைவியின் நினைவுகளானது மூன்று முறை வந்து திரும்பிக் கொண்டிருந்ததேயொழிய, நிரந்தரமாக அதற்குரிய இடத்தில் தங்கிக் கொள்ளவில்லை.

மாற்றுத்துணிகள்கூட இல்லாமல் ஆளில்லாத மூன்றும் மூன்றும் என மொத்தம் ஒன்பது இருக்கைகளில் நாங்கள் நால்வரும் மாறி மாறி அமர்ந்து கொண்டிருந்தோம்.

மணி ஏழு பதினைந்து தாண்டியது.

ஊசிப்போயிருந்த இரவு வாங்கியிருந்ததை குப்பைகளோடு எறிந்துவிட்டு பற்பொடிகளோடும் மற்றொரு இரண்டு பொட்டலங்களோடும் உள்ளே நுழைந்தேன். அதற்குள் உள்ளே சென்று அவளும் அவளது மகனும் என் மகனும் அவருடன் பேசி வந்திருந்தார்கள். கை கால்களில் கட்டுப்போட்டிருந்த நண்பனின் அப்பாவை என்னிடம் விவரித்துக் கொண்டிருந்தான் என் மகன். மாலைக்குள் வார்டிற்கு மாற்றி விடுவார்களாம்.

காட்சிகள் மீண்டும் அதேபோல அரங்கேறின. ஒன்று வழக்கம்போல மிஞ்சியது.

"அவருக்குதான் ஒன்றும் பெரிதாகப் பிரச்சனை இல்லையே? பின் ஏன் இவள் இப்படி பட்டினி கிடக்கிறாள்" என்று நான் நினைத்துக்கொண்டபோது என் மனைவிக்கு நிரந்தரமாக நினைவு திரும்பி விட்டதாக வந்து சொன்னார்கள்.

மிஞ்சிய ஒன்றை எடுத்து சாப்பிடப் பிரித்தாள்.

9

ஒடுக்கப்பட்டவர்கள், கடன்பட்டவர்கள், முறுமுறுக்கிறவர்கள் யாவரும் அவனோடே கூடிக்கொண்டார்கள்; அவன் அவர்களுக்குத் தலைவனானான்; இந்தப் பிரகாரமாக ஏறக்குறைய நானூறு பேர் அவனோடிருந்தார்கள்.

- 1 சாமுவேல் 22: 2

வெறும் இரண்டு பச்சைமிளகாய்களைக் கடித்து வெறியேற்றிக்கொண்டு கொலைசெய்யும் குற்றவாளிகள் முதற்கொண்டு மத்தியச்சிறையின் கூடுதல் கண்காணிப்பாளர் வரை அவருக்கிருக்கும் தொடர்பை வைத்துப் பார்க்கும்போது, கோர்ட் வளாகத்தில் அனைத்து பிரிவுகளிலும் வேலைப் பார்ப்பவர்களை கணக்கிலெடுத்தாலும் யூசுப்போல விசித்திரத்தை எங்கேயும் காண முடியாது என்றுதான் தோன்றும். அதேநேரம் இப்படியான வினோத பழக்க வழக்கங்கள் அவருக்கு எப்படி வந்தது? என்று அவரைச் சுற்றியிருக்கும் ஒருவருக்கும் தெரியாது. யூசுப் எழுதும் கதைகள்தான் அதற்கான காரணம் என்று ஒரு வதந்தியும் உண்டு. ஆனால் அது வதந்தியல்ல, உண்மை என்று நம்புவதற்கான காரண காரியங்களும் இல்லாமலில்லை.

யூசுப் ஆசீர்வாதம்பிள்ளை பணியாற்றும் நீதிமன்ற வளாகத்திற்கு பணி மாற்றலாகி வருவதற்கு முன்பு நடந்த சில சம்பவங்களானது எப்படியோ கண், காது, மூக்கு முளைத்து ஆசீர்வாதத்தைச் சுற்றிச் சுழன்றபோது, அதை நம்பமுடியாமல் அவரது தலையும் அந்தக் கதைகளோடுசேர்த்து சுற்ற ஆரம்பித்தது.

அது ஒரு ஆகஸ்ட் பதினைந்தாம் நாள். கோர்ட் வளாகத்தில் தேசியக்கொடி ஏற்றும் சடங்கு நடந்து கொண்டிருந்தது. உள்ளூரில்

நடைபெறும் நிகழ்ச்சிக்காக வந்திருந்த ஒரு உயர்நீதிமன்ற நீதிபதியும் அந்த நிகழ்வில் கலந்து கொண்டிருந்தார். அதிசயமாக அன்று கொடி ஏற்றப்படும்போது வந்த திடீர் மழையால் அவசர அவசரமாக கொடியேற்றி முடித்துவிட்டு, அருகிலிருந்த சமரச தீர்வுமையக் கட்டிடத்தில் அனைவரும் ஒதுங்கினர். பின் மழை ஓய்ந்தபிறகு எஞ்சிய காரியங்களுக்காக கொடிகம்பத்தின் அருகில் வந்தவர்களுக்கு அதிர்ச்சி ஒன்று காத்திருந்தது.

சாயம்போன கொடியானது பழஞ்சீலையின் ஒரு பாகமாக உருமாறி ஈரம் சொட்டசொட்ட உயரத்தில் துவண்டுபோய் கிடந்தது. அவ்வளவுதான். விசாரணையெல்லாம் நடக்கவில்லை. இருபது எம்.எல் இஞ்சி சாராயத்தில் எண்பது எம்.எல் தண்ணீர் கலந்து அடித்துவிட்டு அல்லது எழுபத்திமூன்று ரூபாய் குவாட்டரில் பாதியை நாற்பது ரூபாய் கட்டிங்காக வாங்கி குடித்துவிட்டு கோர்ட்டிற்கு வரும் பழக்கம் கொண்ட யூசுப்பைதான் எல்லோரும் பார்த்தார்கள்.

உயர்நீதிமன்ற நீதிபதி வருவதால் தரமான கொடி ஒன்றை வாங்க முன்சிப் கொடுத்த பணத்தில் பாதியை மறுநாள் குடிக்கு ஒதுக்கி வைத்துவிட்டு, மீதிக்கு கனகா ஜவுளிக்கடையில் அவர் வாங்கியிருந்த கொடிதான் அது.

சஸ்பென்ட் மெமோ வாங்கிய அன்றிலிருந்துதான் யூசுப் கதை எழுத ஆரம்பித்தார் என்றும் ஒரு வதந்தி உண்டு. ஆனால் அதுவும் வதந்தியல்ல என்று நிரூபிக்கும் வகையில் ‘உயர்ரக தேசியக்கொடியான்’ என்ற புனைப்பெயரில் ‘நீதிமன்ற தொழிலதிபர்களும் நாட்டுப்பற்றுக்கான சிறுமுதலீடும்’ என்ற தலைப்பில் ஒரு கதை அவரது சிறுகதைத் தொகுப்பு ஒன்றில் இருந்தது. தவிர கொடி கொடுத்த ஜவுளிக்கடை ஓனரம்மா கனகா மீது மானநஷ்ட வழக்கு தாக்கல் செய்து, அந்த வழக்கில் அதே முன்சிப்பை சாட்சிசொல்ல சம்மன் அனுப்பினார் என்றும், அதன் பிறகே அந்த வழக்கு யூசுப்பிற்கு சாதகமாக பத்தாயிரம் ரூபாய் நஷ்ட ஈட்டுக்கு தீர்ப்பானது என்றும் ஒரு தகவல் உண்டு.

மட்டுமில்லாமல் வழக்கில் தோற்கும் வழக்கறிஞர்களின் மனக்குமுறல்களை அமைதிப்படுத்துவதற்காகவே அந்த வளாகத்தில் பிரத்யேகமாக உருவாக்கப்பட்ட ‘சாந்தி சமாதான் சங்கம் என்றவொரு இரகசிய ஸ்தாபனத்தின் முக்கியமான நிர்வாகக்குழு உறுப்பினராகவும் யூசுப் இருந்தார் என்பது நீதிபதிகளுக்கே தெரிந்த தகவல்கள். சம்மந்தப்பட்ட வழக்கறிஞர்களின் வழிகாட்டுதலின்படி

வருமானமில்லாத குமாஸ்தாக்கள் குடித்துவிட்டு நீதிபதிகளை காலையும் மாலையும் வசவுமழை பொழிவதும், பின் முக்கியமான சில வழக்கறிஞர்களின் துணையுடன் நீதிபதிகளை சாந்தப்படுத்தி அவர்களை சிக்கல்களிலிருந்து மீட்டுக்கொண்டு வருவதும்தான் அந்த ஸ்தாபனத்தின் பணி. மட்டுமில்லாமல் எந்த கட்சி தொடங்கினாலும் அங்கு வழக்கறிஞர் அணி மட்டும்தான் இருக்கும். அதை மாற்றி குமாஸ்தாக்கள் அணி ஒன்றை முதன் முதலாக அங்கு உருவாக்கியவரும் அவர்தான்.

ஒருமுறை சீஃப் ஜுடிசியல் மஜிஸ்ட்ரேட்டின் சேம்பரில் அவர் இல்லாத நேரமாகப் பார்த்து குளித்து மாட்டிக்கொண்ட யூசுப்பிடம் நமது ஆசீர்வாதத்தைப் போன்ற ஒரு மேலதிகாரி பழிவாங்கும் நோக்கில், கோர்ட் ஸ்டாப்ஸ் அனைவரின் முன்னிலையில் யூசுப்பிடம் "குடித்து கெட்டுப்போகும் உடம்பின் உள்ளுறுப்புகள்" குறித்து அரைமணிநேரமாக எடுத்த நன்னெறி படத்தின் முடிவில் வழக்கம்போல சிரித்துக்கொண்டே யூசுப் சொன்ன பதில் அங்கே பிரசித்தம்:

"பைபிள்ல எண்ணூறு வருஷம் வாழ்ந்தார்னு ஒருத்தர சொல்வாங்கள்ல, அவரோட கடைசி பேரன் இவர்தான். நானூறு வருசமா வாழ்ந்துட்டு இருக்காப்ல."

இப்படிபட்ட அற்புதங்கள் அடங்கிய குற்றப் பின்னணி கொண்ட ஒருவரிடம், ஆசீர்வாதம் போன்றவர்கள் இரண்டு வாரம் தாக்குப் பிடித்ததே பெரிய அதிசயம் இல்லையா?

அவரைப்பற்றிய விஷயம் அறிந்தப்பின் ஓடோடி வந்து பேருந்தில் ஏறியவர்தான். அத்தோடு சரி.

ஆசீர்வாதமும்கூட அந்த உறவு அன்றோடு முடிந்துவிட்டது என்றுதான் நினைத்திருந்தார். யூசுப் முன்பு பணியாற்றிய இடம் போன்று இரண்டு மூன்று கோர்ட்டுகளை கொண்ட சிறிய வளாகமல்ல இது என்பதிலும், அப்படியொரு இரகசிய ஸ்தாபனத்திற்கான ஒரு சதவீத வாய்ப்புகூட இங்கு இல்லை என்பதிலும் அவருக்கு பரம திருப்தி.

ஆனால் யூசுப் அவருக்கு கொடுத்ததோ வேறு வகையிலான இரண்டு நெருக்கடிகள்.

நீதிமன்றங்கள் தோன்றிய காலம் முதற்கொண்டு அதன் ஊழியர்கள் சங்கங்களானது பொதுமக்கள் பிரச்சனைகளுக்காக மட்டுமல்ல;

தங்களின் அடிமைத்தனமான வேலைப் பளுவுக்கு எதிராகக்கூட முறையாக போராடியது கிடையாது என்ற கட்டுக்கோப்பான வழக்கத்தில் யூசுப்புக்கு ஒரு அதிருப்தி எப்போதும் உண்டு.

முதற்கட்டமாக நாற்பதிற்கும் மேற்பட்ட தொழிலாளர் சட்டங்களை அடியோடு ஒழிக்கும் மத்திய அரசின் விதிமுறை தொகுப்புகளுக்கு எதிராக நீதிமன்ற வாசல் முன்பு ஒரு ஆர்ப்பாட்டத்தை நடத்த திட்டமிட்டார். "ஆர்பாட்டத்தில் பங்குபெறுபவர்கள் உடனடியாக சஸ்பென்ட் செய்யப்படுவார்கள்" என்ற வதந்தியால் அது தொடக்கத்திலேயே முறியடிக்கப்பட்டது. அதன்பின்னர், தனக்குப் பிடிக்காத ஊழியர்களின்மேல் வேண்டுமென்றே அடிக்கடி மெமோ கொடுத்து அவர்களை விசாரணைக்கு அலைகழிக்கும் ஒரு மஜிஸ்ட்ரேட்டுக்கு எதிராக அந்த நீதிமன்றத்தை மட்டும் புறக்கணிக்கும் ஒரு போராட்டத்திற்கு திட்டமிட்டார். அதுவும் 'கிடைக்கும் மாதச்சம்பளம் பறிபோய்விடுமோ?' என்ற அச்சத்தினால், சக ஊழியர்களின் பின்வாங்கலினால் நசநசத்துப்போனது. விடுமுறை தினத்தில் ஊழியர்களை வேலை வாங்கக்கூடாது, வேலை நேரம் முடித்தபின்னும் அவர்களை பிடித்து வைத்திருக்கக்கூடாது என்று அதன்பிறகு எத்தனையோ விவகாரங்களுக்காக அவர் முயற்சித்தும் ஒன்றுமே நடக்கவில்லை என்றாலும்கூட, ஒரு வலுவான நண்பர்கள் வட்டம் அதனாலேயே அவருக்கு உருவாகியிருந்தது.

அதன்பிறகு அவரது கதைகள்.

"தெருவுக்கு ஒரு பட்டி இருக்கோ இல்லையோ, எழுத்தாளன்மார்களுக்கு மட்டும் பஞ்சமில்ல" என்று எல்லோரிடமும் சொல்லிச் சிரித்துக்கொண்டாலும் அதிலும் ஒரு ஆற்றமுடியாத இயலாமை ஆசீர்வாதத்திற்கு உண்டு. இப்படி அதுவரை தான் மட்டுமே நீதிமன்ற ஊழியர்கள் மத்தியில் 'ஆகப்பெரிய ஏத்தக்காரன்' என்று நினைத்திருந்த அவரின் ஈகோவை தொடர்ச்சியாக சீண்டிக்கொண்டே சென்றார் யூசுப். ஆசீர்வாதத்தின் எல்லா பக்கமும் கொழுந்துவிட்டு எரிய ஆரம்பித்தது.

அப்படியொரு உறக்கம் வராத இரவில்தான் யூசுப்பை அவரது நடவடிக்கைகளையும், கதைகளையும் தாண்டி தோற்கடிக்க திட்டம் வகுத்தார். ஏற்கனவே சொன்னதுபோல அதற்காக அவரது மேற்படி கிளர்ச்சி நடவடிக்கைகள் குறித்து அவரது கையில் அகப்பட்ட அனைவரையும் பயன்படுத்த முயற்சித்தார்.

அவர்களும் யூசுப் மேல் தங்களது சொளவுச் செவிகளை கவனமாக நீட்டிக் கண்காணித்துக் கொண்டிருந்தாலும்கூட, அவரின் இந்த நடவடிக்கைகள் அனைத்திற்கும் ஒரு பிட் நோட்டிஸ்கூட ஆதாரமாக கிடைக்கவில்லை என்பதால் அவர்களாலும் ஒன்றும் செய்யமுடியவில்லை.

இப்படியாக யூசுப்பை தோற்கடிக்க ஆசீர்வாதம்பிள்ளை தீட்டியத் திட்டங்கள் அனைத்தும் தோல்வியில் முடியவே இறுதியாகத்தான் இந்த முடிவுக்கு வந்தார்.

ஆரம்பத்திலேயே அது அவருக்குத் தோன்றியதுதான் என்றாலும் அதை ஏற்க அவர் மனம் அப்போது மறுத்து வந்தது. அது ஒரு பெரிய காரியம் இல்லை என்று தன்னைத்தானே ஏமாற்றிக்கொண்டு அதை தள்ளிப் வைத்துக்கொண்டே வந்தார். ஆனால் அவராலேயேகூட அதை மறுக்க முடியாத ஒரு சூழல் அவர்முன்பு வந்து நின்றபோது அவருக்கு வேறு வழிகளில்லை.

இந்தமுறை அதே நீதிமன்ற பணியாளர்கள் யூனியன் ஒரு சிறுகதை போட்டிக்கான அறிவிப்பை வெளியிட்டது. பரிசுத்தொகை ஒரு கதைக்கு பத்தாயிரம்.

10

"இவர்கள் தண்ணீரில்லாத கிணறுகளும், சுழல்காற்றினால் அடியுண்டோடுகிற மேகங்களுமாயிருக்கிறார்கள்; என்றென்றைக்குமுள்ள காரிருளே இவர்களுக்கு வைக்கப்பட்டிருக்கிறது"

-II பேதுரு2:17

ஆசீர்வாதம்பிள்ளை வீட்டிற்குள் யூசுப் நுழையும்போது உச்சிவேளையைநோக்கி நேரம் நகர்ந்துக்கொண்டிருந்தது.

கொடுக்கப்பட்ட கருப்புநிற துண்டுத் துணியை வாங்கி சட்டைப்பையில் கோர்த்துக்கொண்டு உள்ளே சென்றவர், ஆசீர்வாதத்தைப் பார்த்துவிட்டு வெளியே வந்தார். ஏழாம்நாள் நினைவு நிகழ்வுக்கான அறிவிப்பு நோட்டிஸ் இன்னும் வழங்க ஆரம்பிக்கப்படவில்லை என்றாலும் அதில் ஒன்றை கேட்டு வாங்கிக்கொண்டு ஒரு ஓரமாக சென்று அமர்ந்தார்.

அன்று முகூர்த்தநாள் என்பதால் காலையில் வராத கூட்டம் மதியம் வர ஆரம்பித்திருந்தது. வந்த கூட்டமும் மாலை நடக்கப்போகும் ஒரு திருமண வரவேற்பு நிகழ்ச்சியைக் குறித்தே பேசிக்கொண்டிருந்தது. ஒவ்வொருவரும் அடக்க நேரத்தை உறுதிப்படுத்திக் கொண்டேயிருந்தார்கள். மூன்று முப்பது மணிக்குள் ஆசீர்வாதம் சம்மந்தமான எல்லா கணக்கு வழக்குகளும் முடிந்துவிடும் என்ற தகவலையடுத்து ஒவ்வொருவரின் முகங்களும் ஆசுவாசத்தினால் நிறைந்தது.

இதற்கிடையில் ஊர் வரி கணக்கிடப்பட்டது. அதில் எந்தக் குளறுபடியும் இல்லை. கல்லறை செல்லும் வழியில் பூ போடுவதற்காக ஏற்பாடு செய்யப்பட்ட குட்டியானை டிரைவர்

கூலி விஷயத்தில் தனது நியாயத்தை ஊர் நிர்வாகிகளிடம் விவாதித்துக் கொண்டிருந்தார். கொஞ்சம் தள்ளி நின்றிருந்த அக்கம் பக்கத்து தெரு பெண்கள், தனது வீட்டினருகில் இருக்கும் குழாயில் தண்ணீர் எடுக்க விடாமல் முனிசுபாலிட்டி பைப்பை தன்னுடைய சொந்தச் சொத்தாகப் பாவித்து சுவீகாரம் எடுத்துக்கொண்டு தொந்தரவு செய்த திரேசம்மாள் குறித்து நியாயம் பேசியவாறு கோபப்பட்டு சிரித்துக் கொண்டிருந்தனர்.

ஜெபமந்திரம் கோஷ்டியில் விவாதத்தின் சூடு இன்னமும் குறைந்திருக்கவில்லை. பார்ப்பதற்கு திடீரென மண்ணுக்குள்ளிருந்து தோண்டியெடுக்கப்பட்ட ஒன்றுக்கும் மேற்பட்ட ஓட்டைகள் விழுந்த பழங்கால நாணயம்போல இருந்த ஒருவர், தன்னைப்போலவே முத்தி துருவேறியிருந்த தனது அரியவகைக் கருத்துக்களை அள்ளி வீசியபடியிருந்தார்:

“எதோ ஒரு ஊர்ல அந்தக் காலத்துல நடந்தது மாதிரி எல்லாவனையும் சர்ச்குள்ள விடக்கூடாது. ஒரு சொவரு கட்டி அவனுகள அந்தப் பக்கம் நிக்க வைக்கணும். அவனுகளுக்குன்னு தனி கேட் வைக்கணும். இல்ல அவனுகளுக்கு தனிசபை கட்டிக்கொடுத்துரணும். நம்ம இனத்துலயுமே பொம்பளைகளுக்கு தனி கேட்டு வைக்கணும். அவளுகளும் இந்த காலத்துல பெரிய ஆளு மயிறு ஆகிட்டாளுக. அப்படி தப்பித் தவறி நம்ம கேட் பக்கமா உள்ள வந்தாலும் ஹெவியான அவராதம் போடணும். இப்ப என்னடான்னா காலம் ரொம்ப மாறிட்டு. கோவில் சாவி அவனுகக்கிட்டயே இருக்கு. அவனுகளே ஜபம் பண்றானுக, தெறக்குறாணுக, பூட்டுறாணுக...”

கையிலிருக்கும் மாலையைப் போடுதல், கையெடுத்துக் கும்பிடுதல், கண்களை மூடி கால் நிமிட அமைதி, நெருங்கியவர்களை ஏறெடுத்து சோகமாகப் பார்த்தல், கடைசியாக வந்த வேலை முடிந்துவிட்ட நிம்மதியில் வேகமாக வெளியேறுதல், பின்னர் வெளியே நின்று கொண்டிருக்கும் தனக்கான கோஷ்டியில் சேர்ந்துகொண்டு சம்பிரதாயமாக அவரைப் பற்றி பெருமையாக பேசிவிட்டு, முடிவாக குறைகளையும், வெறுப்பையும், கேலி கிண்டல்களையும் கொட்டிவிட்டு மன அவஸ்தை நீங்க வீடுதிரும்புதல் என்று ஒவ்வொரு கோஷ்டியிலும் வம்பளப்பவர்களின் எண்ணிக்கை கூடிக்கொண்டிருந்ததே தவிர குறைந்தபாடில்லை.

சொல்லப்போனால் இங்கே இவ்வாறு பேசப்படும் விஷயங்கள் அனைத்துமே ஆசீர்வாதம் இறப்பதற்கு முன்பே ஒவ்வொருவராலும்

தனித்தனியாகப் பேசப்பட்டவைதான். இப்போதோ கூடிப்பேச ஒரு சந்தர்ப்பம் கிடைத்திருக்கிறது அவ்வளவுதான்.

இப்படிப்பட்ட குழுக்களில் யார் வேண்டுமானாலும் புதிதாகப்போய் சேரலாம். அப்படி வருபவர்களிடம் புதியத் தகவல்கள் இருக்கும் என்பதால், அவர்களுகென்று தனி கிராக்கியும் இருந்தது. அதனால்தான் அவர்கள் எல்லோரிடமிருந்தும் யூசுப் ஒதுங்கி நின்றாலும், அவர்கள் எல்லோரும் அவரைக் கவனித்துக்கொண்டும், அவர் யார் என்ற தகவலை கேட்டு அறிந்துகொள்ள அவரிடம் மெதுவாகப் பேச்சு கொடுத்த வண்ணமுமிருந்தனர்.

அவரோ அங்கு நின்ற சிலரைப்போல எங்காவது வாய்ப்பு கிடைத்தால் நடுவில் சென்று கரடிவிடும் மனிதரல்ல என்பதால் வெறுமனே பதில் மட்டும் சொல்லிவிட்டு அமைதியாக நின்றிருந்தார். தன்னுடன் வேலைப் பார்த்தவர்கள், சில வக்கீல் சங்க நிர்வாகிகள், வக்கீல்கள் என தெரிந்த பலர் வந்தபோதும்கூட, ஒரு இறப்பு வீட்டு மனிதர்கள் எந்த அளவில் அமைதியும், மௌனமும் கடைபிடிக்க வேண்டுமோ அந்தளவிலிருந்து சற்றும் குறையாமல் தன்னைப் பார்த்துக்கொண்டார்.

ஆனால் அவர்கள் விடவில்லை.

ஆசீர்வாதம்பிள்ளை இறந்தவுடன் தன் நண்பர்கள் வட்டாரத்தில் அவரைப்பற்றி என்ன பேசிக்கொண்டார்கள் என்று யூசுப்பிற்கு நன்றாகவே தெரியும். "அவர் எதனால் இறந்தார்? அவருக்கு என்ன நோய்? அவரின் கடைசி நிமிடங்கள் எப்படி இருந்தன? அவரின் வாழ்வு எப்படிப்பட்ட சின்னத்தனங்கள் நிறைந்தது?" என்று நீண்டு கொண்டிருந்த அந்த கேள்விகளும் அதற்கான பதில்களும் மீண்டும் அச்சுபிசகாமல் இங்கும் அரங்கேற ஆரம்பித்தது.

"இறுதிநாளில் வீடு முழுவதும் இருந்த புகைப்படங்களைப் பார்த்த ஆசீர்வாதத்திற்கு 'வாழ்க்கை என்பது வெறும் போட்டோக்கள் மட்டும்தான்' என்று தோன்றியது. தான் இறந்தபிறகு தன் புகைப்படமும் அதில் ஒன்றாக இடம்பெறும் என்ற நினைப்பே அவரை பீதிக்குள்ளாக்கியது. மட்டுமில்லாமல் வீட்டில் ஒரு புதிய இறப்பு நிகழும்போதும் ஒரு பழைய புகைப்படம் ஒன்று காணாமல் போய்க்கொண்டிருந்ததை அப்போதுதான் அவர் கண்டுபிடித்திருந்தார். தன் பாட்டனார் இறந்தபோது அவரது பாட்டனாரின் புகைப்படம் சில நாட்களில் எங்கோ சென்றுவிட்டது. தன் அப்பா இறந்தபோது அவரின் அப்பாவின் புகைப்படமும் கொஞ்சநாளில் இல்லாமலாகிவிட்டது. 'ஏன் அதிலொரு பழைய

புகைப்படத்தை தானுமேகூடத் தூக்கியெறிந்திரிக்கிறோம்' என்ற குற்ற உணர்ச்சி அவரைப் பிய்த்துக் குதறத் தொடங்கியது. அப்படி குதறிக் கொண்டிருந்த ஒருநாளில் 'தான் இறந்த பிறகு தனது புகைப்படமும்கூட எவரோ ஒருவாரால் தூக்கி எறியப்படும்' என்று நினைத்து கதறிக்கதறி அழுதார். அதன்பிறகு அவரின் சிந்தனை முழுவதும் இதைச்சுற்றியே பறக்க ஆரம்பித்த ஒரு பண்டிகைநாளில், அந்த காலத்திலேயே மாட்டுகொட்டகை அமைக்க இரண்டு லட்சம் செலவழித்த, தனது குடும்பத்தை ஊரிலேயே மிகுந்த செல்வாக்கு மிக்கதாக மாற்றிக் காட்டிய திரேசம்மாளின் தாத்தாவின் புகைப்படம் குப்பையை நோக்கி பறந்ததைப் பார்த்தார். அந்தக் காட்சி அவருக்குள் குலைநடுக்கத்தை ஏற்படுத்தியது. அத்தனை பெரிய சம்பவக்காரரான அவருக்கே இந்த கதி என்றால் தன் நிலை என்ன என்று கண்களைக்கூட மூடாமல் யோசிக்கத் தொடங்கினார். தான் இறந்த மறுநாளிலேயே தான் இருக்கும் அத்தனை புகைப்படங்களும், நீதிபதிகளால் தனக்கு அளிக்கப்பட்ட பாராட்டு சான்றிதழ்களும், ஷீல்டுகளும், ஏன் தனது துணிமணிகளுமேகூட நடுத்தெருவைநோக்கி வீசி எறியப்படுவது போலவும், நெருப்பில் போட்டு எரிக்கப்படுவது போலவும் தொடர்ச்சியாக கனவுகள் கண்டார். அவ்வாறு வந்த கனவுகள் அவரை இதுபோல் ஒரு மோசமான முடிவுக்கு தள்ளின: 'தன் வம்சத்தில் தன்னைத் தவிர வேறு எவருடைய புகைப்படமும் இருக்கக்கூடாது'.

இந்த முடிவின் காரணமாக, அவரே எல்லாருடைய புகைப்படங்களையும் தூக்கி எறிந்தார்; தனது தந்தையின் புகைப்படம் உட்பட. 'தனது பரம்பரையில் தனது புகைப்படம் மட்டுமே எஞ்சி இருப்பதால் தான் இறந்து வருடங்கள் பல ஆனாலும் தனது புகைப்படத்தை வீட்டில் பத்திரமாக வைத்துக்கொள்வார்கள்' என்று நினைத்தார். அதனைத்தொடர்ந்து, ஆசீர்வாதம்பிள்ளை தனது பணி ஓய்வு நாளில் தனக்கு மாவட்ட நீதிபதியால் கொடுக்கப்பட்ட ஷீல்டிலிருந்த வாசகங்களை இரண்டு நாட்களாக விடாமல் படித்துக் கொண்டிருந்தார். கற்பனையில் அவர் பலநூறுமுறை இறந்து இறந்து ஒத்திகைப் பார்த்தார். மரணம் பற்றிய அவரது இந்தப் பயத்தையெல்லாம் கண்டு திரேசம்மாள் என்ன நினைத்திருப்பாள் என்று சொல்லவும் வேண்டுமா?"

மற்ற குழுவில் என்ன நடக்கிறதோ அதேமாதிரியான வெறுப்பின் காட்சிகள் தன்னைச்சுற்றியும் நடக்கத் தொடங்கியபோது யூசுப் மெல்ல அந்த இடத்தைவிட்டு நகர ஆரம்பித்தார். இது

மாதிரியான பேச்சுகள் எங்கு சென்று முடியும் என்று அவருக்குத் தெளிவாகவே தெரியும்.

"முதலில் தன்னுடைய அமைதி அவர்களை எரிச்சல்படுத்தும், பின் தன்னிடம் ஆசீர்வாதம் கடைபிடித்த இறுக்கத்தைப் பற்றி பேசத்தொடங்குவார்கள். அதன்பிறகும் தனது அமைதி தொடருமானால், ஆசீர்வாதத்துடனான தனது அனுபவங்கள் பகிரப்படவில்லையானால், அதற்கான வார்த்தைகளுக்காக தனது வாய் திறக்கப்படவில்லையானால் அவ்வளவுதான், கதை முடிந்தது. தான் சென்றபிறகு தன்னைக் குறித்து பேச ஆரம்பிப்பார்கள். இறுதியில் அது தனக்கும் ஆசீர்வாதத்திற்கும் இடையிலான சிக்கல்களை நோக்கி மட்டுமே பயணிக்கும்"

இப்படித்தான் சில விஷயங்கள் நடக்குமென்று அவர் உறுதியாக நம்பியதால் அந்த இடத்தைவிட்டு நகர்ந்தார். அதேநேரம் அவர் சிந்தனையானது அத்தகைய பேச்சுகளைக் குறித்து யோசிப்பதை நிறுத்தவுமில்லை.

நடந்த ஒரு குற்றத்தைப் பார்த்த, கேள்விப்பட்ட எவர் வேண்டுமானாலும் விவரிக்கலாம்; யார் வேண்டுமானாலும் சாட்சியளிக்கலாம். ஆனால் அந்தக் குற்றத்தால் பாதிக்கப்பட்டவரோ அல்லது அந்தக் குற்றத்தை செய்தவரோ அதைக்குறித்துச் சொல்லும்பொழுது அல்லது ஒப்புதலளிக்கும்போது மட்டும்தான் அதை முழுதாக ஒருவர் உணர முடியும் இல்லையா?

ஆனால் தன்னைச் சுற்றிலும் நடக்கும் இதுபோன்ற சம்பாஷனைகளை அரைகுறையாக அவர் கேட்டபோது, பாதிக்கப்பட்டவர்களைத் தவிர்த்து அல்லது பாதிப்பை ஏற்படுத்தியவரைத் தவிர்த்து மற்ற அனைவரும் அங்கு சாட்சி சொல்லிக் கொண்டிருப்பதையும், அவர்களுக்குள்ளே சண்டையிட்டு பின் சமாதானம் செய்துகொள்வதையும் பார்த்தபோது, வாரம் ஒருமுறை சாராயக் கடையில் கூடி, தங்களில் யார் யார் எவ்வளவு கேவலமானவர்கள் என்று பேசி சண்டையிட்டுக்கொண்டு, இறுதிவரை அதில் எந்தவொரு முடிவுக்கும் வரமுடியாமல் பிரிந்துசென்று மீண்டும் அடுத்த வாரம் கூடி சண்டையிட்டுக் கொள்ளும் தனக்குத் தெரிந்த நண்பர்கள் குழு ஒன்றுதான் அவரின் நினைவிற்கு வந்தது.

அதற்கும் இதற்கும் ஒரேயொரு வேறுபாடுதான். அது சாராயக்கடை. இது சாவு வீடு. அங்கு உயிருடன் இருப்பவர்கள் ஒருவர் இன்னொருவரை குற்றவாளிக் கூண்டில் நிறுத்திக் கொண்டிருப்பர். இங்கு நடந்து முடிந்த மிகப்பெரியதொரு குற்றச்செயலாக

ஆசீர்வாதம்பிள்ளை மட்டும் தனியாக மற்ற அனைவராலும் படுக்க வைக்கப்பட்டிருந்தார்.

யூசுப்பிற்கு வேடிக்கையாகத்தான் இருந்தது.

"எந்த இழவு வீடு என்றாலும் பிணத்தைக் காணாமல்கூட இருக்கலாம், இவர்களைப் போன்றவர்களை பார்க்காமல் இருக்க முடியாது, சாதாரண மனிதர்களின் அப்பாவித்தனம் சாதாரணமானது அல்ல, மனிதன் இறந்தபிறகும் அவனிடமிருந்து அழிந்து போகாத கிருமிகள்தான் இத்தகைய குணங்கள். ஒருவேளை ஆசீர்வாதத்தினால் இந்தக் காட்சிகளை பார்க்க முடியுமானால் தன்னைப்போலவே அவருக்கும் அது வேடிக்கையாகத்தான் இருந்திருக்கும்" என்றும் நினைத்துக்கொண்டார். என்றாலும் தனக்குள்ளும் ஆசீர்வாதம் பற்றிய சில கசப்பான நினைவுகள் அங்குமிங்கும் அசைவதை அவராலும் தடுக்க முடியவில்லை.

"நீ தேவுடியாவா?"

"ஆம், இடுப்புக்குக் கீழே மட்டும்."

ஒரு கதாப்பாத்திரம் சொல்வதாக எங்கோ படித்த ஒன்றை மேற்கோள் காட்டி தான் எழுதிய இந்த வரிகளை வைத்துக்கொண்டு, தன்னை வேலையை விட்டு துரத்த ஆசீர்வாதம்பிள்ளை என்னவெல்லாம் செய்தார் என்று அவருக்கும் தெரியும். அதில் அவருக்கு அப்போதும் சரி, இப்போதும் சரி துளியும் பயமோ, பழிவாங்கும் உணர்வோ சிறிதும் வந்தது இல்லையென்றாலும் இந்த நேரத்தில், இந்த இடத்தில் அது ஞாபகத்திற்கு வரும்போது அவராலும் அவர்மீது அதிருப்தி கொள்ளாமல் இருக்க முடியவில்லை. ஆசீர்வாதம் இத்தகைய வெறுப்புக்கு தகுதியானவர்தான் என்பதிலும் அவருக்கு எந்தச் சந்தேகமும் இல்லை.

ஆனாலும் தனது அந்த மனநிலையின் தீவிரத்தை குறைக்கும் விதமாக, "என்ன கதடா எழுதுறான் அவன்? கதைக்கு நடுவுல ஒரு பாட்டு இல்ல, ஃபைட்டு இல்ல" என்று ஆசீர்வாதம் தான் எழுதும் கதைகள் குறித்து கேட்ட ஒரு கேள்வியையும், அதை வைத்து அவரை தான் சீண்டியதையும் நினைத்து சிரிக்க ஆரம்பித்தார்.

அந்தச் சிரிப்பு "ஆசீர்வாதம் வெறும் ஒரு கோழை மட்டுமல்ல; உலகத்திலுள்ள எல்லாவிதமான கோழைத்தனங்களின் ஒட்டுமொத்த உருவகமாக இருக்கும் இரண்டு கால் மனிதன் அவர். யாருக்கு என்ன தீங்கு நடந்தாலும் அவர் பயப்படுவதுபோல, வருத்தப்படுவதுபோல

விதியை நினைத்து சலித்துக்கொள்வதுபோல நடிப்பாரேத் தவிர, உண்மையான எந்த அன்பும், உணர்வும் அவருக்குள் இருக்காது. உண்மையில் அப்படியொரு தீங்கு தன்னைச் சுற்றி இருப்பவர்களுக்கு சிறிதுகாலம் நடக்காமலிருந்தால் அதுகுறித்து அங்கலாய்த்துக் கொள்பவராகவும் அவர் இருந்தார். எந்தவொரு நொடியிலும் தானோ, தனது இத்தகைய சீழ் பிடித்த எண்ணங்களோ மாறவேண்டும் அல்லது மாற்றிக்கொள்ள வேண்டும் என்று அவர் ஒருபோதும் நினைத்ததும் கிடையாது; அதற்கான முயற்சியும் செய்தது இல்லை. மாறாக தனது இத்தகைய குணநலன்களை யாராவது அல்லது ஏதாவது ஒன்று மாற்றிவிடுமோ என்று பயப்படவும் செய்தார். ஒரு கனவு முடிந்து இன்னொரு கனவு தொடங்கும் இடைவெளியில் தூங்கி முடிப்பதுதான் வாழ்க்கை என்று அவர் அறிந்திருக்கவில்லை. தான் செய்த தவறிலிருந்து கற்றுக்கொண்டு மனம் திருந்தாத அல்லது திருந்த விருப்பமில்லாத ஆட்களில் அவரும் ஒருவர். இதோ இப்போது அவரைப்போலவே உள்ளவர்கள் அவரைக் குறித்து துப்பிக்கொண்டிருக்கிறார்கள்" என்ற முடிவுக்கு யூசுப்பை கொண்டுசென்று நிறுத்தியது.

இப்படி ஆசீர்வாதத்தைப் பற்றிக் கூடுதலாக யோசிக்க யோசிக்க அவரைப் பற்றி மட்டுமல்லாது வேறு சிலவற்றைப் பற்றியும் புதிய புதிய வரையறுப்புகளும், புரிதல்களும், குழப்பங்களும் யூசுப் மனதிற்குள்ளும் தோன்றி மறைந்து கொண்டிருந்தது:

"ஒரே விபத்தில் ஊனமாகிப்போய் வாழ்ந்து கொண்டிருக்கும் இருவர் நேரில் சந்திக்கும்போது அவர்களுக்குள் துக்கம் விசாரித்துக் கொள்வதில்லை இல்லையா? அதேபோலத்தான் பொறாமையும், வஞ்சகமும் நிரம்பிய நபர்கள் இவ்வாறான சூழலில் நேரில் சந்தித்துக்கொள்ளும்போது தங்களது அழுக்குக்களைக் குறித்து ஒருபோதும் கவலைப்பட்டுக் கொள்வதில்லை. நிறைந்து வழியும் தங்களது மன அழுக்கின் வேகத்தை காட்டிலும், விரைந்துஓடும் தங்களின் வார்த்தைகளுக்கு சொந்தக்காரர்களான இவர்கள் ஏதோ ஐ-இரண்டு ஆயிரத்துஆறு ஆண்டுகள் தாங்கள் வாழப்போவதாகவும், இதேபோன்ற ஒரு முடிவு தங்களுக்கு ஒருகாலமும் வராதென்றும் நினைத்துக்கொள்கிறார்கள். வன்மைமிக்க பற்களைக் கொண்ட நாகம்போன்ற இவர்களை குற்ற உணர்வானது ஒருபோதும் உண்ணுவதுமில்லை; இனி உண்ணப் போவதுமில்லை. கன்னங்களில் மதம் கொப்புளிக்கின்ற யானைகள்போல இங்கு நிற்கும் ஒவ்வொருவரின் கண்களிலும் இருபதுகுலப் பகைமை தெரிகிறது. காய்ந்து முற்றிய மரக்கிளைகள் காற்றில் கொஞ்சம் கொஞ்சமாக முறிவதுபோன்ற ஒரு சத்தம்தான்

மனிதர்களின் வாழ்வென்றும், அதில் தனதுச்சி எதுவென்றும், அதில் தன் இலையின் நீள அகலம் எதுவரையென்றும் தெரியாத தழல் வெம்கண் பொங்கும் பேய்களான இவர்களைப் போன்றவர்களை இவ்வுலகத்தை விட்டு ஒழிப்பதரிது. மட்டுமில்லாமல் உலகமே அழிந்தாலும் இவர்களுக்கு மட்டும் அழிவென்பதும் இல்லை. இறுதி ஊழிக்கு தயாரானதுபோல இருக்கும் ஒவ்வொருவரும், தன் எதிர் நிற்கும் தன் சொந்த நெஞ்சுக்கும்கூட அஞ்சி நடுங்கவில்லை. அவர்களிடமிருந்து வெளிவந்து விழுவதற்கு முன்பே வார்த்தைகள் ஒவ்வொன்றும் குருதி நிறைந்த வாள்களாக தன்னை உள்ளுக்குள் தயார்படுத்திக் கொண்டு வந்துதான் விழுந்தன. ஆனால் வித்தின்றி எதுதான் விளையும்?”

ஆசீர்வாதமும் லேசுப்பட்டவரல்ல, அவர் ஒருவரின் இறப்பிற்குச் சென்றால் இரண்டாவதுதான் அவரை கல்லறையில் புதைப்பார்கள்; முதலில் ஆசீர்வாதம்தான் தனது வார்தைகளின் மூலம் தனக்குள்ளே அவரைப் புதைப்பார் என்று யூசுப்பிற்கும் தெரியும். “கேடு சூழ்வாற்கு கேடு வேண்டும். உலகம் இப்படித்தான் ஒருவரை மாற்றி ஒருவரை உருவாக்கிக்கொள்ள அனுமதித்திருக்கிறது” என்று நினைத்தாலும் தனது அந்தச் சிந்தனையின்மீது சில குழப்பங்கள் மட்டும் அவருக்குள் இன்னும் தீர்ந்தபாடில்லை.

“நான்கைந்துபேர் கூடியிருக்கும்போது ஒருவன் பேசுவது யாரை நோக்கி இருக்குமென்றால் அதில் இல்லாத அல்லது அதில் யார் தன்னை கவனிக்கவில்லையோ அவரை நோக்கித்தான் இருக்கும். இப்போது இவர்கள் யாரை நோக்கிப் பேசிக்கொண்டிருக்கிறார்கள்? ஒருவேளை இவர்கள் அனைவரும் ஆசீர்வாதத்தை நோக்கித்தான் பேசுகிறார்களோ? இல்லை, இவர்கள் அனைவரும் தங்களை நோக்கித்தான் பேசிக்கொண்டிருக்கிறார்களா? அதுவும் இல்லையென்றால் இவர்கள் எங்கு சென்றாலும் இப்படித்தான் பேசுவார்களா? அல்லது இத்தனை வெறுப்பாளர்களையும், தீராத் சாபங்களையுமா ஆசீர்வாதம்பிள்ளை இதுநாள்வரை சம்பாதித்து வைத்திருந்தார்?”

இந்தக் கேள்விகளைத் தொடர்ந்து இறப்பு வீட்டில் தான் பார்த்த ஒட்டுமொத்த சம்பவங்களையும் யூசுப் கோர்த்துப் பார்க்கும்போது ஒரு முழு ரயிலும் மொத்தமாக தன்னைக் கடந்து வேகமாக போய் சேர்ந்ததுபோல அவருக்கு இருந்தது.

ஆசீர்வாதத்தின் பிறப்பு முதல் இறப்பு வரையிலான எல்லா நாட்களையும் அடியோடு மிதித்து கொன்றுதின்று அழித்துக்

கொண்டிருக்கும் அந்தச் சூழலில், இலையும் பழமும் பழுத்த மரங்களாக ஒருசிலரே இருந்தனர். வெயில் விரித்த சூரிய வாள்கள் நிறைந்த அந்த பெரும்பகல்பொழுதில் ஆசீர்வாதத்தின் இறப்பு எவரொருவருக்கும் பெரிய வருத்தத்தை ஏற்படுத்தவில்லையோ? என்று அவர் நினைத்த அந்த நேரத்தில்தான் ஒருவன் அழுதுகொண்டே ஓடிவந்தான்.

அதுவரைக் காணாத அல்லது யாரும் எதிர்பார்க்காத அப்படியொரு காட்சி அங்கு அரங்கேற, ஆருயிர் வருந்த அழுதபடி ஓடிவந்த அவனையும், அவன் பின்னால் அமைதியாக மெதுவாக அசைந்தபடி வந்த அந்த வக்கீலையும் பற்றி அங்கு நின்றிருந்த சிலருக்கு தெரிந்திருந்தாலும், அவர்களுக்கும் தெரியாத பல சங்கதிகள் யூசுப்புவிற்கு தெரியும். அதனால் 'இனிமேலும் இங்கு தாக்குப் பிடிப்பது நல்லதல்ல' என்றவொரு முடிவுக்கு வந்த யூசுப், 'தனது இறப்பு சடங்குகள் எவ்வாறு நடக்கும்' என்று நினைத்தபடி ஆசீர்வாதம்பிள்ளை வீட்டு எல்கையைவிட்டு அவர் வெளியேறினார்.

அப்போது நேரம் உச்சிவேளையை கடந்து நகர்ந்து கொண்டிருந்தது.

11

கர்த்தர் உன்னையும், உனக்காக நீ ஏற்படுத்திக்கொண்ட ராஜாவையும், நீயும் உன் பிதாக்களும் அறியாத ஜாதிகளிடதுக்குப் போகப்பண்ணுவார்; அங்கே நீ மரமும் கல்லுமான அந்நிய தேவர்களைச் சேவிப்பாய். கர்த்தர் உன்னைக் கொண்டுபோய் விடும் எல்லா ஜனங்களுக்குள்ளும் பிரமிப்பும் பரியாசச் சொல்லுமாவாய்.

-உபாகமம் 28: 36 37

வணிகநாதன்...

பெஞ்சமின் ஆசீர்வாதம்பிள்ளையின் நிழல் பரப்பும் தோழன்.

'லவ்'வுன்னு ஒரு வார்த்தை அதிகமா புழக்கத்துக்கு வராத காலத்துலேயே ஒவ்வொரு பொம்பளைக பின்னாடியேவும் அலைஞ்ச பயதான் இவனுக்க அண்ணன். அது மட்டுமா? ஊர் தேவுடியாளுகட்ட காசு வாங்கிட்டு அவளுகளுக்கு பூரா சாராயம் வாங்கிக்கொடுக்குற வேலையும் அவன்தான் பாப்பான். பின்ன அங்கப்போறவன் சும்மா ஊறுகாவ மட்டுமா நக்கிட்டு வருவான்? அதான் இல்லாத நோயெல்லாம் வந்து, அப்புறம் எங்கேயோ ஓடிப்போயி சாமானம் சுருங்கிச் செத்துப்போனான். அவனோட தம்பிதான் இவன். அண்ணன்காரன் விட்டுட்டுப்போனவளக் கட்டிகிட்டு, அண்ணனுக்கு பொறந்தப் பிள்ளைய மட்டுமே வளத்துகிட்டு வேற கல்யாணமே பண்ணாம இருந்துட்டான். செக்கடிதான் ஊரு. அப்ப இவன் பெரிய பணக்காரம்லாம் கெடையாது. பூட்டாத பேன்ட் பாக்கெட் ஜிப்பக்கூட ஜட்ஜ் முன்னாடி நின்னு தைரியமா இழுத்து பூட்டக்கூடிய அதோ போறாரே அந்த வக்கீல்ட்டதான் குமாஸ்தாவா இருக்கான். சொத்துக்காக பொண்டாட்டி செத்தப்புறம் சொந்த மாமியாரையே

போட்டுத் தள்ளுன அவருதான் அவனுக்கு எல்லாமே. வாழ்க்கைய எப்படி வேணும்னாலும் வாழ அவரு அவனுக்கு முழு சுதந்திரம் கொடுத்திருந்தாரு. ஆனா அத அவன் யூஸ் பண்ணவும் இல்ல; மிஸ் யூஸ் பண்ணவும் இல்ல. கைல கொஞ்சம் கணிசம் சேர ஆரம்பிச்சது அதுக்கப்புறம்தான். பணத்த கொஞ்சம் கொஞ்சமா சேத்து வைக்க ஆரம்பிச்சான். அதுவே ஒரு காலத்துல அவனுக்கு வெறி ஆயிருச்சு. நிறைய பிரச்சனையும் வந்துச்சு. எல்லாத்தையும் அவன் வக்கீலே பாத்துக்கிட்டாரு. எல்லோரையும்போல, தான் ஆரோக்கியமாவே இருக்குறதாவே நெனச்சு வாழ்ந்துட்டு இருந்ததுல அந்த வக்கீலும் ஒரு ஆளு. ஒரு டைம்ல அதுவே அவருக்கு சிக்கலாகி உடனே உடம்பக் குறைக்கணும்னு டாக்டர் எல்லாம் சொல்லிட்டாங்க. சாராயத்துல வைரத்தப் போட்டு ஊற வச்சு நாப்பது நாளு குடிச்சா உடம்பு சல்லிசா குறைஞ்சிரும்னு யாரோ சொல்லக் கேட்டு குடிச்ச அவருக்கு, அந்த நாப்பது நாள்ல ஒண்ணுமே நடக்கல. ஆனா எம்பது நாள்ல ஆளு துரும்பா எளச்சிட்டாரு. ஊருக்குள்ள இப்படித்தான் இவன் பேமஸானான். ஆனா அவன் எதையுமே பெருசாக் கண்டுக்கல, அந்த வக்கீல் தன்னோட சொத்துல கொஞ்சத்த அவன் பேர்ல எழுதி வச்சும்கூட. இதுக்கிடைல அவன் கட்டுனவளும் செத்துப் போய்ட்டா. அண்ணன் பிள்ளைய தன் பிள்ள மாதிரி வளத்த அவன் அதுக்கு ஜோரா ஒரு கல்யாணமும் செஞ்சு, இருக்குற சொத்தையும் அது பேருல எழுதி வச்சுட்டான். கொஞ்ச நாள் அந்த வீட்ல தனிமைல இருந்தவனுக்கு மனசுல என்ன ஓடுச்சோ, என்னவோ ஒண்ணுமே வேணாம்னு இருந்த வீட்டையும் வித்துட்டு ஏற்கனவே தனியா இருந்த இந்த வக்கீலு கூடவே வந்து தங்கிட்டான். இப்படி அவன் இந்தளவு பெரியாளா ஆக காரணம் வேறு யாரும் இல்ல, நம்ம ஆசீர்வாதம்தான். அவன் வித்த வீட்டை அவனுக்கு வாங்கிக்கொடுத்தவரே அவருதான். கோர்ட்ல வேலைப்பாத்துட்டு இருக்கும்போது இவரு பின்னாடியேதான் சுத்திகிட்டு இருப்பான். எடம் விக்குற புரோக்கர் வேலையையும், அவரு தர வெளி வேலை எல்லாத்தையும் இவன்தான் பாத்துட்டு இருந்தான். அந்த வேலையும் போனப்புறம், அவருதான் அவனோட எதிர்காலத்த நெனச்சு இந்த வக்கீல்ட்ட குமாஸ்தாவா சேத்து விட்டாரு. அதான் நம்ம ஆசீர்வாதம்மேல இவனுக்கு இவ்வளவு பாசம்."

இப்படி ஆருயிர் வருந்த அழுதபடி ஓடிவந்த அவனைப் பார்த்த தாணுமாலையன் கோவில் ட்ரஸ்டிலிருந்தும், லயன்ஸ் மற்றும் ரோட்டரி சங்கத்திலிருந்தும் 'துட்டி' வீட்டிற்கு வந்திருந்த

மெம்பர்கள் ஒருவருக்கொருவர் தங்களுக்குள் பரிமாறிக்கொண்ட சங்கதிகள்தான் இது.

'தான் பிற்காலத்தில் வக்கீலாகப் போகிறோம்' என்று முன்பே ஆசீர்வாதம்பிள்ளைக்கு தெரிந்திருந்ததா?

'ஒருவேளை அப்படி தான் ஆகிவிட்டால் எந்தெந்த சங்கங்களில், ட்ரஸ்ட்டுகளில், அமைப்புகளில் சேர்ந்தால் தன்னைத்தேடி வழக்குகள் பல வரும்' என்பது சம்மந்தமாக அவரது ஆழ்மனதில் முன்பே ஏதாவது கணக்கு வழக்குகள் தோன்றியிருந்ததா?

இப்படியெல்லாம் கேள்விகள் எழுப்பினால் அதற்கு தெளிவான பதில் கிடைப்பது சிரமம்தான். ஆனால் தனக்குத் தேவையான சிறியவை முதல் பெரியவை வரையிலான காரியங்களுக்கு 'யார் யாருடனெல்லாம் எப்படி எப்படியெல்லாம் பழக்கங்கள் ஏற்படுத்திக்கொண்டால் அதன்மூலம் எதை எதையெல்லாம் சாதிக்கலாம்? என்பது சம்மந்தமான தந்திரம் அவருக்கு இருந்ததா?' என்று ஒரு கேள்வி எழுப்பினால் அதற்கு உறுதியானதொரு பதிலை சொல்லிவிட முடியும். இல்லாவிட்டால் வணிகநாதன் போன்ற ஒருவனை ஏன் அவர் உடன் வைத்திருக்க வேண்டும்?

தனது பிற்கால வாழ்வில் தன்னைத்தவிர இன்னொரு மனிதனுக்கு அவர் குறைந்தபட்சம் நேர்மையாக இருந்தார் என்றால் அது வணிகநாதனிடம் மட்டும்தான். அவன் மட்டும் என்ன? அவர் கொடுத்ததற்கு பலமடங்காக தன் நேர்மையை அவருக்குத் திருப்பிக்கொடுத்தான்.

அப்படிப்பட்ட வணிகநாதன் தன் இளமைக் காலத்தில், அதாவது தனது அண்ணன் அவனது மனைவியை விட்டுவிட்டு போவதற்கு முன்பு ஆசீர்வாதம்பிள்ளையை சந்தித்தப்போது, பீடியும் திருநீறும் கலந்த ஒருவித ஆன்மிகபோதை மணம் எப்போதும் அவனிடம் வீசிக்கொண்டேயிருக்கும். அந்தளவு கடவுள் பக்தியுடனும், பீடிப் புகையுடனும் இருப்பான். திரேசம்மாளுக்கு வாக்கப்பட்டப்பின், எல்லா விஷயங்களையும்போல மதம் சம்மந்தப்பட்ட காரியங்களிலும் 'அவளைவிட தான் ஆச்சாரமானவன்' என்று காட்டிக்கொள்ளும் முனைப்பிலும், அதற்காக பைபிளையும், சபையையும், அதை நடத்தும் வெள்ளை அங்கிகளையும் எப்போதும் தனக்கு அருகாமையிலேயே அல்லது அவற்றுக்கு அருகாமையில் தன்னை வைத்திருந்த ஆசீர்வாதம்பிள்ளை, அடிப்படையில் இன்னொரு மதத்துக்காரனான அவனிடம் பற்றுக்கொள்ள காரணங்கள் இல்லாமலில்லை.

கோர்ட் வளாகம், தாலுகா ஆஃபீஸ், கருவூலம், ஆட்சியர் அலுவலகம், பொதுப்பணித்துறை என்று நகரெங்கும் வேர்விட்டு கிளை விரித்திருக்கும் அரசாங்கத்தின் ஒவ்வொரு கட்டிடங்களுக்குள்ளும் இருக்கும் ஒவ்வொரு அலுவலர்களையும், அதிகாரிகளையும் முடிந்தவரை சந்தித்து அவர்களை தங்கள் கைவசமுள்ள எந்த ஒரு மூலையிலாவது ஒரு சென்ட் நிலத்தை வாங்க ஆசையைத் தூண்டுவதுதான் அவன் ஏஜென்டாக இருந்த 'நிலம் நமக்கு வளம்' ரியல் எஸ்டேட் உரிமையாளர் அவனுக்கு இட்டிருந்த பணி.

நகரில் எங்கெங்கு எந்தெந்த இடம் வில்லங்கத்தில் உள்ளது? குறைந்த விலையில் கிடைக்கும் இடங்கள் எங்கிருக்கிறது? யாரிடமிருக்கிறது? இன்னும் இரண்டு வருட காலத்தில் எந்த இடம் அதிக விலைக்கு போகும்? சர்வேதேசம் முதல் சுதேசி நிறுவனங்கள் வரை புதிதாக எவையெவை எங்கெங்கு நகைக்கடைகள், ஜவுளிக்கடைகள், ஹோட்டல்கள், மால்கள், செருப்புக்கடைகள் முதல் பெட்டிக்கடைகள் வரை திறக்கப்போகிறது? ஒருவழிச் சாலை முதல் ஒன்பது வழிச்சாலை வரை எந்தெந்த திசையிலிருந்து எந்தெந்த திசை வரை எதிரெதிராக பயணிக்கப் போகிறது? அப்படிப் போடப்படும் சாலைகளினால் யார் யார் நிலங்கள் அரசாங்க ஆக்கிரமிப்புக்குள் போகப்போகிறது? அச்சாலைகளினால் விலை அதிகரிக்கப்போகும் நிலங்கள் எங்கெங்கு இருக்கிறது?

இதுபோன்ற தகவல்களை மட்டுமல்ல, இதுதான் பெரும்பாலானோர் சொல்லி விடுவார்கள் இல்லையா? கூடுதலாக இவற்றின் மூலமாக மட்டுமே ஒருவரை கவர்ந்துவிட முடியாதுதானே? அப்படி வாடிக்கையாளர்களை கவர்ந்திழுப்பதற்காக வணிகநாதன் கடைபிடித்த கதைகள்தான் ஒரு கட்டத்தில் ஆசீர்வாதம்பிள்ளையையும் அவன் பக்கமாக சாயவைத்தது.

நகரின் முக்கியமான இடங்களின் பண்டையகால வரலாறு எப்போதும் அவன் நுனிநாக்கிலேயே இருக்கும். அது எந்த மன்னருக்குச் சொந்தமாக இருந்தது? அதை அவர் தானத்துக்கோ, தாசிக்கோ, பரிகாரத்துக்கோ, படை வீரர்களுக்கோ, கோவிலுக்கோ, கோவில் பூசாரிக்கோ என யாருக்கு எப்போது கொடுத்தார்? எப்படிக் கொடுத்தார்? அதில் அரசியின் பங்கு என்ன? அப்படிக் கொடுக்கும்போது அந்தச் சொத்து எப்படி இருந்தது? இப்போது எப்படி இருக்கிறது? அதை முதன்முதலாக பெற்றவர்களின் வாரிசுகள் இன்று எப்படி இருக்கிறார்கள்? வெளிநாட்டில் இருக்கிறார்களா? இல்லை வெறும் கையோடு இருக்கிறார்களா? என்று அவன் சொல்லும் கதைகள் இத்தனை வருடங்கள்

அந்தெந்த நிலங்கள் கடந்து வந்த மாற்றத்தை கேட்பவர்களின் கண்முன் கொண்டுவந்து, அவர்களை ஒரு நிமிடம் பிரமிக்க வைத்துவிடும்.

இதுவே வரலாற்றில் விருப்பமில்லாதவர்களுக்கு, கோடிகளில் புரளும்போது சினிமா நடிகர் நடிகைகள் வாங்கிய இடங்கள் எது? அவர்கள் தொழில் இழந்த காலங்களில் விற்ற இடங்கள் எவை? அது எப்படி வாங்கப்பட்டது? விற்கப்பட்டது? அதன் அந்தரங்க தகவல்கள் என்ன? அவர்கள் யாரை ஏமாற்றினார்கள்? அவர்களை யார் ஏமாற்றினார்கள்? அதில் பங்குபெற்ற அரசியல்வாதிகள் யார்? பின்னால் நின்று இயக்கிய தொழிலதிபர்கள் யார்? என்பதுபோன்ற கிளர்ச்சியூட்டும் தகவல்களையும் கைவசம் வைத்திருப்பான்.

இவைகளோடு சேர்த்து தான் விற்கப்போகும் இடத்தின் அருமைப் பெருமைகளை, மற்றவர்களைவிட எவ்வளவு குறைவாக அந்த இடத்தை அவருக்கு விற்கப் போகிறேன் என்ற லாபக் கணக்குகளை, அதுவும் அப்படி அந்த இடத்தை அவர் வாங்குவது என்பது மிகப்பெரிய வரலாற்றின் தொடர்ச்சியாக நிகழப்போகும் ஒரு அற்புதம் என்றும் சேர்த்துச் சொன்னால், ஒரு நிரந்தரமான மாதச் சம்பளக்காரனுக்கு, நேர்த்தியானதொரு கையூட்டுக்காரனுக்கு, மன்னர்கள்போலவும், நடிகர்கள்போலவும், பிரிட்டிஷ்காலத்து வைஸ்ராய்கள்போலவும் தங்களைத் தாங்களே பாவனை செய்துகொண்டு ஆள் பார்த்து உத்தரவுகளை அள்ளி வீசும், வீசாத அதிகாரப் பெருமக்களுக்கு மயிர்க் கூச்செரியாதா என்ன?

இதில் ஆசீர்வாதம்பிள்ளையைக் கவர்ந்தது மேற்குறிப்பிட்ட சிலிர்க்க வைக்கும் கதைகளைச் சொல்லும் அவனது திறமைகள் மட்டுமல்ல; ‘எவ்வளவு பெரியப் பணக்காரனாக இருந்தாலும் அவனுக்கும் கஷ்டங்கள் இருக்கும்’ என்று அப்பாவித்தனமாக நம்பக்கூடிய, தன்னை ஏமாற்றுபவர்களையும் சந்தேகிக்க மனமில்லாமல் சிரித்த முகத்துடன் அதை தாங்கிக்கொள்ளும் பக்குவமும் கொண்ட அவனுடைய அந்த குறிப்பிடத்தக்க இயல்புதான்.

பார்ப்பதற்கு தண்ணீர் கலக்காத விஸ்கியின் நிறத்திலும், அவன் சொல்லும் கதைகளைப்போலவே நீண்ட நெடுங்காலமாக பூமியில் வாழ்ந்து வரும் பழங்கால மனிதனைப் போலவும், செங்குத்தாக இல்லாமல் அளவான இறக்கத்துடன், ஏறியிறங்க அதிக மகிழ்ச்சியளிக்கும் ஒரு பள்ளமான பைபாஸ் ரோடுபோல காணப்பட்ட முதுகுடனும், அதற்கு நேர்மாறாக நீண்டநாள்

பயன்படுத்தப்பட்ட அம்மிக்கல்போன்ற இரண்டு இஞ்ச் இறக்க ஏற்றத்துடன் உள்ளொடுங்கிப்போன வயிற்றுடனும் அலைந்துக்கொண்டிருந்த அவனை கொஞ்சமாக நேர் நிறுத்தி வைத்ததும்கூட ஆசீர்வாதம்பிள்ளைதான்.

முன்பே சொன்னதுபோல, பார்க்கும் அரசாங்க உத்தியோகமும், மாதம் வாங்கும் சொற்ப சம்பளமும் திரேசம்மாளுக்கு கூறுகெட்டத்தனமாகவும், கைசோலி பிழைப்பாகவும், அவளது தூரத்து தங்கை ஒருத்தியின் கணவரோடு ஒப்பிட்டு பார்க்கும் இளக்கார நடவடிக்கையாகவும் இருந்த காலத்தில்தான் வணிகநாதன் அவருக்கு அறிமுகமானான். அவளைத் தன்னைப்பொறுத்து மனதிறங்க வைக்க கிடைத்த ஒரு வாய்ப்பாக அவனைப் பார்த்த மாத்திரத்திலேயே அவர் கண்டுக்கொண்டார். அவன் வழியாக சில இடங்களை, வீடுகளை வாங்கிப்போட்டு, அதை சிறிது காலம் கழித்து விற்று அதன் மூலம் மனைவியின் அக்குறுமத்தை குறைக்க நினைத்தவர், அவன் எண்ணங்கள், நடவடிக்கைகள், தீங்கு விளைவிக்கக் கூடியதா? இல்லை தீங்கில்லாத ஒன்றா? என்பதை முழுவதுமாக கண்காணிக்க சிறிது காலம் அவனுடன் ஒன்றாக நடந்தார்.

முதற்கட்டமாக பெரும் இடைவெளியுடன், ஆனால் பார்ப்பவர்களின் கண்களுக்கு ஒட்டிக்கிடப்பதுபோல தோற்றமளித்த அவனது வயிற்றையும், கோணலான முதுகையும் கொஞ்சம் கொஞ்சமாக லப்பமிடும் முயற்சியாக தினமும் மதியம் பொன்னி அரிசியையும், சூடான மிளகு ரசத்தையும், முட்டை வருவலையும், மீன் பொரிப்பையும் அது அனைத்தும் ஒன்றாகச் சேரும்போது உள்ளுக்குள் ஏற்படும் ருசியின் அதிசயத்தையும் தான் அக்கவுண்ட் வைத்திருக்கும் ராஜம் மெஸ்ஸில் அவர்தான் அவனுக்கு அறிமுகப்படுத்தினார்.

அவரும் அப்படி சாப்பிட்டுவந்து தனது மேஜையில் அமர்ந்து தலைக்குமேல் சுற்றும் மின்விசிறி போதாதென்று, கடையிலிருந்து வாங்கி வைத்திருக்கும் கைவிசிறி ஒன்றை எடுத்து வேர்வை படரும் தனது முகத்திற்க்கெதிராக விசுறும்போது, அவன் மூலம் சம்பாதிக்கப்போகும் பணத்தையும், அதை எடுத்துக்கொண்டுப்போய் திரேசம்மாள் முகத்தில் இதேபோல விசிறியடிக்க வேண்டும் என்று அந்த ஆறுமாதக் காலத்தில் அவர் சூளுரைக்காத நாள் கிடையாது.

அந்த சமயத்தில்தான் வித்தியாசமான ஒரு நோய்கண்டு, அதை எவருக்கும் வெளிப்படுத்தாமல், யாருக்கும் சொல்லிக்கொள்ளாமல்

அவனது அண்ணன் ஓடினான்; அவன் மனைவியும், பிள்ளைகளும் என்ன செய்வதென்று தெரியாமல் அவன்முன் நின்றனர்; அவனும் அவர்களுடன் அந்த வீட்டில் தங்க ஆரம்பித்தான்.

அவனது அந்த இயல்பைக்கண்டு அவர் ஆச்சரியப்பட்டுத்தான் போனார். தான் வாழ முடியாத ஒரு வாழ்வை, அதேநேரம் தான் வாழ்ந்து கொண்டிருக்கும் ஒரு வாழ்விற்கு முற்றிலும் மாறான வேறொன்றை அநாயசமாக அவன் செய்துகாட்டியது அவருக்கு தன்னைவிட அதிக நம்பிக்கையை அவன்மேல் வைக்கக் காரணமானது.

அரசாங்க வேலைப் பார்த்ததால் அவர் பெயரில் வாங்க முடியாத சொத்துக்கள், வணிகநாதன் பெயரில் பதிவாக ஆரம்பித்தது இதன் பின்னர்தான். சார் பதிவாளர் அலுவலகத்திலிருக்கும் அவரது நண்பர்களால் அதில் எந்தவொரு சிக்கலும் வராமல் பார்த்துக்கொள்ளப்பட்டது. பின்னர் வாங்கும் சொத்துக்கள் குறிப்பிட்ட கால இடைவெளிக்குள் அதிக விலைக்கு விற்கவும்பட்டது. நிலத்திற்கும், தங்கத்திற்கும் விலையானது கொடிகட்டி ஆகாயத்தில் பறக்க ஆரம்பித்த நாட்கள் அதுவென்பதால் ஆசீர்வாதம்பிள்ளைக்கு அவர் கண்ட கனவில் எந்தவொரு குறையும் ஏற்படவில்லை. எந்தவொரு தடங்களும் ஏற்படாமல், கண்ணை சிமிட்டக்கூட நேரமில்லாமல் ஏழெட்டு வருடங்கள் விழித்துக்கொண்டே இருவரும் கண்ட அந்தக் கனவு வேறு இருவரால் அதன் எட்டாம் வருடத்தில் ஒரு முடிவுக்கு வந்தது.

ஆசீர்வாதம்பிள்ளையை பொறுத்த வரையில் நல்லதோ, கெட்டதோ அவருக்கு பணம் குவிப்பதில் எப்போதுமே பெரிதாக ஈடுபாடு இருந்தது கிடையாது. ஆனால் மனிதன் ஒருவன் பணமற்று போவதுதான் அவனது பிரதான வீழ்ச்சி என்று நம்பிக்கொண்டிருக்கும் சமூகத்தில், அதுமட்டும்தான் அந்தஸ்தை கொண்டு வரும் என்று அவரும் நம்பினார்.

அப்படி நம்பியவர், அந்த வருடங்களில் சிறுகச்சிறுகக் குவித்தப் பணத்தைக் கொண்டுபோய் திரேசம்மாளிடம் பெருமையாகக் கொடுத்தபோது, அதையும் தனது எடுத்துக்கோர்த்து எள்ளி நகையாடும் “வளமையான வாய்ப் பாட்டு” மூலம் வெறுத்தொதுக்கியபோதுதான், அவள் எப்போதுமே தனக்குத்தானே பல பொய்யான, போலியான, பகட்டான கவலைகளைத்தான், கற்பனைகளைத்தான், கவசங்களைத்தான்

சலிக்காமல் உருவாக்கிக்கொண்டிருக்கிறாள் என்றும், எனவே அவளைவிட வலிமைமிக்க, எதையும் வெளிக்காட்டிக்கொள்ளாத ஒரு கவசத்தை உருவாக்கிக்கொண்டு அதை தேர்ந்த ஒரு வீரனாக, அவளைவிட புத்திசாலியான ஒருவனாக பயன்படுத்தி அவளை மிஞ்சும் மாற்றுவழிகளில் தன்னை நிறுவிக்கொள்ளவேண்டும் என்றும் முதன்முதலாக அவருக்குத் தோன்றியது. அதன்பிறகுதான் நம் கண்முன் கிடத்தப்பட்டிற்கும் ஆசீர்வாதம்பிள்ளையின் குணாதிசயங்கள் ஏறக்குறைய தனது இயல்பான வடிவத்தை நோக்கி நகரவும் ஆரம்பித்தது.

அவனுக்கு நடந்ததோ வேறு. இதோ ஆசீர்வாதம்பிள்ளையின் பிணத்தினருகில் தரைவிரிப்பு இல்லாமலேயே தொழுவதுபோல முட்டியிட்டு அமர்ந்து, குனிந்து, சுற்றியிருக்கும் எவரையும் பற்றிக் கவலைப்படாமல் ஆசீர்வாதம்பிள்ளையை வணங்கிக்கொண்டிருக்கும் அவனது குணாதிசயங்களும்கூட தனது மொத்த வடிவத்தையும், எங்கே தன்னைவிட தாண்டிச் சென்றுவிடுவானோ என்ற பயத்திலிருந்த முதலாளி அப்படியே அவனைக் கைவிட்ட அதே எட்டாவது வருடத்தில் இருந்துதான் உருவாக ஆரம்பித்தது.

அப்படியொரு சூழல் ஆசீர்வாதம்பிள்ளைக்கு புதிது கிடையாது. ஆனால் எல்லா நெருக்கடிகளும் இன்னும் சில வருடங்களில் தீர்ந்துவிடும் என்ற நம்பிக்கையிலிருந்த அவனுக்கு, எல்லா நெருக்கடிகளும் ஒரே நேரத்தில் உருவாகுவதுபோல ஒரு சூழ்நிலை ஏற்பட்டபோது, அந்தத் தொழிலைத்தவிர வேறொன்றும் தெரியாத அவனால் அதைச் சாமாளிக்க முடியவில்லை.

அந்த நேரத்தில்தான் திரேசம்மாள் உதாசினப்படுத்திய தனது பணத்தைக்கொண்டு அவன் வாடகைக்கு இருந்த வீட்டை விலைக்கு வாங்கி அவனிடமே கொடுத்தார். மீதிப் பணத்தையும் கொடுத்து புதிதாக ஒரு ரியல் எஸ்டேட் நிறுவனத்தை தொடங்க அவர் சொன்னபோது ஏனோ அதை மறுத்து விட்டான். பின்னால் அவர் விசாரித்துத் தெரிந்துக்கொண்டதில், "அவருக்கு பிரயோசனப்படாத அந்தத் தொழிலை செய்ய தனக்கு விருப்பமில்லை" என்று அவன் சொன்ன வார்த்தைகள் அவன்மீது அவருக்குள் அதுவரை இல்லாத விசேஷமான ஒரு பற்றையும் உருவாக்கியது.

ஆனால் அதற்கு முன்பாகவே, இதோ தனக்கு முன்பாகவே இறந்துவிடுவார் என்று ஆசீர்வாதத்தினால் இருநூறு சதவீதம் நம்பப்பட்ட, அவர் இறப்புக்கு தான் போவதாகவும்,

அவருடைய கேஸ் கட்டுகள் அனைத்தும் தன் அலுவலகம் தேடி வருவதாகவும் அவரால் கற்பனை செய்யப்பட்ட, அந்த கற்பனையான நம்பிக்கையானது பொய்யாகி அவருக்கு முன்பே தான் இறந்துவிட்ட தகவல் தெரியாமல் கிடக்கும் ஆசீர்வாத்தைத் தேடி, நன்கு துடைத்த ஒரு வெற்றிலையை மீண்டும் மீண்டும் துடைத்தபடி, கை கால் இல்லாதவன், அழுதுகொண்டே வருபவன், கணவனை இழந்தவர்கள் என்று யாராவது எதிரே வருகிறார்களா? என்று செத்தவீட்டிலும் கூர்மையாகப் பார்த்துக்கொண்டு, தனது கட்சிக்காரன் ஒருவன் இப்படிப்பட்ட துர்சகுனத்திற்கு எதிரேப் போனதால்தான் அவனது எதிரிகளால் அவன் வெட்டிக்கொல்லப்பட்டான் என்ற குருட்டு நம்பிக்கையைத் தூக்கிச் சுமந்துகொண்டு, மெலிந்தாலும்கூட குண்டாக இருந்த தனது பழைய உடலை மறக்காததைப்போல ஆடியசைந்து மெதுமெதுவாக காரிலிருந்து இறங்கி நடந்தபடி, தான் இறந்தபிறகு தனது உடல் தனது நான்கு பெண் மக்களாலேயே சுடுகாட்டிற்கு சுமந்து செல்லப்பட வேண்டும், அப்போது பூவிற்கு பதிலாக நாணயங்களைச் சாலையெங்கும் வீசிச் செல்லவேண்டும் என்றவொரு உயிலை எழுதி வைத்துள்ள, சொத்துக்காக மனைவி இறந்தபின்பு சொந்த மாமியாரையே போட்டுத் தள்ளிய மருமகன் என்றவொரு வதந்திக்கு சொந்தக்காரரான வக்கீல் அகிலாண்டேஸ்வரி மைந்தனிடம் குமாஸ்தாவாக வணிகநாதனை அவனது எதிர்கால நலனின் பொருட்டு சேர்த்து விட்டார்.

அப்படி அவர் சேர்த்து விடும்போது அகிலாண்டேஸ்வரி மைந்தன் தன்னுடைய கறைபடிந்த அத்தனை வேலைகளையும் விட்டுவிட்டு வழக்கறிஞர் தொழிலில் மட்டுமே முழுவதுமாக கவனம் செலுத்தத் தொடங்கியிருந்தார். அந்த நம்பிக்கையில்தான் அவரும் அவனை அவரிடம் அனுப்பினார்.

சேர்ந்த புதிதில் நீதிமன்ற வேலையைத் தவிர்த்து மற்ற எல்லா வேலைகளையும் செய்யச்சொன்னதில் வருத்தமிருந்தாலும், வழக்கம்போல அதையும் அவன் வெளிக்காட்டிக் கொள்ளவில்லை. பின்னர் அவனது கடவுள் பக்தியை அறிந்து கொண்ட அவர் செவ்வாய், வெள்ளி, பிரதோஷம், சங்கடகர சதூர்த்தி போன்ற விஷேச நாட்களில் அவர் பொறுப்பிலிருக்கும் எல்லா கோவில்களுக்கும் பூஜைக்கு தேவையான எல்லா பொருட்களையும் வாங்கி கொடுக்க இவனை ஏற்பாடு செய்தார். ஆளுயர அறுகம்புல் மாலை, அங்கவஸ்திரம், வேட்டி, மல்லிகை பந்து, திருநீரு பொடி, சந்தனப்பொடி என எல்லாம் வாங்கிக் கொடுப்பதும், பதிலுக்கு அங்கு கொடுக்கப்படும் லட்டு, வெண்பொங்கல், மோதகம்,

சுண்டல், பானகம், கொழுக்கட்டை போன்றவற்றை அவருக்கு வாங்கி வருவதும்தான் அவன் வேலை. பிடித்த வேலையென்பதால் அவனும் சலிக்காமல் செய்தான்.

பின்னாட்களில் ஆசீர்வாதம்பிள்ளை சட்டம் படித்து முடித்தவுடன் சர்ச் மட்டுமல்லாமல், அகிலாண்டேஸ்வரி மைந்தனைப் பின்பற்றி அவரைப்போலவே பல்வேறு கோவில் காரியங்களில் நன்கொடை கொடுத்து நல்ல பெயரும், வழக்குகளும் வாங்க முயற்சித்த சம்பவங்கள் இன்னும் கூடுதலாக நடக்க ஆரம்பித்தது வணிகநாதன் அங்கு சென்ற பிறகுதான்; அதுவும் அவன் ஆலோசனையின் பெயரில்தான்.

அதன்பிறகு நடந்தெல்லாம் யூசுப்பால் எழுதபட்ட கதை. அகிலாண்டேஸ்வரி மைந்தனின் சொந்தக் அதை. அதை அடுத்த அத்தியாயத்தில் பார்த்துக் கொள்ளலாம்; பார்த்தாகவும் வேண்டும்.

காரணம், தனக்கிருந்த உயர்மட்ட பழக்கங்களினால் மைந்தனின் கதை என்னவென்று யூசுப்புவிற்கு தெரியும். பத்தாயிரம் பரிசுத்தொகைக்கு நீதிமன்ற பணியாளர்கள் யூனியன் நடத்திய சிறுகதைப் போட்டிக்கு அவரைப்பற்றி பலருக்குத் தெரியாத சங்கதிகளை தெரிந்து வைத்திருந்த யூசுப், அந்தப் போட்டிக்கு எழுதிய 'போத்திராஜா', 'அரும்பழி செய்ஞர்' என்ற இரண்டு கதைகளில் இரண்டாவது கதை அவரை வைத்து எழுதியதுதான். 'இனிமேலும் இங்கு தாக்குப் பிடிக்க முடியாது' என்ற முடிவுக்கு வந்து யூசுப் இறந்த வீட்டிலிருந்து வெளியே சென்றதற்கு காரணமும் இதுதான்.

அந்த விபரங்கள் தெரியாமலேயே அவரைவிடச் சிறப்பாக கதை எழுத வேண்டும் என்ற முடிவில், யூசுப் எழுதிய கதைகளை யூனியன் ஆட்களுக்கு வணிகநாதன் மூலமாக கள்ளத்தனமாக பணம் கொடுத்து நகல் எடுத்தார். அப்படி நகல் எடுத்தப்பின் ஒருநாள் படிக்கும்போதுதான் அது மைந்தனைப் பற்றிய கதை என்று தெரிய வந்தது. உடனே மைந்தனுக்கு தகவல் சென்றது; யூசுப் மிரட்டவும் பட்டார். ஆனாலும் அவர் அந்தக் கதையை போட்டியிலிருந்து பின்வலிக்கவில்லை. வெளியே தெரிந்தால் தனக்குத்தான் சிக்கல் என்பதால் மைந்தனும் அந்தப் பிரச்சனையை அத்துடன் விட்டுவிட்டார். அவர் நினைத்ததுபோலவே எவராலும் அது அவருடைய வாழ்க்கைதான் என்று அடையாளம் காணப்படவில்லை. ஆனாலும் யூசுப்பை எப்படியாவது பழி

வாங்க வேண்டும் என்ற வெறி வயதான காலத்திலும் இன்னும் மைந்தனை விட்டுப் போகாமல்தான் இருக்கிறது.

இப்போது இந்த இடத்தில் யூசுப் தனக்கு முன்பாகச் செல்வதைப் பார்த்த அவருக்குள் அந்தக் கதையின் பழைய நினைவுகளானது முன்தோன்றினாலும், அதை வெளிக்காட்டக்கூடிய இடம் அதுவல்ல என்பதால் அவரும்கூட அமைதியாக அவருக்கு வழிவிட்டார். அப்படி ஒருவருக்கொருவர் எதிரெதிராக சென்ற சமயத்தில்தான், 'லவ்'வுன்னு ஒரு வார்த்தை அதிகமா புழக்கத்துக்கு வராத காலத்துலேயே ஒவ்வொரு பொம்பளைக பின்னாடியேவும் அலைஞ்ச பயதான் இவனுக்க அண்ணன். அது மட்டுமா? ஊர் தேவுடியாளுகட்ட காசு வாங்கிட்டு..." என்ற கதையை அவர்கள் ஆரம்பித்திருந்தார்கள்.

அப்படி மெல்ல மெல்ல வளர்ந்த அந்தப் பேச்சானது, மைந்தனும், நாதனும் ஆசீர்வாதம்பிள்ளையை பார்த்துவிட்டு கருணையும், கிருபையும் கண் வழி பிதுங்க வெளியே வரும்போது, அது அதன் பரிணாம வளர்ச்சியை இவ்வாறு அடைந்திருந்தது:

"சாராயத்தல வைரத்தப்போட்டு ஊற வச்சு ஒல்லி ஆவச் சொன்ன இவன் ரகசியத்தைக் கேட்டுத்தான் ஆசீர்வாதம் மண்டையைப் போட்டுட்டாரு நினைக்கேன். செஞ்சதையும் செஞ்சிட்டு கள்ள அழுவை அழுகான் பாரு. இராமனோட பிரிவ தாங்க முடியாம பசுக, அதோட கன்னுக, பறவைக, யானைக, குதிரைக மட்டுமல்லாம அன்னைக்கு பூத்த பூக்கள்லாம்கூட அழுதுச்சாம். அவரு என்னவோ இராமன் மாதிரியும், இவன் என்னவோ யானை மாதிரியும் இவனுக்கு அப்படியே அவரு மேல அப்படியொரு பாசம் பொங்குகுற மாறி எல்லாருக்க முன்னாடியும் என்னவொரு படம் காமிக்கான்? ஆளு நல்ல கெட்டிக்காரன்தான்."

"ஆமா... ஆமா... மத்த வக்கீலுக்கு மாதிரி மருந்து கொடுத்து இளைக்க வச்சு சொத்த அடிக்க இங்க வாய்ப்பில்ல பாத்தியா? மீனை வெட்டி அரிஞ்சு சுட்டுத் திங்க மாறி வெட்டித்தின்னுற மாட்டா திரேசம்மா?"

"எனக்கென்னமோ மத்த வைரம் ஆசீர்வாதத்துக்க வயித்துக்குள்ளதான் இன்னும் கெடக்கும்னு நெனக்கேன். போஸ்டுமாடம் பண்ணா எல்லா உண்மையும் தெரிய வந்துரும்."

"சங்கதி அது மட்டும் கெடையாதுவோய், மனுச எலும்ப அரச்சு, காய வச்சு, அப்புறம் பால்ல கலந்து, அதக் கொண்டு வந்து

ஆசீர்வாதத்துட்ட கொடுத்ததா ஒரு கேள்வி, அதாக்கும் சாவுக்கு சடன் காரணம்."

"என்ன எழவோ, ஆனா ஒண்ணு மட்டும் நெசம், அவன் ஒண்ணும் அவரு செத்ததுக்காக அழுவல, தன்னை வாழ வச்ச மனுசனாச்சே, அழுவாட்டா யாராவது தப்பா நெனச்சுருவாங்களேன்னுதான் இப்படி மொதலைக் கண்ணீரு வடிக்கான்."

அவர்கள் பேசுவது என்னவென்று தெரியாவிட்டாலும், இது அனைத்தையும் அறியாதவர்களல்ல அவர்கள். பல்நெடும் நாட்கள் அவர்கள் இதுபோன்ற மனிதர்களுடந்தானே பயணித்திருக்கிறார்கள். அதனால் எதுவும் பேசாமல் தங்கள் காரிலேயே போய் அமர்ந்து கொண்டார்கள்.

அவர்கள் அப்படி அமர்ந்து கொள்ளவும், பக்தர்கள் சபையிலிருந்து சீருடையணிந்த சேவகர்கள் வரவும் சரியாக இருந்தது. பக்தர்கள் சபைக்கு முன்பாக சின்ன சாமியாரும் வந்துகொண்டிருந்தார். நேரம் மதியம் இரண்டு என்பதை அறிவிக்கும் வண்ணமாக சர்ச் மணி அடித்து பதிவு செய்யப்பட்ட ஒரு வசனத்தை ஒப்பித்தது.

"சங்கீதம் நாற்பதாவது அதிகாரம், பதினைந்தாவது வசனம்... என் பேரில் ஆ... ஆ! ஆ... ஆ! என்று சொல்லுகிறவர்கள் தங்கள் வெட்கத்தின் பலனையடைந்து கைவிடப்படுவார்களாக.."

12

இதோ, நீ அநியாயமாய்ச் சம்பாதித்த பொருளினிமித்தமும், உன் நடுவில் நீ சிந்தின இரத்தத்தினிமித்தமும் நான் கைகொட்டுகிறேன். நான் உன்னில் நியாயஞ்செய்யும் நாட்களில் உன் இருதயம் தாங்குமோ? அப்பொழுது உன் கைகள் திடமாயிருக்குமோ?

-எசேக்கியேல் 22: 13, 14

ஆயிரத்து தொள்ளாயிரத்து எழுபத்தி...

அரிசி குடோன்களின் வாசனையை அடர்காவிநிற இரும்புடன் கலந்துவீசும் இரண்டு எஞ்சின்களுடையச் சரக்கு இரயில்கள் சோர்வினால் ஊறுவதை நிறுத்தியப் பாலைநில பாம்புகள்போல நீண்டுகிடக்கும்.

மூட்டைகள் சுமந்தே கன்னம் ஒட்டினாற்போலான முகப்பு, அதில் கரியநிற முறுக்குமீசை, இரண்டு ஹெட்லைட் கண்கள், அதற்குமேலாக பக்கவாட்டின் இருபுற ஸ்ப்ரிங்கில் தொங்கிக்கிடக்கும் திருஷ்டி கயிறுகள், இருபத்துநான்கு நீண்ட ஒட்டைக்கொண்ட மூக்காக எஞ்சின் வெப்பம் வெளியேறும் இடம், இவற்றுடன் சிவப்புச் சாந்தை “கூட்ஸ் கேரியர்” என்ற பெயர் பலகையின்கீழ் வட்டமாக நெற்றியிட்டுக்கொண்டு மனிதர்களில் பத்து, இருபதுபேர் மட்டும் திடீரென சிரித்தும் முறைப்பதுமாக தோற்றமளிக்கும் லாரிகளானது கிழிந்த காவியுடை உடுத்திய சன்னியாசிகளை விரட்டியடிக்கும் மஞ்சள்நிற பரிசோதகர்போல அதனுடன் போட்டியிட்டுக்கொண்டு நீளமளக்கும்.

இந்த இரண்டிலுமாக தாவித்தாவிக் குதிக்கும் கூலி மனிதர்களும், அவர்களிடம் கொக்கிகளின் மூலம் அகப்பட்டும், பின்

அந்தக் குத்திக்கிழிப்புகளிலிருந்து தப்பி ஒன்றின்மேல் ஒன்றாக அடங்கும் சாக்கு மூட்டைகளும், அம்மூட்டைகளைப்போலவே ஊதிப்பெருத்திருக்கும் சில முதலாளிகளும், அதிகாரிகளும் நாள் ஒன்றுக்கு நான்கு டன் வெடிமருந்து பயன்படுத்தப்படும் கல்குவாரிகள்போல வேலையுடன் சேர்ந்து வெடித்துக் கொண்டிருப்பார்கள்.

இவர்களுடன்... மோசமான மழை, புயல், வெயில் என ஒரு ரயில் போலவே மோசமான காலநிலையில் மாட்டிக்கொண்டு பெட்டிகளை இழுக்க முடியாத எஞ்சின்கள்போல, அபாயகரமான, அபாயகரமல்லாத பாலங்கள்மீதும், ஏற்றங்களின்மீதும் எதிர்பாராமல் நிகழ்ந்த தடம்புரண்ட இரயில் விபத்துகள்போல, கூடவே உப்புச்சுமக்கும் பாரவண்டிகள்போல தாங்கமுடியாத பாரங்களையும், வறுமையையும், சீர்செய்யமுடியாத துர்சம்பவங்களையும், நிலவரங்களையும். அனுபவிக்கக்கூடாத துயரங்களையும், ஜீவிதத்தையும் தாங்கிக்கொண்டு “எப்போது இந்த பரிவர்த்தனைகள் முடிந்து லாரிகள் கிளம்பிச்செல்லும்?” என்ற ஏக்கத்துடனும், கைகளில் சின்னஞ் சிறியப் பைகளுடனும் காத்திருக்கும் சிறுவர்கள் முதல் வயதானவர்கள் வரை.

அவர்களுடன் சிறியதொரு டிக்கெட் கவுண்டர்போலிருக்கும் இரயில்வே பிள்ளையார் கோவிலும், பிள்ளையாருக்கு அருகிலிருக்கும் குட்டிச் சுவரில் சாய்ந்து நிற்கும் இவனும்.

கொஞ்சம் உற்றுப்பார்த்தால் இடுப்புயரத்திற்கு ஒரேயொருப் பையை வைத்துக்கொண்டு, டவுசருடனும், கருப்புநிற வார் செருப்புடனும், பள்ளிவிட்டதும் அப்படியே சட்டையை மட்டும் கழற்றி எறிந்துவிட்டு ஓடிவந்த மூச்சுமுட்டலுடனும், பரபரப்புடனும் கீழேசிந்திய புழுங்கல் அரிசிகளை, சீனியை, கோதுமைகளை மண்ணுடன் சேர்த்து மொத்தமாக அள்ளத்தயாராக இருக்கும் மிகக்குறைந்த வயது ஒரு போர்வீரன் உங்கள் கண்களில் தெரிவான். அவன்தான் நான் சொல்லும் இவன். இன்னும் கவனம் கொண்டால் அங்கு நிற்கும் ஒரு சிலரைத்தவிர அனைவருமே ஒரே ஒரு பையுடன் நிற்பதை நீங்கள் பார்க்கலாம். காரணம் ஒவ்வொன்றுக்கும் ஒரு பையைக்கொண்டு வந்து சாவதானமாக வகைப்பிரித்து வாங்கிச்செல்ல அவர்கள் வந்திருக்கும் இடம் ஒன்றும் நியாய விலை கடை அல்ல; பாடாவதியாக பாடழிவு நிகழுமிடம்.

அங்கிருந்து மனோகரனின் ஆட்கள் கள்ளத்தனமாக சில மூட்டைகளை கடத்தியப்பின்பு, ஏதோ ஏலத்திற்கு எடுத்ததுபோல மனோகரனின் தம்பியின் ஆட்கள் கீழே சிந்தியவைகளை அள்ளியதுப்போக, அதன்பின்னர் லாரி டிரைவர்களும், கூலி ஆட்களும் எடுத்ததுபோக மீதி சிதறிக்கிடக்கும் அரிசியை, கோதுமையை, கிடைத்தால் அன்றையப்பொழுதை இனிப்பாக்கும் சீனியைப் பொறுக்க ரயில் பெட்டிகளினுள் ஏறவேண்டும், லாரிகளின் சக்கரங்களுக்கு அடியில் படுத்துருள வேண்டும், பின்னர் பெட்டிக்கும், லாரிக்கும் இடைப்பட்ட தூரத்தில் ஆசாரிமார் தெருவில், இரவில், சாக்கடையில் தங்கத்தூள் சேகரிக்கும் பணியைப்போல சல்லடைகள் வைத்தோ, வைக்காமலோ மண்ணுடனள்ளி சலிக்கவேண்டும். மொத்தத்தில் மாதத்தில் இரண்டுமுறை சலிப்புடன் கொஞ்சநேரம் மட்டும் அனுமதிக்கப்படும் ஒரு திருட்டுத்தனம்.

இவனது அப்பா அதே பகுதியில் தற்காலிகமாக வேலை செய்யும் கேங்மேன் என்பதால் அவர்களைப்போல அவ்வளவு சிரமப்பட வேண்டாம் என்றாலும், இவனுக்குள் வேறொரு ஆசை இருந்தது: “மனோகரனிடம் வேலைக்கு சேர்ந்து அவனது ஆட்களைப்போலவே ‘கெத்தாக’, ‘மூட்டை மூட்டையாக’ திருட வேண்டும்; சம்பாதிக்க வேண்டும்”

இவ்வாறான இவனது உடலின், வாழ்வின் நீட்டிக்கப்பட்ட பாகமாகவும், கடந்த இரண்டு ஆண்டுகளாக இருந்துவரும் பழமையான அந்த இரயில்நிலையத்தின் கடைசி தடத்திலிருந்து நடந்துபோகும் தூரத்தில்தான் இவனது வீடுமிருந்தது.

அப்போது இவனது வயது பத்து இருக்கலாம்.

* * *

இந்தப் பத்துவருட காலத்தில் மேற்படி ஆசையை மனோகரனிடமிருந்து மனோகரனை வேலைவாங்கும் இரயில்சாமியிடமும், அவனுக்கு வேலைக்கொடுக்கும் அவனது அண்ணனின் பக்கமாகவும் மாற்றியதைத்தவிர இவனுக்குள் வேறொன்றும் விசேஷமாக மாறிவிடவில்லை. இவனது அப்பாவிற்கு வேலை நிரந்தரமாகி, பணிமனைக்கு மாற்றலாகி இரயில்வே ஒதுக்கிய ஒரு ஓட்டுவீடு குடியிருப்புக்கு மாறியபோது எடுத்த முடிவது. அப்போது காங்க்ரீட் குடியிருப்புகள் பெரிய பெரிய அதிகாரிகளுக்கு மட்டும்தான் ஒதுக்கப்பட்டிருந்தது. அந்த பெரிய அதிகாரிகளில் ஒருவன்தான் தனது அப்பாவிற்கு - அவர்

அவர்களுக்குக் கொடுக்கும் சின்ன சின்ன தகவல்களுக்காக - அந்த ஓட்டுவீட்டை அதிகாரத்தின் பலனாக ஒதுக்கிக்கொடுத்தான்.

“அப்படி ஒதுக்கிய அந்த அதிகாரியின் தம்பிதான் இரயில்சாமி. அந்த இரயில்சாமியிடம் அடியாள் வேலை பார்ப்பவன்தான் மனோகரன். அண்ணன் அதிகாரி, அண்ணன் போன்ற அதிகாரிகளின் புண்ணியத்துடன், உதவியுடன் அரிசியும், இதுதவிர பல்வேறு விதமான இரயில் திருட்டுகளிலும் ஈடுபடுவன்தான் தம்பி” என்ற விபரம் இவனுக்கு தெரியவரும்போது இரயில்சாமியிடம் மொத்தம் பனிரெண்டு லாரிகளும், அதே எண்ணிக்கையில் டெம்போக்களும் இருந்தன.

“ஒரு லாரி வாங்கும்போது ஒரு டெம்போவும் வாங்க வேண்டும் என்பது இங்கிலாந்து நாட்டின் எழுதப்படாத அரசியலமைப்புக்கு நிகரான இரயில்சாமியினது ஒரு பாரம்பரிய ஏற்பாடு” என்று பின்னர் இவன் வக்கீலானபோது சொல்லிச் சிரிப்பதுண்டு.

மின்விசிறியும் விளக்கும் இரயில்களில் வந்துவிட்டாலும், பெரும்பான்மையான வீடுகளுக்கு அது இன்னும் வந்து சேராமல், வீட்டு ஜன்னல்களில் தென்னந்தட்டியும், கூரைகளில் தென்னோலைகளும், அதிலேயே செய்த கைவிசிறியும் பயன்படுத்திய அந்த காலத்தில், அப்பாவுடன் வேலைசெய்த ஒரு கேங்மேனுடன் இணைந்தும், பணிமனையில் யாருக்கும் தெரியாமலும் செய்த சின்னச்சின்ன அற்பத்திருட்டுகள் அவனுக்குக் கொஞ்சமும் திருப்தியைத் தரவில்லை. பின்னர் சுற்றிலும் கைவிடப்பட்டிருந்த வெளரிய மரங்களும், செடிகொடிகளும் சூழ்ந்த பழைய இரயில்வே கட்டிடங்களுக்குள் ‘டோப்பு சேல்’ கோஷ்டிகளுடன் சேர்ந்தபோது, தேய்ந்துபோன லாரி டயரின் சிறியதும், நீளமானதுமான ஒரு பாகத்தின் மூலமாக அப்பாவிடமிருந்து வாங்கிய விளாசுகளினால் இரயில்வே ஆஸ்பத்திரியில் இலவசமாக இரண்டுநாள் மருத்துவம் பார்த்துக்கொண்டான்.

இப்படி தனக்கான ஒன்று என்று நினைக்கும் ஒன்றிலும் ஒன்ற முடியாதவாறு ஓடியலைந்த, ஓய்வில்லாத நாட்களில் ஏனோ படிப்பை மட்டும் இவன் விட்டுவிடவில்லை. அதற்கும்கூட அப்பாவின் காய்ப்பேறிய உள்ளங்கைகளிடமிருந்து வாங்கிய இலவச அடிகள்தான் காரணம் என்றாலும், இரயில்வே காலனி, அங்கிருக்கும் இரயில்வே கிரவுண்ட், அங்கு விளையாடப்படும் விளையாட்டுகள், ஆங்கிலோ இந்தியர்கள் உட்பட எல்லா பிரிவினரும், மதத்தினரும், மேல், அதற்கும்மேல், கீழ், அதற்கும்கீழ்,

நடுத்தரம், அதிலும் உறுதியான, பலவீனமான நடுத்தரம் என எல்லா வர்க்கத்தினரும், சாதியினரும் இருந்தாலும், அரிசி பொறுக்கும் இடம் போலல்லாமல் அங்கு ஏனோ பெரிதாக ஏற்றத்தாழ்வுகள் இல்லாதது அவனை, ரயில் தண்டவாளங்கள் அமைக்கும் பணியில் ஈடுபடும் சிறைக்கைதியாக வாழ்க்கையைத் தொடங்கி, பின் மெல்லமெல்ல அகல, மத்திம, குறுகிய இரயில் பாதைகள் என மூன்று விதமான இரயில் பாதைகளிலும் கொள்ளை அடித்த பெருமை கொண்டவனாக மாறிய இரயில்சாமியிடம் இன்னும் முழுமையாக சேரவிடாமல் தடுத்துக்கொண்டிருந்தது.

அப்படி இந்திய சுதந்திரத்திற்குப்பிறகு இந்திய இரயில்வேயை வன்முறைகளுக்காக முழுமையாக பயன்படுத்தியதில் ஒருவன் என்றும், ஜாதி, மதம், மொழி, இனம் போன்றவற்றைப்போல வன்முறையையும் இந்தியாவின் பன்முகத்தன்மையை பிரதிபலிக்கும் ஒன்றாக மாற்றியதில் சிறிய பங்கு கொண்டவன் என்றும், இந்தியாவில் ஓடும் ஆயிரக்கணக்கான சரக்கு ரயில்களில் இவன் கால்படாத பாகம் குறைவுதான் என்று கொஞ்சம் மிகைப்படுத்தலுடனும், அசல் பெயர் எதுவென்று மறந்துபோய் சுற்றியுள்ளவர்களால் "இரயில்சாமி" என்று பக்தியுடன் அழைக்கப்படுபவனுமாகிய அவனே இவனிடம் போய் நிற்பான் என்று அவனும் எதிர்பார்க்கவில்லை; இவனும் ஆசைப்படவில்லை.

என்னதான் இரயில்களில் எல்லாவிதமான மொத்தம் மற்றும் சில்லறை திருட்டுகளில் ஈடுபடுபவனாக இருந்தாலும் அவன் செய்யாத அல்லது செய்யமுடியாத அல்லது செய்யத்தெரியாத ஒரு திருட்டும் இன்னும் இருக்கிறது என்று இவன் அவனுக்கு செய்துகாண்பித்தபோது, கிலோமீட்டர் நீளம்கொண்ட பாலத்தை நதிகளின் மேலாக மெல்லக்கடக்கும் இரயில்கள்போல அவனும், அந்தப் பாலங்களை தாங்கும் தடித்த தூண்களைப்போல இவனும் அந்தச் சம்பவத்தை கையாண்டார்கள் என்று பார்த்தவர்கள் பேசிக்கொண்டார்கள்.

சினிமா படப்பெட்டிகள் ரயில்களில் கொண்டு வரப்படும் காலத்தின் ஒருநாள் இரவில்தான் அது நடந்தது. தீபாவளிக்கு பெரிய பெரிய நடிகர்களுடன் போட்டிப் போடமுடியாத சிறிய சிறியப் படங்களை அதற்கு முன்னதாகவே ரிலீஸ் செய்துவிடவேண்டும் என்ற முனைப்பில் தயாரிப்பாளர்கள், விநியோகஸ்தர்கள் வாரம் விட்டு வாரம் சிலபலப் படங்களை இறக்கிக்கொண்டிருந்தார்கள். படப்பெட்டிகள் அரிசியைப்போல அல்ல, அதைவிட மதிப்பு மிக்கவை என்று ஒன்று மற்றும் இரண்டாம் நடைமேடையிலேயே

நேரங்களை செலவழிக்கும் சகநண்பன் ஒருவன் சொன்ன தகவல் இவன் காதுகளுக்குள் நுழைந்தபோதுதான் ஒரே தயாரிப்பாளரின், ஒரே விநியோகஸ்தரின் மூன்று படப்பெட்டிகளை தூக்கும் திட்டத்திற்கான பிள்ளையார் சுழி இரயில்வே பிள்ளையாரின் முன்னிலையில் இவனால் போடப்பட்டது.

கடந்த பத்து வருடங்களுக்கும் மேலாக அங்கேயே 'அரிசி கொட்டி' வரும் அவனுக்கு அந்தத் திட்டத்தை நிறைவேற்றுவது ஒன்றும் பெரிய விஷயமில்லை. அப்பாவிடம் அடி வாங்குவதோ, ஜெயிலுக்குப் போவதோ, கல்லூரிப் படிப்பு பாதிக்கப்படும் என்பதுவுமல்ல பிரச்சனை. சாமியிடமிருந்து தப்பிக்க வேண்டும்; அதேநேரம் அவனைவிட தானொரு பெரிய 'சோக்கேடு' என்று காண்பிக்கவும் வேண்டும். மட்டுமல்லாமல் தத்துர நேரத்தில் குமைத்து விடாமல் சோலியையும் முடிக்க வேண்டும். இவை எல்லாவற்றுக்கும் சேர்ந்து ஒரு காரணம் மட்டும் இவனுக்கு தேவைப்பட்டது.

அந்தக் காரணத்தை தேடும் முன்னரே இவனது மனம் அடுத்த வாரம் செய்யப்போகும் அந்த 'சீண்ட்ரத்தனமான' வேலையிலேயே நிலை கொண்டிருந்தது.

"சிக்னலுக்காக காத்திருக்கும் ஜவகராற்றுப் பாலம்தான் பெட்டிகளை அடித்து மாற்றுவதற்கான சரியான இடம். அதற்கு இரவு பதினோரு மணி என்பது நல்லதொரு நேரம். படப்பெட்டிக்கு பெரிதாகப் பாதுகாப்பு ஆட்கள் இருக்க மாட்டார்கள். அதுவும் நல்ல வாய்ப்புதான். தியேட்டர் ஆட்கள் இரயில்வே ஸ்டேஷனில்தான் நிற்பார்கள் என்பது கூடுதலானவொரு நற்சூழல். 'சிறுப்பத்துலேயே வெளைஞ்ச மட்ட' என்ற கெட்டதிலும் ஒரு நல்லபெயர் வாங்குவதும் மோசமான விஷயமில்லை."

இப்படி எல்லாமே கனக்கச்சிதமாக அமைந்திருக்கிறது என்று இவன் நினைத்து வந்தாலும் அந்தக் 'காரணம்' மட்டும் கிடைக்கவில்லை. ஒரு வாரம் கழிந்தது, ஒரு மாதம் கழிந்தது, இரண்டாவது மாதமும் முடிந்தது, அடுத்த வாரம் தீபாவளி. பணிமனைச் சூழல் அப்பாவிற்கு காசநோயையும், மருத்துவச் செலவையும், இவனுக்கு இவன் தேடிய ஒரு காரணத்தையும் அவ்வளவு சீக்கிரம் கொண்டுவரும் என்று நினைக்கவில்லை. 'இரயில்வே கிளப்' நண்பர்களை இணைத்துக்கொள்ளும் திட்டத்தை மட்டும் கைவிட்டான். அன்று இரவே "மறுநாள் தீபாவளிக்கு ரிலீஸ் ஆகப்போகும் ஒரு பெரிய நடிகரின் படப்பெட்டி இரயில்வே

கிரவுண்டில் அனாதையாக கிடக்கிறது" என்று சாமிக்கு ஒரு தகவல் சென்றது.

அந்த காலத்தில் ரேடியோ வைத்திருக்க லைசன்ஸ் வேண்டும். அந்த உரிமம் வைத்திருக்க ஆண்டுக்கு பத்து பதினைந்து ரூபாயும் கட்ட வேண்டும்.

இவனுக்கு ஒரு ரேடியோ வாங்க நெடுநாள் ஆசை.

ஆனால் பாதி லாரி வாங்கும் பணம் கிடைத்தது.

ஒரு சிறிய ரயில் பெட்டிபோல இருந்த இவனது வீட்டில் அந்தப் பணம் இருந்த கட்டைப் பார்ப்பதற்கு அதுவும் ஒரு ரயில் பெட்டிபோல, இல்லை ஒரு படப்பெட்டிபோல இருந்தது.

அப்போது இவனது வயது இருபது இருக்கலாம்.

* * *

சுற்றிலும் மரங்கள் நிற்கும் இரம்மியமான சூழலில் இரயில்சாமிக்கு சொந்தமான 'சரக்கு நிலையம்' ஒன்று அவனுக்கு சொந்தமான இடத்தில் அவனது சொந்தக்காரன் ஒருவனின் பெயரில் உண்டு.

வெவ்வேறு மரங்கள் இருந்தாலும் கிழக்கணைய மூலையில் ஓங்கி உயர்ந்திருக்கும் தென்னைமரம் மட்டும்தான் அங்கு குடிக்கும் அத்தனை பேரின் பெருநீரை இறக்கும் இடமாக - யாரோ ஒருவரால் எப்போதோ தொடங்கப்பட்ட வழக்கம் இருபதாண்டுகளாக எந்தவிதமான சிறு மாற்றமுமின்றி - எல்லோராலும் கடைபிடிக்கப்பட்டு வந்தது. அத்தனை பேரின் உப்புநீரையும், காறியுமிழ்தல்களையும், ஒவ்வாத உமட்டலினால் வெளியேறும் அரைகுறை உணவுகளையும் உறிஞ்சுக் குடித்தப்பின்னும் அதன் இலைகள் காய்ந்துவிடவில்லை. பட்டைகள் உதிர்ந்துவிடவில்லை. அதனிடம் உருவாகும் காற்றின் குளிர்ச்சியில் கழிவறையின் வீச்சம் கொஞ்சமும் கொட்டவில்லை. அது பரப்பும் சிறிய நிழலிலும் எச்சிலின் ஈரப்பதம் சுத்தமாக இல்லை. குருத்துக்களும், இளநீர் காய்களும், தேங்காய்களும் ஒப்பீட்டளவில் மற்ற மரங்களைவிட அதிகத் தித்திப்பாகத்தான் இருந்தன; இடைவிடாமல் அதைச் சுரந்தும்தள்ளின. வேர்களும்கூட இன்னும் இன்னும் நன்னீர் நிரம்பிய நிலத்தடி நீரைத்தான் தன் ரேகைகளை சுற்றிப் பரப்பிக்கொண்டிருந்ததேத் தவிர அருகிலிருந்த கடல்நீரின் துளியுப்பைக்கூட அது தன்னிடம் அனுமதிக்கவில்லை.

அடுத்து வந்த இருபது, முப்பது வருடங்கள் இவன் வெளியேற்றிய அத்தனை கழிவுகளையும் உள்வாங்கிக்கொண்டு அந்த மரத்தைப்போல இவனது வாழ்வு இவனுக்கு அளித்த செல்வச்செழிப்பானது எந்த இடத்தில் தொடங்கியது என்று இவனுக்கும் தெரிந்திருக்கவில்லை; சுற்றி இருப்பவர்களுக்கும் புரியவில்லை. அந்த குழப்பமானது அந்த சம்பவத்திற்குப்பிறகு அந்த மாவட்டத்திற்கு மட்டும் படப்பெட்டிகளை இரயிலில் எடுத்துச்செல்லும் வழக்கம் அப்படியே நிறுத்தப்பட்டதிலிருந்து தொடங்கியது என்று மட்டும் அனைவருக்கும் தெரிந்திருந்தது.

ஆனால் அது இவனுக்கொரு வெற்றியைக் கொடுத்த முயற்சியா? இல்லை தோல்வியைத் தழுவிய நிகழ்வா? என்று எவர் ஒருவரும் ஒரு முடிவுக்கு வருவதற்கு முன்பே இவனது பெயர் எல்லாயிடங்களிலும் பரவியிருந்தது. ஒரு போலீஸ் வழக்குகூட இல்லாமல் சுற்றுவட்டாரத்தில் இவ்வளவு புகழடைந்த ஒருவனை அந்தக் குறிப்பிட்ட தாலுகா அதற்குமுன் பார்த்திருக்கவுமில்லை. அந்தக் குழப்பங்களானது "இனிப்பான அந்த மரத்திற்கும், அதை காணும் போதெல்லாம் அனைவரும் ஊற்றும் சிறுநீருக்குமிடையில் காணப்படும் உள்முரண்பாடுகளை ஒத்திருந்தது" என்று இவனுடனிருந்த படித்தக் கூட்டத்தைச் சார்ந்தவர்கள் பேசிக்கொண்டார்கள். ஆனால் இவனோ அதைப்பற்றி எந்த அக்கறையுமில்லாமல் கல்லூரிக்குச் சென்றுகொண்டிருந்தான். அப்பா காசநோயையும், இவன் கல்லூரிப் படிப்பையும் வென்றபிறகு சம்பாதிப்பது ஒன்றும் அவனுக்கு அவ்வளவு பெரிய காரியமாகவும், தடையாகவும் படவில்லை என்றாலும், எப்போதும் பதட்டத்திலேயே இருக்கும் சாமி போன்றவர்களின் வாழ்க்கையை பார்த்திருந்த இவன் ஒன்றில் மட்டும் உறுதியாக நின்றான். அது...

"அதை அடைய சிரமமேப் படக்கூடாது."

இனிவரும் முப்பதாண்டுகளில் எல்லோரின் முன்னிலையிலும் இவன் அடிக்கப்போகும் ஒண்ணுக்கானது தன் முதல் துளியை இந்த முடிவிலிருந்துதான் கொட்டத்தொடங்கியது. அப்படியொரு சந்தர்ப்பம்தான் கடைசி வருடம் படித்துக்கொண்டிருக்கும்போது உருவாகவும் செய்தது.

அந்த ஊரில் ஒரு தனியார் கலை அறிவியல் கல்லூரியில் படிப்பவர்களுக்கு கேம்பஸ் இண்டர்வியூ என்பது என்னவென்று தெரிந்துகொள்ளக்கூட வாய்ப்புகள் இல்லாத காலம். இதில் அரசாங்க கல்லூரிகளைப் பற்றிச் சொல்லவே வேண்டாம்.

ஆனால் இவனது வணிகவியல் பேராசிரியர் அப்படியொரு விஷயம் பற்றி, அது நடக்கும் தனியார் கல்லூரி குறித்து, அதில் கலந்துக்கொள்ள ஆலோசனையையும் கொடுத்தபோது இவனுக்குத் தோன்றியதோ இன்னொன்று. அந்த இன்னொன்றை வளர்த்துக்கொள்ளவே நேர்காணல்கள் நடக்கும் இடத்திற்குச் சென்றான்; கலந்து கொண்டான்; அதை நடத்துபவர்களை கவனித்தான்; தேர்வானானான். ஆனாலும் அந்த வேலைக்கு செல்லவில்லை. மனதில் அன்று முழுநாளும் நடந்ததை மட்டும் உருப்போட்டுக்கொண்டான்.

எண்ணி ஒன்பது நாட்களுக்குள் தன்னுடன் படித்த நான்கு பேரையும், சாமியிடம் கேட்டு அவன் ஆட்களில் மூன்று பேரையும் சேர்த்துக்கொண்டான். அவர்களிடம் மாதிரி வரைபடத்துடன்கூடிய ஒரு திட்டத்தாளை முன்விரித்தான். அந்த வரைபடத்தில் நூறு கிலோமீட்டருக்கு அப்பால் புதிதாகத் தொடங்கி இரண்டு மூன்று வருடங்களேயான தனியார் கல்லூரிகள் அமைந்திருக்கும் இடங்களுக்கு இடையிலான தூர அளவுகோல்கள் இருந்தது. திட்டத்தில் ஒவ்வொரு கல்லூரியின் நிர்வாகிகளின் பெயர் இருந்தது. அதுதவிர ஒரே ஒரு அரசாங்க கல்லூரியின் பெயரும் இருந்தது. மற்ற தனியார் கல்லூரிகளிடம் நம்பகத்தன்மை என்ற கணக்கு ஒன்றை காண்பிக்க அங்குதான் முதன் முதலில் நேர்காணல் நடத்த முடிவும் செய்திருந்தான்.

அவரது வாழ்நாளில் அப்படி ஒன்றை அங்குப் பார்த்திராத கல்லூரியின் முதல்வர் வேகமாகத் தலையாட்டினார். அங்கு இவர்கள் கொடுத்த போலி நிறுவனத்தின் பெயர், கிளைகளின் ஊழியர்கள் எண்ணிக்கை, அதுவரை நடத்திய நேர்காணல்களின் பட்டியல்கள், ஆண்டு கணக்கு வழக்குகள், அறிக்கைகள், இவர்களது பயோடேட்டாக்கள், தொலைபேசி எண்கள் என எதையுமே அவர் பார்க்கவில்லை. அங்கு இவனுக்கு வணிகவியல் துறை மட்டும்தான் இலக்கு. எல்லாம் முடிந்தபின் "ஒருவரும் வேலைக்கு தகுதியானவர்கள் இல்லை" என்ற முடிவில் அந்த முதல்வருக்கு வருத்தம் இருந்தாலும், இவன் பேசிய பதறாத ஆங்கிலத்தினால் அது உண்மைதான் என்ற முடிவுக்கு வந்த அவரால் அதை மறுக்கவும் முடியவில்லை. இனி ஒவ்வொரு வருடமும் வருவதாக கொடுத்த உறுதிமொழியில், இவர்களின் போலி நிறுவனத்தின் பெயரில் நேர்காணல் நடத்தியதற்கான ஒரு பாராட்டுச் சான்றிதழை அவரே இவர்களுக்கு கொடுக்கவும் செய்தார்.

அந்த ஒத்திகை நடந்து முடிந்த அடுத்த நாளே இவன் குறி வைத்திருந்த ஒவ்வொரு கல்லூரிக்கும் செல்லத்தொடங்கினான். பின் நடந்ததெல்லாம் பணம்மீது மட்டும்தான். போலி நேர்காணல்களை நடத்தும், அதில் தேர்வானவர்களின் போலித் தகவல்களை, புகைப்படங்களை விளம்பரப்படுத்தும் கல்லூரிகளின் பட்டியல் பெருகி வந்தது இவனுக்கு பெரிதாக ஆச்சரியத்தை அளிக்கவில்லை.

காரணம் அன்று அவன் கலந்து கொண்டதே அப்படிப்பட்ட போலியானதொரு நேர்காணல்தான். அவன் கையில் கொடுக்கப்பட்டது அதேபோன்றதொரு நியமன ஆணைதான். அந்த கல்லூரியின் ஆட்களே ரவுடிகளின் வேடத்தில், "தங்களுக்கு வேண்டிய ஒருவனுக்கு வேலை கிடைக்க வேண்டுமென்றால் இவனது இந்த ஆர்டர் இருக்கக்கூடாது" என்று மிரட்டி வாங்கி அதை கிழித்துப் போட்டபோதுதான், தான் செய்ய நினைத்ததை தனக்கு முன்பே ஒரு குழு செய்து கொண்டிருக்கிறது என்று இவனுக்குத் தெரியவந்தது. இவனைப்போலவே மிரட்டப்பட்ட இன்னும் சிலரை சந்தித்தபோது அது இன்னும் வலுத்தது. அவர்களெல்லாம் உயிருக்கு பயந்து அதை அப்படியே விட்டு விட்டாலும், இவன் மட்டும் அவர்களைப் பின்தொடர்ந்தான். அவர்கள் ஹோட்டல்களில் அறை எடுத்து தங்கி, குடித்துக் கூத்தடித்து, வேலைவாய்ப்பு என்ற பெயரில் கல்லூரி நிர்வாகமே தங்கள் ஆட்களை நியமித்ததைத் துப்பறிந்தபோது, அந்த நாடகம் பார்ப்பதற்கு இவனுக்கு அழகாக இருந்தது. இப்படித்தான் அந்த ஒரு கல்லூரி அன்று நடத்தியதை அவன் எல்லா இடத்திற்கும், முக்கியமாக வெளி மாவட்டத்திற்கு, மாநிலங்களுக்குக் கொண்டுச்செல்ல விரும்பினான்; சென்றான்.

தொடக்கத்தில் மட்டும்தான் சில கல்லூரிகளுக்கு இவன் அலைய வேண்டியிருந்தது. பின்னர் அது அத்தனை சிரமமாக இருக்கவில்லை. அவர்களே ஒவ்வொரு இடத்திற்கும் இவனைப் பரப்பினார்கள். கீழ், மேல் என்றில்லை, திருடர்கள் எல்லா இடத்திலும், அவர்கள் எந்த நிலையில் இருந்தாலும் தகவல் தொடர்பில் மட்டும் அதிக கவனம் செலுத்துகிறார்கள் என்பதை இவன் புரிந்துகொண்டபோது, அந்தத் திட்டம் இவனுக்கு பணத்தை வாரி வழங்கியது. இவன் நேர்காணல்கள் நடத்திய கல்லூரிகளது அடுத்தடுத்தக் கல்வியாண்டின் மாணவர் சேர்க்கை அலைமோதியது. நன்கொடைகள் கூடியது; குவிந்தது.

இறுதியில் இவன் கொடுத்த போலி நிறுவனத்தின் கிளைகளின் எண்ணிக்கையை விடவும் ஒரே நேரத்தில் இவன் நடத்தும் நேர்காணல் குழுக்களின் எண்ணிக்கை கூடியது.

“ஒரு மோசமான பழக்கம் கூடுதலான நான்கு மோசமான பழக்கத்திற்கும், ஒரு கேடுகெட்ட விவகாரம் அதைவிட அவமானகரமான இன்னொரு சம்பவத்திற்கும், ஒருநாள் தவறு அடுத்துவரும் ஒரு வருட தவறுக்கு முன்நிபந்தனையாக இருக்கும் அல்லது இட்டுச் செல்லும்.”

தன் கூட்டுக்காரர்களிடம் இவன் அடிக்கடி சொல்லி எச்சரிக்கும் இந்த ஐந்தாறு வரிகளுக்கு இவனும் விதிவிலக்கு இல்லை. வழக்கம்போல ஒன்று உச்சத்திலிருக்கும்போது அதைவிட்டுவிட்டு வெளியேறி இன்னொரு முன்பின் அறிமுகமில்லாத ஒன்றை முழுமையாகக் கற்று அதில் அமோகத்தை அடையும் இவன் பழக்கமும் மாறவில்லை.

அந்த பழக்கத்தின் தொடர்ச்சியாக ஒருநாள், தன்னுடன் படித்த, அதுவரை கூடவே இருந்துவந்த அந்த நான்கு பேருக்கும் சேமித்ததில் அவர்களுக்குரியப் பங்கையும், தனது செல்வாக்கைப் பயன்படுத்தி பேருந்தின் ஸ்பீடோ மீட்டர் தயாரிக்கும் ஒரு தனியார் நிறுவனம் ஒன்றில் அற்புதமான ஒரு வேலையையும் வாங்கிக்கொடுத்து அவர்களை அதற்கு சம்மதிக்குமாறு வற்புறுத்தினான். மிகப்பெரிய மனவருத்தங்களுக்கு இடையில் அந்த முடிவை எடுப்பதைத் தவிர இவனுக்கு வேறு வழியில்லை என்பதை அறிந்த அவர்களும் அதற்கு உடன்பட்டார்கள். எதையோ நினைத்தவன் சாமியின் ஆட்களை மட்டும் தன்னுடன் வைத்துக்கொண்டான். செய்து வந்த அந்தப் ‘போலியை’ இன்னொரு திறமையான கும்பலிடம் ஒப்படைத்துவிட்டு அதிலிருந்து ஒரு பங்கை மட்டும் வாங்கிக்கொண்டு அதைச் சுத்தமாகக் கைகழுவினான்.

“ஒவ்வொரு முப்பது வருடங்களுக்கும் ஒருமுறை சட்டவிரோதமான செயல்கள் இயற்றப்படும் சட்டத்திற்கு தோதுவாக மாறிக்கொண்டேயிருக்கும். அப்படி மாறிக்கொண்டிருக்கும் சட்டப்பூர்வமும், சட்டவிரோதமும் ஒன்றை ஒன்று சந்திக்கும்போது அந்த முடிவடையப்போகும் சட்டவிரோதமான ஒரு முப்பது வருடத்திற்கும், தொடங்கப்போகும் சட்டப்பூர்வமான ஒரு முப்பது வருடத்திற்கும் எவனோ ஒருவன் இணைப்பு இரயிலாக, பாலமாக, சாலையாக, கடலாக, ஆகாயமாக இருப்பான்.”

தன்னைச் சுற்றி நடக்கும் எல்லாவற்றிலிருந்தும் எதையாவது ஒன்றைக் கற்றுக்கொள்ள, அதிலிருந்து படிப்பினைகள் பெற்றுக்கொண்டு, மீண்டும் அதே தவறுகளை நிகழவிடாமல் தடுக்க உதவும் இவனது சொந்த "குற்றவியல் வரலாற்றின்" அந்த வருடத்திய முடிவானது மற்ற எல்லோரையும் பொறுத்து சரியாக இருந்தாலும்கூட, இவன் விஷயத்தில் மட்டும் ஏனோ அது பத்து வருடங்களாகச் சுருங்கியிருந்தது என்பதை இவன் அப்போதுதான் கண்டுகொண்டான்.

அப்படியாக கண்டுகொண்டபோது இவனது அடுத்த பத்து வருடங்களும் ஒரு முடிவுக்கு வந்திருந்தது.

அப்போது இவனுக்கு வயது ஒரு முப்பது இருக்கலாம்.

* * *

அருவியில் குளிக்க யாருக்குத்தான் பிடிக்காது? இவனுக்குப் பிடிக்காது.

அருவிகள் என்பது பார்ப்பதற்காக, பார்த்து ரசிப்பதற்காக, ரசித்து இன்பமடைவதற்காக மட்டுமே மேலிருந்து கீழாக விழும் ஒரு சாதனமேதவிர, குளிப்பதற்காக நம் தலையில் கொட்டும்படி உருவானதல்ல என்பதும், குளிப்பதற்கு நாம்தான் நீரில் மூழ்க வேண்டுமே தவிர, நீர் நம்மை மூழ்கடிக்க கூடாது, அதற்குத்தான் ஆறுகளும், குளங்களும் இருக்கின்றன என்பதும் இவன் கருத்து.

அருவிகள் மட்டுமல்ல உயரமாக தோற்றமளிக்கும் எந்த ஒன்றின் மீதும் - கட்டிடங்கள் உட்பட - இவனுக்கு பெரிதாக எந்த விருப்பமும் ஆரம்பத்திலிருந்தே இருந்தது கிடையாது. அளவற்ற பணத்தாள்கள் அருவி மாதிரி தலைமேல் குவிந்துக்கொண்டிருந்தபோதும்கூட உயரமான கட்டிடங்கள் அருகில் இல்லாத நிலத்தில், மாடி இல்லாத, மிஞ்சிப்போனால் ஒரு மாடிக்கு மிகாத வீடுகளில், கார்களை வாங்கி விற்கும் பைனான்ஸ்களில் முதலீடு செய்தானே தவிர அதைவிட உயரமான வேறு எவற்றிலும் அல்ல. எத்தனையோ முறை வாய்ப்பு இருந்தும் விமான பயணத்தைத் தவிர்ப்பதற்கும் அந்த உயரம்தான் இவனுக்கு இடைஞ்சலாக இருந்ததேயன்றி பயம் ஒரு சிறிய காரணமாகக்கூட இல்லை. இவனது கதைப்போலவே இதுவும் இவனுக்குள் எப்போதிருந்து, எந்த நாளிலிருந்து தொடங்கியது என்ற முறையான ஆண்டு, மாதம், தேதி போன்ற குறிப்புகள் இல்லை.

ஆனால் அந்த உயரம் குறித்த ஒவ்வாமையானது தனது ஜீவனோபாயத்தை பூர்வீகமானதும், உயரமனதுமான ராம்பால் குடும்பத்தின் அந்த பங்களா வீட்டை இவன் காணும்வரைதான் இவனுக்குள் மேற்கொண்டு வந்தது என்று சொன்னால் கேட்பவர்களுக்கு மட்டுமல்ல, இவனுக்கே அது பெரும் அதிசயமாகத்தான் இருந்தது.

அப்படி அருவிமீது வராத ஆசை அதன்மீது எப்படி மெல்ல மெல்ல அதேநேரம் மூர்க்கமாக ஏறி வந்தது என்று இவனுக்கு யோசிப்பதற்கெல்லாம் நேரமில்லை.

மீண்டும் என்ன யோசித்தானோ தெரியவில்லை, ஸ்பீடோ மீட்டர் தயாரிக்கும் நிறுவனத்தில் வேலை பார்த்து வந்த அந்த நான்கு பேரையும் ஒரே வருடத்தில் அங்கிருந்து அழைத்து வந்து அவர்களின் கைகளில் ஒரு வருடத்திற்குமுன் இறந்துபோன ராம்பாலின் புகைப்படத்தையும், அவர்கள் நின்றிந்த இடத்திலிருந்து பத்து கிலோமீட்டர் தூரத்தில் இருந்த அவரது வீடுகள், குடும்ப சொத்துக்கள், கார்களின் எண்ணிக்கை ஆகியவற்றின் தகவல்கள் அடங்கிய ஒரு மாதிரி வரைபடத்தையும், கூடவே ராம்பால் டிரைவரின் பாஸ்போர்ட் சைஸ் போட்டோவும், சுயவிபரக்குறிப்புகளும் இருந்த ஒரு சாணாங்கித் தாளையும் கொடுத்தான்.

என்ன நடக்கிறது? என்று அந்த நான்கு பேரும் கேள்வி எழுப்பும்முன் எல்லாவற்றிற்கும் இவனே பதில் சொல்லிக்கொண்டிருந்தான்.

"இந்தத் திட்டத்தை ராம்பால் இறந்தபோதே தயார் செய்ததாகவும், ஆனால் அதற்கான சூழல் சரியாக அமையாமல் காவல்துறையில் மாட்டிக்கொள்ளும் நிலை ஏற்பட்டதாகவும், அதனால்தான் உங்களிடமிருந்து விலகி இருக்க முடிவு செய்ததாகவும், தன்னை சிக்க வைக்க முயற்சிசெய்த ராம்பாலின் டிரைவரே இப்போது தன் கைவசம் வந்து விட்டதாகவும்" இவன் விவரித்த காலம்சென்ற நாட்களும், அதை தூக்கிச்சுமக்கும் கதைகளும் அவர்களுக்கு இவன்மீது இன்னமும் கண்மூடித்தனமான அன்பை உற்பத்தி செய்தது.

"ஆனால் அது மட்டுமே காரணம் இல்லை, ராம்பால் டிரைவரின் காட்டிக்கொடுக்கும் நடவடிக்கையினால் காவல்துறையிடம் சிக்கிய தன்னை காப்பற்றிய வக்கீல் ஒருவரைப் பார்த்து, அவரைப்போலவே தானும் வக்கீல் ஆக ஆசைப்பட்டு, அதற்கு மூன்று வருடம் படிக்க வேண்டியிருந்ததால் அந்த காலத்தில் எந்தவிதக் குற்றச்

செயல்களும் செய்யாமல், போலீஸ் கேஸ் ஆகாமல் இருக்கும் பொருட்டுதான் தன் நண்பர்களை தன்னிடமிருந்து விலக்கி வைத்தோம்" என்ற உண்மை இவனுக்கு மட்டுமே தெரியும்.

விடாமல் துரத்திய அந்த சட்டப் படிப்பின் மீதான ஆசையானது இவனது நாற்பதுகளின் இறுதியில், தடங்களை விட்டுச்செல்லும் சுடுமணற்பகுதியில் ஊர்ந்துசெல்லும் ஒரு பாம்பென இவன் உடல்முழுவதும் குறுக்கும்நெடுக்குமாக வளைவுகளை உருவாக்கியபோது, அதுவரை செய்து வந்த எல்லாவற்றையும் விட்டுவிட்டு படித்துமுடித்து வழக்கறிஞர் தொழிலில் மட்டும் கவனத்தைச் செலுத்த ஆரம்பித்தைப் பார்த்த இவனது பழைய கூட்டாளிகள் எஞ்சின் இல்லாமல் வெறும் சக்கரங்களினால் உருளும் ஒரு ரயில்போல இவனும், மணிக்கு பத்து மைல் வேகத்தில் செல்லும் ஒரு ரயில்போல இவனது வாழ்க்கையும் ஆகிப்போனதாகப் பேசிக்கொண்டார்கள்.

ஒருவகையில் இவை எல்லாவற்றிற்கும் முதலாவதொரு பச்சைநிற சமிக்ஞையானது சிறுயருவியென இவன் தலையில் பட்டுச்சிதறிய இடம் ஒரு அதிகாலையில் வந்த அழைப்பிலிருந்தான் தொடங்கியது.

"அம்பாசிடர் பிரியரான ராம்பாலுக்கு சொந்தமான பதினான்கு அம்பாசிடர் கார்களும் விற்பனைக்கு வருகிறது. அத்தனையையும் அவர் இறக்கும்முன் தனது டிரைவர் பெயரிலேயே எழுதி வைத்திருக்கிறார். அவன் எல்லாவற்றையும் விற்று வேறு தொழில் தொடங்கவுள்ளதால் அவற்றை விற்கிறான்."

இதுதான் ஒரு ஏஜென்ட் வழியாக வந்த அந்த அழைப்பின் சுருக்கத் தகவல். அதுவும் மிக குறைந்த விலைக்கு. ராம்பாலின் டிரைவரும், அந்த வீடும், அவன் சொன்ன விபரங்களும் இவனுக்கு இப்படித்தான் பழக்கம் ஆகின.

"மனைவி இறந்தபிறகு எட்டு வருடங்களாக ராம்பால் தனியாகத்தான் அந்த வீட்டில் இருந்து வந்தார். மூன்று வேலைக்காரர்களையும், அவனையும்தவிர ஒருவரும் அருகிலில்லை. மகன், மகள், பேரன்கள், பேத்திகள் என அனைவரும் வெளிநாட்டு தாமசம். அண்ணன், தம்பி, அக்காக்கள் எல்லாம் மும்பையையும், புனேவையும் சுற்றி. இந்த வீடு, வீட்டைச் சுற்றியிருக்கும் சொத்துக்கள், அதுதவிர எங்கெங்கோ கிடக்கும் அசையும், அசையா வஸ்துக்கள் என்று எல்லாவற்றையும் பொறுத்து இறப்பதற்குமுன் வாரிசுகளுக்கு தெளிவாக உயிலெழுதி வைத்துவிட்டார். இவர் இறப்பிற்கு வந்த அவர்கள் அந்த உயில்படி பாகம்பிரித்து அவரவர்கள் பேருக்குச்

132

சொத்துக்களை மாற்ற நேரமில்லாமல் மீண்டும் வந்த இடத்திற்கே திரும்பிவிட்டனர். தற்போது அந்த அனைத்துச் சொத்துக்களுக்கும் டிரைவர் மட்டும்தான் பாதுகாப்பு. அதற்காக அவன் கையில் ஒரு கணிசமான தொகையை திணித்துவிட்டு, அந்த உயிலை அவர்கள் கைவசமே எடுத்துச் சென்றுவிட்டனர். திரும்பிவர ஐந்து வருடங்கள்கூட ஆகலாம்."

'எல்லாமே சாதாரணத்திற்கும் கீழே' என்று நினைக்கும் இவனுக்கு பதிவு செய்யப்படாத உயிலும், உரிமையாளர்கள் உள்ளூரில் இல்லை என்ற சாதகமான அம்சமும் அந்தச் சொத்துக்களை எளிதாக கைக்குள் கொண்டுவந்துவிடலாம் என்ற எண்ணத்தை உருவாக்கியது. ஒரே வேலை ராம்பால் டிரைவரை இவன் வசத்திற்கு கொண்டுவருவது மட்டும்தான். அதற்கும் இவனிடம் ஒரு திட்டமிருந்தது.

"அந்த பதினான்கு கார்களும் உன்னிடமே இருக்கட்டும். அதற்கான பணமும் தந்து விடுகிறேன். பதிலுக்கு அந்த வீட்டை வில்லங்கம் செய்ய நீ உதவ வேண்டும்" இதுதான் இவன் ராம்பால் டிரைவரிடம் வைத்த கோரிக்கை. இந்த கோரிக்கைதான் இறந்துபோன ராம்பாலின் நண்பரான ஒரு போலீஸ் அதிகாரியின் கவனத்திற்குக் கொண்டு செல்லப்பட்டு இவன் சிக்கலுக்குள்ளாக்கப்பட்டான்; மீட்கப்பட்டான்.

அதன்பிறகுதான் ராம்பாலின் வீட்டிற்கான திட்டத்திற்கு முன்னதாக ராம்பாலின் டிரைவருக்கான திட்டம் வகுக்கப்பட்டது. அதைத் தெரிந்துகொள்ள கார்களைப்பொறுத்து இவன் கையாண்டுவரும் காரியத்தை முதலில் தெரிந்துகொள்ள வேண்டும்.

பெரும்பாலும் இவன் விற்பது ஆவணங்கள் இல்லாத அல்லது ஆவணங்கள் இருந்தும் இல்லை என்று பொய் சொல்லப்படும் கார்களை. அப்படியான ஒரு காரை இரண்டாவது கையாக வாங்க வேண்டுமென்றால் "ஆவணங்களுடன் வாங்கினால் கொடுக்கப்படும் தொகைக்குப் பாதி கொடுத்தாலேப் போதும்" என்று ஆசை காட்டப்படும்போது பாதிக்குப் பாதிபேர் அந்த வார்த்தைகளின் மயக்கத்தில் சிக்கிவிடுவதுண்டு. அப்படிப்பட்டவர்கள்தான் இவன் இலக்கு. அவர்களும் ஏதோ அதிர்ஷ்டம் அடித்ததுபோல வாங்கிச்செல்வதுண்டு. பின்னர் ஒன்பது மாதங்களிலிருந்து ஒரு வருடத்திற்குள் விற்கப்பட்ட அந்தக் காரை தன்னிடமிருக்கும் ஆட்களை வைத்தும், டூப்ளிகெட் கீயை வைத்தும் வசமாக திருடி விடுவான். எல்லாவற்றிற்கும் சம்மதித்து

வாங்கியவர்கள் காரைப் பறிகொடுத்தப்பின் இவனிடம் வந்து என்ன கேட்க முடியும்? கேட்டாலும் “உண்மையான ஓனர் எடுத்துச் சென்றிருப்பார்” என்ற பதிலைத் தவிர அங்கிருந்து வேறு என்ன வந்துவிடும். மீறியும் சண்டைப் போடுபவர்களை ஆட்களை வைத்தே இவன் மிரட்டிவிடுவதுண்டு. அதற்கு ஏதுவாக தன்னைவிட பலமானவர்களாகப் பார்த்துதான் மீண்டும் அந்தக் காரை விற்பான். முன்பு கொடுக்கப்பட்ட கார்களின் பதிவு எண்களும் போலியானதுதான் என்பதால் மீண்டும் அந்தக் காரை கொஞ்சம் மாற்றி விற்பது ஒன்றும் பெரிய விஷயமாக இருக்காது. ஆனால் என்ன, ஏற்கனவே விற்ற இடத்திலிருந்து சம்மந்தமே இல்லாமல் அல்லது தொலைவாக இருக்கும்படி மட்டும் அடுத்தமுறை பார்த்துக்கொள்ள வேண்டும். முன்னதாக ஏமாற்றப்பட்டவர்கள் ஒருவேளை அந்தக் காரை எப்படியாவது அடையாளம் கண்டுவிட்டால் சந்தேகப்படாதபடி இருக்க இந்தமுறை வாங்கியவரின் பேரில் போலியான ஆவணங்களும் தயார் செய்யப்பட்டு கொடுக்கப்பட்டிருக்கும். அவ்வளவுதான் விஷயம்.

கார் மட்டுமல்ல சொத்துக்களையும் இதேபோலத்தான் வில்லங்கப்படுத்தி வந்தான். வெளிநாட்டில் குடியிருந்துகொண்டு பெரிதாக சொந்தமோ, ஆள் பலமோ இல்லாமல் இங்கே சொத்துக்களை வாங்கிப் போடுபவர்கள்தான் இவனது இலக்கு. முதலில் யார் கையிலிருந்து யாருக்கு மாறியிருக்கிறது என தெரிந்துகொள்ள அந்தச் சொத்துக்களின் கடந்த முப்பது வருடங்களுக்கான வில்லங்கம் எடுத்துப் பார்ப்பான். பின்னர் மெதுவாக அந்தச் சொத்துகளின் பத்திர நகல்களை பதிவாளர் அலுவலகத்தின் செல்வாக்குமிக்க பத்திர எழுத்தரின் வழியாக கைக்கு வரவழைப்பான். அதன்பிறகு தனக்கு விசுவாசமிக்க ஒருவனின் பெயரில் அந்த வெளிநாட்டு நபரே பவர் கொடுத்ததுபோல ஒரு போலியான பவர் பத்திரத்தை தயார்செய்து அந்தச் சொத்திற்கான முதல் என்ட்ரியை பதிவு செய்வான். அதன் தொடர்ச்சியாக எட்டுமாத இடைவெளியில் அதேபோல தனக்கு விசுவாசமிக்க ஒன்றிரெண்டு நபர்களுக்கு தொடர்ந்து மாற்றி அந்தச் சொத்தை கிரயப்படுத்துவான். இந்த நடபடிகள் எல்லாம் முடிந்தபின்தான் அவனது இறுதி இலக்கிற்கான, எப்போதும் தன் கைக்குள் நிற்கும் ஒரு நபரை - சொத்தின் தன்மைக்கு ஏற்றவாறு தன்னைவிட பலவீனமாகவோ அல்லது பலமாகவோ - தேர்வு செய்வான். அவர்களிடம் சொத்தைக் காண்பிக்கும்போது தேவைப்படும் பட்சத்தில் அந்தச் சொத்தை

பராமரித்து வரும் நபரை தனது ஆட்களை வைத்து கடத்துவான்; எங்கேயோ அடைத்து வைப்பான். என்ன நடக்கிறது என்று புரிந்துகொள்ளும்முன் விடுவித்தும் விடுவான். பின் இந்த சங்கதிகள் எதுவும் தெரியாமல் சொத்தை வாங்கியவர்கள் சொத்திற்குள் நுழையும்போதுதான் உண்மையான சிக்கல் உருவாகும். கடத்தப்பட்டு விடுவிக்கப்பட்டவன் நிலைமையை உணர்ந்தபிறகு காவல்துறையிடம் செல்வான். வழக்கம்போல கொடுக்கப்பட்ட பணத்தை வாங்கிக்கொண்டு "சிவில் வழக்கு, கோர்ட்டில்தான் பார்த்துக்கொள்ள வேண்டும்" என்ற பதில் அங்கிருந்து வரும். பின் சம்மந்தப்பட்டவர்கள் வெளிநாட்டிலிருந்து வந்து வழக்கு தொடுப்பதற்குள் இங்கு எல்லாமே மாறிவிடும். ஒன்று சொத்து கைக்குள் நிற்கும் அல்லது அந்தச் சொத்தின் மதிப்பைப்பொறுத்து கணிசமான தொகையை வாங்கிவிட்டு மீண்டும் உரியவர்களுக்கே சமாதானமாக கொடுக்கப்படும்.

ராம்பால் விவகாரத்தைப் பொறுத்தவரை காரும் சொத்தும் ஒரே இடத்தில். அதற்காக எப்போதும்போல அல்லாமல் கொஞ்சம் வேறுவிதமாக யோசித்தான். அந்த திட்டங்கள்தான் இப்போது அந்த நான்கு பேரின் முன்னிலையிலும் இருந்தது.

டிரைவர் கடத்தப்படவில்லை. மாறாக தனக்கு விசுவாசமான ஒருவனை அங்கு அனுப்பி அந்த பதினான்கு கார்களுக்கும் முன்பணம் கொடுக்கப்பட்டது. அதற்கு ஆதாரமாக ஒரு வருவாய் முத்திரை ஒட்டப்பட்ட தாளில் ஒரு பணப்பற்று ரசீது உருவாக்கப்பட்டது. மறுநாளே பதிவு செய்துகொள்ளலாம் என்று டிரைவரே சொன்னபோதும், வேண்டுமென்றே ஒரு வாரகால அவகாசம் பணம் கொடுத்தவரே கேட்டு வாங்கிக்கொண்டார். அந்த பெரிய வீட்டில் வசிக்க பயப்பட்டு தனியாக வீடு எடுத்து தங்கி வந்த அவனது பயத்தின் பலனை பயன்படுத்திக்கொண்டு அன்றிலிருந்து ஆறாவது நாள் அந்த பதினான்கு நான்கு அம்பாசிடர் கார்களும் கடத்தப்பட்டன. அந்த பரபரப்பில் இருக்கும்போது அவன் வீட்டிலிருந்த முன்பணமும் களவாடப்பட்டது. இப்போதும் அவன் போலீசுக்கு சென்றான். முன்பணம் கொடுத்த இவனது ஆளும் போலீசுக்கு சென்றான். முன்புபோல கோட்டை விடாமல் இந்தமுறை தனது செல்வாக்கான வக்கீலைப் பயன்படுத்தி, பணத்தை இறக்கிவிட்டு, ராம்பால் காம்பவுண்ட்டிற்கு அருகிலேயே மறைத்து வைக்கப்படிருந்த பதினான்கு நான்கு கார்களையும் கண்டெடுத்துக் காண்பித்து, அந்தத் திருட்டையும் அவன்மீது சுமத்தி கொடுக்கப்பட்ட பண மோசடி புகாரின் அடிப்படையில் வழக்கு பதியப்பட்டது. வெறும் இருபத்து நான்கே வயதான

டிரைவர் உள்ளே சென்றான். இவனது அதே செல்வாக்கு மீண்டும் பயன்படுத்தப்பட்டது; உள்ளே சென்றவனின் தலைமுதல் கால் வரை பெரும்பாலான இடங்களில் வேகமாக வீசப்படும் மூங்கில் கம்புகள் பட்டுத்தெரித்தது.

எங்கோ இருந்து பிழைக்க வந்தவனை பெயில் எடுக்க எவர் வருவார்கள் இல்லையா? அதனால் இவனே சென்றான். அவனது வயதையும், வழக்கின் தன்மையையும், எஞ்சியிருக்கும் வாழ்க்கையையும் வைத்து முதலிலும், பின்னர் கார்களுக்கான மொத்தப் பணத்துடன், பிணையும் எடுத்து, வழக்கிலிருந்தும் அவனை விடுதலை செய்ய தன்னுடைய ஆள் பிறழ்சாட்சியாக மாறிவிடுவதின் சாத்தியங்களையும் குறித்து அவனிடம் பேரங்கள் பேசப்பட்டபோது அவன் வாழ்நாளில் எந்தவொரு விஷயத்திற்கும் அதேபோல அவ்வளவு வேகமாக சம்மதித்துத் தலையசைத்ததில்லை.

தன் திட்டத்தில் வெற்றியடைந்த அந்த நொடி, முதல்முறையாக அந்த வீட்டைப் பார்த்த நினைவுகள் அவனது தலையசைப்பைவிட இவனுக்குள் வேகமாக சுழல ஆரம்பித்தது.

வெளியிலிருந்து ஒருவர் பார்த்தால் அந்த வீட்டின் முதல் மாடிதான் தெரியும். வீட்டிற்குள் நுழைந்து கீழிருந்து பார்த்தால் எதிரே கட்டிடங்கள் அல்ல, ஆகாயம்தான் தெரியும். ஒரு மாடி வீடே மூன்று மாடிகள் கொண்ட வீட்டின் உயரத்தைக் கொண்டிருக்கும். தென்னை மரங்கள் இரண்டு இருப்பதுகூட உள்ளே சென்று பார்த்தால்தான் தெரியுமளவிற்கு வீட்டிற்கும் காம்பவுண்ட் சுவருக்கும் இடையிலான இடைவெளியின் தூரம் இருக்கும். மேலே ஒரு சிறுவன் நிர்வாணமாக நின்று ஒண்ணுக்கு அடிப்பதுபோல இருக்கும் சிலையின் குறியில் உண்மையிலே தண்ணீர் பாயும். அதற்கு நேர் இடது ஓரத்தில் குழந்தைக்கு ஒரு அம்மா பால் கொடுப்பதுபோல இருக்கும் சிலையின் காம்புகள் நல்ல கண்பார்வை உள்ள ஒருவன் உற்றுப்பார்த்தால் தெரிந்துவிடும் அல்லது தெரிவதைப் போன்ற உணர்வையாவது எற்படுத்திவிடும். அந்தக் காம்புகளிலிருந்து பால் பீய்ச்சி அடிக்காவிட்டாலும் அந்த ஒட்டுமொத்த சதுர வடிவிலான வீட்டிற்கும் அடிக்கப்பட்டிருக்கும் தூய வெள்ளை நிறத்திலான பெயின்ட் அந்தக் காம்புகளிலிருந்து கொட்டிய பால்தானோ? என்று பார்ப்பவர்களை ஒரு கணம் யோசிக்க வைத்துவிடும்.

இந்தமுறை இவன் வீட்டை எவரிடமும் கிரயம் செய்யவில்லை. ஒரு அருவிக்குள் குடியேறுவதுபோல இவனே அதில் வசிக்கத்

தொடங்கினான். பதினான்கு அம்பாசிடர் கார்களும் இவன் முன் நின்றன.

அப்போது இவனுக்கு வயது நாற்பது இருக்கலாம்.

* * *

ம்... அப்போது இவனுக்கு ஐம்பது வயது இருக்கலாம்...

என்று இன்னும் இவனது பத்து வருடங்கள் குறித்தும் எழுதலாம்தான். ஆனால் அதில் என்ன இருந்துவிடப்போகிறது? ஒருவனின் சின்னச் சின்ன குற்றச்செயல்கள் எல்லாமே மிகச்சரியாகச் சென்று கொண்டிருந்தால் அவை பெரிய பெரிய சம்பவங்களுக்குத்தானே எப்படியிருந்தாலும் வழிவகுத்திருக்கும்?

ஒருவனது முதல் திருட்டுக்கு, சின்ன குற்றத்திற்கு அவனது மனமானது பழக எடுத்துக்கொள்ளும் கால அவகாசத்தை போன்று அவ்வளவு நீளமாகவும், ஆழமாகவும், குழப்பமாகவும் அவனது பெரிய சம்பவங்கள் எடுத்துக்கொள்வதில்லை. அது இன்னும் குழப்பமாகவும், சுருக்கமாகவும், மேலோட்டமானதாகவும் இருந்தாலுமேகூட அவை நொடி நேரத்தில் மட்டுமே தன்னை தீர்மானித்துக்கொள்கின்றன.

தன்னைப் பார்த்தவர்கள் செய்த முந்தைய தீவினைகளையெல்லாம் தீர்த்து வைக்கக்கூடிய கந்தமாதனம் மலையேக்கூட சலிக்கும் அளவிற்கு ஒவ்வொரு நொடியிலும், அந்த ஐம்பது வயதிற்குள் இவன் செய்த குற்றச் செயல்களும், பாவங்களும் அதைவிட பெரிதாக, மிகுதிபட முன்குவிந்து நின்றன.

"ஊரில் ரவுடிகள் இல்லை, போக்கிரிகள்தான் இருக்கின்றனர்" என்று ஊருக்குப் புதிதாக வந்த பெண் இன்ஸ்பெக்டர் ஒருவர் மாவட்ட தலைமை கண்காணிப்பாளர் அலுவலகத்திற்கு சொல்லிக்கொண்டிருந்த தகவல் சாமியின் ஆட்கள் வழியாக இவனது சின்னஞ்சிறிய காதுகளுக்கு வந்துசேர்ந்தபோது அது என்னென்னவோ இவனுக்குள் செய்ய ஆரம்பித்தது. ஒரு ரவுடிக்கும் போக்கிரிக்கும் என்ன வித்தியாசம் என்றுகூட தெரியாத அந்த பத்து வயதில் 'அது ஏதோ அவமானகரமான விஷயம்' என்று மட்டும் புரிந்திருந்தது. பின்னர் தானும் ஒரு ரவுடியாக ஆசைப்பட்டபோது 'அதுவும் ஏதோ நாகரீகக் குறைவான பணி' என்பதை ஒன்றிரண்டு அனுபவங்களின் மூலமாகப் புரிந்துகொண்டான். அதனால்தான் பின்னாளில் இவன் ஆட்களை நம்பாமல் திட்டங்கள் நிரம்பிய

தாட்களை பெரிதும் நம்பத்தொடங்கினான். அப்போது தனது கூட்டாளிகளிடம் இவ்வாறு சொல்லிக்கொண்டான்:

"ஒரு ஊரில் ஒருவன் ரவுடியாக உருவாகும்போது அதைப் பெண்களால் மட்டுமே அடையாளம் கண்டுகொள்ள முடியும். அவர்களுக்கு மட்டும்தான் தெரியும், ஒருவன் ரவுடியா? பொறுக்கியா? இல்லை இரண்டிலுமல்லாத கழுதைச் செவியனா? என்று. அதற்கு போலீஸ் ஆகவேண்டிய அவசியமெல்லாம் இல்லை."

சிறுவனாக இருக்கும்போது சக நண்பர்கள் 'தண்டவாளத்தில் காந்தம் கிடைக்கும்' என்று சொன்ன தகவலை நம்பிச் சென்றவன், அன்றே அங்கிருந்து தன் வாழ்வைத் தொடங்க ஒருபயணச்சீட்டு எடுத்தான். பின்னர் அதை வைத்துக்கொண்டே ஆழத்தை நோக்கி ஓயாமல் நீந்தும் ஒரு மீனைப்போல இவன் பணத்தைத் தேடி அதன் ஆழத்திற்கு ஏற்றவாறு தன்னை உருமாற்றிக்கொண்டபோது, அதுவும் இவனை இவன் விரும்பிய இடங்களுக்கெல்லாம் இறக்கியும் ஏற்றியும்சென்றது.

அப்படி கொண்டு சேர்த்த ஒரு இடத்தில், நடந்த ஒரு கொலையில் இவனது ஆழம் என்னவென்று இந்தக் கதை எழுதி முடிக்கப்படும்வரை கண்டுபிடிக்கப்படவேயில்லை.

ஒரு சைக்கிள் மட்டுமே நுழையும் கையடக்கத் தெருவில் ஒரு விபத்து நடந்து, அந்த விபத்தினால் ஒருவர் இறப்பது என்பது, அந்த ஒரே நொடியில் மட்டும் பிரபஞ்சத்தின் இயக்க விதிகள் மொத்தமும் மாறினாலேயொழிய சாத்தியமில்லை. ஆனால் சாத்தியமில்லாததை சாத்தியமாக்குவதுதானே பனிப்போரின் விதிகள்...!

சிறிதும் பெரிதுமான வெவ்வேறு அளவுகள்கொண்ட வயிறுகள் தாங்கள் கொள்ளையடித்ததை ஒரே அளவுகொண்ட வயிறுகள்போல பங்கிட்டுக்கொள்ளும்போது அங்கு துர்ராத்மாக்களுக்கு அவசர வேலைகள் ஒன்றும் இருப்பதில்லை. அதேநேரம் ஒரே அளவுகொண்ட வயிறுகள் ஏற்ற இறக்கமில்லாமல் ஒரேயளவில் தாங்கள் கொள்ளையடித்ததை வெவ்வேறு அளவுகளில் சிறிதும் பெரிதுமாக பங்கிட்டுக் கொள்ளும்போது...? அங்கு சரிசமத்திற்கு எதிரானவர் நீங்களாகவோ, உங்களுக்கு எதிரில் இருப்பவர்களாகவோ இருந்தால்...?

திரளாய் விதைத்தும் தேவைக்கும் கொஞ்சமாய் அறுத்துக்கொள்ளும்போது, எவ்வளவு உண்டும் பசியாறாதபோதும், குடித்தும் பரிபூரணமடையாத நேரத்தில், மேல் மேலாய் எத்தனை ஆடைகள் அணிந்தும் குளிரடங்கவில்லையானால்...? சம்பாதிக்கும் அனைத்தும் பொத்தலான பையிலே போடுவதென்றால்? இன்னொருவர் கையிலிருக்கும் பை உங்களின் கண்ணை உறுத்தும்தானே...?

அப்படி அந்த இன்னொருவர் ஒரே வீட்டில் உங்களுடனே இருந்தால்...?

அவர்களுடைய ஆஸ்திகள் கொள்ளையாகும். அவர்களுடைய வீடுகள் பாழாய்போகும். வீடுகள் கட்டியும் அங்கு அவர்கள் குடியிருக்க மாட்டார்கள். அவர்கள் பழத் தோட்டங்களை நாட்டியும், அவைகளின் ரசத்தை குடிக்க வாய்ப்பில்லாமலும் போவார்கள்தானே...?

இவனுக்கு நீதிமொழிகள் தெரியாது. இவனுக்கு தெரிந்த மொழிக்கும் நீதி தெரியாது. அங்கு சிநேகிதர்களும், வழிகாட்டிகளும், எதிரிகளும், நண்பர்களும், உங்கள் தலையைத் தாங்கும் மடிகளும், உங்கள் தலை எடுக்கும் மனிதர்களும் என எல்லோரும், எல்லாமே ஒன்றுதான். அங்கு திருப்தி என்ற ஒன்றோ, சோர்வு என்ற ஒன்றோ, கூட்டாகவோ தனித்தனியாகவோ இருப்பதில்லை. இருக்கும் அனைத்திலும் அவரவர் கண்களை, காதுகளை, துப்பறியுமுணர்வை ஒரு விலை ரசீதைபோல தொங்க விட்டபடி சென்றுகொண்டே இருக்க வேண்டியதுதான்.

ஒழுக்கத்தைப் போதிக்கும் இதுபோல எந்தவொரு மத மேற்கோள்களும்கூட அங்கு வந்து அவர்கள்முன் நின்றால் நிர்வாணமாகத்தான் நிற்க வேண்டியதிருக்கும். அதனால் “முடிந்தவரை கையில் ஒட்டுத்துணியோடு நிர்வாணமாயிரு...! எதிரில் நிற்பவர்களுக்கு அதுகூட கொடுக்காமல் முழு நிர்வாணமாயிருக்க செய்...!” இதுமட்டுமே அங்கு வேலைக்காகும் ஒரு மத இலக்கணம்.

அப்படியிருக்கும் ஒருவனின் மனைவியானவள் தனது நான்கு மகள்களையும் விட்டுவிட்டு ஆறாப்புண்கொண்ட உள்நோய் ஒன்றினால் இறந்து வருடம் ஒன்றுகூட முடியாத நிலையில், நான்கு பேத்திகளையும் அவனது தீய நடவடிக்கையிலிருந்து காப்பாற்றும் பொருட்டோ, அவர்களுக்கு சேரவேண்டிய சொத்துக்களை கவரும் பொருட்டோ ஒருத்தி ஒன்றைச் செய்யும்போது அல்லது மனைவிக்குச் சேர வேண்டியவைகளை

கொடுக்காமல் கள்ளத்தனமாக அதை இன்னொரு மகனுக்கு அவள் எழுதிக்கொடுக்க முயற்சிக்கும்போதோ, அந்தச் சொத்துக்களையும் இவன் தனது பட்டிகை சொத்துக்களின் பட்டியலில் கூடுதலாக சேர்க்க ஆசைப்படும்போதோ... சொந்த மாமியாரின் இறப்புக்காக சாத்தானிடம் வேண்டிக்கொள்ளும் இவனும், இவன் கையில்தான் சாகவேண்டும் என்று முடிவு செய்துவிட்டவளைப்போலவே செயல்பட்டுக் கொண்டிருக்கும் அவளும் இந்த பூமியில், ஒரே ஊரில், ஒரே தெருவில், அருகருகே தங்களது நகர்வை அவர்களது சொந்த வாழ்வின் பொருட்டு எதிரெதிராக நிகழ்த்திக்கொண்டிருக்கும்போது இருண்டுபோன பாதாள உலகத்தின் சக்திகளும் தங்களது ஆன்மாவிற்கு தேவையான பலத்தை அவர்களிடமிருந்து எடுத்துக்கொள்ளும்தானே...?

அப்போது அது ஒரு கையடக்கத் தெருவாக இருந்தாலும் அங்கு நடப்பது நடக்கத்தான் செய்யும். நடக்க முடியாததும்கூட....

அதன்பிறகு நடந்ததையெல்லாம் சொல்ல இவனது வயது இன்னும் அறுபது ஆகவில்லை.

13

என் சிநேகிதரும் என் தோழரும் என் வாதையைக் கண்டு விலகுகிறார்கள்; என் இனத்தாரும் தூரத்திலே நிற்கிறார்கள். என் பிராணனை வாங்கத் தேடுகிறவர்கள் எனக்குக் கண்ணிகளை வைக்கிறார்கள்; எனக்குப் பொல்லாங்கு தேடுகிறவர்கள் கேடானவைகளைப் பேசி, நாள் முழுவதும் வஞ்சனைகளை யோசிக்கிறார்கள். நானோ செவிடனைப்போல கேளாதவனாகவும், ஊமையனைப்போல வாய் திறவாதவனாகவும் இருக்கிறேன்.

-சங்கீதம் 38: 11,12,13

மலர்வளையத்துடனும், நேர்ச்சை நீருடனும் பக்தர்கள்சபை ஆட்களும், திருச்சபைக் கையேடுடன் சின்ன சாமியாரும் வந்து கொண்டிருந்தார்கள். அவர்கள் வருவதைப்பார்த்து தூரத்தில் காருக்குள் அமர்ந்திருந்த வணிகநாதனும், அகிலாண்டேஸ்வரி மைந்தனும் காரிலிருந்து இறங்கி நின்றனர்.

அந்தச் சிறுகூட்டத்திற்கு பின்னாக, இன்றிலிருந்து சுமார் இருபதாண்டுகளுக்குமுன் திரேசம்மாளின் முப்பதுகளின் நடுவில் அவளைக் காதலித்துத் தோற்றுப்போன இஸ்மாயில் பாயும் வந்துகொண்டிருந்தார். ஜெபமந்திரம் போலல்லாது உண்மையிலேயே கொஞ்சம் வைத்தியமும், ஓவியமும் கற்று வைத்திருந்த அவரிடம் அவற்றைக் கற்கபோனபோது உருவானக் காதலது. திரேசம்மாளுக்கு அதிலொரு பெருமை என்றாலும் கல்யாணமும் முடிந்து, இரு பிள்ளைகளுக்கு தாயான அவள் அதை ஆசீர்வாதத்தை படுத்தும் பாட்டைவிட மோசமாக கையாண்டிருப்பாள் என்று இங்குச் சொல்லித் தெரியவேண்டியதில்லை. ஆனாலும் அதில் மகிழ்ச்சிக்கொண்ட அவளது மனம் ஆரம்பத்தில் அதற்கொரு தீர்க்கமான முடிவைக்கட்டாமல் விட்டதால் பாய்

பைத்தியமாகாமல் மண்டைக் குழப்பத்திற்கு மட்டும் ஆளானார். அதாவது அவளுக்குக் கற்றுத்தர முடியாத வைத்தியத்தையும் ஓவியத்தையும் கைவிட்டுவிட்டு விதவிதமாக சிலுவை வியாபாரம் செய்ய ஆரம்பித்தார்.

"எப்பா டேய் பாய்யெல்லாம் கறிக்கடைதானடா வைப்பாங்க? நீ என்னடான்னா சிலுவைய வித்துட்டு அலையிற" என்று கேட்டுவிட்டு நின்ற மூத்த சபைமக்களிடம் "இது திரேசம்மாளுக்காக" என்று இரகசியமாக ஒரே போடாக போட்டார். "அது கிறிஸ்துவுக்காக" என்ற பதிலை அவரிடம் எதிர்பார்த்து நின்ற அவர்களுக்கோ கோபம்தான் வந்தது. திரேசம்மாள் பற்றி நன்கு அறிந்திருந்த ஆசீர்வாதமோ அதைக் கேள்விப்பட்டபோது சிரித்துவிட்டு நகர்ந்தார். ஊரார்களே அந்த விவகாரத்தையும், சிலுவை வியாபாரத்தையும் மேற்கொண்டு வளரவிடாமல் முடக்கிவிட்டதால் அவளது அண்ணன்மார்களும் அதைப் பெரிதாக எடுத்துக்கொள்ளவில்லை.

பின்னர் கொஞ்ச நாட்களிலேயே அத்தகைய மண்டைக் குழப்பங்கள் தீர்ந்து கம்போடியா சென்ற அவர், அங்கு ஒரு மோசடிக் கும்பலிடம் சிக்கி அவர்களது அடிமையாக அங்கேயே ஆண்டுகள் பல கழித்துவிட்டு மூன்று வருடத்திற்கு முன்னர்தான் ஊருக்கே திரும்பியிருந்தார். தொடக்க வருடங்களில் நிலைமை மோசமாக இருந்தாலும் போகப்போக அவர்களின் தொழில் நுணுக்கங்களைக் கற்று சிலுவை வியாபாரம் செய்த காலம்போல ஒன்றுமில்லாத தன் வாழ்க்கைக்கு மெல்லமெல்ல சீரும் சிறப்பையும் சேர்த்துக்கொண்டார் என்பதுதான் உண்மை. ஒரு கட்டத்தில் அவர்களே இவரின்மீது நம்பிக்கைக் கொண்டு ஆள் பிடித்துவிடும் ஒரு ஏஜெண்டாக நியமித்து திருப்பி இங்கு அனுப்பியிருந்தனர். அதையும் அவர் திறம்பட செய்து கொண்டிருக்கிறார் என்பது தனிக் கதை.

இப்படிப்பட்ட முன்பின் வரலாறு கொண்ட இஸ்மாயில் பாய்தான், தனது இருபதாண்டுகளுக்கு முந்தைய அந்த வெட்கங்கெட்ட செயலுக்கு அப்போது வெட்கப்படவில்லை என்பதால் இப்போது அதற்கு வெட்கப்படக் கிடைத்த ஒரு வாய்ப்பை தவற விட்டுவிடக்கூடாது என்ற முனைப்பில் தீவிர வெட்கத்தோடு வந்துகொண்டிருந்தார். ஆனால் திரேசம்மாளின் வீட்டை நெருங்கநெருங்க தன்னைக்குறித்து அப்போது வெட்கப்பட்டதற்காக ஊரார்கள் இப்போது வெட்கப்பட வேண்டும் என்ற முந்தைய வெட்கத்திற்கு நேரெதிரான திடீர்

வெட்க வெறி அவருக்குள் தோன்ற, ஒரு வெட்கமில்லாத கடுகடுத்தவும், அதேநேரம் சிநேக பாவத்துடன் கூடியதுமாக தனது முகத்தை பண்ணையார்த்தனமாக மாற்றி அந்த ஊரே அவரால்தான் பெருமைப்பட்டுக் கொண்டிருக்கிறது என்பதுபோல ஒரு உடல் மொழியுடன், 'வெட்கங்கெட்ட திரேசம்மாள்' என்ற மனதிற்குள் ஓடிய வார்த்தைகளுடன் அவள் பக்கம்கூட திரும்பிப் பார்க்காமல் உள்ளேசென்று வெளியேவந்தார். "தன்னை நிராகரித்ததற்காக அவள் இந்த கணத்தில் வெட்கப்பட வேண்டும்" என்ற ரீதியில் அசைந்த அவரின் அத்தகைய தலைச்செய்கையானது விட்டுச்சென்ற மண்டைக் குழப்பம் மீண்டும் அவரைத் தொற்றிக் கொண்டாற்போல இருந்தது என்று வெளியே நின்று கொண்டிருந்த மார்ட்டின் கூட்டத்தார் பேசிக்கொண்டார்கள்.

காற்று நிறத்திற்கு மாறியதுபோல, வெள்ளைநிறம் போருக்கு தயாரானதுபோல, கருப்பானது வெளிச்சத்தைக் கக்கியதுபோல இஸ்மாயில் பாய் ஒரு நிமிடம் தன்னைத் தானே திரேசம்மாளாக ஆக்கிக்கொண்ட இந்த களேபரத்திற்கு நடுவில், இது எதுவும் அறியாத ஆசீர்வாதம்பிள்ளை சாமியார் ஜெபிப்பதற்கு ஏதுவாக சவப்பெட்டிக்கு மாறியிருந்தார். கோயில்பிள்ளை அதற்கான சடங்குகளை நிறைவேற்றுவதில் பரபரப்பாக இருந்தார். ஆசீர்வாதம் பயன்படுத்தியதும், அவருக்கு பிடித்ததுமான பொருட்கள் சேகரிக்கப்பட்டு பெட்டிக்குள் வைக்கப்பட்டிருந்து. வாட்ச், பேனா, கண்ணாடி, சிவில், கிரிமினல் ப்ரசீஜர் கோட் புத்தககங்கள் போன்ற வழக்கமான பட்டிகைப் பொருட்களுடன் சில கையெழுத்துப் பிரதிகளின் நகல்கள் இருந்ததைப் பார்த்து சின்ன சாமியாருக்கு ஆச்சரியமாக இருந்தது. அது அவர் எழுத முயற்சித்த கதைகளுக்கான குறிப்புகள் என்று அவரது மகனது மூலமாக தெரிந்துகொண்டபின் அவர் கண்கள் இன்னும் அகலமாக விரிந்தது.

எல்லாம் முடித்துவிட்டு பெரிய சாமியார் கோவிலில் வைத்து பூஜை நடத்துவதற்கு ஏதுவாக செய்யவேண்டிய வேலைகளைக் கவனிக்க கோயில்பிள்ளை சர்ச் நோக்கி விரைந்தபோது... ஆண்டுகளும், மாதங்களும், தேதிகளும், சாதனைகளும் நிறைந்திருந்த பெஞ்சமின் ஆசீர்வாதம்பிள்ளையின் வாழ்க்கைக் குறிப்பை வாசித்து முடித்துவிட்டு, "இவருடைய ஆத்மாவிற்காக, கிருபைக்காக, இரக்கங்களுக்காக சூழ்ந்துநின்று கண்களைமூடி ஆண்டவனை நோக்கி மன்றாடி ஜெபிப்போமாக" என்று சின்ன சாமியார் ஆரம்பித்தார்.

இப்போது ஆசீர்வாதம்பிள்ளையையொத்த சிந்தனைப் போக்கையும், செயல் திட்டங்களையும் தன்னகத்தே கொண்ட கும்பல்களும்கூட அங்கு நிறைந்திருந்தது. அவர்கள் அந்த நொடிகளில் மட்டும் மரணத்தின் இரக்கமில்லாத தன்மையைக் குறித்தும், மனித குலத்தின் சுயநலமில்லாத மகத்தான அருமைப் பெருமைகளைப்பேசி அதன் தொடர்ச்சிதான் ஆசீர்வாதம்பிள்ளை எனவும், வெளிப்படையாகச் சொல்லாவிட்டாலும் தாங்களும் அப்படிப்பட்ட பெருமைக்குரியவர்கள்தான் என்பதால், ஒட்டுமொத்த உலக நன்மைக்காக கடவுள் தங்களைப் போன்றவர்களுக்கு மட்டுமாவது மரணத்திலிருந்து விதிவிலக்கு அளிக்க வேண்டும் என்று ஒருவருக்கொருவர் தீர்மானம் நிறைவேற்றிக் கொண்டுமிருந்தார்கள்.

அதிலொருவர் “இயேசு சிலுவையில் இறப்பதற்கு முன்பே அவருடைய ஆவி அவரைவிட்டு பறந்துவிட்டது. சாதாரண மனுசனாத்தான் அவரு செத்துப்போனாரு” என்று சொன்ன ஒருவனை ஆசீர்வாதம்பிள்ளை அடிக்க கை ஓங்கிய சம்பவத்தைப் பற்றிப் பெருமையாகப் பேசிக்கொண்டிருந்தார். “ஆமா, அப்படி பேசுரவனுகள அந்த காலத்துல மாறி ஊர் நடுவுல கட்டிவச்சு சாணத்துல முக்கி எரிச்சே சாம்பலாக்கிறணும்” என்று இன்னொருவர் அதற்கு ஒத்தூதிக் கொண்டிருந்தபோது, “தேவன் தம் திட்டத்தை கிறிஸ்துவின் மீட்பின்மூலம் நிறைவேற்றினார். அதேபோல பெஞ்சமின் முதற்கொண்டு ஒவ்வொருவரின் இறப்பும் தேவனின் விருப்பம்தான்” என்றபடி ஜெபம் நடுப்பகுதிக்கு வந்திருந்தது.

“மனுஷன் அநேக வருஷம் ஜீவித்து, அவைகளிலெல்லாம் மகிழ்ச்சியாயிருந்தாலும், அவன் இருளின் நாட்களையும் நினைக்கவேண்டும்; அவைகள் அநேகமாயிருக்கும்; வந்து சம்பவிப்பதெல்லாம் மாயையே! காலையிலே முளைக்கிற புல்லுக்கு ஒப்பானதுதான் நம் வாழ்வு. அது காலையிலே முளைத்துப் பூத்து, மாலையிலே அறுப்புண்டு உலர்ந்து போகும். அதனால்தான் சங்கீதம் தொண்ணூறாவது அதிகாரம் ஒன்பது பத்தாவது வசனங்களில் மோசேயின் ஜெபம் இப்படியிருக்கிறது: ‘ஒரு கதையைப்போல எங்கள் வருஷங்களைக் கழித்துப்போட்டோம். எங்கள் ஆயுசு நாட்கள் எழுபது வருஷம், பெலத்தின் மிகுதியால் எண்பது வருஷமாயிருந்தாலும், அதின் மேன்மையானது வருத்தமும் சஞ்சலமுமே; அது சீக்கிரமாய் கடந்து போகிறது, நாங்களும் பறந்து போகிறோம்.’ எவ்வளவு அற்புதமான உண்மை இது! அதேநேரம் நாமெல்லோரும் ஒருபோதும் நிரந்தரமாக நித்திரையடைவதுமில்லை;

ஒரு நிமிஷத்திலே ஒரு இமைப்பொழுதிலே, நாமெல்லோரும் ஒருநாள் மறுரூபமாக்கப்படுவோம். அப்பொழுது மரித்தோர் அழிவில்லாதவர்களாய் எழுந்திருப்பார்கள். அதனால்தான் இயேசு மார்த்தாளை நோக்கி இவ்வாறு சொன்னார்: 'நானே உயிர்த்தெழுதலும் ஜீவனுமாயிருக்கிறேன், என்னை விசுவாசிக்கிறவன் மரித்தாலும் பிழைப்பான்; உயிரோடிருந்து என்னை விசுவாசிக்கிறவனெவனும் என்றென்றைக்கும் மரியாமலும் இருப்பான்'. எனவே ஒருவன் மரண இருளின் பள்ளத்தாகிலே நடந்தாலும் பொல்லாப்புக்குப் பயப்படக்கூடாது; தேவரீர் நம்முடன் இருப்பார். அவரின் கோலும் தடியும் நம்மைத் தேற்றும். அவருக்குப் பயப்படுதல் மட்டுமே அவருக்கு உகந்த வாசனையாயிருக்கும். அவர் நாமத்தை மறுதலியாமல், அவர் வசனத்தை கைக்கொண்டால், ஒருவராலும் பூட்டப்பட முடியாத திறந்தவாசல் நமக்கு முன்பாக வைக்கப்படும். நன்றாக யோசியுங்கள்! ஒருவனும் விளக்கைக் கொளுத்தி, அதை ஒரு பாத்திரத்தினாலே மூடவும் மாட்டான்; கட்டிலின்கீழே வைக்கவும் மாட்டான்; உள்ளே பிரவேசிக்கிறவர்கள் அதன் வெளிச்சத்தைக் காணும்படிக்கு அதை விளக்குத்தண்டின் மேல்தான் வைப்பான். இப்போது நம் பெஞ்சமின் வைக்கப்பட்டிருப்பதுபோல உண்மையும் மரணமும் ஒன்றுகொன்று வெளிப்படையானது. அது வெளிப்படுத்தாத இரகசியமுமில்லை, அது அறியப்பட்டு வெளிக்குவராத மறைபொருளுமில்லை. அப்போது உயிரோடிருந்து பிழைக்கிறவர்களைப் பார்க்கிலும் முன்னமே காலஞ்சென்று மரித்தவர்கள் பாக்கியவான்கள் ஆவார்கள். அவர்கள் சமாதானத்துடன் கல்லறையில் சேர்வார்கள்; அதன்மேல் வரப்பண்ணும் எந்தவொரு பொல்லாப்பையும் அவர்கள் கண்கள் காணாது. அவர்கள் இனி பசியடைவதுமில்லை; தாகமடைவதுமில்லை; வெயிலும் உஷ்ணமும் இவர்கள்மேல் படுவதுமில்லை. இந்த உண்மையை தெரிந்துக்கொள்ளாமல் போகிறவர்கள், குருடன் அந்தகாரத்திலே தடவித் திரிகிறதுபோல, பட்டப்பகலிலே அவர்களும் தடவிக்கொண்டு திரிவார்கள்; அவர்கள் வழிகளிலே ஒன்றுமே வாய்க்காது போகும்; உதவி செய்வாரில்லாமல் எந்நாளும் ஒடுக்கப்படுகிறவர்களும், பறிகொடுக்கப்படுகிறவர்களுமாக இருப்பார்கள். இப்படியான உண்மையை அடையவிடாமல் உங்களது கண்களில் ஒன்று உங்களுக்கு இடறலுண்டாக்கினால் அதைப் பிடுங்கி எறிந்து போடுங்கள்; உங்கள் கைகளில் ஒன்று தடையாக இருந்தால் அதைத் தறித்து எறிந்து போடுங்கள்; உங்கள் சரீரம் முழுவதும் நரகத்தில் தள்ளப்படுவதைப் பார்க்கிலும் உங்கள் அவையங்களில் ஒன்று கெட்டுப்போவது நலமாயிருக்கும்..."

பழைய ஏற்பாடு, புதிய ஏற்பாடு என இரண்டு ஆகமங்களிலிருந்தும் மரணத்தை, மாயையை, மனித ஜீவனத்தைக் குறித்து எல்லோரையும் போலல்லாமல் வித்தியாசமான முறையில், வயதில் கால் நூற்றாண்டைக்கூட இன்னமும் தாண்டாத சின்ன சாமியார் உணர்ச்சிகரமாக உரையாற்றிக் கொண்டிருந்தபோது, திரேசம்மாளுக்கே இயேசுவின்மீது, மனித குலத்தின்மீது, ஏன் ஆசீர்வாதம்பிள்ளையின்மீதே காதல் வந்ததுபோலிருந்தது. அவள் இப்போது உண்மையிலேயே அவருக்காக உள்ளிருந்து மட்டுமில்லாமல் வெளிப்படையாகவே சத்தமிட்டு அழுது கொண்டிருந்தாள். "பொன் அத்தான் நீரு போயும் பூமியில் நான் தங்குவேனா? கட்டழகா உம்மைப் பிரிந்து மண்மேலே உலாவுவேனா? ஒருநாளும் பிரியாத என்னைப் பிரிந்து விட்டீர்! அநேகநாள் பிரியாத அடியாளை ஏன் பிரிந்தீர்?" என்பதுபோன்ற அதுவரை உலவாத சில இழவுப் பாடல்கள் மெல்லமெல்ல அங்கே தலைதூக்க ஆரம்பித்தன.

இதற்கிடையில் "பெஞ்சமின் முதற்கொண்டு ஒவ்வொருவரின் இறப்பும் தேவனின் விருப்பம்தான்" என சாமியார் சொல்லிகொண்டிருக்கும்போதே, வெளியே மார்ட்டினை சுற்றி நின்ற போதை தாங்கிய வயதான நான்குபேர் கொண்ட சிறு குழுவில் ஒருவர் "விட்டா அடுத்த இயேசு கிறிஸ்து பெஞ்சமின்தான்னு சொன்னாலும் சொல்லுவாரு போல. சுக்கு அரையாத கசாயம் உண்டா? இது பரிசுத்த கசாயமாக்கும். ஒரே கசாயம்தான் எல்லாருக்கும். நாளைக்கு நீயும் சாவு. இதே எளவு பாடுதான்" என்று சிரிக்கத் தொடங்கியது.

"இது பரவால்ல மச்சான், நம்ம லாசருக்கும் அவனுக்கப் பொண்டாட்டிக்கும் கழிஞ்ச மாசம் மத்த கோயில்வரி சம்மந்தமா சண்ட வந்துல்லா, அப்ப நம்ம பெரிய சாமியார் என்ன சொன்னாரு தெரியுமா? 'ஆதியிலே மனுசரை உண்டாக்கினவர் அவர்களை ஆணும் பெண்ணுமாகவே தனது சாயலிலே உருவாக்கினார். அதனால் நீங்கள் இருவரும் தேவனின் சாயலானவர்கள். இருவரும் தேவனின் விருப்பப்படி சேர்ந்தே இருக்க வேண்டும். இருவரும் வீட்டிற்குச் சென்று ஆதியாகமம் படியுங்கள்'னு அனுப்பி வச்சாரு."

இதை அந்தக் குழுவின் இரண்டாமவர் தோளில் கிடந்த வெள்ளைத் துண்டை எடுத்து அங்கி மாதிரி கழுத்தைச் சுற்றி போட்டுக்கொண்டு, தூக்கிக் கட்டியிருந்த அழுக்குச் சாரத்தை அவிழ்த்துவிட்டு, சட்டையின் கை மடிப்பை விரல்வரை இழுத்து

விட்டபடியும் சொன்னதைப்பார்த்து சுற்றி நின்றவர்கள் வாயைப் பொத்திக்கொண்டுச் சிரித்தனர்.

அவர் விடவில்லை. "அப்பறம் கோவில் வரி அதிகம்னு பிரச்சனைய தேவனின் சாயல்ல லாசருக்கும் அவன் பொன்டாடிக்கும் எடைல உருவாக்குனது லாசரோட மாமியார்னு தெரிஞ்சதுக்குப் பின்னாடி, மாமியார் இல்லாத நேரமா வீட்டுக்கு வந்து..."

மீண்டும் தனது இடது கையை நெஞ்சிலும், வலது கையை கழுத்தில் கிடந்த சிலுவையையும் பிடித்துக்கொண்டும் "ஆதியிலே மனுசரை உண்டாக்கினவர் அவர்களை ஆணும் பெண்ணுமாக உருவாக்கினார் என்பதையும், இதனிமித்தம் புருஷன் தன் தகப்பனையும் தாயையும் விட்டு, தன் மனைவியோடே இசைந்திருப்பான். அவர்கள் இருவரும் ஒரே மாம்சமாயிருப்பார்கள் என்று அவர் சொன்னதையும் நீங்கள் வாசிக்கவில்லையா?னு மத்தேயுல இருக்குற வசனத்தை சொல்லி ஜெபிச்சிட்டு போய்ட்டாரு. லாசருக்க மாமியாரு இப்ப நம்ம சபை நடத்தக்கூடிய ரோஜாவனம் முதியோர் காப்பகத்துல கெடக்க காரணம் இதுதான். பேதுரு இயேசுவப் பாத்து உனக்காக எனக்க ஜீவனையும் கொடுப்பேன்னு சொன்னப்ப, அவரு சேவல் கூவுவதுக்கு முன்னாடி நீ என்னை மூணு தடவை மறுப்பேன்னு சொல்லுவாருல்ல, அதே மாதிரி இவனுக சேவல் கூவ வேண்டாம், சேவல் கழுத்தை அங்கயும் இங்கயும் ஆட்டுறதுக்கு உள்ளாற மாத்திப் மாத்திப் பேசுவானுக."

வந்திருக்கும் இடத்தின் சூழலைக் கருதி வந்த சிரிப்பை வாய்க்குள்ளேயே மூடி அவர்கள் சரிசெய்து கொண்டிருந்தபோது, "கிறிஸ்து மரித்தபோது அவருடைய விலா எலும்பில் குத்தியவுடன் ரத்தமும் தண்ணீரும் வந்தன. இரத்தம் மீட்பைக் குறிக்கிறது. தண்ணீர் ஜீவனைக் குறிக்கிறது" என சாமியார் சொன்னது அவர்களின் காதில் விழுந்தது.

"எருது ஏற வரைக்கும் பசு பத்தினிதாம்டே. பெஞ்சமினைக் குத்திப்பாத்தா சபையோட கள்ளக்கணக்கு ஒருபக்கமும், அதுக்கு ஒரு கள்ளக்கணக்கு எழுதி கோர்ட்ல அவரு நடத்துன கேஸ்கட்டும்னு அந்த ரெண்டும்தாம் வெளியவரும்" என்று மூன்றாமவர் கொஞ்சம் காட்டமாக சொல்லும்போதே, "உணவைச் சாப்பிடுவதற்கு நம்மிடம் வாயும், வயிறும் இருப்பதைபோல, நம்மிடம் ஒரு ஆவியும் இருக்கிறது..." என்று வந்து விழுந்த வார்த்தைகளுக்கு, "ஆமா அந்த ஆவி வேற எதுவும் இல்லை. சபையோட பாவ மன்னிப்பு ஸ்டாம்ப்பும், பத்திரமும் இருக்குற

சாமியாருக்க ஆபிஸ்தான் அது. வேண்ணா பாருங்க, பெஞ்சமினு இந்த ஜபத்துனால எந்துரிச்சி வந்து ஏசுநாதர் சொன்னா மாதிரி 'உங்களுக்கு சமாதனம்'னு சொல்லத்தான் போறான். கள்ள தீர்க்கதரிசிகளும், சாமியார்களும் சந்தோசப்படத்தான் போறாங்க. ஏன்னா நாய் போற இடம்தான வாலும் போகும்" என்று அவரே சொன்னபோது அவர்களின் பக்கத்தில் நின்றிருந்த இரண்டு பேருக்கு சிரிப்பும் இன்னும் இரண்டு பேருக்கு கோபமும் வந்தது; அடக்க ஆராதனை என்பதால் அடக்கிக் கொண்டிருந்தார்கள்.

அடக்கிக் கொண்டிருந்தவர்களைப் பார்த்து "நம்ம பயக லேசுப்பட்டவனுக இல்ல, பெஞ்சமின் கல்லறையைச் சுத்திப் பன்னிரண்டு வெல கூடுன கல்லை வச்சு அஸ்திவாரம் எழுப்பி மதில் கட்டி, இதையும் கும்பிடுன்னு சொன்னாலும் நம்ம மக்கள் கும்பிட்டு தசமபாகம் போட்டுட்டுத்தான் வருவானுக. மொத்ததுல பைபிள்ல எங்கடே செத்தவனுக்க ஆத்மா சாந்தியடைய ஜெபம் பண்ணனும்னு சொல்லிருக்கு? துன்மார்க்கன் செத்தா நரகம்தான். இங்க ஜெபிச்சா அவனுக்கு பரலோகம் எப்படி கெடைக்கும்? இதுல நாப்பது நாள் பூசை, அம்பது நாள் பூசை, நூறு நாள் பூசைன்னு சினிமா கணக்க போஸ்டர் ஓட்டிட்டு திரியாணுவ சோலியும் மயிரு இல்லாம, ஆள பூத்திண்டு போறத விட்டுட்டு.." என்றார். இதைச் சொல்லிவிட்டு மீண்டும் போதையை நிரப்ப மற்ற இருவருடன் சேர்ந்து இடத்தைக் காலி பண்ணினார்.

ஜெபமந்திரம் கோஷ்டி போலல்லாமல் ஒரே நேரத்தில் பெஞ்சமினுக்கு எதிராகவும், சபைக்கு, சாமியாருக்கு எதிராகவும் பேசிக்கொண்டிருந்தபோது, ஒருவர் வந்து பெஞ்சமின் மகனிடம் ஏதோ பேச அவன் 'புறங்கையில் மழித்துக்கொள்வதாக' தலையாட்டினான்.

மார்ட்டினைச் சுற்றிநின்ற கூட்டம் கலைந்தாலும் மார்ட்டின் நகரவில்லை. அவன் இஸ்மாயிலுக்காகக் காத்திருந்தான். அப்போது ஊருக்குள் விழுந்திருந்த இன்னொரு மதச்சாவிற்கு நீர்மாலையெடுக்க ஆசீர்வாதம்பிள்ளை வீட்டுத்தெருவின் வடக்கிலிருக்கும் ஊமச்சியம்மன் குளத்தை நோக்கி ஒரு சிறிய மனிதக் கூட்டம் அவனைக் கடந்துசென்றது.

14

> அவன் மனுஷரினின்று தள்ளப்பட்டு, மாடுகளைப்போல புல்லை மேய்த்தான்; அவனுடைய தலைமயிர் கழுகுகளுடைய இறகுகளைப்போலவும், அவனுடைய நகங்கள் பட்சிகளுடைய நகங்களைப்போலவும் வளருமட்டும் அவன் சரீரம் ஆகாயத்துப் பனியிலே நனைந்தது.
>
> -தானியேல் 4: 33

பெரும் சிக்கல்களில் சிக்கிக்கொண்டுவிடக்கூடாது என்பதற்காகவே பெரும்பாலும் வெளியூர் ஆட்களைத்தான் இஸ்மாயில் கம்போடியா அனுப்பி வைப்பது வழக்கம். அந்த வெளியூர் ஆட்களிடம்கூட வேறு இரண்டு நபர்களை கைகாட்டிவிட்டு தனக்குரிய கமிஷனுடன் ஒதுங்கிக்கொள்வதோடு சரி. ஆனால் மார்ட்டின் வைத்திருந்த கொத்துப் பணமும், அதைத் தினமும் கண்முன் கொண்டுவந்து காட்டிக்கெஞ்சுவதும் அவனை சண்டையிடாமல் சரணடையும் ஒரு சிற்றரசனாகவும், தன்னை தோல்வி என்பதே இல்லாமல் ஒவ்வொரு நகரத்தையும் வெற்றிகொள்ளும் பேரரசனாகவும் அவரை ஒருநாள் உணர வைத்தது.

பலனாக, அந்த வருடத்தின் பிப்ரவரி மாதத் தொடக்கத்தில் அந்தச் சிறிய பிளாஸ்டிக் பைக்குள் இருந்த இரண்டரை இலட்சம் இஸ்மாயிலின் இடுப்புக்கு இடம் மாறியது. வழக்கத்திற்கு மாறாக கிடைத்த அதிகத் தொகையை மறைத்துவிட்டு வழக்கம்போல அந்த இருவரிடம் அதில் பாதியை மட்டும் கொடுத்துவிட்டு மார்ட்டினுக்கு ஒரு இ-விசாவை இரண்டு வாரத்திற்குள் பரிசளித்தார். அதன்படி குடும்ப வறுமையை விரட்டியடிக்கவும், ஒன்றுவிடாமல் விற்றுவிட்ட மனைவியின் நகைகளுக்கு மாற்று

வழியை ஏற்படுத்தவும் மார்ட்டினும் மைல்கள் பல கடக்க விமானமேறியிறங்கினான்.

“நீங்கள் தங்குவதற்கு முன்பதிவு செய்திருந்த ஹோட்டல், ரிட்டர்ன் டிக்கட் இரண்டுமே போலி” என்று கம்போடியாவிற்குள் நுழையவிடாமல் அதிகாரிகள் இமிக்ரேஷனிலேயே தடுத்து நிறுத்தப்படும்வரை எல்லாமே நேர்த்தியாகத்தான் இருந்தது. அதன்பின்தான் மார்ட்டினுக்கு யோசிக்கக்கூட நேரம் கொடுக்கப்படவில்லை. எப்படியோ துரத்திவிட்டால் போதும் என்ற முடிவுடன் சம்மந்தமே இல்லாமல் சிங்கப்பூருக்கு அவனை அவர்கள் அனுப்பி வைத்தார்கள். அங்கு சென்றபிறகோ அது சட்டவிரோதமான நுழைவு என்று சிங்கப்பூர் ஏர்போர்ட்டிலேயே பாஸ்போர்ட்டை பறிமுதல்செய்து அங்கேயே இரண்டுநாள் அவனை அடைத்து வைத்தார்கள். மூன்றாம் நாள் அவனிடமிருந்த எண்ணூறு சிங்கப்பூர் டாலரும் அபராதத்தை நோக்கி சென்றபின்னர்தான் மீண்டும் அவனால் இங்கே திரும்பவே முடிந்தது.

சன்னியாசிகளின் சடைகள்போல துவண்டுபோய் திரும்பி வந்தவன், நேராக அந்த இருவரிடம்தான் சென்றான். ஒரு கைவிடப்பட்ட பழக்கமான நண்பனிடம் பேசுவதாக பாவனை செய்து அவர்கள் பேசிய பேச்சுகளின் விளைவாக இருவரின் முகத்திலும் மூன்று குத்துகள் குத்துமதிப்பாக விழுந்தன. மீண்டும் மூன்று நான்கு குத்துக்கள் விழும்முன் வழக்கம்போல சுற்றி இருந்தவர்கள் தடுக்க, சண்டையானது கைகளிலிருந்து இவனது வாய்க்கும் பின்னர் காவல் நிலையத்திற்கும் இடம் மாறியது. அதைத்தொடர்ந்து இவனது அற்புதமான வார்த்தைகள் சுற்றிலும் பிரவாகமெடுத்து ஓடவே, ஒன்றிரெண்டு போலீசார் முதற்கொண்டு ஊர்பெரியவர்கள் வரை அவன் நிலைமையைப் புரிந்துகொண்டும் அதேநேரம் அதிலிருந்து தங்கள் காதுகளையும் காப்பாற்றிக்கொள்ள அந்த இருவரிடமும் ஒரு மாதத்திற்குள் கொடுத்த பணத்தைத் திருப்பிக் கொடுக்கவேண்டும் அல்லது மீண்டும் முறையாக அவனுக்கு எந்த செலவும் இல்லாமல் வெளிநாடு அனுப்பி வைக்கவேண்டும் என்றும் எழுதி வாங்கி அனுப்பி வைத்தார்கள்.

“மீண்டும் இதேபோல சிக்கலில் மாட்டிக்கொள்ள விருப்பமில்லாவிட்டாலும் சூழ்நிலையின் காரணமாக இரண்டாவது முடிவுக்கு தலையசைத்துவிட்டு திரும்பிய மார்ட்டின், அங்கிருந்து வெறும் கையோடு மட்டுமில்லாமல் தனது கள்ளக்கணக்கு விபரங்களுடனும் வந்து கொண்டிருப்பதை” கேள்விப்பட்ட

இஸ்மாயில் தன் முகத்தில் குறைந்தபட்சம் விழவிருக்கும் அந்த ஒன்றரை குத்துக்களைத் தடுக்கும் பொருட்டு கையில் சில கள்ளக்கதைகளுடனும், ஐம்பதாயிரம் நோட்டுக்கட்டு ஒன்றுடனும் காத்திருந்ததாலும், அவர்கள் இருவரைப்போல் அல்லாமல் ஆட்களே இல்லாத இடத்தில் திடீரென முற்பட்ட பரிச்சயமற்ற ஒருவனைக் கண்டு விடும் பெருமூச்சாக அவர் உதிர்த்த ஆறுதல் வார்த்தைகளாலும் குத்திலிருந்து சாமர்த்தியமாகத் தப்பினார். ஆனால் மார்ட்டின் தப்பிக்கவில்லை. தப்பிக்க வழிகளுமில்லை.

அவர்கள் சொன்னதுபோலவே ஒரு மாதத்திற்குள் விசா வந்துவிட்டது.

ஒருமுறை பட்டிருந்த அடியையும், கெட்ட சகுனத்தையும் மனதில் வைத்து நாள் ஒன்றுக்கு நா வலிக்கும் வரை அவனது அம்மா உதிர்த்து வந்த "தும்மல்லயும் போகக்கூடாது; தூறல்லயும் போகக்கூடாது" போன்ற புலம்பல்களை கண்டுகொள்ளாது, தனது வறுமையை எப்படியாவது ஒரு சுதந்திரதினத்தில் ஒழித்துவிடும் உறுதிமொழியுடன் இந்த முறையும் ஒரு விமானத்திலேறியிறங்கினான்.

இந்தச் சுற்றில் எந்த டிக்கெட்டுகளும் போலி இல்லை.

ஆனால் டிக்கெட்டுகளைத் தவிர மற்றவை அனைத்தும் போலியாகவும், அடுத்தடுத்து நடக்கப்போகும் சம்பவங்களானது அடக்கிவைக்கப்பட்ட பைத்தியங்களின் தன்னிச்சைப்போக்கைவிட வேகமாக இருக்கப்போகிறது என்றும் அப்போது அவனுக்குத் தெரியவில்லை.

அதன் முதல் வெடிப்பாக, அவனது பாஸ்போர்ட்டை ஒருவன் வாங்கி வைத்துக்கொண்டான். ஏனென்று புரியாமல் முழித்தபோது 'விசா அடிக்க கொடுப்பதற்கு' என்று மட்டும் பதில் வந்துவிழுந்தது. பின் இன்னொருவன் அங்கிருந்து மார்ட்டினை ஒரு ஹோட்டலுக்கு அழைத்துச்சென்றான். அங்கு வந்த ஒரு பங்களாதேஷ்காரன் "இவன் என்னுடைய க்ளைண்ட்" என்று உடனே இவனைக் காரிலேற்றினான்; கூடவே அந்த இன்னொருவனுமேறினான். இறங்கியபோதுதான் எண்ணூறு கிலோமீட்டர் தாண்டி ஒரு இடத்திற்கு வந்தது அவனுக்குப்புரிந்தது. இறங்கியவுடன் ஒரு சீன இளைஞன் இவனை நேர்காணல் செய்தான். அந்த நேர்காணலில் இவனை நேரில் கண்டதைத்தவிர ஒன்றுமே நடக்கவில்லை என்பது இவனுக்குக் குழப்பமாக இருந்தது. அந்தக் குழப்பத்தில் 'தன்னை அழைத்து வந்த அந்த இன்னொருவன், எப்போது தன்னை விட்டுச்சென்றான்' என்று யோசிக்கக்கூட

இவனுக்கு நேரமில்லை. அதற்குள் மறுபடியும் ஒரு எண்ணூறு கிலோமீட்டர் பயணம். இப்போது மார்ட்டின் தாய்லாந்தின் ஒரு எல்லைப்பகுதியிலிருந்தான்.

அந்த இடத்தை பார்த்தபோது மார்ட்டினது காதில் அவனது அம்மாவின் புலம்பல் கேட்டது: "ஈச்ச மரத்தடில இருக்கலாம்னு வந்தேன், ஈச்சமுள்ளு குத்தியதம்மா. தாழ மரத்தடில தங்கலாம்னு வந்தேன், தாழமுள்ளு குத்துதேம்மா, ஆத்துக்கு அந்தண்டயாம் ஆகாச சத்திரமாம், அண்ட நிழலுமில்லை; என்னை ஆதரிப்பாரு யாருமில்ல."

ஒரு மலையை நான்குபேர் சேர்ந்து நான்குபுறமும் பிடுங்கியெடுத்ததுபோன்ற தோற்றத்துடன் கருப்புநிறம் கொண்ட மிகப்பெரிய வணிக வளாகம் ஒன்று சிதைந்துபோய் இவன் கண்முன் நின்றது. அதன் முன்பின் பக்கவாட்டு என எல்லா பக்கங்களிலும், பரந்த இடைவெளியுடன் அதேபோல சிதைவின் பிரமாண்டமாக பல கட்டிடங்கள் இருப்பதை அதன்பிறகுதான் பார்த்தான். அதைப் பார்த்தவுடன் ஊரிலிருந்து கொஞ்சம் தொலைவாகவும், அதிகம் ஒதுக்குப்புறமாகவும், பேய்கள் அவைகளுக்குள் குடித்தனம் நடத்துவதற்கு தேர்ந்தெடுத்துக்கொண்டதாக கருதப்படும் ஆங்கிலேயர் காலத்து கைவிடப்பட்ட காட்டிலாகா ஓய்வு விடுதியையும், தாசீல் ஆப்பீஸையும் யாரோ அங்கிருந்து பிடுங்கிக்கொண்டு வந்து இங்கு அதை நூறு மடங்காக்கி ஒன்றின்மேல் ஒன்றாக அடுக்கி வைத்துவிட்டதாக பயந்தான். எல்லா கட்டிடங்களிலும் வெயிலானது நான்கு திசைகளிலும் உள்ளே புகுந்த வண்ணமிருந்தது. இவ்வாறு ஒரு கட்டிடத்தில் நான்கு திசைகளிலும் அனல்புகுந்து வீசியடிப்பதை பார்த்ததுபோல அதன்பின் பல 'முதன்முறைகளை' மார்ட்டின் பார்க்கத் தொடங்கினான்.

அங்கு நடப்பது சட்ட விரோதமான செயல்கள்தான் என்று ஒருவனுக்குச் சொல்லாமலே சொல்லிப் புரியவைத்து, அவனது மனநிலையை அதற்கு தகுந்தாற்போல வடிவமைப்பதற்காவே உருவாக்கப்பட்ட அந்தக் கட்டிடங்களின் ஒன்றுக்குள் நுழைந்துபோது உள்ளே அவன் கண்டது இன்னொரு ஐந்தாவது திசையை. எங்கு பார்த்தாலும் கம்யூட்டர்கள். உள்ளே நுழைய முயற்சிக்கும் வெயிலை விரட்டியடித்துக்கொண்டிருந்தன பளபளப்பான உள்கட்டமைப்புகள். அதைப்பார்த்து இன்னொரு முறையும் கொஞ்சம் ஏமாந்துதான் போனான்.

அமெரிக்க முதலாளி ஒருவனின் காசினோவில் டோக்கன் கொடுக்கும் வேலை என்று அழைத்துவந்து, ஒரு கணிப்பொறியில் முப்பது டெலிகிராம் ஆப்கள், தலா ஐந்து ஐந்து வைத்து இன்ஸ்டாகிராம், பேஸ்புக், ட்விட்டர் என மொத்தம் நாற்பத்தைந்து அக்கவுண்டுகள் பெண்கள் பெயரிலும், போலியான நபர்களின் பெயரிலும் தயார்செய்து பிட்காய்ன், க்ரிப்டோ கரன்சி, பேங்க் லோனிங், கேமிங் என பல்வேறு மோசடி வேலைகளின்மூலம் பல்வேறு நாடுகளிலிருக்கும் நபர்களை அவர்களது மோசடிவலையில் சிக்கவைக்கவேண்டும் என்பதுதான் அங்கிருப்பவர்களின் வேலை. தன்னிடம் கொடுக்கப்பட்ட வேலையும் அதுதான் என்று அவனுக்குப் புரியவந்தபோதுதான் அந்த ஏமாற்றமானது இன்னொரு ஏமாற்றத்துடன் விலகிச்சென்றது.

மார்ட்டினுக்கு முதலில் அந்த இடத்தைக்கண்டு பயம் வந்தது. பின் அவர்களைக்கண்டு பயம் வந்தது. அரசாங்கத்திடம் சிக்கினால் ஆயுள்முழுவதும் ஊர்பக்கம் செல்லமுடியாது என்ற பயமானது ஏற்கனவேயிருந்த அந்த இரண்டு பயங்களுடன் மூன்றவதாகத் தொற்றிக்கொண்டது. நான்காவதும் மிகப்பெரியதுமான 'இந்த வேலையை நீ செய்யாவிட்டால் உயிருடன் திரும்ப முடியாது' என்ற பயம்தான் 'செய்தாலும் திரும்ப முடியாது' என்ற ஐந்தாவது பயத்தையும் சேர்த்து கொண்டுவந்தது. ஒன்றைப் பற்றிய பயம் அதிகரிக்க அதிகரிக்க அதைப்பற்றிய தைரியம் அதைவிட அதிகரிக்கும் என்பது தெரியாமலேயே மார்ட்டின் அவர்களுடன் சண்டைபோட ஆரம்பித்தது இப்படித்தான் தொடங்கியது. வாழ்வில் முதல்முறையாக பயம் அவனுக்குள் தைரியத்தைக் கொண்டு வந்தது.

சிறு வயதிலிருந்தே மார்ட்டின் அப்படித்தான். சரியோ தவறோ, அதனால் என்ன நேர்ந்தாலும் சரி, அதிலேயே, அந்த இடத்திலேயே, அந்தச் செயலிலேயே தொடர்ந்து உறுதியாக நிற்பதுதான் அவனைப் பொறுத்தவரை அது அவன். அப்படி ஒருவேளை அதற்கு மாறாக எதிலிருந்தாவது அவன் பின் வாங்கியிருந்தானேயென்றால் அது புற சூழ்நிலைகளால் நிகழ்ந்த ஒன்றாக இருக்குமே தவிர அவனால் நேர்ந்ததாக ஒருபோதும் இருக்காது. அன்று கட்டுப் பணத்துடன் தினமும் இஸ்மாயிலின் முன்போய் நின்றதிலிருந்து, இப்போது சாவு வீட்டில் அதே இஸ்மாயிலுக்கான சரியான சந்தர்பத்தை எதிர்பார்த்துக் காத்து நிற்பதுவரை அவனது கால்கள் அவனிடம் உணர்த்திக் கொண்டிருப்பது அதை மட்டும்தான்.

"மோசமான ஒன்றையே திரும்பத் திரும்பச் செய்வது என்பது சாவுணர்ச்சிக்கு சமமானது" என்று சிறுவயதில் அவனை

பரிசோதித்த மனநல மருத்துவர் அவனது அப்பாவிடம் புரியாதவொரு மொழியில் சொல்லிக்கொண்டிருந்தபோதும் சரி, இதோ 'ஒருபோதும் அந்த வேலையை செய்யமுடியாது' என்று அதே கால்களின் மூலம் உறுதியாக நின்றதின் பயனாக, அவன் பார்த்த கட்டிடத்திற்கு வெளியேயிருக்கும் தோற்றத்தை உள்ளேயும் கொண்டிருக்கும் இன்னொரு கட்டிடத்திற்கு அவன் கொண்டுச் செல்லப்பட்டபோதும் சரி, அந்த சாவுணர்ச்சி என்றால் என்ன விதமான வஸ்து என்று அவனுக்கோ, அவனது மற்ற உணர்ச்சிகளுக்கோ பிடிபடவேயில்லை.

அடுத்த நான்கு மாதங்களுக்கு இவன் வாங்கப் போகும் எலெக்ட்ரிக் ஷாக், படப்போகும் டார்க் ரூம் சித்ரவதை, கையில் விலங்குடன் நிர்வாணமாக அடையப்போகும் பட்டினிக் கொடுமைகள், பெறப்போகும் நடுயிரவு பிரம்படிகள், ஒருநாள் விட்டு ஒருநாள் மட்டுமே கிடைக்கப்போகும் வைக்கோலின் சுவை இருக்கும் மாவு உணவு, அதே சுவையுடன் இருக்கும் ஒரு வாய் அளவை எப்போதும் தாண்டாத தண்ணீர், இவை எல்லாவற்றினால் வரப்போகும் சர்க்கரை வியாதி, குடற்புண், ரத்த அழுத்தம், நரம்பு தளர்ச்சி, மனச்சிதைவு போன்றவற்றை... பக்கத்துப் பக்கத்து அறைகளில் அடைத்து வைக்கப்பட்டிருக்கும் 'சாவுணர்ச்சியற்ற' இன்னொரு ஏழு பேர்கள் ஏற்கனவே இவனுக்குமுன் பட்டுக்கொண்டிருந்தனர். அவர்களைப் பார்த்தபோதுதான், உலகில் ஒருவரைப்போல ஏழுபேர் இருப்பார்கள் என்ற சிறுவயதிலிருந்தே மறுத்து வந்த உண்மையை அவன் உண்மையென ஒத்துக்கொண்டான்.

அந்த நான்கு மாதத்தில்தான் சீனர்களிடம் தான் விற்கப்பட்ட விபரத்தையும், தன்னை விற்றத் தொகையான அந்த மூவாயிரம் சிங்கப்பூர் டாலரை திருப்பிக் கொடுத்தால்தான் இங்கிருந்து தன்னை விடுவித்து தனது பாஸ்போர்ட்டையும் திருப்பித் தருவார்கள் என்ற சங்கதிகளையும் தெரிந்துக்கொண்டான். அப்போதுதான் இதில் இஸ்மாயிலும், அந்த இருவரும் மட்டுமல்ல, அந்த இருவரின் ஊரைச் சார்ந்த தன்னிடம் ஏர்போர்ட்டில் பாஸ்போர்ட்டை வாங்கியவன், ஹோட்டல் ரூமிற்கு கொண்டுவந்தவன் என இன்னும் இரண்டுபேரும் தன்னை விற்றதில் தொடர்புடையவர்கள் என்பதையும் தெரிந்துக்கொண்டான்.

அங்கு நடப்பது பற்றி எத்தனையோ காணொளிகள் உலகமெங்கும் சுற்றி வந்தாலும் எந்த நாடும் எந்த நடவடிக்கையும் எடுத்ததுபோல தெரியவில்லை. இவனும் இவன் பங்கிற்கு அழுது அரற்றி பத்துக்கும் மேற்பட்ட வீடியோக்களை ஏற்றித்தான் பார்த்தான். ஒரு

சிறு துரும்பும் அசையவில்லை. அசைபோட ஒற்றைப் புல்லின் துரும்புகூட கிடைக்காத ஒரு ஆடுபோல ஒரேயிடத்தில் சுருண்டு அமைதியாகிப்போனான்.

நாட்கள் கடந்ததை அல்லது தனக்கு நடந்ததை நினைத்து அவனுக்கு வருத்தப்பட ஒன்றுமில்லை. தனக்குமுன் வந்து தன்னைப்போலவே சிக்கிக்கொண்ட அந்த ஏழுபேரில் இப்போது இரண்டரை உடல்கள் மட்டுமே மிஞ்சியிருக்கின்றன என்று அவனுக்கும் தெரியும். தானுமே முக்கால் ஆகிப்போனதாக உணர்ந்தான். வேறு வழியில்லை. கொடுப்பதற்கு கண்ணீரைத் தவிர வேறு எதுவும் வாய்ப்பற்ற அம்மாவும் மனைவியும் அதே இஸ்மாயிலிடம் சென்று கெஞ்சிக்கூத்தாடினர். "ஆட்டை வாங்கிட்டு அரைஞான்கொடி நாறுதுன்னா" என்று முனங்கிவிட்டு இரண்டு வெற்றுத்தாள்களின் கீழே ஒட்டப்பட்ட இரண்டு வருவாய் வில்லைகளின்மீது கையெழுத்துகளும், அவர்கள் ஓட்டு வீட்டின் அசல் பத்திரத்தையும் வாங்கினார்.

ஊரிலிருந்து கடன் தருவிக்கப்பட்டது. அதே பங்களாதேஷ்காரன் சிரித்த முகத்துடன் வந்து நான்கைந்து மாதங்களுக்கு முன்வந்த அதே இரண்டு எண்ணூறு கிலோமீட்டர்களை மீண்டும் இவனுக்கு காண்பித்து விமானமேற்றினான்.

பூட்டப்பட்ட பார் எத்தனை நாட்கள் கழித்து திறந்தாலும் அதற்கு அறிவிப்பு என்ற ஒன்று தேவையேயில்லை. இரண்டே நாட்களுக்குள் அது தன் பழைய போதகர்கள் அத்தனை பேரையும் மீண்டும் ஒன்றுவிடாமல் மீட்டுவிடும். வெளிநாடு சென்றவனின் கதையும் அதுபோலத்தான். மிகப்பெரிய மலைச்சரிவில் இரவுகள்பல சிக்கி அடிபட்டு உயிர்பிழைத்து தப்பி வந்தவனாக இருந்த அவனைச்சுற்றிச் சுற்று வட்டாரம் போட்டுக்கொண்டிருந்த கதைச்சுற்றுகளினால் அவன் சுருக்குக்கயிறு மட்டும்தான் மாட்டவில்லை. அவன் சொன்ன உண்மைக் கதைகள் ஊராருக்கு ஒரு கனவு மாதிரி சாத்தியங்கள் அற்றதாகத் தோன்றியது. அதனால் அவனுக்காக அவர்களே பல கதைகளை நெய்தனர். அப்படி அவர்கள் நெய்த உண்மைக்குப் புறம்பான அந்த உண்மைக் கதைகளானது, மார்ட்டினுக்கு பணம் போனதைவிட அதிக வலியையும், அவமானத்தையும் கொடுத்து அரித்துத் திண்ணத்தொடங்கியது.

இன்னும் புரியும்படியாக சொன்னால் முன்புபோல கொஞ்சமும் தெம்பில்லாமல் வீடும், கடனும், போலீஸ் புகாருமாக நிறைந்திருந்த அவனது நாட்கள், ஒரு கால் குப்பி சாராயத்தை ஒரே மடக்கில்

குடிப்பதற்கு ஒரு பீர் க்ளாஸ் உபயோகிக்குமளவிற்கு அவனது குடிப்பழக்கத்தை அவ்வளவு அகலமாகவும் உயரமாகவும் மாற்றியிருந்தது. ஒருவர் வெளிநாடு சென்றால் பொருட்கள் வாங்கி வருவதைப்போல, அப்படி வாங்கி வர வாய்ப்பில்லாத இவன் இப்படியொரு பழக்கத்தை வாங்கி வந்திருப்பதாக சக ப்ளாஸ்டிக் க்ளாஸ் நண்பர்கள் பேசிக்கொண்டார்கள்.

இவை அனைத்தும் ஒன்றுசேர்ந்து, அந்தக் கொடுமை நடந்து முடிந்துவிட்டாலும், பார்க்கும் அனைவரும் அவன் கண்களில் யார் யார் போலவோ தெரிந்துக் கொண்டிருந்தார்கள். அதனாலேயே அவனுக்கு குதிரைக்கும் செம்மறியாட்டிற்கும் வித்தியாசம் தெரியாதவன் என்றுகூட ஒரு அடைமொழி ஊருக்குள் சுற்ற ஆரம்பித்தது.

இப்படியாக, ஒரு கடும் மழையானது தன் வீட்டுப்பொருட்களை அடுத்த வீட்டிற்கு அடித்துச்சென்றதை போன்ற உணர்வுடனே எந்நேரமும் சுற்றிவந்த அவனது அந்த நாட்களில் ஒன்றில்தான், யார் யாராகவோ தெரிந்துவந்த அந்தப் பார்வை மயக்கமானது ஒரு நிலைபெற்று அது இஸ்மாயிலின் ரூபத்தில் தன்னை வெளிப்படுத்திக்கொண்டது. அன்றைய தினமே, ஆகாயமானது நட்சத்திரங்களின் கூட்டுடன் ஒருவித நீலவிதானமாக காட்சியளித்துக் கொண்டிருந்த அந்த இரவிலே, ஊர் சர்ச்சிற்குள் கள்ளத்தனமாகப் புகுந்தவன் முதலில் ஆயிரத்து ஐநூறுரூபாய் மதிப்புள்ள கோவில் கொடி கட்டப்பட்டிருந்த கூர்மையான கம்பியைத்தான் எடுத்தான். ஆனால் அடுத்த நொடியே அதைப் பாதுகாத்து வைப்பது கடினம் என்று உணர்ந்தவன், அருகில் கிடந்த இன்னொரு சின்னக் கொடிக்கான கம்பியை எடுத்துப் பத்திரப்படுத்திக் கொண்டான்.

அதைப் பத்திரப்படுத்தி நாட்கள் பல ஆனாலும் காரியங்களை நிறைவேற்ற அவனுக்கு ஒரு வாய்ப்பில்லாமலேயே இருந்தது. இஸ்மாயில் வெளியூர் சென்றிருந்தார். அவருக்காக மார்ட்டின் பொறுமையின்றி காத்திருக்கத் தொடங்கினான். நாட்கள் சென்றால் தனது வெறி அடங்கிவிடும் என்பதே அவனது பயமாக இருந்தது. ஆனால் வழக்கம்போல அந்த பயம்தான் அவனுக்கு தைரியத்தையும் கொடுத்துக் கொண்டிருத்தது. நடக்கவே நடக்காதோ என்ற அவஸ்தை அவனை முழுவதும் ஆட்கொண்டிருந்த வேளையில்தான் மார்ட்டினுக்குச் சாதகமாக ஆசீர்வாதம்பிள்ளை தன் இன்னுயிரை நீத்திருந்தார்.

முன்புபோலல்லாமல் இப்போது குறிப்பிட்ட இடத்தில் தான் குறி வைத்திருக்கும் ஒருவருக்காக பதட்டப்படாமல் காத்திருந்தான். ஏற்கனவே சொன்னதுபோல அவனைச் சுற்றிலும் நின்றிருந்த போதை தாங்கிய கூட்டமும் அவனுக்குச் சாதகமாகக் கலைந்திருந்தது. மார்ட்டின் நகரவில்லை; காத்திருந்தான்.

நீலசாயத்தில் முக்கியெடுத்த வேட்டியை இஸ்மாயில் மடித்துக்கட்டியிருந்தார். அதே நிறத்தில் இருந்த வெள்ளை சட்டையின் முழுநீள கைகள் மடித்து விடப்பட்டிருந்தன. சட்டைப்பையில் ஒரு பேனாவும், சிறிய பர்சும். இடது தோள்பட்டையில் ஒரு லெதர் நகைக்கடை பை தொங்கிக் கொண்டிருந்தது. எப்போதும்போல முகம் சுத்தமாக மழிக்கப்பட்டிருந்தது. தலைமுடி தேங்கியிருக்கும் குட்டையின் சிறுஅலையாக மேல்நோக்கி வளைந்து வளைந்து காட்சியளித்தது. பார்த்தால் பேருந்திலிருந்து இறங்கி நேராக இங்கேதான் வருகிறார் என்பதுபோல ஒரு தோற்றம். ஆனால் அதுதான் அவர் எப்போதும் தன்னை மற்றவர்களிடம் காட்டிக்கொள்ள விரும்பி அவர் கடைபிடிக்கும் ஒரு பாவனை என்பது அவரை அறிந்த அனைவருக்குமே தெரியும். ஆனால் மற்றவர்களைப்போல அதையெல்லாம் கவனிக்க வேண்டிய அவசியம் இப்போது மார்ட்டினுக்கு இல்லை.

'சீர்வாதத்தை குழிக்குள் பூத்துவதற்குமுன் இஸ்மாயிலை பூத்த வேண்டும்' என்றுதான் முதலில் நினைத்திருந்தான். ஆனால் அந்த நொடியில் என்ன நினைத்தான் என்று தெரியவில்லை, அந்த தோள்பை முடிந்த இடுப்பில் இஸ்மாயிலும், தானும் எதிர்காலத்தில் பிழைத்துக்கொள்ளும்படி மிதமான வேகத்தில் ஒரு குத்து குத்தி கோவில் கொடியின் முனையை உள்ளே சொருவினான். சொருவிய வேகத்தில் அதை வெளியே எடுத்து அதே ஓட்டையில் இன்னொரு சொருவு சொருவினான். சொருவியபோது முதல்குத்தின்போது அடைந்த ஆழத்தை அது கடக்காத அளவிற்குப் பார்த்துக்கொண்டான்.

பின்பு நடந்ததெல்லாம் ஒரு இழவு வீட்டில், ஒரு காவல்நிலைய எல்கையில் ஒரு குற்றம் நடந்தால் என்னவெல்லாம் நடக்குமோ அதுதான் இங்கேயும் நடந்தது என்பதால் மேற்கொண்டு அதைப்பற்றி சொல்ல விஷேசமாகவோ, முக்கியமானதாகவோ ஒன்றுமில்லை.

15

வட்டிக்குக் கொடுத்து, பொலிசை வாங்கினால், அவன் பிழைப்பானோ? அவன் பிழைப்பதில்லை; இந்த எல்லா அருவருப்புகளையும் செய்தானே; அவன் சாகவே சாவான்; அவன் இரத்தபழி அவன்மேல் இருக்கும்.

-எசேக்கியேல் 18: 13

பிணக்குவியல்களின்மேல் வட்டமடிக்கும் கழுகுகளும் பருந்துகளும் காகங்களும் பேய்களும் கூடிநிறைந்திருக்கும் போர்க்களம்போன்ற இடத்திலிருந்து, அவைகளுண்ட மிச்சத்தையுண்டவனாக... யானைகளைப் பிணங்களாக்கி அதன்மேல் படுக்கும் நஞ்சுமஞ்சக்கூடிய விழியுடையோர்களின் தீக்கொண்ட வஞ்சகத்திலிருந்து, அதை முழுவதும் அனுபவித்தவனாக... பூனை மயிரும் முளைக்கா தீகொண்ட மார்பை உடம்பாக கொண்டவர்களின் வெப்பம் கக்கும் உலைகலத்தைப்போன்ற கண்களில் மூழ்கித்தப்பித்த அதிர்ஷ்டம் கொண்டவனாக... கடல் ஏழையும் குடிப்பவர்கள், மலை ஏழையும் விழுங்குபவர்கள் தங்கள் காலொன்றின் ஒற்றை விரலைக்கொண்டு அருவி ஒன்று தூங்கும் அமைதியைக்கொண்ட அவ்விருள் நிறை அறையை அப்படியே நசுக்கியழிக்கும்முன், பசிப்பீழை பொங்க அங்கிருந்து கொஞ்சமாக எஞ்சி வந்த மார்ட்டின் முதலில் ஓடி வந்தது ஆசீர்வாதம்பிள்ளையிடம்தான்.

உள்ளூர் உதவி ஆய்வாளருக்கு ஒரு புகார்கூட எழுதிக்கொடுக்காமல் அவனிடம் அவர் சொன்னது: “நிரூபிக்க ருசு இல்லை.”

“இஸ்மாயில் எங்கே மீண்டும் திரேசம்மாளை காதலித்து விடுவானோ, இல்லை அவளுக்காக சிலுவை வியாபாரம் தொடங்கி விடுவானோ

என்ற பயம்தான்" என்று மார்ட்டினோடு எப்போதும் இருக்கும் அந்த நால்வர் கூட்டணி சொல்லிச்சிரித்தது.

"ஏதோ காந்தியை சுட்டுட்டான், இது பெரிய பிர்லா மாளிகை, மதக் கலவரம் வராம தடுக்க அடைச்சு வைக்க இடம் கொள்ளாம்" என்று சர்ச் ஸ்டோர் ரூமில் திணிக்கப்பட்டிருந்த மார்ட்டினை வெளியே கொண்டுவந்து ஒரு இருக்கையில் அமரவைத்து போலீஸ் வரும்வரை அவனைச் சுற்றி பாதுகாத்து நின்றது இப்போதும் அதே நான்குபேர்தான்.

இதையெல்லாம் பார்த்துக்கொண்டிருந்தபோது அகிலாண்டேஸ்வரி மைந்தனுக்கு வந்த பழைய நினைவுகளானது கொஞ்சம் திகைப்பைதான் ஏற்படுத்தியது. பெஞ்சமினை வக்கீலுக்கு படிக்க வைத்ததில் மைந்தனுக்கு முக்கியமான பங்குண்டு. அண்டை மாநிலம் ஒன்றில் தனக்குத் தெரிந்த கல்லூரி ஒன்றில் சீட் வாங்கிக் கொடுத்து, கல்லூரிக்குச் செல்லாமலேயே அட்டெடன்ஸ் சர்டிபிகேட் பெற்று, தேர்வு எழுதச்செய்து பட்டம் வாங்கிக் கொடுத்தவர் அவர்தான்.

"மார்ட்டினுக்கு துரோகம் செய்த இருவரும் ஒருநாள்விட்டு ஒருநாள் அவர்களுக்கான பாவத்தை அனுபவித்தார்கள்" போன்ற வம்பளப்புகளை கேட்டபோது ஏன் பெஞ்சமின் மார்ட்டினை கைவிட்டார்? என்று அவருக்கும் கேள்வி எழும்பியது. எழுப்பி கேட்கவா முடியும்? சிறு வயதில் கருப்பு ஆவிகளை வெளியே தள்ளும் சாத்தான்களாக அவருக்குத் தோன்றிய இரயில்களைப்போலவே இப்போது மனிதர்களும் தங்களுக்குள் இருக்கும் சாத்தான்களை எல்லா இடங்களிலும் வெளித்தள்ளிக் கொண்டிருக்கிறார்கள் என்று தோன்றியது. அந்த எண்ணமானது அவருக்குள் உருவாகி வளர்ந்து கொண்டிருக்கும்போதே, அதே சிறு வயதில் அவர் வீட்டினருகே இருந்த ரயில்வே பாலத்தினடியில் தூக்கிட்டு தற்கொலை செய்துகொண்ட தன் நண்பனின் தகப்பனை ஏனோ மார்ட்டின் நினைவுபடுத்தினான். ஆனாலும் அவர் உட்பட மனிதர்கள் அனைவருமே ஒரே பொறியில் இணைக்கப்பட்டுள்ள பெட்டிகளாகவே அவருக்குத் தோன்றியதை அந்தக் காட்சி எந்த வகையிலும் மாற்றவில்லை.

உள்ளும்புறமும் எந்தவிதச் சலனமுமில்லாமல் பெஞ்சமின் மகனிடம் நடந்ததைப்பற்றி விளக்கியவாறு நின்றிருந்த வணிகநாதனுக்கோ "இந்த சம்பவத்தைப்பற்றி அவனளவில் என்ன யோசிக்கிறான்?" என்று கேட்கவேண்டும்போல இருந்தது; ஆனால் கேட்காமல்

அவரும் அவனைப்போலவே உள்ளுக்குள் அசையாமல் நிற்கத் தொடங்கியபோது, நீர்மாலை எடுக்கச் சென்றிருந்த அந்தக் கூட்டம் நடந்த கலவரங்களைக் கேள்விப்பட்டு வழக்கத்தைவிட வேகமாக அவரைக் கடந்து திரும்பிக்கொண்டிருந்தது.

சோர்வடைந்த முகத்துடனும், புது வேட்டிகளைக் கட்டிக்கொண்டு, சட்டையில்லாமல் தலையில் கட்டிய துண்டுடனும் மார்பு, கைகள், நெற்றியில் பட்டையுடனும் அதில் நால்வர் மட்டும் மெதுவாக நடந்து கொண்டிருந்தனர். அதில் மூவர் கைகளில் ஊமச்சியம்மன் குளத்தின் தண்ணீர் நிரம்பிய குடங்களையும், ஒருவர் மட்டும் அதே குளத்தின் தண்ணீர் நிரம்பிய கெண்டியை தலையில் சுமந்தவாறுமிருந்தனர். அவர்களைப்போலவே குடங்களிலும் கெண்டியிலும் பட்டைகள் அடிக்கப்பட்டிருந்தன. கூடுதலாக அதைச் சுற்றி மாவிலைகளும், நூலும் மாட்டப்பட்டிருந்தன.

அதை கூர்ந்துப் பார்த்தவாறு நின்றிந்த மைந்தனுக்குள் நிலைகொண்டிருந்த மௌனம் கலையத்தொடங்கியது. நூற்றியோராவது முறையாக தன் சாவைக் குறித்தும், அப்போது தன்னைச் சுற்றி சுழலப்போகும் பேச்சுகளைக் குறித்தும் நினைத்துக்கொண்டார். அந்த நினைவின் எல்லாப் பக்கங்களிலும் அவரை அவமானப்படுத்தும் ஒரு கதாப்பாத்திரமாக யூசுப்பும் வந்துகொண்டிருந்தது அவருக்கு மேலும் எரிச்சலைக் கொடுத்தாலும், “அப்படி யூசுப் என்ன பொய்யாகவா எழுதிவிட்டான், கோபப்படுவதற்கு?” என்று முதல்முறையாக அவருக்குள் தோன்றிய கேள்வியானது, யூசுப் எழுதிய கதைகள் அவரைப் பெருமைப்படுத்தும் ஒன்றாகவே இப்போது யோசிக்க வைத்தது. “தான் எழுதியிருந்தால்கூட தன் வாழ்க்கைக்கான அப்படியொரு ஒரு வரலாற்று உயிலை ஒருபோதும் வரைந்திருக்க முடியாது” என்று பெருமைப்படவும் வைத்தது. அதேநேரம் தன் வாழ்வின் முக்கியமான ஒரு பிற்கால கட்டத்தை வேண்டுமென்றே தவிர்த்து, அதில் ஒன்றுமில்லாததுபோல தன்னை சிறுமைப்படுத்தும் நோக்குடன் எழுதாமல்விட்ட யூசுப்பின் தலைக்கனம் அவருக்குள் மீண்டும் ஒரு கோபத்தின் சாயலை படரவிட்டது.

“அப்போதே அதற்கு ஒரு பதிலடியை கொடுத்திருக்க வேண்டும். குறைந்தபட்சம் ஆசீர்வாதத்திடமாவது தன்னைப் பற்றி ஒரு கதையை எழுத வற்புறுத்தியிருக்க வேண்டும். இப்போது அதுவும் முடியாமல் போய்விட்டது” என்று தனக்குள் தானே ஏதேதோ பேசிக்கொண்டிருந்தார். அந்த பேச்சு ஒரு கட்டத்தில் “யூசுப்பிடமே சென்று அதை எழுதச்சொன்னால் என்ன?” என்று அவரே

நினைத்து சிரிக்கும் எல்லை வரைச்சென்றது. அவரின் அந்த விசித்திர முகபாவனையைப் பார்த்து வணிகநாதன் பார்வையாலே என்னவென்று புரியாமல் கேட்டான். பதிலுக்கு "ஒன்றுமில்லை" என்று தலையசைத்தபோது அந்தச் சிந்தனைகள் அவரைவிட்டு முற்றிலுமாக விலகி நடந்தன.

வணிகநாதனோ தன் இடது புருவத்தில் நீண்டிருக்கும் அந்த ஒற்றை மயிரை விரல்களில் பிடித்துச் சுற்றியவாறு முற்றிலும் மார்ட்டினை குறித்தே யோசித்துக் கொண்டிருந்தான். பெஞ்சமினின் மகன் மார்ட்டினைக் குறித்துச் சொன்ன தகவல்கள் அவனுக்கு அவனையே ஓர்மைப்படுத்தும் ஒன்றுபோல இமைகளை மூடவிடாமல் செய்துகொண்டிருந்தன.

"நடையில் மாற்றம் வரும் அளவிற்கு ஒருவனது உடம்பு மாற வேண்டுமென்றால்? கோபப்படும்போது, பயப்படும்போது, பதட்டப்படும்போது விக்கலும் மூச்சிறைப்பும் ஒன்றாக வந்ததால்? வாந்தியின் சுவையை ஒருவனை அறிய முயற்சி செய்ய வைப்பது எப்படிப்பட்ட கொடுமை? சவைத்து விழுங்கிய ஒன்றிற்கு ருசி எப்படி மீண்டும் வரும்? சாப்பிட்டு முடித்ததும் அதே தட்டில் டீ வாங்கிக் குடிக்கும் பழக்கம் அவனுக்கு எப்படி வந்தது? சில்வர் கப்புகள் என்பது அவனைப் பொறுத்தவரை ஆடம்பரத்தின் உச்சமாகிப் போனதின் காரணமென்ன? பற்கள் இருந்தும் வாய் பொக்கையாகிப் போனதுபோல இருக்கும் ஒருவன் கண்ணாடியில் தன்னை பார்க்கும்போது அவனுக்குள் என்ன தோன்றும்? நாளை சாகப்போகும் ஒருவனுடன் ஒன்றாக அமர்ந்து பேசுவதின் மூலமாக உருவாகப்போகும் மனச்சிதைவிற்கான அல்லது வன்முறைக்கான அளவு என்ன? தொலைந்து போனதை தேடுவது என்பது தேடும் பொருளையும் தேடப்படும் இடத்தையும் பொறுத்துதான் சுவாரசியம் இல்லையா? அப்படி....."

வணிகநாதன் இவ்வாறில்லாவிட்டாலும் இதற்கு நெருக்கமான வார்த்தைகளின் துணையுடன் மார்ட்டினை பார்த்தவாறும், அவனைக்குறித்து யோசித்தபடியுமிருந்தபோது அவனது அம்மாவும் மனைவியும் மார்ட்டினை நோக்கி ஓடி வந்துகொண்டிருந்தனர். அந்தக் காட்சி வணிகநாதனுக்கு தான் ஆசீர்வாதம்பிள்ளைக்காக யூனியன் ஆட்களுக்கு கள்ளத்தனமாக கையூட்டு கொடுத்து நகலெடுத்த யூசுப்பின் "அரும்பழி செய்ஞர்" என்ற கதையின் தலைப்பையும், "போத்திராஜா" என்ற பெயரையும் ஏனோ நினைவுப்படுத்தியபோது மதியம் மூன்றுக்கான வசனம் கோவில் மணியை தொடர்ந்து ஒலித்தது:

"புலம்பல் நான்காவது அதிகாரம், பதினேழாவது பதினெட்டாவது வசனம்... இன்னும் எங்களுக்கு சகாயம் வருமென்று நாங்கள் வீணாய் எதிர்பார்த்திருந்ததினாலே எங்கள் கண்கள் பூத்துப்போயின; இரட்சிக்கமாட்டாத ஜாதிக்கு எதிர்பார்த்துக் கொண்டிருந்தோம். நாங்கள் எங்கள் வீதிகளில் நடவாதபடிக்கு எங்கள் அடிச்சுவடுகளை வேட்டையாடினார்கள்; எங்கள் முடிவு சமீபித்தது; எங்கள் நாட்கள் நிறைவேறிப்போயின; எங்கள் முடிவு வந்துவிட்டது."

ஏதோ ஒரு வகையில் மார்ட்டினைப்போலவே ஆசீர்வாதம்பிள்ளையும் அவருக்கான இடத்திலிருந்து கிளம்ப ஆயத்தமானார்.

16

நாங்கள் குருடரைப்போல் சுவரைப்பிடித்து, கண்ணில்லாதவர்களைப்போல் தடவுகிறோம்; இரவில் இடறுகிறதுப்போலப் பட்டப்பகலிலும் இடறுகிறோம்; செத்தவர்களைப்போல் பாழிடங்களில் இருக்கிறோம். நாங்கள் அனைவரும் கரடிகளைப்போல உறுமி, புறாக்களைப்போலக் கூவிக்கொண்டிருக்கிறோம், நியாயத்துக்குக் காத்திருந்தோம்; அதைக் காணோம்; இரட்சிப்புக்குக் காத்திருந்தோம், அது எங்களுக்குத் தூரமாயிற்று.

-ஏசாயா 59: 10,11

ஒருவழியாக எல்லாம் முடிவுக்கு வந்தது. அப்படி முடிவுக்கு வர அல்லது அப்படியொரு முடிவுக்கு அவன் வர மொத்தமாக பதிமூன்று ஆண்டுகள் ஆனது.

அந்த நாட்களில் அவன் வீடிருந்த தெரு மண்ணிலிருந்து சிமெண்டுக்கு, சிமெண்டிலிருந்து தாருக்கு, பின் ஒப்புக்கொண்ட அந்தக் கறுப்பு நிறத்திலிருந்து ஒரேயடியாகத் தாவி கவுன்சிலரின் கள்ளக்கணக்குகளுக்கேற்ப கலர் ஓடுகளுக்குமாக மாறியிருந்தது. இந்த மூன்று வகையான உயர்ரக, மேடான மாற்றங்களுக்கும் தெருவின் ஒவ்வொரு வீடும் தனது படிக்கட்டுகளில் ஒன்றின் பாதியையோ அல்லது ஒன்றையோ ஒவ்வொருமுறையும் இழக்க வேண்டியிருந்தது. என்றாலும், அது எவராலும் சுரண்டலாகப் பார்க்கப்படவில்லை.

அரசாங்கத்தின் இந்தப் புதைக்கும் நடவடிக்கையிலிருந்து அவன் வீடும் தப்பவில்லை; தன்னிலிருந்தும் ஒன்றைக் காவு கொடுத்திருந்தது. ஒன்றன்மேல் ஒன்றாக போடப்பட்ட அச்சாலைகளினால் சாக்கடைகளின் அகலம் குறைந்து ஆழம்

கூடி மலமும், சிறுநீரும், கழிவுகளும், குப்பைகளும், உருண்டோடிய நாணயங்களும், அரிதிலும் அரிதாக தவறவிட்ட சின்னஞ்சிறிய தங்கப் பொட்டுக் கம்மல்களும் அடைத்துக்கொண்டு தங்களது வழியைமீறி வழிந்துகொண்டிருந்த அந்த நாட்களில், எல்லா வீடுகளையும்போல படிக்கட்டுகளை மட்டுமல்ல, வேறு முக்கியமான இரண் டையும் அவன் காவு கொடுத்திருந்தான்.

அவனை எனக்கு எப்படித் தெரியுமென்றால் அதே தெருவில் இருந்த என் வீடு அவனதைவிட கூடுதலாக ஒரு படிக்கட்டையும், தெருவின் முடிவிலிருந்ததால் இயற்கையின் குறைந்தபட்ச நறுமணத்தையும்கூட இழக்க ஆரம்பித்த ‘தார்’ காலத்திலிருந்து என்று வேண்டுமானால் வைத்துக்கொள்ளலாம்.

அவன் பெயர் போத்திராஜா. சுற்று வட்டாரத்தில் அவனிடம் மட்டும்தான் ஸ்பெலன்டர் பைக் இருந்தது.

“போத்தி”

“ராஜா”

“போத்திராஜா”

அதன் சிவப்புநிற மண்டையோட்டில் அவனது பெயரை இவ்வாறு மூன்றுவிதமாக ஒன்றன்கீழொன்றாக எழுதி, அதைச்சுற்றிப் பூக்களையும், நட்சத்திரங்களையும், மழைத்துளிகளையும் மினுமினுக்கும் ஸ்டிக்கர்களில் தெளித்து வைத்திருப்பான். அவனைத்தேடி வருபவர்கள், அவனேத்தேடிப் போகிறவர்கள் அனைவரும் அவனைப் பார்க்கிறார்களோ இல்லையோ இந்த அலங்காரத்தைப் பார்த்தே ஆகவேண்டும். அப்படியல்லாமல் ஒருவர் அதை உதாசீனப்படுத்தினால் அவனால் தாங்கிக்கொள்ள முடியாது. கோபம் காணாத அவன் முகம் வாடி வதங்கிப் போகும். அந்தப் பூக்களையும், நட்சத்திரங்களையும், மழைத்துளிகளையும்போல மீண்டும் அவனை ஜொலிக்க வைக்கப் பெரும்பாடாகிவிடும்.

அம்மாவும் அப்பாவும் உயிருடன் இருந்தாலும் அவர்களுடன் எப்போதும்போல சேர்ந்து வாழ அவனது இருபது வயதுக்கு மேலிருந்து அனுமதி கிடைக்கவில்லை. இவனால் தள்ளிப்போகும் மகளது திருமணக் காரியங்களுக்காக அவர்கள் எடுத்த முடிவுதான் இது. சொல்லிவைத்தாற்போல இரண்டு வருடத்திற்குள் அவளுக்குத் திருமணமும் நடந்துமுடிந்தது.

எத்தனையோ முறை அழைக்கப்பட்டும் அதன்பிறகு ஏனோ அந்த வீட்டிற்கு அவன் செல்லவில்லை. எங்களது சாக்கடை பொங்கும் வீதியே அவனுக்குப் பிடித்திருந்தது. அந்த வீட்டைத் தள்ளி, அவன் பெயரில் இருந்த இதர மூன்று நான்கு வீடுகள் வாடகைக்கு விடப்பட்டிருந்தது. தவிர கொஞ்சம் வயலும், தோப்பு சமாச்சாரங்களும் உண்டு. அதில் வரும் வருமானமும், வாடகையுமே அவன் செலவிற்கு போதுமானதாகயிருந்தது. இவை எல்லாவற்றையும் அவனது அப்பா அவனுக்காக ஆள் வைத்து மேற்பார்வையும் பார்த்து வந்தார்.

என்பதால் அவனது ஒரே வேலை: அந்த பைக்கில் ஊர் சுற்றுவது; எதிர்படும் எல்லோரிடமும் அந்த ஸ்டிக்கர்களைக் காண்பிப்பது; எத்தனை முறை என்றாலும் போலி ஆச்சரியத்துடன் அவனுக்காக அதிசயப்படுபவர்களிடம் அளவில்லா அன்பைக் கொட்டுவது; வேண்டுமென்றே கவனிக்காமல் சீண்டும் எண்ணத்துடன் அவனிடம் வம்பு செய்பவர்களின்முன் முகத்தை வாடச் செய்வது.

மலர்தலும் வாடலுமாக பறந்து கொண்டிருந்த அந்த நாட்களில்தான், அவர்கள் மகளும் ஒன்றுக்கு இரண்டாகப் பெற்று அவளது வம்சக் கணக்கை முடித்து வைத்தாள். முடித்து வைக்கப்பட்ட அந்தக் கணக்கை மகன் வழியாகவும் தொடர நினைத்த அவர்கள் அவனுக்கும் ஒரு திருமணத்தைச் செய்து வைக்க விரும்பினார்கள். அவனுக்கு அதைப் பற்றி எந்தவொரு கருத்தும் இல்லையென்றாலும், அவனைச்சுற்றி அவனுக்காக நடக்கும் அந்த விவாதங்களிலெல்லாம் ஒன்றுவிடாமல் உற்சாகமாக பங்கெடுத்து வந்தான். என்றாலும் எட்டிய தூரம் வரை ஒன்றும் கைகூடி வரவில்லை. நாட்கள் மட்டும் ஓடிக்கொண்டிருந்தது. அதனால் அவனுக்கொன்றும் கவலையுமில்லை; அந்தச் சிரித்த முகமும் மாறவில்லை.

அதுவரை வராத புதிய புதிய இரவுக்கனவுகளும், அதைப் புரிந்துகொள்ள முடியாமல் பகல்பொழுதுகளில் திணறும் அந்தச் சிரித்த முகமுமாக ஓடிக்கொண்டிருந்த அவன் நாட்களில் ஒன்றில்தான் அவனது அப்பா திடீரென இறந்துபோனார்; இன்னொருநாள் அம்மா இறந்துபோனாள்.

இழவு வீட்டிற்கு வருபவர்களைக்கூட மெல்லியப் புன்னகையுடன்தான் வரவேற்றுக்கொண்டிருந்தான். எல்லாச் சொத்துக்களின் மேற்பார்வையும் தனது இளையவளின் கைக்கும் அவளது கணவனின் கைக்கும் சென்றது. அதனாலும்

அவனுக்கொன்றும் குறையும் ஏற்பட்டுவிடவில்லை. சினிமாக்களில் வருவதுபோல அவன் ஏமாற்றப்படவில்லை. சொல்லப்போனால் எங்கெங்கோ தேடி, அப்படித் தேடிய ஒரு ஊரில் ஏழையும், மூன்று வரை படித்திருந்ததுமான ஒரு பெண்ணைப் பார்த்து கட்டியும் வைத்தனர்.

திருமணம் முடிந்த கையோடு அவளையும்கூட அவன் முதன்முதலாக அழைத்துச்சென்ற இடம் அந்தச் சிவப்புநிற மண்டையோட்டிற்குத்தான். அந்த நொடியிலிருந்து அவனைக் கூர்மையாக அறிந்துகொண்ட அவளும் அவனுடன் சந்தோஷமாகத்தான் இருந்தாள்.

அவன் நாட்கள் மாறியது. அவன் மாறினான். ஊர் சுற்றுவதைக் குறைத்து அவளைச் சுற்ற ஆரம்பித்தான். வருடத்திற்கொருமுறை வரும் சிறிய வலிப்பும்கூட பெரிதாக அவனிடம் தலை காட்டவில்லை. பார்க்கும் எல்லாவற்றையும் ஏதோ உலக அதிசயம்போலப் பார்க்கும் அவனது தேவையற்ற அந்தப் பார்வையும் தன்னைக் கொஞ்சம் கொஞ்சமாகச் சுருக்கியிருந்தது. அடிக்கடி நவிழ்ந்தவிழும் வேட்டித்துணியும்கூட தன்னை அவனிடம் அதிகநேரம் தக்க வைத்துக்கொண்டது. எந்த இடத்தில் சிரிப்பை நிறுத்தி வைக்கவேண்டும்? அதன் அளவை எப்படி தீர்மானிக்கவேண்டும்? என்ற ஒரே ஒரு விவகாரத்தைத்தவிர வேறு எல்லாமே சீராகச் சென்றுக்கொண்டிருந்தது. ஒரு அழகான பெண் குழந்தையும்கூட அவனது முதலெழுத்தைத் தாங்கியபடி அரைக் கிளாஸில் படித்து வந்தது.

அது பிறந்ததிலிருந்து அவனும் ஒவ்வொரு நாளும் பிறந்து கொண்டிருந்தான்.

அந்த ஸ்பெலன்டரில்தான் மகளை தினமும் பள்ளிக்குக் கொண்டுவிடுவான்; கூட்டிவருவான். அக்குழந்தைக்கும் அவனென்றால் உயிர். அவனுக்குச் சொல்லவேண்டுமா? அன்பை எப்படி எப்படியெல்லாம் வெளிக்காட்டுவது என்றுத்தெரியாமல் அதற்காக என்னென்னவோ ஆராய்ச்சிசெய்து அதை வெளிபடுத்திக்கொண்டிருந்தான். படிகள் கொஞ்சம் இல்லாமலிருந்தாலும் அது அவனது ராசியான வீடாகிப்போனது. அவனே காசு செலவழித்து தெரு சாக்கடையை அவ்வப்போது சீராக்கினான். வீட்டை அலங்கரித்தான். மண் இன்னும் மிச்சமிருந்த இடத்திலெல்லாம் அழகானச்செடிகளை நட்டான். அடிக்கடி

புதுத்துணி வாங்கி மகள்முன் குவித்தான். முக்கியமாக அவன் பெயரை அழித்து விட்டு...

"மீரா"

"மீரா"

"மீரா" என்று இரண்டே எழுத்துக்களில் இருந்த மகள் பெயரை மூன்று முறை எழுதி இன்னும் கூடுதலாகப் பூக்களையும், நட்சத்திரங்களையும், மழைத்துளிகளையும் அதனைச்சுற்றி அள்ளித்தெளித்தான். இப்போதும் ஒருவரையும் விடவில்லை. அந்த ஊரில் அதை இருமுறையாவது பார்க்காத ஆளே இல்லை என்றளவிற்கு அந்த காட்டல் கணக்கு கூடிக்கொண்டேயிருந்தது. ஒவ்வொரு நாளும் அவனுக்கும், ஒவ்வொரு நாளுக்கும் அவனும் சொல்லமுடியாத மகிழ்ச்சியை பரஸ்பரம் வாரி வழங்கிக்கொண்டிருந்தார்கள். மனைவி, மகள், வீட்டைத்தவிர வேறொரு நினைப்பு அவனிடமில்லை. பைக்கானது நான்காமிடத்திற்குத் தள்ளப்பட்டிருந்தது.

ஒன்று...

இரண்டு...

மூன்று என...

வகுப்புகள் ஒவ்வொன்றுக்கும் அவள் முன்னேறும்போது அவனுக்குள் ஏற்பட்ட மாற்றங்கள் வெளிக்காட்டலில் அடங்காதது. அவனே மகளைக் குளிப்பாட்டுவான். பவுடர் பூசுவான், கண்மை தீட்டுவான். கொலுசு அணிவிப்பான். வாங்கி வைத்திருக்கும் விலைகூடிய வாட்ச் ஒன்றை கையில் கட்டிவிடுவான். மகள் படிக்கும் அந்தத் தனியார் பள்ளியில் ஐந்து நாளைக்கு மூன்று விதமான சீருடை. எந்த நாளுக்கு என்ன சீருடை என்று அவனுக்குள் எப்போதுமொரு குழப்பமிருந்தாலும் ஒவ்வொருநாளும் மனைவியின் கைகளில் இருந்து சிரித்துக்கொண்டே அவற்றை வாங்கி அவனே மகளுக்கு அணிவித்து விடுவான். பின் பைக்கின் முன்னால் மகளை அமரவைத்து ஊர் முழுக்கச் சுற்றிக் காண்பித்துவிட்டு பள்ளிக்குக் கொண்டுவிடுவான்.

பின் சாயந்திரம் எப்போது வரும் என்று காத்திருப்பதுதான் அவன் வேலை. தன்னைப்போலவே காத்திருப்பவர்கள் எல்லோரிடமும் அவனே வலிந்துசென்றுப் பேசுவான். சிலர் முகம் கொடுப்பார்கள், பலர் அதைத் திருப்பிக்கொள்வார்கள். பள்ளியை

எப்படி அழகாக வைக்க வேண்டும் என்று ஆசிரியர்களுக்கு யோசனை கூறுவான். தன் பிள்ளையை மட்டுமல்ல ஒவ்வொரு குழந்தையையும் பார்த்து பார்த்து ரசிப்பான், வாய்ப்பை உருவாக்கி கொஞ்சுவான். பெரும்பாலும் அது யாருக்கும் பிடிப்பதில்லை. எப்போதும்போல அவனுக்குமதில் கவலையில்லை. ஒன்றாம் வகுப்பு பிள்ளைகளைக்கூட கைப்பிடித்து அழைத்துச் செல்பவர்களுக்கு மத்தியில் நான்காம் வகுப்பு படிக்கும் தன் மகளைத் தூக்கிக்கொண்டுதான் பைக்கில் அமரவைப்பான். பின் காலைபோலவே ஊர் முழுக்கச் சுற்றிக் காண்பித்துவிட்டுதான் வீட்டிற்குப் போவான்.

இது அனைத்தும் நான் நேரடியாகப் பார்த்ததுதான். அப்பாவும் மகளுமே ஆக்கிரமித்த அந்த நாட்களைப் போலவே இந்தக் கதையிலும் அவளைப் பற்றி நான் எதுவும் சொல்லப்போவதில்லை. அவளைப் பற்றி சொல்ல ஏதோ ஒன்று இருக்கிறது என்றால் அது இதுமட்டும்தான்:

“கைநிறைய பணத்துடனும், நகையுடனும் ஒருநாள் அவள் அவனைவிட்டு, அவனிடமிருந்து அந்தக் குழந்தையைத் துண்டித்துக்கொண்டும், தூக்கிக்கொண்டும் ஓடிப்போனாள்.”

மகள் மூன்றுமுடித்து நான்குபோகும் இடைவெளியில், விடுமுறையில் ஒருநாள் அதிகாலை “ஓ”வென்ற சத்தம் எங்கள் தெருவில் அவன் நட்டு வைத்த செடி, கொடிகளைக்கூட ஒரு உலுக்கு உலுக்கியது. மொத்தத்தில் சிரிப்பை எப்படி நிறுத்தவேண்டும்? என்பதை அவள் அவனுக்கு சொல்லாமல் சொல்லிவிட்டுச் சென்றிருந்தாள்.

சுமார் பதிமூன்று வருடங்களுக்கு மகளைப் பார்க்க முடியாமல் போவதற்கான அவனது முதல்நாள் அன்றிலிருந்துதான் தொடங்கியது. அவனது சிரிப்பில்லாத எங்களது தெரு மீண்டும் சாக்கடையாகிப்போனது.

அதன்பிறகு அந்தப் பழைய போத்திராஜா அவனுக்குள் ஒருபோதும் திரும்பவில்லை. அப்படிப்பட்ட போத்திராஜாவை பார்த்து பழக்கப்படாத ஊரும் தன்னை எப்போதுமில்லாமல் இன்னொன்றாக மாற்றியும்கொண்டது. அப்படி மாற்றிக்கொண்ட ஊரை அதன்பின் அவனும் அடிக்கடிப் பார்க்கவில்லை.

அவளைப்போல அவனும் அந்த வீட்டை கைவிட்டிருந்தான்.

* * *

அவள் சென்றது அவளைப்போலவே மூன்றாம் வகுப்புவரை படித்த அவள் ஊர்காரனுடன் என்று அவனுக்குத் தெரியவந்தது. ஊரில் சென்று விசாரித்ததில் தன்னைவிட பலம் வாய்ந்த ஒருவனாக அவனை அவன் காணவில்லை. வெளிநாடு சென்று வேலைப்பார்த்து வந்ததில் கையில் கொஞ்சம் பணமிருந்தது. அங்கு கிடைத்த பழக்கத்தை வைத்து கேரளா செல்வதாக திட்டம் வைத்திருந்தான். அதுவும் சின்னதாக வியாபாரம். அதை வைத்து மட்டும் அவர்களால் நீண்டகாலம் சேர்ந்து வாழமுடியாது என்று அவனுக்கு பலர் ஆறுதல் சொன்னார்கள்.

இந்த ஒரே ஒரு தகவல் மட்டும்தான் அவனிடமிருந்தது. அதை வைத்துக்கொண்டு முதல் ஆறு வருடங்கள் பேருந்துகள் பல ஏறி கேரளாவில் தேடத்தெரியாமல் எங்கெல்லாமோ தேடினான். எங்கள் ஊரில் மட்டுமல்லாமல், எப்படி புகார்மனு எழுதுவது என்றுத்தெரியாமல் அந்தந்த ஊர் போலீஸார்முன் கைகட்டி நின்றான். எல்லா ஊர்களிலும் அவர்கள் ஒரே மாதிரியாகத்தான் சிரித்தார்கள். நெடுநாள் கழித்து ஊர் திரும்பியவன் தனக்கு அவளைக் கட்டி வைத்த தங்கையிடமே கடைசியாகப் போய்நின்றான்; அவர்களும் தேடினார்கள். பின் மறுபடியும் சாலையில் செல்லும் எல்லாவிதமான வாகனங்களிலும் ஏறி மீண்டும் எங்கெங்கோ சுற்றினான். இயல்பாகவே அவனுக்கும் தூக்கத்திற்கும் தூரம் சற்றதிகம். ஊருக்குத் திரும்பி வரும்போதெல்லாம் அவன் கண்கள் பழுத்து தன் சூட்டைத் தானே தாங்கிக்கொள்ள முடியாமல் சில நொடிகளில் பொங்கி வெளியே விழுந்துவிடுவதுபோல இருக்கும். பலனாக விட்டுப்போன வலிப்பு வந்து சேர்ந்தது. ஆனாலும் ஏழாம் வருட மத்தியில் திருவனந்தபுரத்தில் தன் தங்கை கணவரின் நண்பர்கள் அவளைக் கண்டுபிடித்து சொல்லும்வரை அவனொன்றும் முழுவதும் அழிந்துப்போய்விடவில்லை.

அவர்கள் தன்னைக் கண்டுபிடித்தது தெரிந்ததும் முதலில் அவனது மகளைத்தான் அவள் மறைத்து வைத்தாள். ஊரிலிருந்து ஆட்கள் சென்று பேசியும், தன்னிடம் இருக்கும் கண்ணீர் மொத்தத்தையும் அவன் அவள்முன் கொட்டியும்கூட குழந்தையைக் காட்டாமல் இருக்க ஏன் அத்தனை பிரயத்தனம் செய்தாள் என்று அவனுக்கு மட்டுமல்ல, எங்கள் யாருக்குமே தெரியவில்லை. ஒருத்தி பழி வாங்கத் தேவையான காரணங்கள் தெளிவில்லாமல் இருக்கும்போது அதற்கான முறை மட்டும் இலகுவானதாகவா இருந்துவிடப் போகிறது?

மகள் வெளியூரில் தங்கிப் படிக்கிறாள் என்று மட்டும் எங்களிடம் சொன்னாள்.

ஒரு கட்டத்திற்குமேல் காவல்துறையினரிடம் புகார் கொடுக்கப்பட்டது. முடிவாக அவர்கள் தங்களால் ஒன்றும் செய்ய முடியாது, நீதிமன்றத்தில் பார்த்துக் கொள்ளுமாறு இரு தரப்பிடமும் எழுதி வாங்கி அனுப்பி வைத்தார்கள். அவனை மட்டும் அங்கிருந்து எங்களால் கொண்டுவர முடியவில்லை. அப்படி எழுதி வாங்க வற்புறுத்திய ஒரு போலீஸை அடித்த வழக்கில் ரிமாண்ட் செய்யப்பட்டிருந்தான். மாதம் ஒன்று கழித்துப் பிணை கிடைத்து, எல்லாம் புரிய வைத்து அவனை ஊருக்குள் கொண்டு வருவதற்குள், மனைவியிடமிருந்து வந்தவொரு வழக்கறிஞர் அறிவிப்பு அவனுக்காகக் காத்திருந்தது. அதைத்தொடர்ந்து கேரள நீதிமன்றம் ஒன்றிலிருந்து சில நாட்கள் கழித்து விவாகரத்து வழக்குக்கான அழைப்பாணையும் வந்தது. அந்த அறிவிப்பையும், விவாகரத்து மனுவையும் அவனுக்குப் படித்துக் காண்பிக்க ஒருவரை ஏற்பாடு செய்ததைத் தவிர, ஒன்றும் செய்ய முடியாத நாங்கள் அவன்முன் கைவிரித்து நின்றோம்.

அதில் அவன் ஊரில் எல்லோரும் சொல்வதுபோல அவளாலும் 'முட்டக் கண்ணு' பைத்தியமாக ஆக்கப்பட்டிருந்தான். ஒரு குழந்தை பெறுவதற்குகூட அவனுக்கு தான்தான் சொல்லிக் கொடுக்க வேண்டியிருந்ததாகவும், அதையும்கூட பாதுகாப்பாக வளர்க்கத் தெரியாமல் பைக்கை வேகமாக ஓட்டி ஒருமுறை கீழே விழவைத்து காயங்களை ஏற்படுத்தியதாகவும் அவன்மேல் குற்றச்சாட்டு வைக்கப்பட்டிருந்தது. அவன் தேவையில்லாமல் எந்தெந்த இடத்திலெல்லாம், எந்தெந்த நேரத்திலெல்லாம் சிரித்தான் என்று ஒரு பெரிய பட்டியலையே அதிலவள் போட்டிருந்தாள். ஒவ்வொரு வார்த்தைக்கும் முடிவில் அல்லது தொடக்கத்தில் ஏன் சிரிக்க வேண்டும்? என்று கேள்வி எழுப்பியிருந்தாள். அந்த நேரங்களிலெல்லாம் உதட்டோரம் அவன் எச்சில் ஒழுக்குவது அருவருப்பாக இருந்ததாகவும், அவன் வேலைக்குச்செல்லாமல் தங்கை கையால் வாங்கித்தின்பதும், அதைத் தங்களுக்கும் தருவதும் அவமானமாக இருந்ததாகவும் அதில் சொல்லியிருந்தாள். "எல்லோரையும்போல தன் அப்பா இல்லை என்ற சந்தோஷம் கொஞ்சம் கொஞ்சமாக மாறி, எல்லா அப்பாக்களையும்போல தன் அப்பா இல்லை என்று வருத்தம் அடையும் மனநிலைக்கு தன் மகளைத் தள்ளி, அவளது எதிர்கால வாழ்வை நாசமாக்க தான் விரும்பவில்லை" என்றும் அதில் சொல்லப்பட்டிருந்தது. மொத்தத்தில் யாரிடம் எப்படி பழக வேண்டும் என்று தெரியாத

ஒரு மனநிலை பாதிக்கப்பட்டவனை, பைத்தியத்தைத் தனக்கு திருமணம் செய்து வைத்து ஏமாற்றி விட்டதாகவும், அதற்கு ஆதாரமாக சில நோயின் பெயர்களையும் அவனுக்குச் சூட்டியிருந்தாள்.

அதில் சொன்ன எந்தக் குற்றச்சாட்டிலும் அவனுக்கு எந்தவொரு வருத்தமும் இல்லை. மகளின் எதிர்காலத்தை நாசமாக்குபவன் என்ற ஒரேயொரு வரியைத்தவிர. அவன் தலையை அது இடைவிடாமல் குடைய ஆரம்பித்தது. ஆனாலும் அவன் விடவில்லை, வீடுகளை விற்று வழக்கு நடத்தினான்.

அந்த வழக்கை தமிழ்நாட்டுக்கு மாற்றக்கோரி ஒரு மனு. மகளை வாரம்தோறும் பார்க்க அனுமதிக்கக்கோரி ஒரு மனு. மனைவியுடன் மீண்டும் சேர்ந்து வாழ பரிகாரம் கேட்டு தனியாக ஒரு வழக்கு. குடும்பம் நடத்த போதிய மனநிலை தனக்கு இருக்கிறதா? என சோதனை செய்ய நீதிமன்றமே உத்தரவு பிறப்பிக்க வலியுறுத்தி ஒரு மனு. இதுதவிர பள்ளி விட்டதும் உருவாகும் போக்குவரத்து நெருக்கடியை ஒற்றை ஆளாக நின்று சரி செய்யும் அனுபவம் ஏற்கனவே இருந்ததால் அந்த வேலை, இரவு நேரங்களில் ஹோட்டல் வெளியே நின்று வாகனங்களுக்கு பச்சை விளக்கு காட்டும் வேலை என தான் பணிபுரியும் இடங்களில் கொடுத்த வேலை மற்றும் சம்பளச் சான்றிதழ்களைவேறு நீதிமன்றத்தில் சமர்ப்பித்திருந்தான்.

இவ்வளவு தூரம் வந்து வழக்கு நடத்தமாட்டான் என்று தான் நினைத்தது நடக்காமல் போகவே, என்ன செய்வதென்று தெரியாமல் ஒரு கட்டத்தில் அவள் போட்ட வழக்கை அவளே கைவிட்டாள். அதற்குமுன் மகளை இன்னொரு ஊருக்கு அனுப்பி இன்னொரு விடுதியில் தங்கிப் படிக்க வைத்தாள். அவள் வருகையின்மையால் அந்த வழக்கு தள்ளுபடி செய்யப்பட்டது.

அப்போதும் அவன் விடவில்லை. மீண்டும் சேர்ந்து வாழ ஒரு மனு. இரண்டாம் திருமணம் செல்லத்தகாத, இல்லாநிலையான சட்டவிரோத திருமணம் என்று விளம்புகை செய்ய ஒரு மனு. மகளை வெளி இடங்களில் அல்லாமல் நீதிமன்றத்திலேயே வைத்து வாரம்தோறும் பார்க்க அனுமதிகோரி ஒரு மனு. இந்த எந்த மனுக்களிலும் அவள் ஆஜராகவில்லை. எனவே எல்லா மனுவிலும் அவளுக்கு எதிராக ஒருதலைபட்ச உத்தரவு அவனுக்குச் சாதகமாகப் பிறப்பிக்கப்பட்டது.

பின் அந்த மனுக்கள் எல்லாவற்றிலும் தனக்கெதிராக பிறப்பிக்கப்பட்ட உத்தரவை ரத்து செய்யக்கோரியும் சில உத்தரவுகளுக்கு எதிராக மேல்முறையீட்டு மனுக்களை தாக்கல் செய்தும் தள்ளுபடி செய்யப்பட்டிருந்த தான் தாக்கல் செய்திருந்த வழக்கை மறுபடியும் கோப்பிற்கு எடுக்கக் கோரியும் ஒவ்வொன்றாக மீண்டும் அவள் அவனுக்கு நோட்டீஸ் அனுப்பி மனுக்கள் தாக்கல் செய்தபோதுதான், அவள் வழக்கறிஞரின் ஆலோசனையின்படி வேண்டுமென்றே வழக்கை இழுத்தடிக்க திட்டம் போடுகிறாள் என்று அவனுக்கும், அவன் வழக்கறிஞருக்கும் தெரிய வந்தது. அதை நிரூபிக்கும் வண்ணம் வருடத்திற்கொருமுறை அவனது ஒவ்வொரு மனுக்களிலும் அவள் ஆஜராகாமல் இருப்பதும், அந்தமனு அனுமதிக்கப்பட்டதும் அதை ரத்து செய்யக்கோரி புதிது புதிதாக மனுக்களை தாக்கல் செய்வதும், அதற்கேற்றபடி ஒவ்வொரு வக்கீலாக மாற்றிக்கொண்டிருப்பதுமாக இருந்தாள்.

ஒரு வழக்கை, அதை நடத்தும் ஒரு நீதிபதியை, அது நடக்கும் ஒரு நீதிமன்றத்தை எப்படி எப்படியெல்லாம் ஒரு விளையாட்டு மைதானத்தைப்போலப் பயன்படுத்துவது, ஏமாற்றுவது, இழுத்தடிப்பது என்பதை அவள் வெகுவாகக் கற்றுக்கொண்டாள். அதனாலேயே ஒரு மனிதனின், அவன் முன்வைக்கும் ஒரே ஒரு கோரிக்கையை, அவனது குறைந்தபட்ச ஒரேயொரு விருப்பத்தைச் செவிகொடுத்து ஒரு வெளரிய செக்கர் நிறத்தொரு கட்டிடம் கேட்பதற்குள் மற்றுமொரு ஆறு வருடங்கள் காணாமல் போனது.

இறுதியில், தாய் தந்தை இருவருக்கும் குழந்தைமீது ஒரேயளவில் அன்பு இருந்தாலும், தந்தையைவிட தாய்க்கு அதிகளவில் அதன்மீது அன்பு இருந்தாலும், அப்பா அம்மாவைவிட அதிகளவிலான அன்பு வைத்திருந்தாலும், இருவருக்குமே அதன்மீது அன்பு இல்லாவிட்டாலும் தனக்கு முடிவு செய்யும் வயது வரும்வரை அந்தக் குழந்தை அம்மாவிடம்தான் வளர வேண்டும் என்று நேரடியாகவும் மறைமுகமாகவும் ஒரு முடிவுக்கு நீதிமன்றம் வந்திருந்தாலும், அப்படி முடிவு செய்யும் வயதைத்தாண்டி வருடங்கள் சில ஆகிவிட்டப்பின்பும்கூட இத்தனை காலங்கள் அப்பாவிடம் மகளை காண்பிக்காமல் இருந்ததற்காகவும், இனி தான் யாருடன் இருக்க வேண்டும் என அவள்தான் முடிவு செய்ய வேண்டும் எனக்கூறி வழக்கை இப்படி இழுத்தடித்ததற்காகவும் செலவுத்தொகையுடன் அவள்மீது கடுமையான கண்டனங்களைப் பதிவு செய்து, மகளை அவனிடம் காண்பிக்க ஒருவழியாக அதில் ஒரு உத்தரவும் பிறப்பிக்கப்பட்டிருந்தது.

“அதன் ஏழெட்டு வயதில் எந்தவொரு தவறும் செய்யாத என்னிடமிருந்து வலுக்கட்டாயமாக பிரித்தெடுக்கப்பட்ட என் குழந்தை என்னைக்காணாத அதன் முதல்நாளை எப்படிக் கடந்திருக்கும்...?”

இந்தவொரு கேள்வி மட்டும்தான் அவனிடம் அப்போதும் எப்போதும் எஞ்சியிருந்தது.

இரண்டாம் நாள்...

மூன்றாம் நாள்...

நான்காம் நாள் என...

இதோ பதிமூன்று வருடங்கள் முடிந்துவிட்டது. அந்த ஒரு கேள்வியை மட்டும்தான் மகளிடம் அவன் கேட்க நினைத்தான்.

உத்தரவு வந்த தேதியிலிருந்து மகளைப் பார்க்கப்போகும் அந்த ஒரு வாரத்திற்கிடையில், அத்தனை ஆண்டுகளாக அவனை விட்டுப்போயிருந்த அந்தச் சிரிப்பை கொஞ்சம்கொஞ்சமாக மீட்டெடுக்க முயற்சி செய்துக்கொண்டிருந்தான். எதிர்படும் ஒவ்வொருவரிடமும் தன் வீட்டிற்குள் மறுபடியும் மகளைக் கொண்டு வரப்போவதாக சலிக்காமல் சொல்லிக்கொண்டிருந்தான். ‘மீரா’ என்ற பெயரைத்தவிர மீதி எல்லா இடங்களிலும் தூசிக்களால் முழுவதும் நிறைந்துக்கிடந்த, மறுபடியும் ஓடுமா? என்ற சந்தேகத்தை பார்க்கும் எல்லோரிடமும் விதைத்தபடி நின்ற அந்த ஸ்பெலன்டரை பக்கத்து ஊரிலிருந்த பெரியதொரு வொர்க் ஷாப்பிறகு போகும்போது ஆட்டோவில் ஏற்றிச்சென்று வரும்போது ஓட்டிக்கொண்டு வந்தான். “நீதிமன்றத்தில் தன்னைப் பார்த்ததும் ஓடிவந்து கட்டிப்பிடிப்பாள்” என்று என்னிடமும், என் மனைவியிடமும், ஒரே பள்ளியில் படிக்காவிட்டாலும் சிறுவயதில் அவன் மகளுடன் ஒன்றாகவே விளையாடித் திரிந்த என் மகளிடமும் நாள் ஒன்றுக்கு குறைந்தது இருநூறுமுறை ஒப்பித்து வந்தான்.

அவன் வாழ்வில் அவனால் வெளிப்படுத்த முடியாத உணர்ச்சி என்ற ஒன்று இருந்ததேக் கிடையாது. ஆனால் அந்த பதிமூன்று வருடங்களில் அது எல்லாமே மாறிப்போனது. அவனுக்கே தெரியாமல் அவனிடம் அது உலகெங்கும் புதைக்கப்படும் பிணங்களைப்போல எண்ணிக்கையின்றி குவிந்துக்கிடந்தது.

தெரிந்தோ, தெரியாமலோ அந்த அத்தனைப் பிணங்களுக்கும் அவன் ஒருவன் மட்டுமே சுடுகாடாக இருந்தான்.

“இதுவெல்லாம் ஏன் நடக்கிறது?” என்று அவனுக்கு மட்டுமல்ல, எங்களுக்கும்கூட இன்றுவரை புரியவில்லை..!

“அடிக்கிறவர்களுக்கு அவன் முதுகையும், தாடை மயிரைப் பிடுங்குகிறவர்களுக்கு அவன் தாடைகளையும், அவமானத்திற்கும் உமிழ்நீருக்கும் அவன் முகத்தை மறைக்காமலும்” விட்டுக்கொடுத்த அவனை, ஒப்புக்கொடுத்த அவனை ஒருத்தி ஏன் இப்படி விகாரமாக பழிவாங்க வேண்டும்? ஈவு இரக்கமில்லாமல் இவ்வளவு தூரத்திற்கு இழுத்துக் கொண்டுச்செல்ல வேண்டும்? அப்படி இழுத்தடிக்க அப்படி என்ன அவன் அவளுக்குச் செய்துவிட்டான்?

“வலதுபுறத்தில் பட்சித்தாலும் பசியிருக்கும் ஒருத்தி, இடதுபுறத்தில் தின்றாலும் திருப்தியடையாத ஒருத்தி, அவளின் சொந்த மாமிசத்தைத் தின்றும் ஆத்திரம் அடங்காத ஒருத்தியும்கூட” அதற்கான நியாயமான ஒரு காரணத்தை வைத்திருப்பாள். ஆனால் அவளிடமோ... ம்கூம்...

ஆனால் இவனோ அவளைப்போல இல்லை; அவனுக்கென்ற ஆசைகள் கொஞ்சமே கொஞ்சம்தான் அவனிடமிருந்தன. ஒரு சிறுபிள்ளைக்கூட அவைகளைக் கைக்கொண்டு எழுதிவிடும். சிறுவயதிலிருந்து பால் மறந்த ஒருவனுக்கு, முலை மறுக்கப்பட்ட ஒருவனுக்கு இது எவ்வளவு தூரம் தீங்கிழைக்கக் கூடியது என்று என்று அவளுக்குத் தெரிந்திருக்காதா என்ன?

தன் சதையைத் தானேப் பிடுங்கக் கூடியவர்களுக்கு இதுவெல்லாம் எப்படித் தெரியும் இல்லையா?

கூடவே தன் சதையையும் அவர்களிடம் பிடுங்கக்கொடுத்த அவன் வாய்தா இருந்த நாளுக்கு முந்தையநாளே அங்கு சென்றுவிட்டான். அதற்கு முந்தைய நாள் அவன் உறங்கவேயில்லை. அன்று காலை கிட்டத்தட்ட முதலாளாக அந்த நீதிமன்ற வளாகத்திற்குள் நுழைந்து, மகளுக்காகக் காத்திருக்க ஆரம்பித்தான்.

மனைவியின் வக்கீல்கள் வந்தனர். அவளுக்கு வேண்டப்பட்டவர்கள் வந்தார்கள். மனைவி வந்தாள். மனைவியின் இரண்டாம் கணவன் வந்தான். அவனுக்கும் அவளுக்கும் பிறந்த ஒரு மகன் வந்தான். நகரக்கூடாத ஒரு இடத்திலிருந்தாலும் அவனையுமேகூட அவன் மகனாகத்தான் பார்த்தான். ஏதோவொரு வகையில்

அத்தனைக் காலமும் அவளுக்குச் சாதகமாக இருந்த அந்த நீதிமன்றமும்கூட அன்று ஏனோ அவன் பக்கம் இருப்பதுபோல ஒரு தோற்றத்திலிருந்தது; வழக்குகள் நடத்த தன்னை தயார்ப்படுத்தியும் கொண்டது.

மகள் மட்டும் இன்னும் வரவில்லை.

ஒன்று...

இரண்டு...

மூன்று...

வழக்குகள் ஒவ்வொன்றாக அழைக்கப்பட்டன. ஒவ்வொருவரின் பெயர்களும் அந்த எண்ணிக்கையிலேயே அழைக்கப்பட்டன. முதலில் இந்து திருமண வழக்குகள். இரண்டாவது கிறிஸ்தவ திருமண வழக்குகள். மூன்றாவது இது எதிலும்சேராத சிறப்புத்திருமணசட்ட வழக்குகள். நான்காவது மனைவி கணவனிடமும், பெற்றோர்கள் பிள்ளைகளிடமும் பராமரிப்புத் தொகைக்கேட்டு தாக்கல்செய்த மனுக்கள். ஐந்தாவது பிள்ளைகளை பார்க்க அனுமதிக்கக் கோரி பெரும்பாலும் அப்பாக்கள் தாக்கல் செய்த மனுக்கள்.

ஐந்து நிமிடம்...

அரைமணிநேரம்...

ஒருமணிநேரம்...

கடிகாரத்தையேப் பார்த்துக்கொண்டிருந்தான். ஒன்றரை மணிநேரம் கடந்திருந்தது. பூக்களும் நட்சத்திரங்களும் மழைத்துளிகளும் சுற்றித்தூவுவதற்கு வாய்ப்பில்லாத இடமென்றாலும் அந்தப் பெயர் அழைக்கப்பட்டபோது அவனுக்குள் அப்படித்தான் தோன்றியது.

“மீரா”

“மீரா”

“மீரா”

அதே வளாகத்தில் மனைவியால், அவளது கணவனால், அவர்களது வழக்கறிஞர்களால் அதுவரை அவனிடமிருந்து ஒளித்து வைக்கபட்டிருந்த மகள் அவர்கள்சூழ நீதிமன்றத்தின் முதல் வாசல் வழியாக உள்ளே நுழைந்தாள்.

மூன்றாம் வாசலினருகில் நின்றிருந்த அவன் தன் பெயரை அழித்து அவள் பெயரை எழுதி, தனது பெரும்பங்கு நேரத்தை அவளுக்காக மட்டுமே செலவழித்து, தான் அசதியாகும்வரை தூக்கிவைத்து ஊர்சுற்றிக் கொஞ்சிய, இப்போதுவரை தான் வாங்கிக்கொடுத்த ஒரு புதுத்துணியோடு மட்டுமே நினைவிலிருக்கும் தன் சின்னஞ்சிறிய மகளை, இதோ இப்போது தன்னைவிட உயரமாக வளர்ந்துவிட்டவளைப் பார்க்க, அவளைக்கொஞ்ச, நீதிமன்றம் அனுமதித்தால் கட்டியணைத்து அழ, இன்னும் கொஞ்சம் அனுமதித்தால் நெற்றியில் முத்தமிடவென என்னென்னவோ ஆசைகளுடனும், இத்தனை காலம் தன்னிடமிருந்து பிரித்து வைத்ததை தன்னைப்போலவே பொறுத்துக்கொள்ள முடியாத மகள் இன்று தன்னுடனே வந்துவிடுவாள், தான் அவளிடம் கேட்க நினைத்த அத்தனைக் கேள்விகளையும் முக்கியமாக அந்தவொரு கேள்வியைக் கேட்டுவிடலாம், அவளது சிறுவயதை ஞாபகப்படுத்தும் விதமாக அலங்கரித்து வைத்திருக்கும் தனது வீட்டிற்கு தன்னுடன் அவளை அழைத்துச் சென்றுவிடலாம் என்ற என்னென்னவோ எதிர்ப்பார்புகளுடனும் முதல் வாசலுக்கு ஓடிவந்த அவனது முகத்தைக்கூடப் பார்க்காமல் நீதிபதியிடம் பேசிக்கொண்டிருந்த மகளது 'தன்னைப் பார்க்க விருப்பமில்லாத' வார்த்தைகள் அவனது காதுகளில் தெள்ளத்தெளிவாக வந்து விழுந்தன.

விழுந்த மறுநொடியில் நீர் ஒழுகும் மார்பினோடும், கொடும் தீ மூட்டப்பட்ட உள்ளத்தோடும் அங்கிருந்து புறப்பட்டு அவசர அவசரமாக தன்னுடன் மகள் வாழ்ந்த வீட்டிற்கு வந்தவன், ஒரு காலன்விடும் கயிற்றையொத்த தண்டியான ஒன்றில் தூக்கிட்டுக்கொண்டாலும்... பார்ப்பதற்கு யாரோ பதிமூன்று வருடம் காத்திருந்து அவனைக் கொலை செய்ததுபோலவேயிருந்தது.

17

நீங்கள் பொய்யைப் பிணைக்கிறவர்கள்; நீங்கள் எல்லோரும் காரியத்துக்குதவாத வைத்தியர்கள். நான் என் பற்களினால் என் சதையைப் பிடுங்கி, என் பிராணனை என் கையில் வைப்பானேன்? உம்முடைய கையை என்னைவிட்டு தூரப்படுத்தும்; உம்முடைய பயங்கரம் என்னைக் கலங்கப் பண்ணாதிருப்பதாக.

-யோபு 13: 4,14,21

திரேசம்மாள் எப்போதும் கைவசம் இரண்டு மருந்துகள் வைத்திருப்பாள். ஒன்று பேதிக்கு; மற்றொன்று எல்லா நோய்களுக்கும். அவளிடம் அந்த மருந்துகளை வாங்கி உண்டவர்களுக்கு சில நோய்கள் குணமாகின; புதிதாக சில நோய்கள் உருவாகின.

ஆசீர்வாதம்பிள்ளை சிரஸ்ததாராக இருந்த சமயத்தில் யூசுப் எழுதிய கதைகள் அவரின் நிம்மதியை கெடுத்துக்கொண்டிருந்த விஷயம் பற்றி அறிந்த திரேசம்மாள், அதையொரு பித்துப்பிடிக்க வைக்கும் நோயாகவும், கோணக்கிளிக்கிண்டும் பழக்கமாகவும் நினைத்து, அது தன் கணவனை அண்டவிடாமல் பாதுகாக்க அந்த இரண்டு மருந்துகளையும் ஒரேடியாக ஒருநாள் பாலில் கலந்துக்கொடுத்தாள். என்னவென்று தெரியாமல் வாங்கி அதை ஒரே மடக்கில் குடித்தபோதும் அவரிடம் அது எந்த வேலையையும் காட்டவில்லை.

வாழ்வில் முதல்முறையாக சாதகமாகவோ அல்லது பாதகமாகவோ எந்த மாற்றத்தையும் ஏற்படுத்தாத தன் வைத்தியத்தைக்கண்டு, அதில் தோல்வியடைந்ததை எண்ணி என்ன செய்வதென்று தெரியாமல் "ஊரு ஓடுனா ஒத்து ஓடனும், ஒருத்தன் ஓடுனா பாத்து ஓடனும்" என்று வருகிறவர்கள், போகிறவர்கள் அனைவரிடமும்

அவரின் குண்டாமண்டித்தனத்தைச் சொல்லிச்சிரித்து, அவரைக் கடியயவுறக்கம் என்ற ஒன்றைக் காணவிடாமல் வல்லதையும் நினைக்க வைத்து மனதாறிக்கொண்டாள்.

ஒருபுறம் யூசுப் கதைகள், மறுபுறம் மனைவியின் வைரமொழிகளென பல தடங்கல்கள் இருந்தாலும் அதையும்மீறி கரையாமல் அவர் கிடந்துறங்கியதொரு இரவில் வந்தக் கனவில், 'குடியரசு தலைவர் கையால் தனது இரண்டு வரி கதைக்கு விருது வாங்கும் சம்பவமும், அதன் தொடர்ச்சியாக தனது மனைவி தன்னைக் கணவன்போல் நடத்தும் காட்சிகளும். அந்த நடுசாமத்திலும் அவரைத் திடுக்கிட்டெழ வைத்தது. சித்தார்த்தனின் கண்டடைதலுக்கு ஒப்பானது என்று அவரே அந்தக் கனவிற்கு ஒரு பெயரைச் சூட்டிக்கொண்டு, அந்த அர்த்த இராத்திரியிலும் தனது மனதில் அதை ஆழப் பதிய வைத்துக்கொண்டார். பின் மறுநாள் காலையிலும்கூட அதை மறக்காமலும், அந்தக் கனவைக் கலைக்காமலும் அது உணர்த்திய மீ-யதார்த்தக் காட்சிகளைக் கொண்டு தனது மனதை தானே சுருள் கம்பிகளைக்கொண்டு குடைய விட்டார்.

அந்தக் குடைதலிலிருந்த சுகம் அதுவரை அவர் தனது வாழ்நாளில் உணராதது என்றாலும் கற்பனையிலும் எண்ண முடியாத அந்த இரண்டாவது காட்சியை நிஜ வாழ்வில் பொருத்திப்பார்க்கவோ, அமல்படுத்தவோ செய்யவேண்டுமென்றால் முதல்காட்சியை எப்படியாவது நிறைவேற்றிவிட வேண்டும் என்ற முன்நிபந்தனைக்கு அது அவரை தரிக்கமாட்டாமல் தரித்துத் தள்ளியது. அவரும் அந்த அரிப்பிற்கும், தரிப்பிற்கும் ஏற்றவாறு மானசீகமாகவும், மனக்கிலேசமில்லாமலும் தன்னை ஆயத்தப்படுத்தும் முயற்சியில் தீர்க்கமாக இறங்கியபோது, இலக்கிய உலகமானது இருகைகள் நீட்டிய மேரிமாதாவாக 'உன் சங்கராண்டித்தனத்தை நிறுத்திவிட்டு உடனே என்னிடம் வா' என்று வரவேற்பதாகவே அவருக்குத் தோன்றியதே தவிர அதில் எந்தவித இரட்டை அர்த்த இளக்காரங்களும் இருப்பதாக அவருக்குள்ளாக இடைக்கால தடைகளொன்றும் ஏற்படவில்லை.

ஆனால் குறுக்குவழியில் சென்று யூசுப்பை, அவரது கதைகளை எப்படியாவது பின் வாங்க வைத்துவிட வேண்டும் என்பதற்காக மேற்கொண்ட நடவடிக்கைகளிலேயே நாட்கள் பல கழிந்திருந்தத்தினால் கதை அனுப்ப வேண்டிய கடைசி தேதிக்கு இன்னும் கொஞ்ச நாட்களே இருந்தது. 'மறுநாளிலிருந்து எழுத வேண்டும்' என்ற எண்ணமே அவரைப் பதட்டத்திற்குள்ளாக்கி

வியர்வையில், அதிர்ச்சியில், பயத்தில், நடுக்கத்தில் நிலைகுலைய வைத்தது. இன்னமும் நாட்கள் இருந்தாலும் நாளைதான் இறுதிநாள் என்று நினைக்குமளவிற்கு அந்த குழப்பமானது அவரை முழுவதுமாக ஏனோ ஆட்கொண்டது.

அதனாலேயே 'தன்னால் முடியுமா?' என்ற சந்தேகத்திலும், கதை எழுத உட்கார்ந்து எழுத முயற்சித்துத் தாள்களை கிழித்ததிலும் அந்த நாட்களும் வீணாகக் கழிந்துக் கொண்டிருந்தன. கதை எழுதுவது 'ரிட்டர்ன்' எழுதுவதுபோல அவ்வளவு சாதாரணக் காரியம் ஒன்றுமில்லை என்று அவருக்குத் புரிய ஆரம்பித்தபோதும், கோபமும், புலம்பலும், எரிச்சலும் அவரைச் சூழ்ந்துகொள்ள 'இனி தன்னால் முடியவே முடியாது' என்றவொரு முடிவுக்கு அவர் வந்தபோதும் திரேசம்மாள் சொல்லித் திரிந்ததுப்போல கொஞ்சம் தலைக்கு சுகமில்லாமல்தான் ஆகிப்போனார்.

அத்தனை வருடங்களில் சட்ட புத்தகங்களைத் தவிர்த்து அவர் படித்திருந்த ஒரே புத்தகம் "நீங்களும் ஐஏஎஸ் ஆகலாம்" என்ற ஒன்றுமட்டும்தான். அதுவும் தனது நாற்பத்தைந்தாவது வயதில். அந்தப் புத்தகம் படித்தாலே கலெக்டருக்கு தெரியும் விஷயங்கள் அனைத்தும் தனக்கும் தெரிந்துவிடும் என்று நினைத்து வாங்கிப் படித்தவருக்கு அது கொடுத்த ஏமாற்றம் அவரை இதுமாறிப்பட்ட புத்தகங்களையும் சேர்த்து வெறுக்க வைத்திருந்தன. ஆனாலும், அதன் பின்பும், கல்லூரியில் இலக்கியம் படிக்கும் மகளிடமிருந்து விடாமுயற்சியுடனும் வலுகட்டாயமாகவும் அவர் புத்தகங்கள் வாங்கி படித்ததை வீட்டிலிருந்தவர்கள் பார்த்தபோது அவர்களுக்கும் அது கொஞ்சம் விவகாரமாகத்தான் இருந்தது.

"மூடன் ஞானத்தில் பிரியங்கொள்ளாமல், தன் மனதிலுள்ளவைகளை வெளிப்படுத்த பிரியப்படுவான்" என்ற வசனத்தையும் "காலம்போன காலத்துல மண்டைக்கு வெளியில்லாத கேசுக மண்டத்தனம்தாம் செய்யும்வே" என்ற வசவையும் ஒருசேர உதிர்த்துவிட்டுச்சென்ற திரேசம்மாளை அதிர்ச்சியுடன் பார்த்துநின்ற அவருக்கு, காலம் என்பது முதல் வாய்தாவுக்கும் அடுத்த வாய்தாவுக்குமிடையில் கிடக்கும் ஒருவகையான 'திண்டுக்கு முண்டான ஒரு சாதனம்தான்' என்றளவில் மட்டும்தான் தெரியும். அதை 'வயது' சம்மந்தமான சமாச்சாரங்களுடன் அவர் எப்போதுமே பொருத்திப்பார்த்தது கிடையாது. அப்படிப்பட்ட அவரிடம் கொட்டப்பட்ட அந்த வார்த்தைகளானது அவருக்குச் சோர்வை அள்ளித்தெளித்தன.

அறுபது வயதான ஒருவருக்கு 'வளர்ந்து வரும் இளம் படைப்பாளி' என்று விருது கொடுத்ததை பற்றி ஒரு பத்திரிக்கையில் படித்தபோது தனக்கு ஏற்பட்ட எண்ணவோட்டங்கள் எப்படி தன்னை அதிர்ச்சிக்கு ஆளாக்கியதோ, அதேபோலத்தானே அவளுக்கு இருந்திருக்கும்? என்று தனக்குத்தானே சமாதானப்பட்டுக்கொண்ட அவர், எலிசாவின்மீதும், இறந்துபோன மாமியார்மீதும் இன்னமும் பயபீதியிலிருக்கும் அவரிடம் அவர்களின் எச்சமாக எஞ்சியிருக்கும் தன் மனைவியிடம் அதைக்குறித்து மீண்டும் வாக்குவாதம் செய்யத் திராணியற்று, 'இலக்கியத்திற்காக உயிரை விடுவதற்கு பதில் சர்வே நம்பர்களுக்காக சாவதேமேல்' என்ற முடிவுக்கு வந்த அவர், மீண்டும் தனது சிரஸ்ததார் நாற்காலியில் போய் அமர்வதைக் குறித்து மட்டுமே யோசிக்கத் தொடங்கினார்.

"கோழிக்கு மாட்டுத் தீவனம் போட்டா கோழி முட்ட போடுமா? இல்ல கன்னுக்குட்டி போடுமா?" என்று இடையில் ஆசீர்வாதம்பிள்ளை ஏதோ ஒரு புத்தகத்தில் படித்த கவிதையை மேற்கோள்காட்டி திரேசம்மாளிடம் பேசிய விதத்தைவைத்து, அவரின் சிக்கலான மனநிலையிலும், விசித்திரமான நடவடிக்கைகளைப் பார்த்து குழப்பத்திலும், கவலையிலுமிருந்த அவளும் 'சவம் மண்ட கழண்டு கோம்பையாப் போயிறக்கூடாது' என்பதற்காக அவரிடம் தனது வழக்கமான தீவிரத்துடன் நடந்து கொள்ளாமல் கொஞ்சம் அமைதியைக் கடைப்பிடித்தாள்.

இவ்வாறு தொடங்கிய இடத்திலேயே அந்தக் கனவும், கதை எழுதும் முயற்சிகளும் முடிந்துபோனாலும், தானும் விருப்ப ஓய்வுபெற்று, பின்னர் யூசுப்பும் ஓய்வுபெற்று அந்த கலைநயமிக்க சண்டைக் காட்சிகளும் ஒரு முடிவுக்கு வந்திருந்தாலும், வருடம்தோறும் அந்த நீதிமன்ற பணியாளர்கள் சங்கம் அறிவிக்கும் அந்தப் போட்டி குறித்த அறிவிப்புகளும், அந்த நாட்களின் வடுக்களும் ஆசீர்வாதம்பிள்ளையை ஒரு நிறைமாத "கெப்பனக்காரி"யாக தொடர்ந்து பாரத்தைக் கொடுத்து சுமக்க வைத்துக்கொண்டிருந்தது என்னவோ உண்மை. அவரும் பின்னர் பலகாலமாக அதைச் சலிக்காமல் தாங்கியும், சுமந்தும் வந்தார்.

இப்போது கதைகளை தேர்ந்தெடுக்கும் மூன்று நடுவர்களில் ஒருவராக யூசுப் இருந்தார். அவர் கதைகள் பிரபல பத்திரிக்கைகளில் வெளிவந்து கொண்டிருந்தன. ஆசீர்வாதமோ முன்னர் கண்டதுபோல வக்கீல் தொழிலில் பரபரப்பாக இருந்தார்.

‘ஒன்று யூசுப் கையால் தன் கதை தேர்ந்தெடுக்கப்பட வேண்டும் அல்லது அவர் எழுதும் பத்திரிக்கைகளில் தன் கதையும் வர வேண்டும்.’

இந்த முடிவில் மட்டும் அவர் மாறாமல் இருந்தார். இதில் வேலையிலிருந்து ஓய்வு பெற்றதினால் முதல் விஷயத்திற்கு வாய்ப்பில்லை என்றாலும், இரண்டாவதற்கு ஒரு வாய்ப்பு இருந்தது. அதுதான் ஆசீர்வாதத்தை ஆசுவாசப்படுத்தியும் வந்தன. அதைத்தான் பின்னர் அவர் சட்டம் படித்துக் கொண்டிருந்த காலத்தில் செய்ய முயன்றார் அல்லது செய்யுமாறு நிர்பந்திக்கப்பட்டார்.

இலக்கியத்தில் அவரின் அந்த இரண்டாவதும், இடைப்பட்டக் கால நுழைவுமானது கணவனை பாதுகாக்க மீண்டும் அந்த இரண்டு மருந்துகளையும் பாலில் கலந்து கொடுக்கும் வேலையை திரேசம்மாளுக்கு வைக்கவில்லை. காரணம் அதை அவர் கமுக்கமாகவே செய்தார்.

18

சண்டைக்காரியும் கோபக்காரியுமான ஸ்திரீயுடன் குடியிருப்பதைப்
பார்க்கிலும் வனாந்திரத்தில் குடியிருப்பது நலம்.
- நீதிமொழிகள் 21:19

இறப்பதற்கு பனிரெண்டு வருடங்களுக்குமுன்பு தனது சட்டப்படிப்பை முடித்த ஆசீர்வாதம்பிள்ளை யாரிடமும் ஜூனியராக சேரவில்லை. அத்தனையாண்டுகால நீதிமன்ற அனுபவமும், சட்ட அறிவும் அவருக்கு அதை அவசியப்படுத்தவுமில்லை. இருந்தும் சட்டம் படித்துக்கொண்டிருந்த அந்த மூன்றாண்டு காலமும், வேலையிலிருந்து விருப்ப ஓய்வு பெற்றாலும் வேலைக்குச் செல்வதுபோலவே அகிலாண்டேஸ்வரி மைந்தனின் அலுவலகத்திலும், மைந்தனின் சீனியர் அருள் வேதமணியின் அலுவலகத்திலும் தன்னை முழுமையாக ஒப்படைத்துக்கொண்டு இன்னும் அதிகமாகக் கற்றுக்கொண்டார். அந்த நம்பிக்கைதான் வேதமணி தன்னிடம் வந்த 'பாப்பா'விற்கு எதிரான அந்த கொலை வழக்கையும், அதற்கு உதவ தன்னுடைய ஜூனியர்களையும் ஆசீர்வாதம்பிள்ளையிடம் கொடுக்கவைத்தது.

அப்படி அப்பாவிற்கு அவர்மேல் இருந்த விசுவாசம்தான், பின்னாளில் அந்தக் கதையை அவரது மகள் எழுதும்போது அதில் வரும் வழக்கறிஞரின் பெயரை கொஞ்சமாக மாற்றம் செய்து மார்ஷல் வேதமணி என்று பயன்படுத்த காரணம். இன்னும் சிறிதுநேரத்தில் தொடங்கப்போகும் அடக்க நிகழ்வில் முழுவதுமாக பங்கேற்கும்பொருட்டு கணேசனின் காரிலிருந்து இறங்கிய அதே அந்த தொண்ணுற்று இரண்டு வயதான மார்ஷல் வேதமணியைத்தான் ஆசீர்வாதம்பிள்ளையின் ஜூனியர்கள் அழைத்து வந்து கொண்டிருந்தார்கள். உடன் ஆசீர்வாதம்பிள்ளைக்கு

நெருக்கமான வழக்கறிஞர்களும், நீதிமன்ற பணியாளர்களும் வந்துகொண்டிருந்தனர்.

அப்போது அந்தக் கூட்டத்தில் அவள் வருவதைக் கண்டு அதுவரை மோசமான மனநிலையினால் நிரம்பியிருந்த ஆசீர்வாதம்பிள்ளையின் மகனது கண்கள் அரைச்சந்திர வடிவினொளியில் பிரகாசித்து அடங்கின.

ஒரு வருடத்திற்குமுன் “பெண்கள் என்றாலே வேதமணி வக்கீலுக்கு ஆகாது” என்று வக்கீல்மார்களுக்குள் ஒரு பேச்சு உருவாகி அது வதந்தியையும், சிரிப்பையும் ஒருசேர வளர்த்திருந்தது. அதில் உண்மை இல்லை என்றாலும் அதை அனைவருமே ஏதோவொரு விதத்தில் ரசிக்கவே செய்தனர். அவர்கள் மட்டுமல்ல, திருமணம்செய்து, அதன் பலனாக இரண்டு பெண் குழந்தைகளைப்பெற்று, தன் தாயாரை அவள் இறக்கும்வரை தன்னுடனே வைத்திருந்து, தனது இளைய சகோதரிக்கு திருமணம் செய்துவைத்து இப்படி வீட்டம்மா முதல் வேலைக்காரம்மா வரை பெண்கள் சூழவே வாழ்ந்த, வாழ்ந்து கொண்டிருக்கும் வேதமணியே அதைக் கேள்விப்பட்டு இரசித்தார் என்பதுதான் உண்மை.

அப்படி அவரைச்சுற்றி ஒரு பேச்சு உருவாகக் காரணமான அவள்தான் இப்போது அவரை கைத்தாங்கலாக அழைத்து வந்துகொண்டிருந்தாள். அவளைப் பார்த்துதான் அவன் கண்கள் நொடிப்பொழுதில் மின்னி அமிழ்ந்தன.

ஒரு வருடத்திற்கு முன்பு ஜூனியராக சேர வாய்ப்பு கேட்டபோது சரியான எந்தக் காரணமும் சொல்லாமல் அவளை மறுத்துவிட்டு, ஒரே மாதத்தில் இன்னொரு பையனை ஜூனியராக சேர்த்துக்கொண்ட வேதமணியைப்பற்றி அவள் உருவாக்கிய வதந்தியானது, எந்தவொரு ஜூனியரும் ஒரு அலுவலகத்தில் சேரமட்டுமல்ல, ஒட்டுமொத்த தங்களது ப்ராக்டிஸ் வாழ்க்கையிலும் ஒரு சீனியரின்பால் கடைபிடிக்கத் தயங்கும் அணுகுமுறையும்கூட. ஆனால் அவளது இத்தகைய துணிச்சலும், பயமின்மையும்தான் அதைக் கேள்விப்பட்டவுடன் அவரைச் சிரிக்கவும், அவளை அலுவலகத்தில் சேர்க்கவும் வைத்தது.

“இரத்த உறவில்லாத ஒரு பெண்ணின் நிழல்கூட வேதமணி வக்கீலுக்கு ஆகாது. காரணம் பெண்களின் நிழல் அவர்களது உடலுடையது அல்ல; அவர்களின் ஆத்மாவினுடையது. அந்த ஆத்மா நெருங்கிய ஒரு உறவுக்கு சொந்தமில்லாதபோது, அதைத் தொடர்ந்து பார்க்கும் ஒரு ஆணின் ஆயுள் குறைந்துக்கொண்டே வருகிறது.

மட்டுமில்லாமல் பெண்களின் நிழல் ஆண்களின் நிழலைவிட நீளமானது. ஒரு இருளின் நிழல்போல அது நம் கண்களுக்கு எப்போதும் தெரிவதேயில்லை. பெண்கள் மரணமடைந்தாலும், அவர்கள் உடலின் கடைசிப் புள்ளியும் அழிந்தாலும்கூட அது அவர்களைவிட்டு விலகுவதேயில்லை. அவர்களால் மட்டும்தான் இறந்தபின்னும் தங்கள் நிழல்களைப் பார்க்கமுடியும். இதை பல வேதங்களின்மூலம் கற்று உணர்ந்ததினால்தான் அவர் தன் ஒட்டுமொத்த வக்கீல் வாழ்க்கையில் ஒரு பெண் ஜூனியரைக்கூட உடன் வைத்துக்கொள்ளவுமில்லை. தான் எழுதும் வழக்குரைகளில் அவர்களின் நிழல்களும்பட அனுமதித்ததுமில்லை. இத்தனை ஆண்டுகாலம் நல்ல உடல் ஆரோக்கியத்துடன் அவர் ஜீவித்து வாழ்வதே மரத்தின் நிழலைத்தவிர, வேறு எந்த நிழலையும் அவர் தன் வாழ்க்கையில் அனுமதிக்காத அந்தக் கோட்பாட்டினால்தான். அதேநேரத்தில் அந்தக் கோட்பாடானது பெண் நீதிபதிகளே பெரும்பாலும் ஆக்கிரமித்திருக்கும் நமது நீதிமன்ற வளாகத்திற்குள் அவர்கள்முன் சிரித்துக்கொண்டே வாதாடுவதில் அவரை எந்தவிதத்திலும் தடைசெய்யவில்லை. காரணம், கோர்ட்டிற்குள் நீதி நுழையவே பெரும்பாடு பட்டுக்கொண்டிருக்கும் இந்த காலத்தில், நிழல் மட்டும் என்ன அவ்வளவு எளிதாகவா நுழைந்துவிட முடியும் என்பதில் அவருக்கு இருக்கும் அசைக்க முடியாத நம்பிக்கைதான்."

இப்படி அவள் மற்றவர்களின்பால் கையாளும் அணுகுமுறை மட்டுமல்ல அவள் கையாண்ட வழக்குகளுமேக்கூட அப்படித்தான் இருந்தது. அதிலொன்று வேதமணி அவளுக்கென்று பிரத்யேகமாகக் கொடுத்தது. அப்படிப்பட்ட அவள் யார்? அவளைப்பார்த்து பெஞ்சமின் மகனின் கண்கள் ஏன் பிரகாசமடைந்தன? என்று விவரிப்பதற்குமுன் கொஞ்சம் ஆசுவாசமடைவதற்காக அந்த வழக்கைப் பற்றி பார்த்துவிடலாம்.

* * *

மைந்தனது பதினான்கு கார்களில் கடைசியாக இருந்த மூன்று, 'அம்பாசிடர்' கணேசனிடம்தான் இருந்தது. முதியோர் டாக்சி ஸ்டாண்ட் என்று அனைவராலும் கிண்டலடிக்கப்பட்டு, மொத்தமே மூன்றே மூன்று அம்பாசிடர்களுடன் அழியும் நிலையில் இயங்கிக்கொண்டிருக்கும் அந்த அரசமூடு டாக்ஸி ஸ்டாண்ட்டின் தலைவர் கணேசன்தான். இரண்டு ஓட்டுனர்களை வேலைக்கு அமர்த்தி மீதிமிருந்த அந்த இரண்டையும் பராமரித்து வந்த கணேசன்தான் அந்த மூவரில் சின்னவன். வயது ஐம்பத்தி ஏழு. மற்ற இருவருக்கும் முறையே எழுபத்தி ஒன்பது, எண்பத்தி

ஒன்று. சிறுவயது முதல் சவாரி தவிர வேறெங்கு சென்றாலும் அந்த இருவரையும் சேர்த்துக்கொண்டு கணேசன் செய்யும் வேலைகளும் அவரைப்போலவே சின்னத்தனமாகத்தான் இருந்தன. கள்ள அய்ட்டங்கள் முதல் கல்லறைக்குச் செல்லும் ஆயாவரை கடத்தலுக்கென்றுப் பெயர்பெற்ற அந்த ஸ்டாண்டை தனது சொந்த இடத்தில் வைத்திருந்தார்.

'அம்பாசிடர் டிராவல்ஸ்' என்ற பெயர்கொண்ட அது ஏன் அழியும் நிலையில் இருக்கிறது என்று இப்போது ஓரளவு புரிந்திருக்கும்.

முப்பத்தைந்து வருடங்களுக்குமுன் தனது பெயரின் முன்னால் 'அம்பாசிடர்' என்ற அடைமொழியை தனக்குத்தானேச் சேர்த்துக்கொண்டபோது ஒரு வெளிநாட்டு தூதருக்கு இருப்பதைவிட அதிக அதிகாரங்கள் தனக்கு இருப்பதாக நினைத்துக்கொண்ட காலத்தில், அதாவது உண்மையிலேயே கணேசன் சின்னவனாக இருக்கும்போது - கொஞ்சம் பித்து நிலையிலும்தான் - ஒரு காதல் விவகாரத்தில் அனுபவமில்லாமல் செய்த ஒரு கடத்தல்தான் வேதமணி கொடுத்த அந்த வழக்கின் தகராறுக்கு பிள்ளையார் சுழி போட்டது.

பிள்ளையார் சுழி போட்டது கணேசன்.

பெண் வீட்டில் அவள் அம்மா மட்டும் சம்மதித்திருந்தாள். பையன் வீட்டில் அவனைத்தவிர அனைவரும் எதிர்ப்பு. என்ன செய்வதென்றுத் தெரியாமல் எங்கெங்கோ விசாரித்துக் கடைசியாக கணேசனைத் தேடி பையன் வந்திருந்தான். அன்றே அம்பாசிடருக்கு டேங்க்கும், பையனுக்கு தைரியமும் முழுவதும் நிரப்பப்பட்டது.

மறுநாள் அதிகாலை நான்குமணிக்கு கணேசன் அந்த மூன்று அம்பாசிடர் கார்களுடனும், அப்போது கொஞ்சம் இளமையாக இருந்த இப்போதைய இரண்டு முதியவர்களுடனும் இருபத்தைந்து கிலோமீட்டர் கடந்துவந்து ஸ்பாட்டில் இருந்தார். பையன் பிரச்சனைகளைத் தவிர்க்க அங்கிருந்து நாற்பது கிலோமீட்டருக்கு அப்பால் இருந்த வேட்டாளியம்மன் கோவிலில் எல்லா ஏற்பாடுகளையும் செய்துகொண்டு பெண்ணுக்காகக் காத்திருந்தான். கார்களும் சரியான நேரத்திற்கு வந்து சேர்ந்தது.

ஆனால் அதில் மணப்பெண்தான் இல்லை. பையன் கணேசனின் கார் கதவை திறக்கும்போது மணப்பெண்ணின் அம்மா இருந்தாள். மற்ற இரண்டு கார்களையும் திறக்கும்போது ஒருவரும் இல்லை.

நான்குமணி தாண்டிவிட்ட அவசரத்தில் மகளுக்கு சப்போர்ட்டாக சூட்கேஸ்களை காரின் அருகில் எடுத்து வந்தவளை சரியாகப்பார்க்காமல் 'பெண்ணின் அம்மா' என்று தெரியாமல் "நேரமாகிவிட்டது ஏறுங்கள்" என்று தான் வேகப்படுத்தி அழைத்து வந்திருக்கிறோம் என்று அதன்பிறகுதான் கணேசனுக்குத் தெரியவந்தது.

"மற்ற இரண்டு கார்களில் ஒன்றில் மருமகன் இருப்பான், அதில் தனக்கு பின்னால் வந்து கொண்டிருந்த மகள் ஏறிவருவாள்" என்று நினைத்திருந்த அவளோ கார் கிளம்பியபோதும், கிளம்பிச் சென்றுக்கொண்டிருந்தபோதும் அதைக்குறித்து ஒன்றும் கேட்கவில்லை. அதுவுமில்லாமல் "ஒரு டிரைவரிடம், அதுவும் ஒரு சிறுவனுடன் மகளின் காதலைக்குறித்துப் பேசுவது ஒரு அம்மாவாக தனக்கு அவமானம்" என்று நினைத்ததாக பின்னாளில் அவள் தனக்குத்தானே நினைவு கூர்ந்துக்கொண்டாள்.

சிறிதுநேரம் கார்களுடன் இருட்டில் மறைந்திருந்து காத்திருந்த மற்ற இருவரும் யாரும் வரவில்லை என்று தெரிந்து 'ஏறியது மணப்பெண்தான் போல, வேறு யாரும் வர மாட்டார்கள்' என்று முடிவுக்கு வந்தபடி கிளம்பியிருந்தனர்.

மணப்பெண்?

அப்பாவிற்கு, அண்ணன்களுக்கு தெரியாமல் இன்னொரு சூட்கேஸ் ஒன்றை எடுக்க உள்ளே சென்று திரும்பியவள் அம்மா ஏறிப்போவதைப் பார்த்து தனக்கான காருக்காகக் காத்திருந்தாள். பேசுவதற்கு ஃசெல்போன்கூட இல்லாத அந்த காலத்தில் எவ்வளவு நேரம்தான் காத்திருக்கமுடியும் இல்லையா

பின்னர்....?

பின்னர் என்ன?

"இப்படியொரு கோம்பத் தாய்லியக் கட்டதுக்கு, நீ கட்ட மண்ணாவே இருந்துரு" என்று மகளுக்கு அதன்பின்னர் அந்தக் குடும்பம் திருமணமே செய்துவைக்கவில்லை என்ற தகவல் மட்டும் கணேசன் கேள்விப்பட்டார். அவரும் எல்லாவற்றையும் மறந்துபோயிருந்தார்.

வருடங்கள் கடந்திருந்தன.

ஒருநாள் வேதமணியின் அலுவலகத்தில் பெரியவர் ஒருவர் வந்து அமர்ந்திருந்தார். "தனக்கு சொந்தமான ஒரு வீட்டில் வாடகைக்கு இருப்பவர்கள் வருடக்கணக்கில் இருந்துகொண்டு வீட்டைக் காலிசெய்ய மறுக்கிறார்கள், எப்படியாவது வீட்டை அவர்களிடமிருந்து ஒழிப்பித்துத் தரவேண்டும்" என்பதுதான் அவரது கோரிக்கை.

வழக்கு தாக்கல் செய்யும்முன் பிரச்சனைக்குரிய தாவா சொத்தை பார்வையிடுவது வேதமணியின் பலவருட பழக்கம். அதுமாதிரியான நேரங்களில் அகப்படும் ஜூனியர்களை அழைத்துக்கொண்டு எப்போதும் அவர் செல்வது கணேசனின் அம்பாசிடரில்தான்.

அன்றும் அதில் எந்த மாற்றமும் இல்லை.

"சார் இந்த வீடுதான்" என்று பெரியவர் அடையாளம் காட்டிச்சொல்லவே, வேதமணியும் அவரது ஜூனியர்களும் பட்டிகைச்சொத்தைப் பார்வையிட ஆரம்பித்தார்கள். ஏதோவொரு ஞாபகத்தில் அந்த வீட்டையே கணேசன் சோர்வுமிக்க கண்களுடன் வெறித்துக்கொண்டிருந்தபோது, பார்க்கும் எல்லோரையும் சந்தேகப்படும் ஒரு நோயாளியின் பார்வையுடன் ஒரு பெண்மணி கையில் குப்பைக் கூடையோடு பதட்டத்துடன் உள்ளிருந்து வெளியே வந்தாள்.

கணேசனுக்கு பக்கென்றிருந்தது.

முப்பத்தைந்து வருடங்களுக்குமுன் சென்ற அதே திசையை நோக்கித்தான் அன்றும் தனது கார் பயணித்து வந்ததை அதுவரை கணேசன் உணரவேயில்லை. காரணம் அப்போது சென்ற சாலை வேறு; இன்று வேறு. பின் அதே வீட்டின்முன் கார் நின்றபோதும் பிடி கிட்டவில்லை. அதற்கு காரணம் அன்று பரவியிருந்த முழு இருட்டு. இப்போதோ எல்லாம் வெட்ட வெளிச்சமாக அவர் கண்முன் வந்துநின்றது.

"இருட்டு மட்டுமல்ல, வயதில் அதிக வித்தியாசங்கள் கொண்ட ஒரு ஆணோ பெண்ணோ முதல்முறையாக முகம் பார்க்க வாய்ப்பில்லாமல் காருக்குள் பயணிக்கும்போது என்னவெல்லாம் பேசுவார்களோ அது எதையும் பேசாமல் அமைதியாக வரும்போதே அது மணப்பெண்ணா? மணப்பெண்ணின் அம்மாவா? என்று தான் கண்டுபிடித்திருக்க வேண்டும்; அது என் குற்றம்தான். ஆனால் அதேநேரம் 'சமகாலப் பெண்களின் வாழ்க்கைத் தர ஓட்டம்' என்ற தலைப்பில் தான் ஆராய முற்பட்ட ஒரு சுவாரசியமிக்க ஊர்

வம்பை எந்த ஆட்சேபனையும் இல்லாமல் அவள் கேட்டுவந்தது அவள் தவறுதான். நான் எப்படி பொறுப்பாக முடியும்?" என்றும் கணேசனது மனதிற்குள் என்னவெல்லாமோ ஓட ஆரம்பித்தது.

எல்லாம் புரிந்த அந்தவொரு நொடியில் அந்தக் குப்பைக்கூடை சட்டென்று அவர் கண்களுக்கு சூட்கேஸ்போல தெரியவே, மிரண்டுபோய் கண்களைக் கசக்கிக்கொண்டு பெரியவரைப் பார்த்தார்.

பெரியவர் வேதமணியிடம் பேசிக்கொண்டிருந்தார்: "இந்தா வருதே, இதுக்கு அம்மா இந்த வயசு இருக்கும்போது இந்த வீட்டுக்கு வந்தாங்க சார், இப்ப இதுக்கே அந்த வயசு வந்துருச்சு. ஒவ்வொரு தடவையும் வீட்ட காலி பண்ண சொல்லும்போதும், மகளுக்கு கல்யாணம் முடிஞ்சவுடன மாறிடுறோம்னு சொல்லி சொல்லியே ஏமாத்துறாங்க. நானும் வாடகை ஒழுங்கா வருதேன்னு சும்மா இருந்தேன். இப்ப என் பொண்ணு வெளிநாட்டுலருந்து இங்க வந்து செட்டில் ஆகப்போகுது. வீடு எப்படி மோசமா இருக்குனு பாருங்க. புதுபிக்க வீடு கேட்டா இப்பவும் அதே மாதிரி சொல்லுது அந்தக் கெழவி."

"இன்னுமா இந்த அம்மாவுக்கு கல்யாணம் பண்ணி வைக்காம இருக்காங்க?"

கணேசன் இப்படி அதிர்ச்சியுடன் கேட்கவும், "அதெல்லாம் ஒரு கிறுக்கனுக்குப் பண்ணி வச்சாங்க தம்பி. இதுதான் அவன்கூட இருக்க முடியாதுன்னு கட்டுன கையோட இங்கேயே வந்து உக்காந்துருச்சு, ஆனாலும் அவன் அப்பப்ப இங்க வந்து போய்ட்டுதான் இருக்கான்."

"சத்தியமா புரியல" என்றதும் பெரியவர் விளக்க ஆரம்பித்தார்.

"தம்பி அந்தக் கிறுக்கனும் இந்த அம்மாவும் லவ் பண்ணாங்க, ரெண்டு வீட்லயும் ஏதோ பிரச்சனைபோல, மொத்தம் ஆறுதடவை இத கார் வச்சு கடத்தப் பாத்தான், ஆறும் பெயிலியர். ஒரு தடவை பொண்ணுக்கு பதிலா அம்மாவை தூக்கிட்டுப் போய்ட்டான். அடுத்த தடவை அது வச்சுருந்த சூட்கேஸ மட்டும் கடத்துனான். மூணாவது தடவை, போனமுறை மாதிரி பொண்ண கடத்துறதுக்கு முன்னாடி பிடிபட்டு சூட்கேசோட தப்பிச்சு ஓடுன நிலைமை வந்துறக்கூடாதுன்னு, எல்லா பிரச்சனைக்கும் காரணம் அந்தப் பொண்ணும் சூட்கேசும்தான்னு ஒரு முடிவுக்கு வந்தவன், பொண்ணத் தவிர்த்து மத்த எல்லாரையும் கடத்துனா பிரச்சனை

முடிஞ்சிரும்னு கடத்தப்போயி போலீஸ் கேஸ் ஆகி ஆறுமாசம் உள்ளுக்க இருந்துட்டு வந்தான். அப்புறம் இவன நம்பி எந்த டிரைவரும் வரதில்லை, அதுனால இவனே கார் ஓட்டப் படிச்சான். அந்த தடவை சக்சஸ்தான், பொண்ணையும் சூட்கேஸையும் கடத்திட்டான். ஆனா எரவல் வாங்கி வந்துருந்த கார் ஸ்டார்ட் ஆகாம மக்கர் பண்ணவும் அத பொண்ணு வீட்டு முன்னாடியே விட்டுட்டு ஓடிட்டான். "கொளுத்துறதுக்கு முன்னாடி கார் வேணும்னா பொண்ண கொண்டுவா"ன்னு பொண்ணு வீட்ல பேசுன டீலுக்கு இவன் சம்மதிக்கல, "ஆனதப் பாரு"ன்னுட்டான். ஆனா இந்த விஷயம் இவனுக்கு கார் கொடுத்த ஓனருக்கு தெரியவர, அவரே ஆள் செட் பண்ணி இந்தப் பொண்ணையும், சூட்கேஸையும் அந்தக் கிறுக்கன்ட்ட இருந்து கடத்திட்டு வந்து வீட்ல ஒப்படைச்சிட்டாரு."

"அப்புறம்?"

"அப்புறம் என்ன? விடுவானா அவன், அவனே கார் ஓட்டி படிச்சதுபோல, கடத்துறதுக்குன்னே ஒரு காரை சொந்தமாவே வாங்கிட்டான். அதே இடம், அதே காலைல நாலு மணி. இந்த தடவை எல்லா ப்ளானும் பக்கா. ஆனா இவன் நினச்சது வேற, நடந்தது வேற."

"......"

"புரியலையா, அதாவது எல்லோரும் கல்யாணத்துக்காகத்தான் வீடும், காரும், இடமும் வாங்குவாங்க. ஆனா இவன் கடத்துறதுக்காகவே காரும், அவளை தங்க வைக்க வெளியூர்ல ஒரு வீடும், பந்தல் போட்டு கல்யாணம் பண்ண சொந்தமாவே ஒரு இடமும் வாங்குனதப் பாத்து, 'இவன் கோம்பத்தாய்லி இல்ல; கோளுள்ள ஆளு'தான்னு முடிவுக்கு வந்து இவனுக்குப் பொண்ணு தர அந்தக் குடும்பத்துல உள்ளவங்க சம்மதிச்சிட்டுட்டாங்க."

"அப்புறம் சுபம்தானே?"

"அதான் இல்ல, அஞ்சு தடவை தோத்து, அதுல ஒரு தடவை ஜெயிலுக்கு போய்.. இப்படி தான் கஷ்டப்பட்டது, அவமானப்பட்டது, அடிபட்டது எல்லாமே உங்க கண்ணத் தப்பி அவளக் கடத்துறதுக்குதானேயொழிய; நீங்க கைகாட்டி வழியனுப்பி வைக்குறதுக்கு இல்ல. இது எனக்கு ஏற்பட்ட அவமானம், என்னைக்குனாலும் நானேதான் அவளக் கடத்துவேன்னு சொல்லிட்டு போய்ட்டான். அப்புறம் அவன் கடத்த வர்ற

ஒவ்வொரு தடவையும் அவங்க கண்டுக்கிறதே இல்ல, அதுனால இவனும் இந்தம்மாவ கடத்தல...”

பெரியவருக்கு சொந்தமான அந்த இடத்தில் கடந்த முப்பத்தைந்து வருடத்தில் அப்படியொரு சிரிப்புச் சத்தம் அதுவரைக் கேட்டதில்லை. வேதமணி உட்பட ஜூனியர்கள் அனைவரும் சிரித்த சிரிப்பில் பெரியவரே தன் கவலையை மறந்து கண்களில் வெட்கம் வர அப்படி நெளிந்தார்.

கணேசன் மட்டும் கேள்வி கேட்பதை நிறுத்தவில்லை. “அப்பா அஞ்சுதான ஆச்சு, ஆறுன்னு சொன்னீங்க?”

“நாம இப்படி இருந்தா இவனும் கடத்த மாட்டான், இவளுக்கும் கல்யாணம் நடக்காதுன்னு முடிவுக்கு வந்த இந்தம்மாவோட அம்மா, அப்பா, அண்ணனுக ரெண்டு பேரும், திரும்பவும் சண்டை போடுற மாதிரி பாவ்லா காட்டி அவன நம்ப வச்சு ஒரு கடத்தலுக்கு செட் பண்ணாங்க, இவனும் அத நம்பி ஆறாவது தடவையா ஒருவழியா வந்து சூட்கேசோட பொண்ண கடத்திட்டு போய் கல்யாணமும் பண்ணி ஒரு குழந்தையையும் பெத்துக்கிட்டான்.”

ஆசுவாசப்பட்ட வேதமணி “அதான் எல்லாம் முடிஞ்சிருச்சு இல்ல, அப்புறம் எதுல பிரச்சனை?” என்று கேட்கவும், “ஆனா இது எல்லாம் நாடகம்னு ஒருநாள் அவனுக்கு தெரிஞ்சுப் போச்சு சார். ஒரு சண்டைல இந்தம்மாவே அவன்ட்ட இதச் சொல்லிருச்சு. பொசுக்குனு கோபப்பட்டவன், புள்ள குட்டி, சூட்கேஸோட இத வீட்ல கொண்டு வந்து விட்டுட்டுப் போய்ட்டான்.”

“அட பைத்தியம்...” ஜூனியர்கள் கோரஸ் செய்தார்கள்.

“இதுல விஷயம் என்னன்னா இவன் அப்பப்ப வருவான், அவங்களும் தங்க வச்சு விருந்தெல்லாம் கொடுத்து அனுப்பி வைப்பாங்க, குழந்தை வளர்ந்து அதுக்கும் கல்யாணமாகி வெளிநாடு போயிருச்சு.”

“அவன் மட்டும் இல்ல, அப்ப எல்லாரும்தான் பைத்தியம்” என்று ஜூனியர்களுக்கு பதில் தந்தார் வேதமணி.

“பைத்தியம் இல்ல சார், வெவரமான ஆளுங்க சார், இப்ப இந்தம்மாவ எப்படியாவது அவன்கூட அனுப்பி வைக்கவும், அதுக்கு அவனை எப்படியாவது இந்தம்மாவ கடத்த வைக்குறதுக்கும் என்கிட்ட முதற்கொண்டு எல்லார்கிட்டயும்

இந்தம்மாவுக்கு ரெண்டாவது கல்யாணம் பண்ணி வைக்கப் போகுறதா சொல்லிட்டு அலையிறாங்க, அவனும் அப்பப்ப கடத்த வாரான். ஒன்னும் நடக்க மாட்டேங்குது. அவன் எப்ப கடத்தி, என் வீடு எப்ப கைக்கு வர சார்?"

பெஞ்சமின் அலுவலகத்தில் வைத்து இந்த வழக்கைப் பற்றி அன்று ஸ்பாட் வராத ஜூனியர்களிடமும், தன்னுடன் சேர்ந்து மூன்றாண்டு சட்டம் படிக்க எத்தனையோ முறை அவள் கேட்டுக்கொண்டும் கேட்காமல் படித்திருந்த டிகிரிக்குமேல் ஒன்றும் செய்யாமல் சுற்றிக்கொண்டிருந்த பெஞ்சமின் மகனிடமும் அவள் விவரித்தபோது அன்று அந்த இடத்தில் கேட்ட சிரிப்புச் சத்தத்திற்கு கொஞ்சமும் குறையவில்லை.

ஆனால் அதைப் பார்த்துக் கொண்டிருந்த பெஞ்சமினுக்கு மட்டும் எரிச்சலாக இருந்தது.

அதற்கும் காரணங்கள் இல்லாமலில்லை.

19

> இனிய சொற்கள் தேன்கூடுபோல் ஆத்துமாவுக்கு மதுரமும்,
> எலும்புகளுக்கு ஔஷதமுமாகும். மனுஷனுக்குச் செம்மையாய்த்
> தோன்றுகிற வழியுண்டு; அதின் முடிவோ மரண வழிகள். பேலியாளின்
> மகன் கிண்டிவிடுகிறான்; எரிகிற அக்கினிபோன்றது அவன் உதடுகளில்
> இருக்கிறது. கொடுமையானவன் தன் அயலானுக்கு நயங்காட்டி, அவனை
> நலமல்லாத வழியிலே நடக்கப் பண்ணுகிறான்.
>
> -நீதிமொழிகள் 16: 24,25,27,29

அப்போது மட்டுமல்ல மகன் விவகாரத்தில் ஒரு குறிப்பிட்ட காலத்திற்குமேல் அவர் எதையுமே வெளிப்படையாகக் காட்டிக்கொண்டதில்லை. அவரைப்பொறுத்தவரை அவன் ஒரு 'சாபம்'. தான் எப்படி திரேசம்மாளுக்கோ அதைவிட மோசமான ஒரு இடத்தில்தான் அவனை அவர் வைத்திருந்தார். ஏற்கனவே சொன்னதுபோல அதற்கு காரணங்கள் இல்லாமலில்லை.

'ஃபரிதாகமம்' என்று தலைப்பிட்டு 'நீங்கள் ஒருவரிலொருவர் அன்பாயிருக்கவேண்டுமென்றே இவைகளை உங்களுக்கு கற்பிக்கிறேன். உலகம் உங்களைப் பகைத்தால், அது உங்களைப் பகைக்கிறதற்குமுன்னே என்னைப் பகைத்ததென்று அறியுங்கள்' என்ற யோவான் வசனத்தில் ஆரம்பித்து அவன் டைரியில் எழுதி வைத்திருந்த ஒவ்வொன்றையும் படித்த பின்னர்தான் வீட்டிற்குள் தனக்கு இருந்த கொஞ்சநஞ்ச நிம்மதியையும் பறிபோய்விட்டதாக அவர் கருதினார்.

அதைக்குறித்து திரேசம்மாளிடம் அவர் எதையும் வெளிப்படுத்திக் கொள்ளவில்லை. ஒருவேளை தான் பார்த்ததை அவள் பார்த்திருந்தால் வீட்டிற்குள் அவள் வெளிப்படுத்தக்கூடிய

பௌகளாகமத்தை நினைக்கும்போதே உள்ளுக்குள் அவர் திடுக்கிட்டுக்கொண்டிருக்கலாம். எத்தனையோ அவனது தீய சேருமானப் பழக்கத்தைப்போல இதுவும் ஒன்று என்று நினைத்துக்கொண்ட அவர் அன்றிலிருந்து அவனிடமிருந்து ஒதுங்கிக் கொண்டார்.

வேதமணி அலுவலகத்தில் அவளை சேர்க்கவிடாமல் பெஞ்சமின் மறைமுகமாக தடுத்ததற்கு காரணம் இதுதான். அது அவர்கள் இருவருக்கும் தெரியாது. "வேதமணியிடம் ஜுனியராக சேர்ந்தால் மைந்தனது வழக்கு மட்டுமில்லாமல் தன்னுடைய வழக்குகளிலும் ப்ராக்டிஸ் செய்ய வேண்டிய சூழல் வரும், அதை வைத்து தனது கோபத்தை மட்டுப்படுத்தலாம்" என்று அவள் எதிர்பார்த்திருக்கலாம் என்று பெஞ்சமினுக்கு நன்றாகவேத் தெரியும். ஆனால் ஒன்றுக்கும் உதவாத மகனால் ஊருக்குள் உருவாகப்போகும் சமயச் சண்டைகளைக் குறித்து யோசித்தபோது அவரின் அந்த கோபம் நாளுக்குநாள் அதிகரித்ததேதவிர ஒருதுளியும் குறையவில்லை. பின்னர் வேதமணி அவளை அலுவலகத்தில் சேர்த்துக்கொண்டபோது சிறு வயதிலிருந்தே மகனுடன் படித்து வந்த அவள்மேல் அவரால் கோபம் கொள்ளமுடியவில்லை. "என்னிடம் கேட்டிருந்தால் நானே அவரிடம் சொல்லியிருப்பேனே" என்று அவரும், "நான்தான் உங்களுக்கு சிரமம் கொடுக்க வேண்டாம் என்று..." அவளும் முகத்தைப் பார்க்காமல் சடங்கார்த்தமாகப் பேசிக்கொண்டனர்.

பின்னாளில்...

"நீதிபதிகளும், போலீஸ்காரர்களும் மட்டும்தான் ஓய்வு பெற்றபின் புத்தகங்கள் எழுத வேண்டுமா? ஏன் க்ளார்க், சிரஸ்தார், பிஏக்கள் எழுதக் கூடாதா?" என்று ஆசீர்வாதம்பிள்ளை தனக்குத்தானே நினைத்துக்கொண்ட நாட்களை, முன்பு எழுதப்பட்ட யூசுப்பின் அந்த இரண்டு கதைகளுக்கு மாற்றாக "அதைச் தூக்கிச் சாப்பிடும் இரண்டு கதைகளை எப்படி எழுதுகிறேன்" என்று அவர் கை பிடைத்தடித்து கிடந்த நேரத்தை, அதாவது தான் சிறுவனாக இருக்கும்போது தோற்றுப்போன அப்பாவின் கடந்த காலத்தை மீட்டெடுக்கும் பொருட்டும், தன் மீதான நல்லெண்ணத்தை வளர்த்தெடுக்கும் விதத்திலும் அவன் அவருக்குத் தெரியாது என்று நினைத்து, ஒரு காதல் கதையை தன் அக்காவிடம் எழுதச் சொல்லி, அதற்கு லஞ்சமாக அவள் விருப்பப்படும் புத்தகங்களை டஜன் கணக்கில் வாங்கிக் கொடுத்த விஷயம் கேள்விப்பட்டு அவரிடம்

‘உச்சிக்கொடை’ வாங்கியபோதும்கூட அவன்மேலான அவரின் அந்த நோயெண்ணம் கொஞ்சமும் மாறவில்லை.

ஆனால்...

“பைத்தியமாவதற்கும்கூட ஒரு பக்குவம் வேண்டும்; அதற்குகூட அவனுக்குத் தகுதி கிடையாது” என்று மகனிடமிருந்து பிற்காலத்தில் ஒதுங்கிக்கொண்ட அவரும்கூட எப்படியிருந்தாலும் அந்தக் கடந்த காலத்திற்கு சொந்தமான ஒருவர்தானே?

அதைப் தெரிந்துகொள்ள மட்டும் இன்னும் கொஞ்சம் தூரம் போகவேண்டும்.

* * *

வணிகநாதனோடு சேர்ந்து நிலங்களிலிருந்து வருமானம் வந்துகொண்டிருந்த தொடக்க நாட்களில்தான் அகிலாண்டேஸ்வரி மைந்தன் சட்டப் படிப்பை முடித்துவிட்டு ப்ராக்டிஸ் செய்ய ஆரம்பித்திருந்தார். அப்படித்தான் அவர் ஆசீர்வாதம்பிள்ளைக்கு பழக்கம்.

விருப்ப ஓய்வு - சட்டப்படிப்பு - பின்னர் வழக்கறிஞர் பணி.

இந்த மூன்று விஷயங்களை தலைக்குள் புகுத்தி “ஓய்வு பெற்றால் மாவட்ட நீதிபதியின் பிஏ’வாக ஓய்வு பெறலாம், ஓய்வூதியக் காலச் சலுகைகளும்கூடப் பெரிதாகக் கிடைக்கும். ஆனால் அடுத்த பத்து வருடத்தில் அது கொடுக்கும் மதிப்பு வேறு, இது கொடுக்கப்போகும் இடம் வேறு” என்று ஆசீர்வாதம்பிள்ளையின் மனதை மாற்றியவர் மைந்தன்தான்.

அடுத்தடுத்து வந்த வருடங்களில் வணிகநாதனோடு சேர்ந்து குவித்தப் பணத்தை திரேசம்மாளிடம் பெருமையாகக் கொடுத்தபோது அவள் வெளிப்படுத்திய வார்த்தைகளும் உடல்மொழியும் ஆசீர்வாதம்பிள்ளையை எப்படிக் காயப்படுத்தியது என்பதையும், அவளைவிட வலிமைமிக்க ஒரு கவசத்தை உருவாக்கிக்கொண்டு, அது எதையும் வெளிகாட்டிக்கொள்ளாமல், அவளைவிட புத்திசாலியான ஒருவனாக அதைப் பயன்படுத்தி, அவளை மிஞ்சும் தேர்ந்த ஒரு வீரனாக மாற்றுவழிகளில் தன்னை நிறுவிக்கொள்ள வேண்டும் என்று முடிவு செய்ததையும் அதன்பிறகுதான் ஆசீர்வாதம்பிள்ளையின் குணாதிசயங்கள் ஏறக்குறைய தனது இறுதி வடிவத்தை அடையத் தொடங்கியது என்பதையும் பற்றி முன்பு சொன்ன விஷயங்களை இந்த இடத்தில் நினைவுகூர்ந்துக்

கொள்ளவேண்டும். அந்த முழு வடிவத்தை அடைய மைந்தன் தொடர்ச்சியாகச் சொல்லிக்கொண்டிருந்த விருப்ப ஓய்வுதான் சரியான ஒன்றாக இருக்கும் என்பதையும் ஒரு கட்டத்தில் அவர் உணர்ந்தார். அந்த சமயத்தில் யூசுப்கூட கதைகள் எழுதுவதை நிறுத்தியிருந்தார். விசாரித்ததில் இது அவரது வழக்கம் என்று மட்டுமே பதில் வந்தது. இன்னொரு பக்கம் மைந்தனின் மிரட்டல்தான் என்றும் ஒரு தகவல் கசிந்தது.

அப்படிப்பட்ட ஒரு அமைதியான மனநிலையில்தான் ஆசீர்வாதம்பிள்ளை விருப்ப ஓய்வுக்கு விண்ணப்பித்தார். புத்தியுள்ள மனைவியோ கர்த்தர் அருளும் ஈவு என்பதுபோல எப்போதும் அவருடனே இருக்கும்படி தேவரீர் தந்த ஸ்திரீயான திரேசம்மாளானவள், கிறிஸ்துவின் பிரமாணத்தை நிறைவேற்றும் வகையில் அவள் பாரத்தை அவர் சுமக்கும் வகையில் வழக்கம்போல தொண்டைத் தண்ணீர் வற்றினாள். அவரும் பதிலுக்கு நீ மனைவியோடே கட்டப்பட்டிருந்தால் அவிழ்க்கப்பட வகை தேடாதே என்பதற்கு நியாயம் செய்யும் வகையில் அனங்காமல் கிடந்தார்.

இரண்டு பேராய் மோதிக் கொண்டிருந்தால்தானே அவர்களுக்குள் சூடுண்டாகும், ஒண்டியாயிருக்கிற ஒருவனுக்கு சூடுண்டாவது எப்படி?

எனவே அவரின் அந்த அமைதி எப்போதும்போல அவளுக்கும் அமைதியைக் கொடுத்தது. அந்த அமைதி கொடுத்த சூட்டோடு சூடாக ஆசீர்வாதம்பிள்ளை விருப்ப ஓய்வுபெற்று தனது சட்டப்படிப்பிலும் முதல் வருடத்தை நிறைவு செய்திருந்தார்.

முன்பு சொன்ன அந்த கொஞ்ச தூரத்திற்கான முதல் எட்டு இங்கிருந்துதான் ஆரம்பிக்கிறது.

இந்தமுறை ஆசீர்வாதம்பிள்ளைக்கு நேரமும் இருந்தது. முதலில் யூசுப்பின் கதைகளையும், பின்னர் அவரையும் தோற்கடிக்கும் விதத்தில் எப்படியாவது ஒரு கதை எழுதிவிட வேண்டும் என்ற முன்பிருந்த எண்ணமெல்லாம் இப்போது அவருக்கு இல்லையென்றாலும், நீதிமன்ற பணியாளர்கள் யூனியனின் பொறுப்பாளர் ஒருவர் அடிக்கடி வியந்தோதிச் சொல்லும் "சிறுகதை போட்டியிலிருந்து புக்கர் பெறும் போராட்டம் வரை, செட்டியார் - முதலியார் - அவ்வையார் இலக்கிய அமைப்புகள் நடத்தும் தலப்பாக்கட்டி சாமக்கொடை முதற்கொண்டு சாகித்ய சன்மார்க்க சாஸ்தான் வருடம்தோறும் நடத்தும் சீட்டுக்களி

உத்சவம் வரை” எல்லாப் போட்டிகளிலும், நிகழ்வுகளிலும், அமைப்புகளிலும் கலந்து கொள்ளும் அந்தப் பேராசிரியரும் எழுத்தாளருமான “மம்மர்ச் சிந்தையனை” தேடிச்சென்று முக்கியமான எழுத்தாளர்களின் முக்கியமான நூல்களின் பட்டியலை வாங்க அந்த நாட்களில்தான் முடிவு செய்தார்.

ஆசீர்வாதம்பிள்ளைக்குமேகூட அவரைப்போலவே... ராஷ்டிரிய துர்கா அகடாமிகள் முதல் பக்திமட வாசகர் வட்டங்கள் வரை எல்லாவற்றின் கால் மூட்டுகளில் விழுந்து விருதுகளும், பொறுப்புகளும் பல கிடைப்பதுபோலவும், ஒரு இலக்கிய தொழிலதிபராக அல்லது ஒரு இலக்கிய உடைமை வர்க்கமாக உருமாறி யோகிகளின், குருக்களின் பாதங்களில் குப்புற விழுந்து அவர்கள் உதிக்கும் “யூ டு நாட் கிரியேட் நத்திங்... எனித்திங்...” என்பதுபோன்ற பொன்மொழியை உச்சிமுகர்ந்து ரசிப்பது போலவும், வெக்கத்தைத் தூக்கிக் கக்கத்தில் வைத்து வெறிகொண்டு வெற்றிகள் பல பெற்று முதுபெரும் எழுத்தாளராக மாறிப்போன தனது புத்தகங்களை பதிப்பிக்க பதிப்பகங்கள் பல போட்டி போடுவதுபோலவும் வரும் கனவுகளும், இலக்கிய குறட்டைகளும் அவருக்கு இந்த முறை வரவில்லை. முக்கியமாகச் சொன்னால் ‘நாற்பதுநொடி கார் பயணத்தில் கார் நாற்பது காலம்’ என்று முன்பு யோசித்து வைத்திருந்த ஒரு அறிவியல் புனைக்கதைக்கான தலைப்பைக்கூட அவர் தன்னிலிருந்து முழுவதுமாக அழித்திருந்தார்.

எனவே பல்கலைக்கழக துணைவேந்தர்கள் முதல் பல்துறை வித்தகர்கள்வரை பல்வேறு தரப்பிற்கும் வடைகள் பல வாங்கி கொடுத்து அவர்களுடனே அமர்ந்து சாப்பிடும் அளவிற்கு செல்வாக்கான அவரைப்பற்றி அந்தப் பொறுப்பாளர் முன்பே சொன்னதைக்கேட்டு “தன் பணியிடமான கோர்ட்டிலிருந்து வெறும் இரண்டு கிலோமீட்டர் தொலைவிலேயே இருக்கும் அவரைக்காண முன்பே சென்றிருக்கவேண்டும்” என்றுவொரு குறை மட்டுமே அவருக்கு இருந்தது.

அதை தீர்க்கும் வகையில்தான் அந்த முடிவை அவர் எடுத்திருந்தார். அந்த முடிவுதான் தன் இயல்பையும்மீறி பழங்களுடனும், தின்பண்டங்களுடனும் சென்று அவரது வீட்டில் அவரை சந்திக்க வைத்தது.

ஆனாலும் அவரின் புனைப்பெயர் குறித்த திகைப்பு மட்டும் அன்றிலிருந்து ஆசீர்வாதத்தை விட்டு எப்போதுமே விலகிச்செல்லவில்லை. அவரைப்போல விசித்திரமாக

இல்லாவிட்டாலும் தானும் நல்லதொரு புனைப்பெயரை எதிர்காலத்தில் வைத்துக்கொள்ளவேண்டும் என்று மட்டும் நினைத்துக்கொண்டார்.

அப்படி ஆசீர்வாதம்பிள்ளையை திகிலடையச் செய்த ‘மம்மார்ச் சிந்தையன்’ என்ற அவரது புனைப்பெயர் மட்டுமல்ல அவருமே அந்த வகையைச் சேர்ந்தவர்தான் என்பது எடுத்த எடுப்பிலேயே அவர் பேசத் தொடங்கிய முறையை கண்டுபிடிப்பதில் அவருக்கு சிக்கலேதும் அன்று இருக்கவில்லை.

“நகை வாயன், புகை மூக்கன், பொறி கண்ணன், மிகை நெஞ்சன், சிகை சொல்லனாகிய என்னைக் காண வந்தமைக்கு நன்றி” என்று நாக்கைக்கொண்டு கடை வாயை ஒரு ஆழ நக்கு நக்கி தன்னை அவர் அறிமுகப்படுத்திக் கொண்டு, “தாங்கள் என்னிடம் வந்த நோக்கத்தை யாங்கள் அறியத் தாருங்கள்” என்று கருணை கண்வழி பிதுங்க தன்னைப்போலவே உயரம் குறைந்தும் வீங்கியும் போயிருந்த தனது பெரும்பாழ்வயிறு குலுங்க சிரித்துக்கொண்டே அசையழுத்திச் செப்பியபோது பெஞ்சமின் ஆசீர்வாதம்பிள்ளை கொஞ்சம் மிரண்டுதான் போனார்.

இரண்டு கைகளின் விரல்கள் நான்கில் கலர்கலரான அதிர்ஷ்டக் கற்கள் பதித்த பெரிய பெரிய சதுரமோதிரங்களையும், நடக்கும்போதே கால்கள் இரண்டும் செயலிழந்து கீழே விழுவதுபோன்ற நடையையும் (இதே நடை கடைசி காலங்களில் ஆசீர்வாதம்பிள்ளைக்கும், இடைக்காலங்களில் மைந்தனுக்கும் ஒருமுறை உரித்தானது) பார்த்தபோது, வெளியே விடப்பட்டிருந்த செங்கல் அளவிலான குஷன் வைத்தச் செருப்பும் அவருக்கு பாத்தியப்பட்டதுதான் என்று புரிந்ததது. அதன் தொடர்ச்சியாக அவ்வளவு பெரிய முகத்தில் பொருத்தமே இல்லாத சிறிய மீசையும், பட்டன் போடமுடியாத அளவிற்கு பெருத்திருந்த வயிறும் சிரிப்பை ஏற்படுத்தினாலும், அந்தச் செருப்பின் விரிவாக்கப்பட்ட பதிப்புபோல காம்பவுண்டிற்குள் நின்றிருந்த புறாக்கூண்டு சைசிலான பியட் காரில் அவர் எப்படி நுழைவார் என்ற சிந்தனையானது ஒருவித ஆச்சரியத்தையும் அவருக்கு உருவாக்கியது.

அவர் அங்கு அகப்பட்டிருந்த அந்த ஐந்து மணிநேரத்தில்...

ஜான் ராட்கிளிப் இந்தியாவிலிருந்து பாகிஸ்தானை பிரிக்கும் எல்லைக்கோட்டை கிழிக்க ஆரம்பித்த வருடத்தில், வாஸ்கோடகாமா கோழிக்கோடு வந்து இறங்கிய நாளின் நினைவை தாங்கியபடி,

தான் தன் தாயின் வயிற்றுக்கோட்டை கிழித்துப் பிறந்ததாக தன்னை அறிமுகப்படுத்திக் கொண்ட அவர் "ஒருவனுடைய வாழ்நாள் முழுவதும் வாசித்துத் தீர்க்கமுடியாத அளவிற்கு எழுதிக்குவிக்க வேண்டும் என்று முதலில் முடிவு செய்ததாகவும், ஆனால் அது பல நூற்றாண்டுகளுக்கு முன்னரே ஒருவர் அந்தச் சாதனையை செய்து முடித்துவிட்டதால் ஒரு மனிதன் என்பதை இரண்டு மனிதர்கள் கூட்டாகச்சேர்ந்துப் படித்துமுடிக்காத அளவிற்கு என்று மாற்றி ராட்கிளிப்போல ஒரு எல்லைக்கோட்டைக் கிழித்துக்கொண்டு எழுத முயற்சி செய்திருப்பதாகவும், ஆனால் அதுவும்கூட தற்காலத்தில் இன்னொரு நம்பர் ஒன் எழுத்தாளரால் முறியடிக்கப்பட்டிருப்பதாகவும், தான் ஆசைகளை அடக்கியாளும் ஒரு அருட்பெரும் ஜோதி என்பதால் அந்தச் சாதனையையும்கூட ஐந்து வருடத்திற்குள்ளாகவே எளிதாக சாதித்து விடலாமென்றும், தன் நாட்களென்பது "எழவு வீட்டில் குறுக்கு மறுக்காக கிடந்தது அழுதுகொண்டிருப்பவர்களை மிதிக்காமல் அங்குமிங்கும் தாவிச்செல்லும் ஒரு உறவுக்காரனின் அலைச்சல் போன்றது" என்று அவர் சொன்னக் கதைகளை கேட்டுக்கொண்டிருந்த ஆசீர்வாதம்பிள்ளையை அவர் ஒரு சிறிய "உம்" கொட்டக்கூட அனுமதிக்காமல் பொழிந்து தள்ளிக் கொண்டிருந்தார்.

"தான் ஒரு எழுத்தாளரே இல்லை என்றும், வாடகை, ஒத்திப் பத்திரங்கள் எழுதும் டாக்குமெண்ட் ரைட்டர் என்றுகூட சொல்ல தகுதியில்லாத, எதற்கு எதையாவது எழுதிவைத்து அதற்கு "பாலுணர்வு நுரையற்ற முறையுறவு மீறல்" என்று பெயரையும் சூட்டி வழக்கில் மாட்ட வாய்ப்புகளிலிருந்தும் மாட்டாமல் தப்பித்து வருபவனென்றும், "நான் நடந்து வருவேன் என் பொய்கள் பறந்து வரும்" என்று தனக்குப் பிடிக்காத எழுத்தாளர்கள் வசைப்படுவதைக் குறித்து அதே வார்த்தைகளில் மீண்டும் அதை மம்மர்ச் சிந்தையன் ஒப்பித்தபோது ஆசீர்வாதம்பிள்ளைக்கு கொஞ்சம் தூக்கிவாரித்தான் போட்டது.

சட்டென்று அவரின் புரிந்துகொள்ளாத முகபாவனையைப் பார்த்த சிந்தையன் குழம்பிபோய், "எள்ளுபோலவும் நாணக்கேடு இல்லாமல் உப்புக்குத்தி வலியால் அவதிப்படும் வயதான தன் தள்ளையிடம்கூட தன்னைப்பற்றி பராதி கூறும் சப்பட்டை புத்திக்காரர்களிடமும், சட்டம்பிகளிடமும் ஒருநாள் இல்லை ஒருநாள் தான் ஒடக்கும் நேரமும், பொட்டி தெறிக்கும் சம்பவமும் நடக்கும் என்றும், அதுமாறிப்பட்ட தொட்டிகளையும், எரப்பாளிகளையும் எங்கேயிலும் இனிமேல் கண்டால் சவச்சி தின்னாமல் விடமாட்டேன்" என்று அவர் பிறந்த ஊர் வழக்கை

விட்டுவிட்டு உள்ளூர் வட்டார மொழியில் சாபமும் சூளுரையுமாக பறக்க விட்டுக்கொண்டிருந்த சிந்தையனின் அவ்வளவு பெரிய உடல் மூச்சு வாங்குவதைப் பார்த்து ஆசீர்வாதம்பிள்ளை அசஞ்சாமல் கொள்ளாமல் அரண்டுபோய் அமர்ந்திருந்தார்.

ஒரு கட்டத்தில் அவரின் இதுபோன்ற லாயக்கு இல்லாத பேச்சினாலும், வேலைப்பாட்டினாலும் தன்னை லேசில் விடமாட்டார் என்று அதிக தாமதமாகப் புரிந்துகொண்டு "மற்றவர்களைப்போல மரபிலேயே மல்லாக்கப் படுத்துகிடக்கும் தப்ளகுட்டி தானல்ல" என்று அவர் தாவிக் குதித்த ஒரு இடத்தில் அப்படியே அவரை அமுக்கிப்பிடித்து, அந்தப் பேச்சை கொஞ்சம் தூரமாகக்கொண்டு நிப்பாட்டும் நோக்கில் தான் வந்த நோக்கம் குறித்து இடைமறித்து எப்படியோ பேசிவிட்டபோதுதான் மம்மர்ச் சிந்தையனால் ஒரு முடிவுக்கு வர முடிந்தது.

அப்படி முடிவுக்கு வருவதற்கும்கூட கூடுதலாக ஒரு முக்கால் மணிநேரங்களை அவர் எடுத்துக்கொண்டதை, பண்டில் ஈக்கட்டு வாரியலால் சிந்தையனைத் துவைத்தெடுக்கும் வழக்கத்தைக்கொண்ட அவரது வயதான அம்மையால்கூட தடுக்க முடியவில்லை.

ஒருவழியாக கையில் கிடைத்த முக்கியமான எழுத்தாளர்களின் பட்டியலில் அவரது பெயர் இல்லாததை நினைத்து ஆசுவாசப்பட்டுக்கொண்டும், ஒருவேளை தான் எழுத்தாளர் என்று அவருக்கே மறந்துபோய்விட்டதா? என்ற குழப்பதிலும், இனி கதையுலகில் தன் எதிர் யாவரும் தன்னைக்கண்டு அஞ்சிநடுங்கப் போகிறார்கள் என்பதுபோன்ற மனநிலையுடனுமாக ஆசீர்வாதம்பிள்ளை அவரது வீட்டைவிட்டு வெளியேறியபோது...

"தன் பேச்சை வைத்து தன்னை வேறொரு அளவெடுத்து தைத்துவிடக்கூடாது, தானும் ஒரு நவீன ஆர்கானிக் விவசாயக் கவிஞர்தான்" என்று புரியவைக்கும் நோக்கில் வாசலின் அருகிலேயே அவரைத் தடுத்துநிறுத்திய மம்மர்ச் சிந்தையன் தன் தொகுப்பிலிருந்து படித்துக் காண்பித்த இந்த 'நவீன கவிதை'தான் எதிர்வரும் சிலபல வருடங்களுக்குப் பிறகு ஆசீர்வாதம்பிள்ளை விடப்போகும் இலக்கிய குறட்டைகளுக்கெல்லாம் ஒரு தொடக்கமாக அமைந்தது என்று சொன்னால் அதில் எந்தவித கள்ளமுமில்லை.

ஒரு கதவில்லா கழிப்பறைப்போல
அவ்வளவு வசதியானது உலகில் ஒன்றுமில்லை

எவ்வளவு நேரம் இருந்தாலும்
எவரும் உங்கள் கதவுகளைத் தட்டப் போவதில்லை

'நான் நன்றாக...' என்று தொடங்கும் வாசகங்களை
பெரிதாக வரையப்பட்ட மார்பகங்களை
அவற்றின்கீழ் எழுதப்பட்டிருக்கும் அலைபேசி எண்களை
திடுக்கிடும் சல்வடார் டாலிகளை
நீங்கள் நேருக்குநேராக சந்திக்கும் வாய்ப்புகள் குறையும்

முக்கியமாக 'தாழிடப்பட்ட கதவைத் திறக்க முடியாமல்
கழிவறைக்குள் மாரடைப்பால் மரணித்த சோகம்'
என்பது போன்ற மாலைமலர் செய்திகளை நீங்கள் தவிர்க்கலாம்

மேலும் காடு கரைகளில் நீங்கள் காற்றோட்டமாக கழித்த
சிறுவயது நினைவுகளை அது மென்மையாக மீட்டெடுத்து
வருடிச்செல்லவும் கூடும்

கூடுதலாக,
மற்றவர்களைப்போல உங்களை
வியர்வை சிந்த வைக்காமல்
அளவுக்கதிமான சுதந்திரக் காற்றையும்
அது உள்ளிழுத்து வரலாம்

என்ன ஒன்று...

கால்சராயை தொங்கவிட ஆணிகள் இருப்பதில்லையென்பதால்
நீங்கள் அதை உங்கள் தலைகளில் சுமக்க வேண்டும்.
சுமந்து கொண்டே இதை எழுதவும் வேண்டும்

மற்றபடி ஒரு கதவில்லா நவீன கட்டண கழிப்பறையைப்போல
அவ்வளவு வசதியான ஒன்றும் உலகிலில்லை.

20

என் மதிகேட்டினிமித்தம் என் புண்கள் அழுகி நாற்றமெடுத்தது. நான் வேதனைப்பட்டு ஒடுங்கினேன்; நாள் முழுவதும் துக்கப்பட்டுத் திரிகிறேன். என் குடல்கள் எரிபந்தமாய் எரிகிறது; என் மாம்சத்தில் ஆரோக்கியம் இல்லை. நான் பெலனற்றுப்போய், மிகவும் நொறுக்கப்பட்டேன்; என் இருதயத்தின் கொந்தளிப்பினால் கதறுகிறேன்.

-சங்கீதம் 38: 5,6,7,8

'இனி தன் எதிர்வரும் யாவரும் தன்னைக்கண்டு அஞ்சி நடுங்கப் போகிறார்கள்' என்ற எண்ணத்துடன் ஆசீர்வாதம்பிள்ளை அவரது வீட்டைவிட்டு ஒருமுடிவுடன் வெளிவந்திருந்தாலும், வேல்ஸ் இளவரசர் பிரெடரிக் லூயி பிறந்தநாளை சிறப்பிக்கும் வகையில் அதேநாளில், இலக்கியத்தைப் பொறுத்தவரையில் அவரைப்போலவே முடிசூடா அரசராக விளங்கிய மம்மர்ச் சிந்தையன் பெருந்தொற்று காலத்தில் அத்தொற்றுதொட்டு இறப்பதற்கு மூன்று மாதம் முன்புவரை அந்தப் பட்டியலுக்குள் ஆசீர்வாதம்பிள்ளை முழுமூச்சுடன் நுழையவே இல்லை.

காரணம் அதை மறக்கும் அளவிற்குப் புதிதான வேறொரு வலி அப்போதிருந்துதான் அவரை ஆக்கிரமிக்கத் தொடங்கியிருந்தது. முன்பு சொன்னதற்கு மாறாக உடனேயல்லாமல் 'சிலபல வருடங்களுக்குப் பிறகு பெஞ்சமின் ஆசீர்வாதம்பிள்ளை விடப்போகும் இலக்கிய குறட்டை' என்று முந்தைய அத்தியாயத்தின் இறுதியில் கொஞ்சம் அழுத்திச் சொன்னதற்கு காரணமும் இதுதான்.

வலி முதலில் வயிற்றின் மேல்பகுதியில்தான் கொஞ்சம் கொஞ்சமாக உருவாகியது. அப்போது அவர் அதைப் பெரிதாகக்

கண்டுகொள்ளவில்லை. பின் சாப்பிடும் முன்பும்பின்பும் அங்கேயே நீடித்து நிலைத்துநின்று மெல்லமெல்ல மேலேறி நெஞ்சைச்சுற்றி அங்கிருந்து தலைக்கும் பரவியபோது பயந்துபோன அவர், மாரடைப்புத்தான் என்று நினைத்து மருத்துவமனையில் சோதனைகள் சில செய்துகொண்டார். அதிலொன்றும் சிக்கலில்லை; எல்லாம் சரியாகத்தான் இருந்தது. ஆனால் அந்த மகிழ்ச்சியை அனுபவிக்கவிடாமல் வலி அதற்கு முன்னே வந்துநின்றபோது எண்டாஸ்கோப்பி செய்யப்பட்டது. புண்கள் இல்லை. ஆனால் உள்ளே ஏதோவொரு பாகம் மேலே வந்து கிடக்கிறது என்றார்கள். மருந்து மாத்திரைகளும், சிரப்புகளும் தேங்காய், புளி, பால், காரம், எண்ணெய் இல்லாத பத்தியச் சாப்பாடும் கொஞ்சநாள் அந்த வலியை மட்டுப்படுத்தியது. ஆனாலும் அவருக்கு அதில் ஒரு திருப்தி இல்லாமல் இருந்தது. அளவுக்கதிகமான மாத்திரைகளும் கட்டுப்பாடுகளும் எரிச்சலைக் கொடுக்கவே கொஞ்சம் குறைந்திருந்த அந்த வலியை தாங்கப் பழகிக்கொண்டார். அதற்குள் மூன்று வருடப் சட்டப் படிப்பும் முடிந்திருந்தது. தொழிலில் இருந்த நாட்டமும் அவ்வப்போது எடுக்கும் சிகிச்சைகளும் வலியைவிட சந்தோஷத்தைத்தான் அவருக்கு அதிகமாகக்கொடுத்தது. 'இது அல்சர்தான். தினமும் நான்கு வேலை வைத்து நாற்பதுநாள் இந்த மருந்தை எடுத்தால் ஆறே நாளில் தீர்த்துவிடலாம்' என்ற ஜெபமந்திரத்தை நம்பிச்சென்று அங்கிருந்து ஓடிவந்த சம்பவமும் இதற்கிடையில்தான் நடந்தும் முடிந்திருந்தது.

பின்னர் ஒன்றிரண்டு வருடங்களுக்குப்பிறகு அதே வலி முன்பைவிட கொஞ்சம் அதிகமாக வந்தபோது பிரச்சனை கல்லீரலுக்கு தாவிவிட்டதாகச் சொன்னார்கள். ஒருவேளைக்கு ஆறு மாத்திரைகள் விழுங்கிவிட்டு, முப்பது எம்எல் வைத்து மூன்று சிரப்களை மூன்று நேரமும் குடித்துவிட்டு, தொடர்ச்சியாக பத்து நாட்கள் மருத்துவமனை சென்று டிரிப்ஸ் மூலமாக ஊசிகளை ஏற்றிக்கொண்டு ஒருவகையில் சமாளித்தாலும், இதற்கெல்லாம் முதற்கட்டமாக செய்ய வேண்டிய கொழுப்பைக் குறைப்பதற்கு வாயைக் குறைக்கும் வேலையை மட்டும் அவரால் கட்டுப்படுத்த முடியவில்லை. 'அது இயலாத காரியம்' என்று அவ்வப்போது அவர் மனதிற்குள் நினைத்து வந்ததை வெளியிலும் சொல்லவில்லை. இவ்வாறு உடல் மோசமான ஒரு பக்கத்தை நோக்கி இழுத்துக் கொண்டிருந்தபோது, மனம் அதற்கு ஒத்துழைக்கும் விதமாக அதேப் பக்கத்தை நோக்கி இன்னும் விசையுடன்வேறு அவரைத் தள்ளிக்கொண்டிருந்தது.

ஒரு கட்டத்தில் "உள்ளேயிருக்கும் எல்லா உறுப்புகளிலும் எலிசாவும், திரேசம்மாளும், யூசுப்பின் கதைகளும் என தனக்கு ஒவ்வாத ஒவ்வொருவரும், ஒவ்வொன்றும் ஒட்டிக்கொண்டதா? அதனால்தான் அதுவரை தனக்காக உழைத்து வந்த அத்தனை பாகங்களும் தனக்கெதிராக வேலைநிறுத்தம் செய்து விஷத்தை உற்பத்திச் செய்துகொண்டிருக்கிறதா? இப்படி உள்ளே செல்லும் உணவுகள் மட்டுமல்ல உடலுறுப்புகளும்கூட அதனுடன் சேர்ந்து அதிவேகமாக கெட்டு வந்தாலும், பேரரசுகளின் அரண்மனைக் குறிப்புகள்போல அந்த சதி நடவடிக்கைகள் ஒவ்வொன்றும் இரகசியமாகப் பாதுகாக்கப்படுவதால்தான் தன்னால் அவற்றைத் தடுக்க முடியவில்லையா?" என்று கொஞ்சம் கோளாறாக நம்பத் தொடங்கியபோது, சம்மந்தமேயில்லாமல் 'பருவமழையை நம்பி மட்டுமே வாழ்ந்த கிராமங்களின் பொருளாதாரம் எப்படி சீரழிந்தது' என்று எங்கோ படித்த விஷயங்கள் அவருக்கு ஞாபகத்திற்கு வந்தது. அது அவரை ஒரு வறண்ட பூமியின் விவசாய நிலமாகவும், உலோகங்களை பயன்படுத்தாமல் இன்னமும் மண்பாண்டங்களை மட்டுமே பயன்படுத்தும் ஒரு கிராமத்தின் களிமண் ஓடுகளாகவும் நினைக்கவைத்து அது எப்போது வேண்டுமானாலும் உடைந்து நொறுங்கலாம் என்றவொரு பீதியையும் அவருக்குள் ஒவ்வொரு கணமும் ஏற்படுத்திக் கொண்டிருந்தது.

'தன் கல்லறை எவ்வளவு அடி உயரத்திலிருக்கும்? அதன் மீதுள்ள கல்வெட்டு எந்த நிறத்திலிருக்கும்? அதன் எழுத்துக்கள் எந்த வடிவில் செதுக்கப்பட்டிருக்கும்? தன் இறப்பு ஆண்டு என்று எந்த வருடத்தை அதில் பதிவு செய்வார்கள்?' என்ற யோசிப்புகள் எல்லாம்கூட அந்த இடைப்பட்ட காலத்தில்தான் முதல்முறையாக அவரை வதைக்கவும் ஆரம்பித்தது.

'தன் உடல் ஒரேநேரத்தில் கொழுப்பிலெரியும் தீயாகவும், ஒளிகூட நுழையமுடியாத இருட்குகைகளாகவும் மாறிமாறி பரிணமிப்பதாகவும், அதுவே இன்னொரு சந்தர்ப்பத்தில் ஏதோவொரு புள்ளிவிபர அடிப்படையில் சொல்லப்படும் இருபது மைலுக்கு ஒருவர் வாழ்ந்த கற்காலம்போல் தன்னைவிட்டு எங்கோ தூரத்தில் நின்றுகொண்டு, தான் இல்லாத வெறும் துணிகளைப் போர்த்திக்கொண்டிருக்கும் தன்னை வேடிக்கைப் பார்ப்பதுபோலவும் அல்லது தன் பிறவிச்சுவட்டை தன்னிடமிருந்து எடுத்தழித்துக்கொண்டு வெறும் கூடுபோன்ற ஒன்றை மட்டும் தன்னிடம் எச்சமாக விட்டபடி, அதனால்கூட பார்க்கமுடியாத இடத்திற்குசென்று மறைந்ததுபோலவும்' அவர் குழம்பத் தொடங்கிய காலத்தில்தான் பாப்பா வழக்கு அவரிடம் வந்துசேர்ந்தது.

ஒருவகையில் அவருக்குள் தோன்றிய இந்த எண்ணங்களினால்தான் எதையுமே ஆழ்ந்து யோசிக்கும் ஒருவராக மாறி நுணுக்கி நுணுக்கி அந்த வழக்கை வெற்றியடைய வைத்தார் என்று அவரைச் சுற்றியிருந்தவர்கள் பேசிக்கொண்டார்கள் அல்லது அவரே அப்படி நினைத்துக்கொண்டார். ஆனால் அதற்கு முன்பிருந்தே முன்பைவிட அதீதமாக, மூன்றாவது அத்தியாத்தில் சொன்னதுபோல வக்கீல்கள், டீ மாஸ்டர்கள், ஜூனியர்கள், குமாஸ்தாக்கள் என்று பார்க்கும் ஒவ்வொருவரிடமும் அந்த வலியோடு வலியாக தன்னைப்பற்றிய அற்புதங்களைப் பேசிகொள்ளும் ஒருவராக அவர் பரிணமித்திருந்தார்.

அந்த சமயத்தில் அவரின் வயிற்றிலிருந்து ஏதோ ஒன்றை எடுத்து பரிசோதனை கூடத்திற்கு அனுப்பினார்கள். அது நிறம் மாறினால் பிரச்சனை என்றார்கள்; மாறவும் செய்தது. பிரச்சனைதான்; ஆனாலும் உயிர்போகும் பிரச்சனை இல்லை.

இப்போது மேற்குறிப்பிட்ட அதே கிராமங்கள்போல செயலற்ற ஒரு அவலநிலைக்கு அவர் தள்ளப்பட்டுவிட்டதாகக் கருதினார். 'பொருளில் தாழ்ந்தவன் சமூகத்தில் மட்டுமல்ல உடலிலும் தாழ்வான்'. ஆனால் பொருள் இருந்தும் தான் தாழ்ந்தது ஏன்? என்று அவருக்குப் புரியவில்லை. 'நிலை தாழ்ந்த கிராம தேவதைகள் என்று தங்களை மீட்டெடுத்திருக்கிறது?' என்று இலக்கிய வடிவில் அதை அவர் அணுகினாலும், இரும்புயுகம் தோன்றாத காலம்போல எல்லாவித வசதிகளுக்கும் அவர் சிரமப்பட வேண்டியிருந்தது. அருகில்வந்து கொஞ்சம் சத்தமிட்டு அழைத்தாலே சாய்ந்துவிழும் ஒரு உடல் அந்த காலத்தில்தான் அவரையொரு கோணல் நிழலாக வளையும் கண்ணாடிகளைக்கொண்டு நெய்யவாரம்பித்தது.

அவரிடம்கூட அந்த வலியிலிருந்து எப்படி மீண்டேன்? மரணத்தின் ஒவ்வொரு வர்ணங்களையும் எத்தனை முறை சந்தித்தேன்? அதை எவ்வாறு தாங்கிக்கொண்டேன்? என் வசந்தத்தை எது எதுவெல்லாம் பறித்தது? என்று சொல்வதற்கு அவ்வளவு விஷயங்கள் இருந்தது. ஆனால் அதையெல்லாம் சொல்வதற்கு அந்த வலியின் வெற்றி மட்டும்தான் அவர் கைகளுக்கு வந்து சேரவில்லை. இன்று எப்படி ஒரு இறப்பு நிகழ்ந்த ஊர் மாதிரி பெஞ்சமின் வாழ்ந்த இடம் இல்லையோ? ஒரு அடக்கம் நிகழப்போகும் மாலைபோல இந்த கணம் இல்லையோ? அதேபோலத்தான் அன்றும் அவரைச் சுற்றியிருந்தவர்கள் இருந்தார்கள். கொஞ்சமாக சாப்பிட்டதும் உப்பிப்போகும் வயிற்றிலிருந்து அவர் ஆரம்பிக்கும்போதே அதை மேற்கொண்டு சொல்லவிடாமல் அல்லது பெரிய

ஆச்சரியம் ஒன்றும் இல்லாமல் அவரவர்கள் நோய்களைக் குறித்து பேசிக்கொண்டார்கள். பின்னர் ஆசீர்வாதம்பிள்ளையே புண்கள், குடல் அழற்சி என்று படிப்படியாக தனக்குள்ளே சொல்லிக்கொண்டு அதை முடித்துவிடுவார். வீட்டில் மட்டும் அதிநவீன மருத்துவமனை ஒவ்வொன்றின் பெயரும் சொல்லப்பட்டு, பரிசீலிக்கப்பட்டு அதில் சிறந்த ஒன்றில் பரிசோதனைக்கு செல்ல வற்புறுத்தப்பட்டார். ஆனால் அவரோ தன்னைச் சுற்றிருந்தவர்கள் தன்னை உருவாக்கியதுபோல 'பெரிய வியாதி ஒன்றும் இதுவல்ல' என்று அந்தநேரத்தில் மட்டும் தனக்குத்தானே நினைத்துக்கொண்டு பெரிதாக அதில் ஆர்வம் காட்டாமல் சோர்வாக தலையாட்டி அதை முடித்துக்கொள்வார்.

உண்மையில் அவர் அப்படித்தான் நினைத்தார். இல்லாவிட்டால் குடலும் இதயமும் கல்லீரலும் சேர்ந்து நோய்கொண்ட உடலின் காமம்போல தங்களை சோர்வாக வெளிப்படுத்திக் கொண்டிருந்த நாட்களில் வேதமணியும், அகிலாண்டேஸ்வரி மைந்தனும் இறந்தபிறகு அவர்களது வழக்குகள் தனக்குத்தான் வரும் என்று நீண்ட நெடிய எதிர்காலத்திற்கு உண்டான ஒரு திட்டத்தை அவர் எடுத்திருக்க மாட்டார் அல்லவா?

பணம் இருந்தும் இல்லாததுபோல ஒருவன் நடிப்பதுதான் உலகின் சிறந்த நடிப்பு என்று அதுவரை நம்பியிருந்த அவர், நோயிருந்தும் இல்லாததுபோல நடிப்பதுதான் ஆகச்சிறந்த நடிப்பு என்று ஒரு முடிவுக்கு வருவதற்கு இந்த மனநிலைதான் அவரைத் தூண்டியது.

ஒருவரின் இறப்புக்குமுன் மருத்துவர் சொல்லும் இறப்புச்செய்திபோல, கிட்டத்தட்ட தன்னைப்போலவே பிரச்சனைகள் கொண்ட மம்மர்ச் சிந்தையன் மரித்தபோதாவது அவர் உணர்ந்திருக்க வேண்டும். ஆனால் அதையும் தொற்று என்று மனதைத் தேற்றிக்கொண்டு வீட்டிற்குள்ளே அவர் முடங்குவதற்கு கொஞ்சநாட்கள் முன்புதான், பெரிய ரவுடிகள் இருவரைப் பற்றிய கதை ஒன்று அவர்களின் சொந்த பெயரைக் குறிப்பிட்டே யூசுப் எழுதியிருந்தார்.

அவரது வாழ்வில் வேலை, நோய் என்ற இந்த இரண்டையும் தவிர மூன்றவதாக இலக்கியம் என்ற ஒன்று வந்தபோது எப்போதுமே அவர் தீவிர முனைப்போடு அதை சந்திக்கத் தயாரானாலும் ஏதாவது ஒரு தடை ஒன்று வந்து அவர்முன்விழுந்து அதை இல்லாமலாக்கிவிடும். இந்த முறை அப்படி ஒன்று ஆகிவிடக்கூடாது என்பதில் உறுதியாக இருந்தார். காரணம் இந்த இடைப்பட்ட

வருடங்களில் யூசுப்பைப் பற்றி அவர்கள் நினைத்திருந்தது பொய் என்று நிரூபிக்கும் விதத்தில் எந்த மிரட்டலுக்கும் அவர் அஞ்சுபவரல்ல என்று காட்டும் விதமாக ஆறாவது முறையாக நிஜப்பெயர்களை வைத்து அவர் கதை எழுதியிருந்தார்.

மட்டுமல்லாமல் 'நீண்ட நெடுங்காலமாக நெடும்பழி ஒன்று தன்னை பின்தொடர்ந்து வருவதுபோலவும், அது கொண்டுவரும் பெருஞ்சிரமம் தன்னிடம் நெருங்குவதற்குமுன் அதை உடைக்கும் வலிமையை எப்படியாவது அடைய வேண்டும்' என்பதுபோலவும் யூசுப்பின் அந்தக் கதை மீண்டும் அவரை விரட்டவும் ஆரம்பித்தது. அதற்காகவே அந்தப் பெருந்தொற்றுக் காலத்தை இலக்கியத்திற்காக அர்பணிக்க அவர் முடிவு செய்தார். ஆனால் ஒருவரையும் இருந்த இடத்தைவிட்டு அசைய அனுமதிக்காததுபோன்ற அதன் கட்டுப்பாடுகளானது அனைத்து விதமான உடல் உபாதைகளை இன்னும் தனக்கு அதிகப்படுத்தப்போகிறது என்பதை அப்போது அவர் அறியவில்லை.

அதை அறியாமல் 'மம்மர்ச் சிந்தையன்' இறப்பதற்கு முன்பு அவரைச் சந்தித்தபோது கடைசியாக அவர் கொடுத்த பட்டியல்களின்படி வாங்கி அடுக்கியிருந்த புத்தகங்களைப் பார்த்தபோது இரவாகி விட்டிருந்தது. ஆகவே 'மறுநாள் தொடங்கலாம்' என்று முடிவுசெய்தபடி படுக்கைக்குச் செல்ல ஆயத்தமானார்.

எப்போதுமே படுக்கைக்குச் செல்வதற்குமுன் பைபிளின் எதாவதொரு பக்கத்தைத் திறந்து கண்களில்படும் வசனங்களை வாசிப்பது ஆசீர்வாதம்பிள்ளையின் நீண்டநாள் வழக்கம். அன்று அப்படி திறந்தபோது அவர் கண்களில்பட்டது சகரியாவின் ஐந்தாவது அதிகாரத்தின் முதல் மூன்று வசனங்கள்.

'நான் திரும்பவும் என் கண்களை ஏறெடுத்துப் பார்க்கையில், இதோ பறக்கிற ஒரு புஸ்தகச்சுருளைக் காண்கிறேன்.

தூதன்: நீ காண்கிறது என்னவென்று கேட்டார்; பறக்கிற ஒரு புஸ்தகச்சுருளைக் காண்கிறேன், அதின் நீளம் இருபது முழமும் அதின் அகலம் பத்து முழமுமாயிருக்கிறது என்றேன்.

அப்பொழுது அவர்: இது பூமியின் மீதெங்கும் புறப்பட்டுப்போகிற சாபம்; எந்தத் திருடனும் அதின் ஒரு புறத்திலிருக்கிறதின்படியே அழிக்கப்பட்டுப்போவான்; ஆணையிடுகிற எவனும், அதின் மறுபுறத்தில் இருக்கிறதின்படியே அழிக்கப்பட்டுபோவான்.'

21

நான் ஒரு சொப்பனத்தைக் கண்டேன்; அது எனக்குத் திகிலை உண்டாக்கிற்று; என் படுக்கையின்மேல் எனக்குள் உண்டான நினைவுகளும், என் தலையில் தோன்றின தரிசனங்களும் என்னைக் கலங்கப் பண்ணிற்று.

-தானியேல் 4: 5

அதேபோல படுக்கையிலிருந்து எழுந்தவுடன் பைபிளைத் திறந்து கண்களில் படும் வசனங்களை வாசிப்பதும் ஆசீர்வாதம்பிள்ளையின் வழக்கம். அன்று அப்படி அவர் திறந்தபோது பட்டதுதான் மேலேயிருக்கும் தானியலின் வசனம். அதன் அர்த்தம் அப்போது அவருக்கு விளங்கவில்லை. ஆனால் அன்று நள்ளிரவில் திடுக்கிட்டு எழும்போதுதான் அதன் வீரியத்தை உணர்ந்தார். 'கனவைப் பற்றி படித்ததினால்தான் இப்படிப்பட்ட கனவுகள் வருகின்றது' என்று தன்னைத்தானே ஒருவாறு தேற்றிக்கொண்டாலும், மனதினோரத்தில் அந்தப் புத்தகத்தை அவர் சபிக்காமலில்லை. அது எப்படிப்பட்ட கனவு என்று பார்ப்பதற்குமுன், அது என்ன புத்தகம் என்பதையும், ஆசீர்வாதம்பிள்ளையின் வாழ்வில் ஏற்பட்ட விறுவிறுப்பான கொண்டை ஊசிவளைவின் முதல் நாளையும் பார்த்துவிடுவது பின்வரும் காரியங்களைப் புரிந்துகொள்ள ஏதுவாயிருக்கும்.

படிக்கவும் எழுதவும் கிடைத்த நேரத்தைக் கணக்கிட்டு, 'நாற்பது நாட்கள் படிக்கவும், அதிலிருந்து இருபது நாட்கள் கதை எழுதவும் வேண்டும்' என்று மனதிற்குள் காலக்கிரமத்தை சுழலவிட்டவர், வேலை பார்க்கும்போது நீதிபதிகளையும், வீட்டிலிருக்கும்போது திரேசம்மாளையும்தவிர மீதி அனைவரையும், அனைத்தையும் காலின் கீழேவைத்துப் பார்த்து பழக்கப்பட்ட தனது மனதிடம்,

‘இலக்கியத்தை ஒருபோதும் அந்த வரிசையில்வரும் மூன்றாவது ஒன்றாக மட்டும் ஆக்கிவிடக்கூடாது’ என்று சூளுரைத்து கொண்டுதான் அந்தப் புத்தகத்தைக் கையிலெடுத்தார்.

1. இந்தப் புத்தகத்தை வாசிக்கும்வேளையில் படிப்பவனான உன் முன்னாள் காதலி அந்நியனுடன் சம்போகத்தில் ஈடுபட்டிருக்கலாம்.
2. இந்தப் புத்தகம் உன் வீட்டிலிருக்கும் இத்தருணத்தில் உன் மனைவியின் உடன் பிறந்தவர்கள் உன்னை படுக்கவைத்துப் பிடித்துக்கொள்ள உன் மனைவி உன் தலைமீது கல்லைத் தூக்கிப்போடலாம்.
3. இந்தப் புத்தகத்தை படிக்கும்போது வாழ்வில் தோற்றுப்போன உனக்கு, நூற்றி எண்பது எம்எல் மோனோ குரோட்டோபாஸை நக்கியேச் சாகத்தோன்றலாம்.
4. அந்தத் திட்டத்தை தெரிந்துகொண்ட எதிரி உன் இரண்டு கண்களையும் தோண்டி எடுக்க கம்பியைப் பழுக்கக் காய்ச்சிக்கொண்டிருக்கலாம்.
5. அல்லது மனநோய் விடுதியின் தாழ்வாரத்தில் அமர்ந்தபடி உன் சருமத்தில் பரவியிருக்கும் சொறிப் புண்களை வெறியுடன் நீ சொரிந்துக்கொண்டிருக்கலாம்.

அந்தப் புத்தகத்தின் அடுத்தடுத்த வரிகளை படிக்கப் படிக்க ஆசீர்வாதம்பிள்ளை வெலவெலத்துப் போனார். இதில் “என் பாரசீகப் பூனைக்கு இதுவரை நான் பேரும் வைக்கவில்லை; சோறும் வைக்கவில்லை. அதனால் அது ஏதாவது மேலுக்கு சொகமில்லாமல் ஆகுமா?’ என்று கேட்டுவிட்டு, ‘புத்தகம் பிடித்திருந்தால் பூனையின் நான்குநாள் செலவிற்கு நன்கொடை நாற்பதாயிரம் தரவும்’ என்று பாண்டியன் கிராம பாங்க் முதல் பக்ரைன் கூட்டுறவு வங்கி வரையிலான அக்கவுண்ட் விபரங்களையும் அந்த எழுத்தாளர் கொடுத்திருந்தார்.

மட்டுமல்லாமல் ‘புத்தகத்தின் முதல் சிறப்பு பிரதியின் நன்கொடை மதிப்பு மூன்றுலட்சம் ரூபாய். நாவலிலேயே முதல் பிரதி என்று அச்சடிக்கப்பட்டிருக்கும். முன் அட்டையும் பின் அட்டையும் வெள்ளியில் இருக்கும். முன்னட்டையில் ‘பாரசீகப் பூனை’ என்று எழுதப்பட்ட தங்க நாணயம் ஒன்று பொருத்தப்பட்டிருக்கும். இதை நீங்கள் வெளியில் கொண்டுசென்று படிக்கமுடியாது என்பதால் சாதாரணப் பிரதி ஒன்றும் தரப்படும். சிறப்பு

அட்டையைக் கொண்ட புத்தகத்தின் மற்றொரு சிறப்புப் பதிப்பின் நன்கொடை மதிப்பு ஐந்துலட்சம்' என்று அவரது இன்னொரு புத்தகத்திற்கான விளம்பர அறிவிப்பும் அதில் இருந்ததைப் பார்த்த ஆசீர்வாதம்பிள்ளைக்கு வந்த கோபமானது இன்னும் ஒன்றிரெண்டு முடிகள் மட்டுமே ஜீவித்து வாழும் அவர் உச்சந்தலைக்கும்மேல் ஏறியதும், அவருக்குள்ளே ஒலித்த அந்தக் கெட்ட வார்த்தைகளானது அவர் காதுகளையே அடைக்கத் தொடங்கின.

பின்னாளில் "பத்து பைத்தியங்களை தெளிய வைப்பதைவிட, பத்து வாசகர்களை பைத்தியமாக்கும் பவர் எழுத்தாளர்களுக்கு உண்டு" என்று 'பெருந்தொற்றுகால முப்பெரும் சூம் மீட்டிங் விழா' ஒன்றில் வாசகர் ஒருவர் பேசியதைக் கேட்டபோதுதான் அவர் சாந்தமடைந்தார். இருந்தாலும், அந்த இரண்டாவது பாய்ண்ட் ஆசீர்வாதம்பிள்ளைக்கு கிலேசத்தைக் கொடுக்க ஒரு எட்டு திரேசம்மாளைப் போய் பார்த்துவிட்டும், அவளது அண்ணன்மார்கள் யாரும் வராததை உறுதிப்படுத்திக்கொண்டும் மீண்டும் அறைக்குள் நுழைந்தவர் புத்தக அலமாரியை வெறித்துப்பார்க்க ஆரம்பித்தார்.

அப்போது அவரது எண்ணங்களானது முதன்முதலாக மகன் குடித்துவிட்டு வந்த நாளில் தனக்கும் அவனுக்குமிடையே நடந்த சண்டையின் சத்தத்தைக் கேட்டு "அட்டமுத்து சனியனுக ஒரு லீவு நாள் வந்துரக்கூடாது, நிம்மதியா இருக்க விடுதுங்களா? எங்க அந்தப் பெரிய சாணங்கி மாடு...?" என்று திட்டிக்கொண்டே எதிரில் வந்து கொண்டிருந்த திரேசம்மாளை வாழ்வில் முதல்முறையாக வீரம் பெருக்கெடுத்து, ரோஷம் தலைக்கேறி, ஆவேசம் கொப்புளிக்க, "இத்தனைக்கும் நீதாண்டி காரணம் அறுதப்பயலோழி" என்று வெறிகொண்டு காதும் கன்னமும் சேரும் இடத்தைக் குறிபார்த்து ஒரு அறையை பறக்க விட்ட சம்பவத்தை நோக்கிச்சென்றது.

கோபத்தில் கேஸ் கட்டுகளை தனது மேஜையில் தூக்கிப்போடும்போது எழும் சத்தத்தைப்போல் உருவான அந்த ஒலியைக்கேட்டு அவரே பயந்த நிகழ்வும், அதன்பின் அவளது அண்ணன்மார்கள் நடந்திய சமாச்சாரங்களும் சேர்ந்துதான் இந்த இடத்தில் அவரை அப்படி வெறித்துப் பார்க்கவைத்தது.

அந்த எரிச்சலான மனநிலையை மாற்றும் பொருட்டு ஏற்கனவே எடுத்து வைத்திருந்த இன்னொரு புத்தகத்தை எடுத்து முதல் பக்கத்திலிருந்து வாசிக்காமல் பைபிளைப்போல

ஏனோதானோவென ஒரு பக்கத்தைப் பிரித்தார். அந்தப் புத்தகத்தை எழுதியவரும் ஏற்கனவே படித்த புத்தகத்தை எழுதியவரும் ஒரே பூனைதான் என்பதை அப்போது அவர் கவனிக்கவில்லை; கவனிக்கும் மனநிலையிலும் இல்லை. முக்கியமாக எழுத்தாளர் யார் என்று பார்த்து படிக்குமளவிற்கு அவர் வளரவும் இல்லை.

அப்படி அவர் பிரித்தபோது அவர் கண்ணில்பட்ட அந்த அதிசயத்தை அவராலேயே நம்ப முடியவில்லை. காலையில் அவர் படித்த அதே தானியேலின், ஆனால் நான்கிற்குப் பதிலாக பதினோராவது அதிகாரத்தின் ஒரு வசனம் அந்தப் பக்கத்தை அலங்கரித்துக்கொண்டிருந்தது.

“வடதிசை ராஜா வந்து, கொத்தளம் போட்டு, அரணான நகரங்களைப் பிடிப்பான்; தென்றிசை ராஜாவின் புயபலங்களும் அவன் தெரிந்துகொண்ட ஜனமும் நில்லாமற்போம்; எதிர்க்கிறதற்கு பெலன் இராது. ஆகையால் அவனுக்கு விரோதமாக வருகிறவன் தன் இஷ்டப்படிச் செய்வான்; அவனுக்கு முன்பாக நிலை நிற்பவன் ஒருவனும் இல்லை; அவன் சிங்காரமான தேசத்தில் தங்குவான்; எல்லாம் அவன் கைவசமாகும்.”

முதலில் தாங்கமுடியாத சந்தோஷத்திற்கு ஆளான அவர், பூனைபோகும் இடத்துக்கு அதன் வாலும்போவதுபோல மெல்லமெல்ல அந்த இலக்கியக் கட்டுரையை முழுமையாக பின்தொடர்ந்து சென்றப்பின்தான் “அந்த வடதிசை ராஜா என்பது வேறு யாருமில்லை அது நரேந்திரமோடிதான் என்றும், தானியேலின் பதினைந்து மற்றும் பதினாறாம் வசனம் என்பது அவர் மொத்தமாக நாட்டை ஆளும் ஆண்டுகளையும் குறிக்கிறது” என்றும் அந்த எழுத்தாளர் ஆரூடம் சொல்லியிருந்தது அவருக்குப் புரிந்தது. புரிந்த அடுத்த நொடியில் ஆசீர்வாதம்பிள்ளையின் கைகளிலிருந்து அந்தப் புத்தகம் சுவரை நோக்கிப்பறந்தது.

புத்தக அட்டையின் முன்பக்கம் நாயோடும், பின்பக்க அட்டையில் பாரசீகப் பூனையோடும் படுத்திருந்த அந்த உலகளாவிய உள்ளூர் எழுத்தாளர் இவ்வாறாக பறந்துபோய் சுவரில்மோதி குப்புற விழுந்தபோது மம்மர்ச் சிந்தையனை மானக்கேடாக மனதிற்குள் அறுத்துக்கொண்டிருந்தார் பெஞ்சமின்.

“இந்தமாறி வீச்சமெடுத்த சீண்ர லிஸ்டை கொடுக்கத்தான் அந்தப் படாசு போட்டியால? கண்ட கண்டவனுக்க நீக்கம்பு புக்கையும், அவுத்துப்போட்டு ஆடுற அய்யமானப் படத்தைப் பாக்குறத பெருமையாச் சொல்றதை கேட்டப்பவே, அந்த வாக்குல ஒன்னப்

பொடனில எட்டிச் சவுட்டிக் கொன்னுருக்கணும். விட்டேம் பாத்தியா! அது எனக்க தப்பு. அது இப்பக் கவட்டையக் கிழிச்சு காந்தாரி ஏத்துனக் கணக்கா என் தலைலயே வந்து விடிஞ்சிட்டு! நீ மத்த வெளிநாட்டு கூளச்செவியனுக படத்துகளப் பாத்து பிட் அடிச்சு கதை எழுதுகேனு ஒனக்கக் கூட்டாளிமாரு சொன்னப்பக்கூட நம்பாம நீ சொன்னதெல்லாம் கேட்டம் பாத்தியா, எனக்கு இந்த சூடு வைப்பு தேவைதாம்டே.... இந்தக் வண்டத்தனத்துல நீ பரிசுத்த பைபிளயும், தேவனயும் இழுக்க புக்க எனக்கே வேற புரமோட் பண்ணுக? ஒன்னயும் ஒரு எழுத்தாளன்னு ஊர்பூரா நான் சொல்லிட்டு அலைஞ்சதுக்கு, நீ எனக்கிட்டேயே ஒன் ஊச்சாளித்தனத்தக் காமிக்க என்ன....?”

இப்போது தன் நிலைமையை நினைத்து தானே நொந்துகொண்டிருந்த அவரது மனதில் ‘இந்த நேரத்தில் மட்டும் மம்மார்ச் சிந்தையன் அருகில் இருந்திருந்தால் தன்னைவிட கொஞ்சமே அதிகமாக இருக்கும் அவரது சுருள்முடியைப் பிடித்துச் சுற்றி, சுவருக்குப்பதிலாக அந்தப் புத்தகத்தை அவர்மீது விட்டேறிந்து.... தன் கைக்குள் அகப்படாமல் அறைக்குள் அங்குமிங்கும் ஓடிக்கொண்டே என்னவெல்லாமோ வழக்கம்போலப் பேசிக் கொண்டிருக்கும் அவரை... அவரச் சொல்லி தப்பு இல்லை, கூட்டு அப்படி.... அவருக்க வியாதிக்கு வேற ஒண்ணும் காரணமில்ல, இந்த மாறிப்பட்ட சனியனுகதாம். இந்தச் சேர்க்கைய நீரு என்னைக்கு நிப்பட்டுறியோ அன்னைக்குதாம்வோய் நீரு லெச்சப்படுவீரு.. அதுவரைக்கும் ஓமக்க வியாதி தீராது’ என்று தொடர்பற்று என்னவெல்லாமோ ஓடிக்கொண்டிருந்தது.

இந்த இடத்தில் ஆசீர்வாதம்பிள்ளையை ஏதோ ‘ஐக்கியப்பட்ட பாசிச எதிர்ப்பு முன்னணி’யின் பொதுச்செயலாளர்போலவும், இரக்கமில்லா பல வரிகளை, அறிவிப்புகளை பிறப்பிக்கும் மோடியின் கருவூலத்தை வேரறுக்க வந்தவர்போலவும் நினைத்துவிட வேண்டாம். ஒரு கிறிஸ்தவராக சாமியார்கள் நிர்ணயிக்கும் வேட்பாளருக்கு ஓட்டுப்போட்டு தனது விசுவாசத்தைக் காத்துக்கொள்ளும் ஒரு சபை உறுப்பினராகவும், வரப்போகும் திருக்குமரனின் புனித ஆவியின் ஆட்சிக்காகக் காத்திருக்கும் பரிசுத்தவானின் கோபமாகவும்தான் பார்க்கவேண்டும்.

முதல்நாளில் மேற்கூறியவாறு நடந்த சம்பவங்கள் அவருக்கு அசதியைக் கொடுக்க அன்று அதன்பிறகு பைபிள் உட்பட அவர் எந்தப் புத்தகத்தையும் தொடவில்லை; உறங்கிப்போனார்.

* * *

மனோகருக்கு அழகப்பபுரம் பகுதியில் இருபது ஏக்கர் தென்னந்தோப்பும், இருபது செண்டில் வில்லா ஒன்றும், நியோ இன்டியன் வங்கியில் இருபது இலட்சம் ரொக்கமும் உண்டு. இப்படி இருபதுஇருபதாகச் சேர்த்த இந்தச் சொத்துக்களையெல்லாம் அவர் "தமிழ்நாடு ஆரிய விலாஸ்" ஓட்டல் முன்பு தானம் எடுத்துதான் சம்பாதித்தார் என்பது ஊருக்கே தெரியும். விஷயம் அதுவல்ல; அப்படி அவர் சம்பாதித்தப்பின்பும் அந்த பழக்கம் மட்டும் அவரைவிட்டு விலகவில்லை. தொடர்ந்து அதே ஓட்டல் முன்பு தானம் எடுத்துக்கொண்டிருந்தார். இப்படி பணக்காரர் ஒருவர் தர்மம் கேட்பது அந்த பகுதியையே மிகப்பெரிய சுற்றுலாத் தலமாக மாற்றிவிட்டதுடன், அந்த ஓட்டலுக்கும் அவரால் நல்ல வருமானம். அவருக்கும் மற்ற தர்மமெடுப்பவர்களைப்போல மரியாதைக் குறைவாகவும், அலட்சிய மனோபாவத்துடனும், அருவருப்புடனும் அந்தத் தர்மமானது விழாமல், தானம் போடுவதையே ஆரவாரமாகவும், குதூகலமாகவும், 'தன்னைவிட வசதியான ஒரு பணக்காரனுக்கு தான் பங்கிட்டுக் கொடுக்கிறோம்' என்ற உணர்வு தரும் பெருமிதத்துடனும் விழுந்த நோட்டுகளினால் அவர் மட்டுமல்ல, அவர் வளர்க்கும் நாய், கோழி, எருமை மாடுகள், ஈமுக்கோழிகள் என அனைத்துமேகூட கொழுத்து வளர்ந்தன. பொழுதுகள் இவ்வாறு உற்சாகத்துடன் கழிந்து கொண்டிருந்த ஒருநாளில் யார் கண் பட்டதோ என்னவோ, சிக்கல்களானது அதற்கேயுரிய இடம், பொருள், காலம், சூழல்கள் பொறுத்த தனித்தன்மைமிக்க தொந்தரவுகளுடன் மனோகர் முன்பும், ஆரிய விலாஸ் ஓட்டல் முன்பும் வந்து தாமசமடையத் தொடங்கின.

"ஆரிய விலாஸ் என்பது உலகமுழுவதும் கிளைகள் பரப்பி, லட்சக்கணக்கான வாடிக்கையாளர்களை கவர்ந்த பெயர் பெற்ற நிறுவனம். ஆனால் இந்த கிளை மட்டும் அதன் பெயரினால் அல்லாமல் மனோகரினால் மட்டுமே இயங்குகிறது நண்பர்களே! இந்த வீடியோ பிடிச்சிருந்தா லைக் பண்ணுங்க, கமெண்ட் பண்ணுங்க, மறக்காம ஷேர் பண்ணி சப்ஸ்கிரைப் பண்ணுங்க" என்று எவனோ ஒருவன் முப்பது நொடி வீடியோ ஒன்றில் பற்ற வைத்துவிட்டுச்செல்ல விஷயமானது அந்த ஓட்டலின் கிளைகளைவிட அதிக இடங்களிலும், அதன் வாடிக்கையாளர்களைவிட அதிக நபர்களிடமும், அந்த வீடியோவைவிட குறைவான நொடிகளிலும் பரவத் தொடங்கியது. மனோகர் எதற்கும் மசியவில்லை. வேறு வழியில்லாமல் ஓட்டல் நிர்வாகமானது அருகிலேயே அட்வகேட் ஆஃபிஸ் வைத்திருந்த பெஞ்சமினைத் தேடித்தான் வந்தது. பெஞ்சமினோ மைந்தனின்

உதவியை நாடினார். அணில் வயதானாலும் துள்ளுவதற்கு மறக்காது அல்லவா? மக்கர் பண்ணிக்கொண்டிருந்த மனோகரை மைந்தன் மைசூர்பாகுபோல அடி பின்னிக்கிளறி நறுக்கி தூள்தூளாக்கி மய்யத் மட்டும் ஆக்காமல் குத்துயிரோடு அந்த இடத்தை விட்டு துரத்தினார்.

துரத்திய அடுத்த நொடி மனோகர் இருந்த இடத்தில் மேல் சட்டை யில்லாமல் திருவோட்டுடன், உடம்பெங்கும் குங்குமம் மட்டும் பூசியபடி பெஞ்சமின் தர்மமெடுக்கத் தொடங்கினார். மைந்தன் முதல் ஆளாக இரண்டு ரூபாய் நாணயம் ஒன்றை அவ்வோட்டில் மிகுந்த சத்தம் எழும்பும்படி தூக்கி எறிந்தார். ஆரிய விலாஸ் நிர்வாகம் ஆனந்தக் கூத்தாடியது. அப்போது எடுக்கப்பட்ட மற்றொரு வீடியோ "நீ வருகையிலும் சபிக்கப்பட்டிருப்பாய்; நீ போகையிலும் சபிக்கப்பட்டிருப்பாய்" என்ற உபாகமத்தின் வசனத்தோடு அதன் முந்தைய வீடியோ வ்யூவ்களின் எண்ணிக்கையை ஒரே நிமிடத்தில் தாண்டியது.

இருபதுவருட கோமாவிலிருந்து நினைவிற்குத் திரும்பியதுபோல ஆசீர்வாதம்பிள்ளை திடுக்கிட்டு எழுந்தார்.

நேரம்: 02:34.

22

நீ என்னிடத்தில் இரு, பயப்பட வேண்டாம்; என் பிராணனை வாங்கத் தேடுகிறவனே உன் பிராணனையும் வாங்கத் தேடுகிறான்; நீ என் ஆதாவிலே இரு என்றான்.

-1 சாமுவேல் 22: 23

'தான் வெட்டுன கிணறுன்னு தலைகீழாகக் குதிக்கக்கூடாது' என்றுணர்ந்த அன்று வாங்கியப் புத்தகங்களை வகைப்பிரித்துப் படிக்கவும், பார்க்கவும் மகளிடம் கேட்டுத்தெரிந்துக்கொண்டு, பிள்ளையார் எறும்பிற்கு அடுத்தப்படியாக எவருக்கும் தொந்தரவில்லாமல் வாழும் கவிஞர்கள் பக்கம் செல்லுமாறு அவள் கூறிய யோசனையையும் ஏற்றுக்கொண்டார் ஆசீர்வாதம்பிள்ளை. அப்படித் திரும்பியப் பக்கத்தில் எடுத்த முதல்நூலின் தலைப்பே அவரை வசீகரித்துவிட்டது.

'காணாமல் போவதற்கே மேகங்கள் காற்றைத் தேடி அலைகின்றன.'

பத்து கவிஞர்களின் பன்முக கவிதைகளின் அந்தத் தொகுப்பில் 'ஆறுகளின் தாலாட்டில் வளர்ந்தவர்' என்ற விசித்திர அடைமொழியோடு புகழப்பட்டிருந்த ஒருவரின் சில கவிதைகள் எடுத்தவுடனே அவர் கண்ணில் பட்டது.

"எழுதி என்ன ஆவப்போது சும்மா இரு!
சும்மா இருந்து என்ன ஆவப்போது எழுதித் தொலை!"
"நான் பார்த்தேனா எனத் தெரியவில்லை
ஆனால் அது பார்த்தது.

அது பார்த்ததா எனத் தெரியவில்லை
ஆனால் நான் பார்த்தேன்."

இப்படியே சிலவற்றை படித்துமுடித்த வேகத்தில் அவர் முகமெல்லாம் மலர்ந்து ஒளிவீசியது. 'கழுத.. கவிதனா ஏதோ பெரிய சீமத்த வித்தன்னுல்லா இத்தற காலம் நெனச்சு வேஸ்டாக்கிட்டோம்' என்று மனதுக்குள் நினைத்துக்கொண்டவர், சட்டென்று ஒரு தாளை எடுத்து சாம்பிளுக்கு ஒன்றை எழுத ஆரம்பித்தார்.

"ரீசர்வே எண்ணுமில்லை
வில்லேஜ் பெயருமில்லை
தனக்கான எந்த எல்கைகளுமில்லாமல்
சும்மாதான் வழக்கு தாக்கல் செய்யப்பட்டிருந்தது
வாதியைப்போல... பிரதியைப்போல...
அல்லது அவர்களின் வக்கீல்களைப்போல
சும்மா வருகிறவர்கள்தான் முக்கியமெனக்கு
மாவட்ட நீதிபதியல்ல"

அரைமணிநேரமாக திருத்தித் திருத்திக் காப்பி அடித்து எழுதினாலும், அதுவும்கூட உண்மைக்கு புறம்பானதென்றாலும் தான் எழுதியதை தானே படிக்கும்போது இத்தனைநாள் செய்த பாவங்கள் அத்தனையும் தன்னைவிட்டு எங்கோ 'ரிட்டர்ன்' பறந்து சென்றதுபோலவும், அப்படி பறந்துச் செல்வதற்கு காரணம் இலக்கியத்தின் மகிமையன்றி வேறில்லை என்றும் அவருக்குத் தோன்றியது.

அது மட்டுமல்ல படித்தால் நெகிழ்ச்சி, படுத்தால் நெகிழ்ச்சி, பம்புசெட்டுக்கு சென்றால் நெகிழ்ச்சி, பல் விளக்கினால் நெகிழ்ச்சி, பாடையில் பயணித்தாலும் நெகிழ்ச்சி, பராக்கு பார்த்தாலும் நெகிழ்ச்சி என்பதில்லாமல் தும்முவது, இருமுவது, கொட்டாவி விடுவதுவரை நெகிழ்ச்சி... நெகிழ்ச்சி... நெகிழ்ச்சி... என எல்லாவற்றிலும் நெகிழ்ச்சியைக் கண்டுபிடித்து ஆற்றுக்குளியலும், கட்டிச்சட்னியும், மீன்குழம்புமாக வாழ்ந்துவந்த அந்த கவிஞர் எழுதிக்குவித்தக் கவிதைகளைப் படித்தபோது, 'மற்றவர்களின் உலகம் மண்ணாய்ப்போனாலும் தனது சொகுசான உலகைக்கண்டு இனி எந்த குற்றவுணர்ச்சியும் படத்தேவையில்லை' என்ற அந்தக் கவிஞரின் மனநிலை அவருக்கும் தொற்றிக்கொண்டது.

அந்த எரப்பாளித்தனமான மனநிலை ஏற்கனவே அவரிடம் இருந்துவந்தவொன்றென்றாலும் இப்போது அது “நெகிழ்ச்சி” என்ற ஒன்றையும், கவிதை என்ற ஒன்றையும் கூடுதலாகக் கொண்டுவந்து சேர்த்திருந்ததால் அதுவரை உணராதவொரு புதுமையை தனக்குள் அவர் உணர்ந்தார். ‘வாட்டி வதைக்கும் வயிற்றுவலிகூட இனி தன்னிடம் வரும்போது ஒரு நெகிழ்ச்சியான வலியாகத்தான் வருமேயன்றி, முன்புபோல நெட்டிமுறிப்பதாகவல்ல’ என்றுகூட யோசித்தார்.

ஆனால் ‘தனது இலக்கு கவிதை அல்ல; கதை’ என்ற விஷயம் நினைவிற்கு வந்தவுடன் மலர்ந்திருந்த அவரது முகம் முற்றிலுமாகச் சுருங்கியது. யூசுப்பின் கதைகள் மீண்டும் அவரை ஆக்கிரமிக்கத் தொடங்கியது. ஆனால் கதை எழுதுவதற்கு கதைகள் மட்டுமே படித்தால் போதாது என்று தொடக்கத்தில் மம்மர்ச் சிந்தையன் சொன்னது நினைவுக்குவரவே சுருங்கிய அந்த முகத்துடனும், வந்துசேர்ந்த சிறியதொரு நம்பிக்கையுடனும் அலமாரியில் இருந்த புத்தகங்களில் ஏழெட்டை எடுத்துக்கொண்டு மீண்டும் தன் அறைக்குத் திரும்பி கதவைச் சாத்திக்கொண்டார்.

நாடகங்கள், சினிமாக்கள், உறவினர்கள், உள்நாடு மற்றும் வெளிநாட்டு பணக்காரர்கள் என கண்ணில்படும் எல்லாவற்றையும், எல்லோரையும் பார்த்துக்கொண்டு அதில்வரும் முக்கிய கதாப்பாத்திரங்கள்போல, அந்தந்த நபர்கள்போல தன்னையும் நினைத்துக்கொண்டு திரேசம்மாள் செய்யும் பாவனைகளாலும், அவரிடம் கேட்கும் விசித்திரமான கேள்விகளாலும், அந்த வீட்டில் அவருக்கு அவள் கொடுத்திருந்த முக்கியத்துவமில்லாத இடத்தின் அளவினாலும் ‘என்னை யாரும் இனி தேட வேண்டாம்’ என்று எழுதி வைத்துவிட்டு எங்கேயாவது ஓடிப் போய்விடவேண்டும் என்று அவ்வப்போது ஆசீர்வாதம்பிள்ளைக்கு தோன்றுவதுண்டு.

ஆனால் இப்போதோ சிலபல இலக்கியவாதிகளும்கூட இல்லத்தரசிகள் போன்றவர்கள்தானென்றும், இருவருமே ஒரு சீப்பு தொலைந்தாலும் அதையொரு அறச்சீற்றத்திற்கான இடமாக பயன்படுத்தித் தொலைத்தவர்களை துவைத்து எடுப்பவர்கள்தானென்றும், அதனாலேயே ஒரு கட்டத்தில் இரண்டிலிருந்துமே என்றாவது ஒருநாள் ‘என்னை யாரும் இனி தேடவேண்டாம்’ என்று எழுதி வைத்துவிட்டு ஓடும் நிலைமை தனக்கு உருவாகுமென்றும், ஆனால் இவ்வளவுநாள் எப்படி இவளைச் சாமளித்தோமோ, அதேபோல இந்த இவர்களையும்

எப்படியாவது சமாளித்து விடவேண்டுமென்றும் அப்போது முடிவெடுத்துக்கொண்டார்.

இவ்வாறு எதுவும் தெரியாமல் இலக்கியத்தோடு இல்லறம் நடத்த ஆயத்தமான ஆசீர்வாதத்தின் நாட்கள் இந்த வகையில் தொடங்கியபோது, எந்தப் புத்தகத்தைப் படித்தாலும் படிக்க ஆரம்பித்த பத்தாவது நிமிடத்தில் வரும் உறக்கத்தை கட்டுப்படுத்தவும் அவர் போராட வேண்டியிருந்தது.

குறட்டையும், கனவும் போட்டி போட்டுக்கொண்டு உள்ளும், புறமும் உருவாக்கும் ஒலிகளும், காட்சிகளும் அவருக்குக் குழப்பமான, தன்னம்பிக்கையற்ற மனநிலையை உருவாக்கினாலும், அதை அவர் தீவிரமான ஒரு இலக்கியவாதியின் உதயமாகத்தான் பார்த்தாரேயொழிய; முன்புபோல மாவட்ட நீதிபதியும், அவரது பி.ஏவும், திரேசம்மாளும், யூசுப்பும் ஆக்கிரமித்து, திடுக்கென விழிக்கவைத்து வெறித்துப்பார்க்க வைக்கும் கொடும்கனவாக ஒன்றும் பார்க்கவில்லை. மட்டுமில்லாமல் இப்போது கனவிலேயே கதைவேறு எழுத ஆரம்பித்திருந்தார். அது கோடிக்கணக்கான பிரதிகள் விற்றது. சினிமாக்காரர்கள் அவர் வீட்டில் காவல் கிடந்தார்கள். ஒரே விருதையே வெவ்வேறு உடைகளில் சென்று நடுவர்களிடம் மீண்டும் மீண்டும் வாங்கினார். வாங்கிய அந்த விருதை காலையில் ‘டிபன் சரியில்லை’ என்ற காரணத்திற்காக திருப்பிக் கொடுத்தார். தமிழ்நாடு எங்கும் அவருக்குப் பாராட்டு கூட்டம் நடந்தது. அரசியல் கட்சித் தலைவர்களின் தலைமையில் நடந்த அந்தப் பாராட்டுக் கூட்டத்தில் கலந்துகொண்டு மாவட்ட நீதிபதியைப் பார்த்து “நீ என்ன பெரிய வித்தைக்காரனாடே? பேப்பர்ல பேர் வரதுக்காகவே ஜட்ஜ்மெண்ட் எழுதுக ஒரு மாறிபட்ட சள்ளத்தனம் என்கிட்டே கெடையாது கேட்டியாவே...?” என்று முழங்கினார். அப்படியான அவரது முழக்கங்களைப் பார்த்து ஒவ்வொருவரும் “இன்னைக்கு என்ன வெனையக் கொண்டு வருவானோ?” என்று பயந்து நடுங்கினர்.

அவ்வளவு ஏன்? கனவில் புர்ஜ்கலிபா டவரின் நூற்றி ஐம்பதாவது மாடி வரை சென்றவர், அங்கு நின்றுகொண்டு நூற்றி நாற்பத்தொன்பதாவது மாடியில் நின்றுகொண்டிருந்த திரேசம்மாளை பார்த்து கலவரத்தை தூண்டும் வகையில் “இருளடஞ்ச மட்ட மவளே...” என்று கத்தியவர், அவள் இவரை திரும்பிப் பார்த்ததும், அச்சில் ஏற்ற முடியாத பல வார்த்தைகளை உதிர்த்துவிட்டு “ஒரு மனிதன் வாழ்வது என்பது மனைவியாலோ, அவளது அண்ணன்மார்களாலோ இல்லை இரண்டு தட்டு

சோறினாலோ அல்ல சவமே; சாகித்ய அகாதமி விருதினால்" என்ற மேற்கோளை அவளைநோக்கி ஊதித்தள்ளினார். அதைத்தொடர்ந்து 'நாற்பத்திரெண்டாம் கம்பெனி' என்ற திரேசம்மாளின் குடும்ப பெயர் 'நூற்றி நாற்பத்தொன்பதாம் கம்பெனி' என்று ஊருக்குள் மாறியது.

இவ்வாறாக நிஜத்திலும் கனவிலும் தனக்கு பிடித்ததொரு வாழ்க்கையை அவர் வாழத்தொடங்கிபோதுதான் 'நட்சத்திரத்திற்கும் வாசனை உண்டு', 'ஆற்றுக்கும் குளிரடிக்கும்', 'சூரியனே ஒரு கோபம் கொண்ட நிலவுதான்', 'மழை ஏன் எப்போதும் நீரால் சூழப்பட்டிருக்கிறது?', 'பகல் ஒரு பாதி இரவு' என மனிதர்களின் துயரப்பாடுகளைத்தவிர மீதி எல்லாவற்றையும் பற்றியும் எழுதிக்கொண்டிருக்கும் அதுபோன்ற கவிஞர்களிடமிருந்து தப்பித்து 'நில், போ, வா, செல், மறுபடியும் நில்' என்று எழுதும் சில வாயண்டிகளிடம் தஞ்சமடைந்திருந்தார். விளைவாக அவரது வலதுகையால் ஒருநேரமும் வாளாவிருக்க முடியவில்லை; எழுதித் தள்ளியது.

"நீங்க அக்யூஸ்டா?
ஆமாம்.
நீங்கள்தான் அக்யூஸ்ட் என்று உங்களுக்கு எப்படி தெரியும்?"
"ரேப்பா என்று கேட்டேன்
ஆம் ரேப் என்றார்
விடுதலையும் செய்யவில்லை
தண்டனையும் வழங்கவில்லை"...

இதுபோன்ற தனது கற்கும் ஆர்வம் இன்று நேற்றல்ல; பண்டுலேயே தன்னிடம் இருப்பதாக அவர் நினைத்தார். திரேசம்மாளிடம் கணவனாக வேலைக்கு சேர்ந்த புதிதில் நீதிபதிகள்போலவே தன் தலைக்கு மேலேயும் சுகமில்லாத ஏதோவொரு புனிதத்தன்மை சூழ்ந்துவிட்டதாகக் கருதி அதை இன்னும் புனிதப்படுத்தும் நோக்கில் ஆறுநாள் வேலைக்கு விடுப்பு எடுத்துக்கொண்டு, புரியாத இலத்தீன் மொழியை புரிந்துக்கொள்வதற்காக கடும்தவத்தினை மேற்கொண்டு, அது முடியாமல் போகவே அதை எப்படியாவது அடைந்துவிட வேண்டும் என்ற தவிப்புடன் இன்னொரு இரண்டுநாட்கள் விடுப்பு எடுத்து இலத்தீனை முயற்சிசெய்துப் பார்த்ததைப் பார்த்த திரேசம்மாளைப் பார்த்து வெட்கப்பட்ட சம்பவம் இப்போது அவர் கண்முன் நிழலாடியது.

அவரது அந்த நாட்களில் வாரத்தில் ஆறுநாட்கள் வேலைக்கும், ஒருநாள் ஊர் சுற்றவும் கிளம்பும் அன்றாட மனிதர்களின் வாழ்க்கையைப் பார்த்து எள்ளி நகையாடி மனதிற்குள் அவர்களை நிசாரமாக்கியத் தருணங்களும் ஏராளம். ஆனால் சுற்றி சாக்பீஸ் போட்டதும் மயங்கிப்போகிற ஒரு கரப்பான் பூச்சிபோல தானும் தன் வாழ்நாள் முழுவதும் வீடு, வேலை என ஒரேமாதிரியான ஒன்றிரண்டு இடங்களுக்குள்ளேயே சுற்றி வந்து ஒரே வட்டத்திற்குள் உழன்று சாகப்போகிறோம் என்று அப்போது அவருக்குத் தெரியாது.

இந்த நாட்களில் மீண்டும் அந்தப் பழைய நிலைக்கேத் திரும்பியிருந்தாலும் "இந்த எழுத்தாளர்கள் ஏன் எல்லாவற்றையும் இப்படி விசித்திரமாக அணுகுகிறார்கள்?" என்ற கேள்வியும், குழப்பமும் ஆரம்பம் முதலே அவருக்கு தோன்றிய வண்ணம் இருந்தது. அந்தக் குழப்பமானது 'தொலைந்துபோன பத்து இலட்சம் கிடைத்து விட்டது. இடையில் நீங்கள் காட்டிய அன்பிற்காகவே அது இன்னொரு முறை தொலையலாம்போலத் தோன்றுகிறது' என்று நெகிழ்ச்சிக் கவிஞர், மகிழ்ச்சிக் கவிஞர் ஒருவருக்கு எழுதியக் கடிதத்தைப் படித்தபோது இன்னும் அதிகரித்தது. வடிகட்டிய கஞ்சப்பிசினியாராகிய அவருக்குப் பொய்யாகவே இருந்தாலும் இப்படியொரு வாக்கியத்தை கனவிலும் எழுதமுடியாது. அதை நினைக்கும்போதே அவருக்குத் தூக்கிவாரிப் போட்டதுமில்லாமல், இப்படி அவர் கேள்விப்பட்ட தகவல்களும், படித்த விஷயங்களும் கூட்டுச்சேர்ந்து அதை இன்னும் கூடுதலாக்கி தன்னால் முடியாதோ என்ற தாழ்வு மனப்பான்மைக்கும் அவரைத் தள்ளின.

இன்னொரு பக்கம் மகிழ்ச்சியிலும் சேராமல், நெகிழ்ச்சியிலும் சேராமல் வாயைத் திறந்தால் காக்காவானது பருக்கைகளையும், கவிதைகளையும் கொத்தித் தின்னுமளவிற்கு மூன்றுநேரமும் சோற்றையும் கவிதையையும் அசைபோட்டு வந்த 'கடிகாரம் கொண்டான்' என்ற கவிஞர் ஒருவர், ஆறு இலட்சத்து இரண்டு பக்கங்களுக்கு தான் இதுவரை உற்பத்தி செய்து வைத்திருக்கும் கவிதைகளில் திருப்திகரம் கொள்ளாமல் அதைவிட இன்னும் ஆறு மடங்கு கவிதைகளை கக்கித் தள்ளுவதற்காக 'பச்சை வெண்டைகாய் சாப்பிட்டால் மூளை வளரும்; கவிதைப் பெருகும்' என்று எவரோ சொல்லக்கேட்டு மூன்று நேரமும் அதையே அசைபோட்டு வந்ததில் அவருக்கு வளர வேண்டிய சமாச்சாரம் வளர்ந்ததோ இல்லையோ, ஆனால் கவிதைகள் என்று நம்பி நொடிக்கொருமுறை அவர் பாய்ச்சித் தள்ளிய

கழுதை மோத்திரமானது படிப்பவர்களை எலும்பென்று நினைத்து இரும்பைக் கடித்ததுப்போன்ற முகமலர்ச்சிக்கு ஆளாக்கியது.

மட்டுமல்லாமல் புயல், மழை, வெள்ளம், வைரஸ், சுனாமி என எந்தச் சீற்றத்தைப் பற்றி எழுதினாலும், பாசிசம், ஜனநாயகம், பாதாளச் சாக்கடை திட்டம் என எந்த அரசியல் பிரச்சனைகள் பற்றிப் பொங்கினாலும், தொல்காப்பியம், திருவாசகம், தகடூர் யாத்திரை என அவர் வீட்டு அலமாரியில் கண்ணில்படும் புத்தகங்கள் உட்பட எதைப் பார்த்தாலும் அவை அத்தனையும் அண்டா வடிவ அவர்தம் ஆபாச ஆக்ஞையிலும், அதனாலேயே அவை அத்தனையும் ஆன்ட்டிகளில் வந்து முடியுமாறும் பார்த்துக்கொண்டார்.

'நள்ளிரவில் துணி துவைத்துக் கொண்டிருக்கும் ஆக்கப்பூர்வ ஆன்ட்டி' என்ற கவிதைத் தொகுப்பை ஒருவர் அனுபவமோ, பயிற்சியோ இல்லாமல் வாசிக்கக்கூட முடியாது. உதாரணத்திற்கு: 'நான் பயப்படவில்லை/ ஆனால் பயப்படுகிறேன்/ வீட்டை யாரோ தட்டுகிறார்கள்/ யாரு/ யாரது/ யாருங்க ஆன்ட்டி/ நேரம்: 2:36/ இடம்: சோப்புத்தூள், வாசனை சோப்புக்கள், டாய்லெட் கிளீனர்கள், கையலம்பும் திரவங்கள் நிறைந்திற்கும் இரண்டாம் நம்பர் கழிப்பறை' என்ற இந்தக் கவிதைபோல ஒரு அனுபவத்தையாவது பெற்றபிறகுதான் அவரது கவிதைகளையேப் படிக்கப் போகிறேன்' என்று அவரது வாசகர் ஒருவர் எழுதியதாக அந்தப் புத்தகத்தின் முன்னுரையில் இருந்த அந்த கவிதை விவகாரத்தைப் படித்தபோது அந்த வயதிலும், வலியிலும் ஆசீர்வாதம்பிள்ளைக்கு கிண்ணாரமாகத்தான் இருந்தது.

இவ்வாறு புதிர் மனைவிகள், படிமக் காமங்கள், பிம்ப ஆன்ட்டிகள், நிழல் மைதனங்கள், கசக்கிப் பிழிதல்கள், துயர வடிதல்கள், துணையற்ற வாதைகள், அடுத்தவர் காதல்கள், சொம்படி வாழ்வுகள், தெய்வீக வலிகள், சாட்களின் சாயல்கள் போன்ற வார்த்தைகளை ஒன்றின்கீழ் ஒன்றாகப்போட்டு வடித்துத் தள்ளியதிலும், டெய்லி அசைன்மெண்ட் வைத்து காய்ச்சியக் காய்ச்சிலும் அவரின் ஒவ்வொரு கழுதை மோத்திர நடவடிக்கையும் கவிதை வரிகளாக காட்சியளித்ததைப் பார்த்து ஆசீர்வாதம்பிள்ளை அசந்துதான் போனார். உடனே நெகிழ்ச்சிக் கவிஞரின் கவிதைகளைப்போல இவற்றையும் தன் பாணியில் எழுத எதையும் யோசிக்காமல் அமர்ந்தவர்,

“ஓராண்டில் முன்னூற்று அறுபத்தெட்டு இலட்சம்
வயகரா விற்பனையாகியிருக்கிறது
அதை அடுக்கி வைத்தால்
சர்தார் லார்சன் டூப்ரோ சிலை
நான்கை அடுக்கி வைத்ததுபோல இருக்குமாம்

இரண்டு மாதங்களுக்கு முன்பு
தேச ஒற்றுமைக்கான அச்சிலையின்மீது
ஏறியபோது நினைக்கவில்லை
நான் ஏறிக்கொண்டிருப்பது
ஒரு பிரமாண்டமான தேசபக்தி வயகரா மீது என்று

மேலும் அச்சிலையையுடனும் ஆன்ட்டியுடனும்
ஒரு ஆன்ட்டி இண்டியனாக

கனவில் நான் விழித்துக்கொண்டபோது...” என்று எழுத ஆரம்பித்தபோதுதான் ‘தான் எவ்வளவு பெரிய தேச நிந்தனையான காரியம் ஒன்றைச் செய்து கொண்டிருக்கிறோம்’ என்று அவருக்குப் புரிந்தது. எவ்வளவு வேகமாக எழுத அமர்ந்தாரோ அவ்வளவு வேகமாக அந்தத் தாளைக் கிழித்துக் குப்பையில் வீசியபிறகுதான் அவருக்கு மன அமைதியே வந்தது.

நீர்கடுப்பு பிடித்தவன் சொட்டு சொட்டாக ஊற்றித் தள்ளுவதுபோல, காலை எழுந்ததிலிருந்து இரவு கண்ணயர்வது வரை கவிதை என்ற கணக்கில் சொட்டித்தள்ளும் மேற்கூறிய அந்தக் கவிஞரின் அந்தப் புனிதப் பயணத்தில் பங்குகொள்ள முடியாமல்போனது ஆசீர்வாதம்பிள்ளைக்கு, யக்ஞத்தில் இறக்க வாய்ப்பு கிடைத்தும் முடியாத ஒரு உயிரைப்போலவும், தெய்வீகமாக கருதப்படும் எந்தக் காரியங்களிலும் எந்தவித பங்கும் பெறாத ஒரு எருமையைப்போலவும் அவரை உணரவைத்தது. அந்த உணர்தலின் முடிவில் புனித இஞ்ஞாசியர் கோவில் மணி மாதிரி பளிச்சென்று இருந்த அவரது முகமானது அரசு தொடக்கப்பள்ளி ஒன்றின் அழுக்கு மணியாக நிறம் தெரியாமல்போகவே விரக்தியுடன் விருட்டென்று எழுந்து படுக்கைக்குச் சென்று பைபிளைத் திறந்தார்:

“மனுபுத்திரனே, நீ அந்தக் கலக வீட்டாரைப்போலக் கலகக்காரனாயிராமல், நான் உன்னோடே சொல்லுகிறதைக்கேள்; உன் வாயைத் திறந்து நான் உனக்குக் கொடுக்கிறதைப் புசி என்றார். அப்பொழுது இதோ, என்னிடத்திற்கு நீட்டப்பட்ட

ஒரு கையைக் கண்டேன்; அந்தக் கையிலே ஒரு புஸ்தகச் சுருள் இருந்தது. அவர் அதை எனக்கு முன்பாக விரித்தார்; அதில் உள்ளும் புறம்பும் எழுதப்பட்டிருந்தது; அதிலே புலம்பல்களும், தவிப்பும், ஐயோ என்பதும் எழுதியிருந்தது." -எசேக்கியேல் *2:8,9,10.*

அவரது வாழ்வில் அவ்வளவு வேகமாக பைபிளைத் திறந்தது எப்படி அதுதான் முதல் முறையோ, அதேப்போலவே அவ்வளவு வேகமாக பைபிளை மூடிவைத்ததும் அதுதான் முதல்முறை.

நேரம்: நடுச்சாமம்.

23

நீங்கள் பேசாமலிருந்தால் நலமாகும்; அது உங்களுக்கு ஞானமாயிருக்கும். உங்கள் பேரை நினைக்கப்பண்ணும் அடையாளங்கள் சாம்பலுக்குச் சரி; உங்கள் மேட்டிமைகள் சேற்றுக் குவியலுக்குச் சமானம். நான் என் பற்களினால் என் சதையைப் பிடுங்கி, என் பிராணனை என் கையிலே வைப்பானேன்?

-யோபு 13:5,12,14

அந்த வாரமே அவருக்கு கொஞ்சம் விவகாரமாகத்தான் தொடங்கியது. வீட்டு வேலைக்காரப் பெண்மணி டவுனில் திங்களன்று இரண்டரை கோடிக்குச் சொத்து வாங்கிய சம்பவம் அவர்மீது பாய்ந்துக் குதற திரேசம்மாளுக்கு அந்த மாதத்திற்கான நிகழ்ச்சி நிரலாக அமைந்திருந்தது.

ஜெர்மனியில் ஏற்கனவே வேலைக்காரியாக இருந்து சொத்து சேர்த்திருந்தவள், எழுபது வயதை நெருங்கும் வேளையிலும் மகனின் சொல்லைக்கூட கேட்காமல் திரேசம்மாளின் வீட்டில் வேலை செய்துவந்தாள். அவள்தான் இப்போது நகரின் முக்கியமான இடத்தில் கணிசமான பரப்பளவு கொண்ட ஒரு காலிமனையை கிரயம் வாங்கியிருந்தாள். இரண்டரை கோடி என்பது பத்திரத்தில் குறிப்பிட்டிருக்கும் சந்தை மதிப்பின் தொகைதான் என்றும் அசல்தொகை அதைவிட அதிகம் என்றும் வந்த தகவல்கள் திரேசம்மாளின் கோபத்தைக் கிட்டத்தட்ட ஆசீர்வாதத்தின் கழுத்தைநெரிக்கும் அளவிற்கு கொண்டுபோய் சேர்த்திருந்தது.

'நிலம் தேவனுடையது, அதை மொத்தமாக நாம் ஒருவருக்கு கையளிக்கவோ, ஒருவரிடமிருந்து வாங்கவோ கூடாது. அது தேவனுக்கு ஆகாத காரியம். அப்போதுதான் சொர்க்கத்தில்

நமக்கான நிலம் இருக்கும். நமது எல்லா சலுகைகளும் பூலோகத்தில் மட்டுமே நாம் அனுபவிப்பதற்காக உருவாக்கப்பட்டது அல்ல; பிதா வாசம் பண்ணும் பரலோகத்திலும்கூட' என்று ஊர் சாமியார்களுடன் சேர்ந்து கொண்டு திரேசம்மாளை அவளது அண்ணன்மார்கள் ஒரு சொத்து விஷயத்தில் ஏமாற்றிய சம்பவம் அவர் நினைவுக்கு வந்தாலும் வராததுபோலக் காட்டிக்கொண்டார். அது இன்னும் அவளுக்கு எரிச்சலைக்கொடுத்தது.

தப்பித்தால் போதுமென ஊரடங்கிலும் வீட்டைவிட்டு வெளியேறி 'செத்த வீட்டிற்கு வழி தெரியாதவன்போல' சுற்றிய ஊரையே மீண்டும் மீண்டும் சுற்றி வந்தார்.

இது நடப்பதற்கு இரண்டு நாட்கள் முன்புதான், அதாவது சனியன்று 'எந்த கண்டன அறிக்கையிலும் கையெழுத்துப் போடாதவர்' என்றவொரு பட்டத்தை வாங்கிய முதல் இலக்கியவாதி என்று பெயரெடுத்திருந்த விசித்திரமான ஒரு எழுத்தாளரை படிக்க... மன்னிக்கவும் கேட்க ஆரம்பித்திருந்தார்.

அவர் எந்த எழுத்தாளரைப் பற்றிப் பேசினாலும் "உங்களைவிட உன்னதமான எழுத்தாளன் இல்லை, ஜாம்பவான் இல்லை, கதைசொல்லி இல்லை, காலத்தை வென்றவன் இல்லை, காலையில் பல் விளக்குபவன் இல்லை என்றும், எந்தக் கதை, கவிதை, வாக்கியம் படித்தாலும் "இதைபோல ஒன்றை எந்தக் கொம்பனும் இதற்கும் முன்பும் எழுதியது கிடையாது; இனிமேலும் எழுதப்போவதும் கிடையாது, உங்கள் எழுத்து ஒரு உன்மத்தக் காவியம், எந்த கண்டத்திலும், கம்பனின் எந்தக் காண்டத்திலும்கூட இதேபோன்ற ஒன்றைக் காணமுடியாது, இன்னும் நான்கு நூற்றாண்டானாலும் இதை மீறி எழுத ஒருவன் பிறப்பது கஷ்டம், உங்களைப்போல ஒரு வாக்கியம் எழுதிவிட்டால் போதும்; நான் என் பிறவிப்பலனை அடைந்து விடுவேன்" என்றும் அவர் ஒவ்வொருமுறையும் பேசி முடிப்பதைக் கேட்கும்போதும், வலியெடுக்கும் தன் குடலை உருவிப் போட்டாலும் அதை 'வாதைகள் நெய்த வலிகளின் வாழைநார்' என்றுதான் சொல்வாரோ என்ற சந்தேகம் ஆசீர்வாதம்பிள்ளைக்கு வராமலில்லை.

இலக்கியம் கற்கும் தனது முயற்சிக்கு தடையாக இருக்கும் உறக்கத்தைக் கட்டுப்படுத்த நூறிலிருந்து ஒன்றுவரை தலைக்கீழாக எண்ண வேண்டும் என்ற உத்தியானது தொடர் தோல்விகளைச் சந்தித்து வந்த நிலையில், மேற்படி சந்தேகம் வந்த அந்த நொடியில்தான் ஆசீர்வாதத்திற்கு சட்டென்று வேறுவொரு

யோசனையும் வந்தது. அதாவது அந்த பேச்சாளரின்... மறுபடியும் மன்னிக்கவும் எழுத்தாளரின் பேச்சுகளைத் தொடர்ந்து கேட்டால் உறக்கத்தை வெல்ல முடியும் என்று நினைத்தார். ஒரு கட்டத்தில் அது கைகொடுக்கவும் செய்தது. அப்படி அது கைகொடுக்கும் முன்னரே ஆசீர்வாதம்பிள்ளையின் மனம் மற்றொரு எதிர்பாராத விஷயத்தினால் மகிழ்ச்சியில் துள்ளிக்குதித்துக் கொண்டிருந்தது.

ஆசீர்வாதம்பிள்ளை புத்தகங்களை படிக்கும்போதே கதை எழுதுவதற்கு தேவையான காத்திரமான வார்த்தைகளையும் சேகரித்து வந்தார். அந்த வாரத்தில் அவ்வளவு வேகமாக பல புத்தகங்கள் படித்தும் குறைவான வார்த்தைகளையே அவரால் சேகரிக்க முடிந்தது. ஆனால் இப்போது அவருக்குத் தேவையான அத்தனையும் ஒரே வாயிலிருந்து கொட்டியபோது அவரால் அந்த மகிழ்ச்சியைத் தாங்கிக்கொள்ள முடியவில்லை. அந்த எழுத்தாளர் மீதான ஒரு சந்தேகத்தின் பலனாக இன்னொரு சந்தோஷமான பலன் அவருக்கு கிடைத்தது இப்படித்தான் நடந்தது.

க,ங,ச,ஞ என்ற வரிசையில் அதை ஒழுங்குபடுத்த முயற்சித்த போது அந்த வார்த்தைகள் அனைத்தும் அவரை மலைக்க வைத்தன. அதில் 'எளிய ஏழை'" என்பதுபோன்று யாராலும் யோசிக்கமுடியாத அற்புதமான பல சொல்லாடல்கள் இருந்தாலும் 'ம' மற்றும் 'மா' வரிசையில் மட்டும் நீண்டுசெல்லும் வார்த்தைகள்தான் ஆசீர்வாதத்தின் மனதில் கருக்கொண்டிருந்த எதிர்கால திரில்லர் வகைப்பட்ட 'அறிவியல்-அரசியல்' புனைக்கதைக்கென்றே தேர்ந்தெடுத்து துப்பியதுபோலிருந்தது.

அத்தோடு சேர்த்து அவரது ஒரு மணிநேர பேச்சில் மொத்தம் எத்தனை 'எளிய' என்ற வார்த்தை வருகிறது என்பதையும் எண்ண ஆரம்பித்தார். காரணம் ஒரே ஒரு வார்த்தையை மட்டும் வைத்து பிற்காலத்தில் 'இரண்டு நாள் பேருரை' ஒன்றை நிகழ்த்த வேண்டும் என்ற ஆசையானது, ஒன்றுமில்லாத வார்த்தைகளை வைத்தே அவ்வளவு லாவகமாக மேடைகளில் அசைபோடும் அந்த எழுத்தாளரின் வாயைப் பார்த்த மாத்திரத்திலேயே அவருக்குள் குடியேறிவிட்டது. தொடக்கத்தில் ஒருவிதமான சோர்வு தட்டியது என்னவோ உண்மைதான். ஆனால் போகப்போக அவராலேயே அதை கட்டுப்படுத்த முடியாத அளவிற்கு அதை எழுதிக்கொண்டே போனார். அதற்கு காரணம் 'எளிய' என்பதைத் தொடர்ந்து அடுத்து வரும் வார்த்தைகளையும் சேர்த்து கவனிக்கத் தொடங்கியதுதான்.

ஊர் பெரியவர்கள், சொந்தக்காரர்கள் ஆசீர்வாதம்பிள்ளையை அவரது அறையிலிருந்து தூக்கி வரும்போது அவரது மேசையைச் சுற்றி இருந்த பொருட்களோடு, அவரது இலக்கிய ஆர்வத்தை பறைசாற்றும் டைரி ஒன்றும் கீழே விழுந்ததையும், அதிலிருந்த எளிய மசால் வடையிலிருந்து எளிய மானஸ்தன் வரையிலான முப்பதிற்கும் மேற்பட்ட வார்த்தைகள் எழுதப்பட்டிருந்ததையும், அந்த வார்த்தைகளின் அர்த்தமானது அவரது மகளுக்கு மட்டுமேதான் புரியும் என்றும், அப்போது அவள் அப்பா எழுத முயற்சித்த விசித்திரமான திரில்லர் கதையை நினைத்துச் சிரித்துக்கொண்டாள் என்றும் நான்காவது அத்தியாயத்தில் சொல்லியுள்ள சமாச்சாரத்தை இங்கே ஞாபகப்படுத்திக் கொள்வது விஷயத்தை இன்னும் கொஞ்சம் புரிந்துகொள்ள உதவும்.

அந்த முப்பதிற்கும் மேற்பட்ட வார்த்தைகளை... "எளிய மனசாட்சி, எளிய மன்னராட்சி, எளிய மழை, எளிய மலை, எளிய மரணம், எளிய மதுபானம், எளிய மதிப்புரை, எளிய மாராப்பு, எளிய மகராஜா, எளிய மகாத்மா, எளிய மகிழ்ச்சி, எளிய மண்ணுளிப்பாம்பு, எளிய மாமனார், எளிய மசோதா, எளிய மசூதி, எளிய மடிசார், எளிய மண்வாசனை, எளிய மந்திரவாதி, எளிய மத்திய அரசு, எளிய மாநில அரசு, எளிய மத்தியச்சிறை, எளிய மந்திரிசபை, எளிய மதியம், எளிய மதம், எளிய மேடம், எளிய மடம், எளிய மாடம்" என்ற இந்த இருபதிற்கும் மேற்பட்ட வார்த்தைகளின் தொடர்ச்சியாகத்தான் அவர் எழுதத் தொடங்கினார். பின்னர் அவைகளை அதிர்ச்சி கலந்த ஆனந்தத்தோடும், ஆவலோடும் தனது 'எளிய' அகராதியில் சேகரித்து வைத்து தனக்கான சொற்களஞ்சியத்தை அவர் உருவாக்கவும் செய்தார்.

இதில் 'எளிய மறை மாவட்டம்' என்ற சொல்லை சேர்க்கலாமா? என்று நினைத்தார். ஊரில் அரைநிர்வாணமாக அடி வாங்கும் காட்சிகள் மூளையில் சிறியதாக ஒரு அசைவை ஏற்படுத்திவிட்டு போகவே அந்த முடிவை அப்பொழுதே கைவிட்டார்.

இப்படி ஒன்று முடிந்ததும் இன்னொன்று, அது முடிந்ததும் மற்றொன்று என்று அந்த எழுத்தாளரின் இரண்டு மூன்று யூடியூப் வீடியோக்களை பார்த்து அவர் உதிர்க்கும் வார்த்தைகளையும், அப்போது இவர் மனதில் உதிக்கும் வார்த்தைகளையும் ஒன்றாகச்சேர்த்து இணைத்துக்கொண்டே சென்றதில் அந்த ஆண்டிற்கான நான்கு எல்.ஐ.சி டைரிகளும் நிரம்பித்ததும்பியது.

“கோடிக்கணக்கான சொத்துக்களை வைத்துக்கொண்டு ஏழை, பசி, பட்டினியைப் பற்றி எழுதினால் கோர்ட்டில் தன்னை எல்லோரும் கிண்டலடிப்பார்களே? அப்படியென்றால் தன்னால் யூசுப்பின் இடத்தை ஒருபோதும் அடைய முடியாதோ?” என்று ஆரம்பத்திலிருந்தே ஆசீர்வாதத்திற்கு இருந்து வந்த ஒன்றிரண்டு சந்தேகங்களும் இப்போது அவரிடமிருந்து அடியோடு அகன்றிருந்தது.

அந்த டைரியில் இருந்த வரிகளையும், அதை அதன் மொத்தப் பக்கங்களோடும் வைத்து கணக்குப் பார்த்ததில் மொத்தம் ஒரு இலட்சத்து இருபதாயிரத்தி தொள்ளாயிரத்து எம்பத்தெட்டு ‘எளிய’ வார்த்தைகள் இருப்பதற்கான சாத்தியங்கள் இருந்தது.

இப்படியொரு மகிழ்ச்சியான, எளிய மனநிலையில் இருக்கும்போதுதான் ஜெர்மன் வேலைக்காரியின் கிரயத் தகவல்கள் திரேசம்மாள் காதில் விழுந்தது; ஆசீர்வாதத்தின் சங்கு நெரிக்கப்பட்டது; ஊரடங்கிலும் அவர் கால்கள் ஊரைச்சுற்ற ஆரம்பித்தன. அப்படி சுற்றும்போதுதான் அழுக்கடைந்ததும், வாடிப்போனதுமான முகத்துடன்கூடிய கைதட்டிப்பண்டாரம் போன்ற தோற்றத்துடன் காணப்பட்ட ஒரு மனிதனைக் கண்டார். இப்போது அந்த மனிதனை அவர் பிச்சைக்காரன் என்று சொல்வதற்குகூட அவர் வாய் கோணியது; மனம் நாணியது.

இப்படியான பெருமிதத்துடன், அவர் தன்னை உயர்வாக நினைப்பார் என்ற எளிய எண்ணத்துடனும், ‘எளியவன் மனைவி எல்லோருக்கும் மயினி’ என்ற இம்மானுவேல் கான்ட் தத்துவத்தின்படியும் அந்த மனிதரினருகில் சென்ற ஆசீர்வாதம்பிள்ளை “அய்யா எளிமையிலும் மிக எளிய மனிதரே... இப்படி முகக்கவசம் அணியாமல் ஊரைச் சுற்றி வந்தால் வைரஸ் பரவாதா? கொஞ்சம் பொறுப்புடன் செயல்படுங்கள். என்னிடம் கூடுதலாக ஒரு முகக்கவசம் இருக்கிறது. இதை அணிந்துகொள்ளுங்கள் அய்யனே...!” என்று நீட்டினார்.

அமைதியாக அவரையேப் பார்த்துக்கொண்டிருந்த அந்த எளிதான மனிதர் வாயில் வாசம் செய்துகொண்டிருந்த “ஒரு கூடு கணேஸ் புகையிலை”யையும் ஒன்றாகத் துப்பிவிட்டு... “எண்ண எண்ண குதிர மண்ணத் திங்குதாம், குருட்டுக் குதிர குண்ணயத் திங்குதாம். அவன் அவன் இங்க லெச்சை கெட்டு, தாக்கம் கெட்டு அன்னந்தண்ணிக்கு வழியில்லாம சாவ மாட்டாம கெடக்கான். வந்துட்டான் நரங்கியூண்டு இருக்க சாமானத்த தூக்கிட்டு...

எத்து வாங்குறதுக்கு முன்ன நவுலுலே அந்தால...” என்ற மிகுந்த தன்னடக்கத்துடன் தனது அற்புத உபவாசங்களை தொடங்கியவர், ஆசீர்வாதம் தன் கனவில் புர்ஜ்கலிபா டவரின் நூற்றி ஐம்பதாவது மாடியில் நின்று கொண்டு திரேசம்மாளை நோக்கி வீசிய, அதே அச்சில் ஏற்ற முடியாத வார்த்தைகளை பிரயோகித்தபடி அவ்வுரையை அவரினும் எளிமையாக முடித்து வைத்தார்.

“எளியவனை வலியவன் முட்டினால் வலியவனை வாசப்படி முட்டும்” என்பதற்கு இலக்கணமாக அந்த நேரத்தில் அசடுகள் அலையடிக்கத் திகழ்ந்துக் கொண்டிருந்த அவரது சனியில் ஆரம்பித்த அந்த ‘எளிய’ இலக்கியப் பயணமானது இப்படி இன்னொரு ‘எளிய’ சனியோடு அந்த வாரத்திற்கான தன் இறுதிப் பயணத்தை முடித்தபோது, முன்பு ஒரு எழுத்தாளர் கடிதம் எழுதி வைத்துவிட்டு எங்கோ தலைமறைவாகி விட்டிருந்த விவாகரத்தையும், அதற்கு காரணம் என்னவென்று தெரியாமல் காவல்துறை துப்புதுலக்கிய சம்பவங்களையும் குறித்து ஒருவர் எழுதியிருந்த ஒரு விஷயம் ‘கவிதை என்பது சாராயம், புரட்சிக் கவிதை என்பது கள்ளச் சாராயம்; மூன்றாம் உலக நாடுகளை சுரண்டுவதற்காக ஏகாதிபத்தியங்களால் நன்கொடை அளிக்கப்பட்டு ஊக்கப்படுத்தப்படுவதே இந்த கதை, கவிதை, வெங்காயமெல்லாம்...’ என்று வாசகப் பைப்பாஸ் அமைப்பு நடத்திய தனிமையின் ஊரடங்குகால இலக்கிய கொண்டாட்டம் நிகழ்வின் நேரடி ஒளிபரப்பில் ஒருவர் பேசிக்கொண்டிருந்ததைப் புரியாமல் பார்த்துக்கொண்டிருந்தபோது ஆசீர்வாதம்பிள்ளையின் கண்களில் தட்டுப்பட்டது. அதிக சோர்வுடன் இருந்த அவர் அன்று அந்தத் தகவலைப் பின்தொடரும் மனநிலையில் இல்லை. மறுநாள் பார்த்துக்கொள்ளலாம் என்று நினைத்துக்கொண்டார். இப்படிப்பட்ட விட்டேத்தியான மனநிலை வாய்க்கும் போதெல்லாம் அவர் தஞ்சமடையும் ஒரே இடம் மாற்கு பக்கங்களில்தான். அன்று அவர் கண்ணில்பட்டது அதன் எட்டாவது அதிகாரம் பதினைந்தாவது வசனம்.

‘அவர் அவர்களை நோக்கி: நீங்கள் பரிசேயருடைய புளித்தமாவைக் குறித்தும் ஏரோதின் புளித்தமாவைக் குறித்தும் எச்சரிக்கையாயிருங்கள் என்று கற்பித்தார்.’

24

முதலாம்நாளில்தானே புளித்தமாவை உங்கள் வீடுகளிலிருந்து நீக்கவேண்டும்; எவனாகிலும் புளிப்பிடப்பட்டதைப் புசித்தால், அவன் பரதேசியானாலும் சுதேசியானாலும், அந்த ஆத்துமா இஸ்ரவேல் சபையில் இராமல் அறுப்புண்டுபோவான். புளிப்பிடப்பட்ட யாதொன்றையும் நீங்கள் புசிக்கவேண்டாம்; உங்கள் வாசஸ்தலங்களிலெல்லாம் புளிப்பில்லா அப்பம் புசிக்கக்கடவீர்கள் என்று சொல் என்றார்.

-யாத்திராகமம் 12: 15, 19,20

முன்பு ஒரு காலத்தில் 'பணம் ஒரு தடையில்லை' என்று எந்த விளம்பரத்தைப் பார்த்தாலும் அந்த இடத்திலேயே நிலைகுத்தி நின்றுவிடும் ஆசீர்வாதத்தின் கண்களானது, அதன்பிறகு எத்தனையோ மாற்றங்களை சந்தித்துவிட்டன. அதிலொன்றாக இப்போது எந்த இலக்கிய காணொளியைக் கண்டாலும் அதை நோக்கியே அது ஓயாமல் ஓடித் தவழ்ந்துக்கொண்டிருந்தது.

"முன்னேற்றகரமான பல தொழில்நுட்பங்கள் கண்டுபிடித்து விட்ட அந்த நாட்களிலும்கூட தப்பியோடிய அந்த எழுத்தாளரைக் கண்டுபிடிக்க முடியாமல் போலீஸ் திணறியதைப் பார்த்த நாட்டு மக்கள் பல்வேறு குழப்பங்களை அப்போது சந்தித்திருந்தனர்" என்று படித்தபோது அந்தக் குழப்பங்கள் ஆசீர்வாதம்பிள்ளையையும் சூழ்ந்துகொண்டன.

இப்படியான சிறப்புக்குரியவரான அந்த எழுத்தாளர் யார் என்று தேட ஆரம்பித்தபோது 'நம்பர் ஒண்ணும் நானும்' என்று அவரைப்பற்றி அந்த எழுத்தாளரே எழுதிய மூவாயிரம் பக்கச் சிறுகுறிப்பு ஒன்று கண்களில் தட்டுப்பட்டவே, பக்க அளவைக்

கவனிக்காமலும், பக்கவிளைவை அறியாமலும் அப்பாவியாக அந்த வலைதளத்திற்குள் நுழைந்தார். அப்படி நுழைந்த அடுத்த நொடியில் அவரது தலையை அந்த எழுத்தாளர் சட்டென்று திறந்து இடைவெளி இல்லாமல் பத்து இலட்சம் வார்த்தைகளை அதற்குள் திடுதிப்பென்று அள்ளிக்கொட்டினார். எதிர்பாராத அந்த அதிர்ச்சியினால் திக்குமுக்காடிய அவர், தன்னைச்சுற்றி என்ன நடக்கிறது என்று புரிந்துக்கொள்ளுவதற்கு முன்பே நெடுநாட்கள் அவரைவிட்டு அகன்றிருந்த மூச்சுதிணறல் நோயானது அந்த கணத்திலேயே அவரை மீண்டும் தொற்றிக்கொண்டது. முன்பு அவர் வீசியெறிந்த புத்தகத்தைப்போல இப்போது அவரை யாரோ வீசியெறிந்ததுபோன்ற உணர்வுடனும், அதைத்தவிர மற்ற உணர்வுகளானது கொஞ்சமும் இல்லாமலும் மருந்துகள் இருக்கும் அலமாரியை நோக்கித் தெறித்து ஓடினார் ஆசீர்வாதம்பிள்ளை.

இரண்டு பக்க கதைக்கு அந்த எழுத்தாளர் எழுதிய முன்னூறு பக்க விமர்சனமும், பக்கத்துவீட்டு நாய் செத்துப்போனதற்கு தினமும் நூற்றைம்பது பக்கத்திற்கு தொடர்ந்து ஒரு மாதம் எழுதிய அஞ்சலி குறிப்பும், பிறமொழி கலப்பில்லாமல் முன்னூறு கோடி சுத்தத் தமிழ் வார்த்தைகளை பயன்படுத்தி அவர் எழுதிக் குவித்திருந்த 'அத்வைதத்தின் ஆழ்துளை கிணறு' என்ற தொடர் நாவலும், அதை அவரது தளத்தில் வெளியிட்டவுடனேயே அதை அவரது வாசகமடத்தைச் சேர்ந்த அறுபது கோடியே நான்கரை பேர் படித்துச் சாதனைப் புரிந்ததாக அவரே அறிவித்திருந்ததும், மட்டுமல்லாமல் கடந்த கோடிக்கணக்கான ஆண்டுகளில் பூமியில் இதுவரை தோன்றிய உயரினங்களிலேயே தான் மட்டும்தான் பரிணாம வளர்ச்சியில் மிகவும் முத்திப்போன ஒரு விசித்திரம் என்றும், அந்த வகையில் இன்று மட்டுமல்லாமல் கடந்த ஏழாயிரம் வருட உலக வரலாற்றில் தனக்கு நிகரான அவ்வாறு முத்திப்போன ஒரு எழுத்தாளரும் இதுவரை பிறக்கவில்லை என்றும் அவர் கூறியிருந்ததும்தான் ஆசீர்வாதத்தை மேற்கண்ட நிலைக்கு ஆளாக்கியது.

இந்த நிலையில் அவரால் அழிந்து வரும் காடுகளும், பேப்பரின் விலையேற்றங்களும், அருகிவரும் அவரது வாசக உயிரினங்களும் ஒரு அசாதாரணமானச் சூழ்நிலையை மாநிலத்தில் உருவாக்க, அரசாங்கமானது அவருக்கென்று தனியாக "கையடக்க மற்றும் வாயடைப்பு உச்ச வரம்பு சட்டம்" ஒன்றை கொண்டு வருவதற்கான சட்ட ஆலோசனையில் இறங்கியிருந்ததுவேறு அவரின் மூச்சுத்திணறலை இன்னும் அதிகரித்தது. அதனால் இடையில் இரண்டு நாட்கள் இலக்கியத்துக்கு லீவு போட்டுக்கொண்டு உயிர்

பிழைத்து மீண்டுவந்து, மிகுந்த சிரமத்துடன்தான் அவரைப் பற்றி மீண்டும் தெரிந்துகொள்ள ஆரம்பித்தார்.

அவ்வளவு சிரமப்பட்டு அந்த எழுத்தாளரை அவர் பின்தொடர காரணம் இல்லாமலில்லை. முதல் முறையாக அவர் தளத்திற்குள் நுழைந்தபோது அந்த மூவாயிரம் பக்கச் சிறுகுறிப்பில் 'தோற்றுப்போன தொழிலதிபர்களும் தோல்வியடைந்த திருமணமும்' என்ற தலைப்பின்மேல் எழுதப்பட்டிருந்த நீட்ஷே என்ற ஒருவரின் இந்த மேற்கோள்தான்: 'இந்த மனிதன் முன்பு உண்மையைத்தேடி ஒரு வீரனைப்போலக் கிளம்பினான். கடைசியில் அவன் கைப்பற்றியது சற்றே அலங்கரித்த ஒரு பொய். அதை அவன் திருமணம் என்றழைக்கிறான்.'

இந்த நன்றி விசுவாசம்தான் அவரைத் தெரிந்துகொள்ள ஆசீர்வாதம்பிள்ளையைத் தூண்டியது.

ஒரு பக்கம் அந்த எழுத்தாளர் தலைமறைவாகியிருந்தது அரசாங்கத்திற்கு மகிழ்ச்சி என்றாலும், மிஞ்சியிருக்கும் அவரது 'மட'த்தின் வாசகர்களை காப்பாற்றுமாறு தொல்பொருள் ஆராய்ச்சியாளர்கள் வைத்த கோரிக்கையிலும் சிறிது நியாயம் இருப்பதாகத் தோன்றியதால் அவரைத் தேடும் பணியில் பல வலைகளை வீசுமாறு காவல்துறைக்கு அரசாங்கம் அவசர உத்தரவும் பிறப்பித்திருந்தது.

ஆனால் போலீசாரோ பெரும் சிக்கலிலும், "தலச்செற"யிலும் தத்தளித்துக் கொண்டிருந்தது அரசாங்கத்திற்குத் தெரியவில்லை. அடுத்து வந்த ஒரு வாரமும் தலைமறைவாகிப்போன எழுத்தாளரின் அதிதீவிர ஆதி வாசகர் எவரோ ஒருவர் அவரது கடிதத்தின் எஞ்சியவற்றை தினமும் தொள்ளயிரத்து தொண்ணூற்றி ஒன்பது பக்ககங்கள் வீதம் தனது தளத்தில் அப்லோடிக் கொண்டிருந்ததானது போலீசாரின் பொறுமையைச் சோதிக்க ஆரம்பித்தன. ஏற்கனவே ஆசிரியரால் எழுதப்பட்டு பனிரெண்டாயிரம் பக்கங்களுக்கும் மேலிருந்த கடிதத்தின் தொடர்ச்சி இன்னும் பல ஆயிரம் பக்கங்களுக்கு முடிவில்லாமல் நீளமாகிக்கொண்டே சென்றதுதான் மேற்படி அவர்களின் 'மாரடிப்பு'க்கு காரணம் என்று இங்கேச் சொல்லித் தெரியவேண்டியதில்லை.

அதில் முதல் ஆறாயிரம் பக்கங்கள் 'வாசக தற்கொலை' என்றால் என்ன? என்பதை மட்டுமே சுற்றிச் சுற்றி வரையறை செய்துகொண்டிருந்தது.

“....இப்படியான தற்கொலையின் தீ மூற்றும் சிக்கல் என்பது வற்றிப்போன உடலைச் சுற்றி புனிதப்படுத்தாமல், விற்றுவிட்டக் குடும்பச் சொத்தைச் சுற்றிப் புனிதப்படுத்தாமல், வெற்றிகரமாக நம்மைச் சுற்றி வீற்றிருக்கும் இச்சைகளைச் சுற்றிப் புனிதப்படுத்தாமல், சுற்றியிருப்பவர்களைத் தெளிவுபடுத்த வேண்டும் என்பதே சுற்றியிருப்பவர்களின் மீதான ஒரு பற்றைக் காண்பிப்பதால், அப்படி சுற்றி இருப்பவர்களைச் சுற்றாமல் ‘யார் இல்லாவிட்டாலும் இந்த உலகம் சுற்றும்’ என்ற நித்ய சைத்தன்ய சுத்தானந்தரின் சொற்றொடருக்கேற்ப, சுற்றிலும் ஊற்றெடுக்கும் நல்ல பணம், காற்று வீசும், சாரல் தூற்றும் இடங்களிலெல்லாம் நல்ல வசதி, தேற்ற யாருமில்லையென்றாலும் ஊர் சுற்றி வாழ்ந்தவரை நல்ல திருப்தி; எனவே இனி சுற்றிலும் செய்ய ஒன்றுமே இல்லை என்பதால் தற்கொலை செய்துக்கொண்ட சுற்றுச்சூழல் வாதியும், மனிதகுலம்மீது மருந்துகள் பல ஊற்றி வெற்றிகண்ட மருத்துவரும், தத்துவங்கள் பல கற்றத் தத்துவவாதியும், ஈற்றிபோன்ற கூர்மையுடன்கூடிய அரசியல் பொருளாதார ஆராய்ச்சி அறிஞருமான இபிலி-டி-நோவாபோல யார் ஏற்றி விட்டாலும் ஏற்றப்படாத அல்லது ஏறாத விட்டேத்தியான மனநிலையுடன், நற்றிணை மேலோ, நற்பெயர்மேலோ, நாறும் நாசியின் மேலோப் பற்று இல்லாமல், நமக்குத் தொற்றிக்கொள்ள யாருமில்லாததை உற்றுப்பார்க்கும் சுற்றம்பற்றிக் கவலைக்கொள்ளாமல், சோற்றில் யாரும் விஷம் வைக்கும்முன் சற்றும் யோசிக்காமல் கையில் துப்பாக்கியைப் பற்றிக்கொண்டு நெற்றிப்பொட்டில் சுட்டுக்கொண்டு தற்கொலை செய்து கொள்வதுதான் முற்றிலும்சரி என்றும், முற்றிலும் தவறென்றும் சுற்றிலும் இருக்கும் நிலைகளை ஆய்வு செய்யும்போது நாற்றமடிக்கும் நாவின் சொற்களைத் தாண்டி நொடிக்கு நூறு எழுத்துக்களை தும்மிச்சிதற வைக்கும் என்னாலும்கூட இத்தனைக்கும் நான் பீற்றிக்கொள்ளும் தமிழின் நம்பர் ஒன் நாவலை நானே எழுதியுள்ளபோதிலும்கூட - இப்போது எதுவும் ஊன்றியோ, மாற்றியோ சொல்ல முடியாத நிலை நிலவுவதால், இதைக்குறித்து யாவரும் போற்றிப் பாராட்டும் மற்றொரு தமிழின் நம்பர் ஒன் நாவலை எழுதியுள்ள நம்பர் ஒன் எழுத்தாளரான நான் போற்றியும் பெற்றும் வளர்த்த நேற்றுவந்த என் ஜீவவூற்றுச் சிறந்தோனால், அவ்வறிஞோனால் மட்டுமே... பார்க்கும் அனைவரும் அவரவர் கருத்தை மாற்றிக்கொள்ளும்படி சிற்றிலக்கியப் பரப்பில் சீற்றம்கொண்டு ஒரு ஓவியம்போல அதைத் தீற்றி காணும் எல்லோருக்கும் பித்தம் முற்றி அதையொற்றி புத்தம் சரணம் கச்சாமி என்று புரியவைக்க முடியும் என்பதை...”

இன்னொரு வகையில் இப்படி சுற்றிச்சுற்றி விடாமல் நீண்டு கொண்டிருந்த அந்த கடிதம்தான்... 'உலக வரலாற்றில் முதன் முதலாக அரசாங்கத்தை விமர்சிக்காத, அதேநேரம் அரசாங்கத்திற்கு ஆதரவாக எழுதித் தள்ளியதின் மூலம், பிரிட்டிஷ் ஆட்சி காலத்திலிருந்து இப்போதுவரை வரலாற்றில் தாங்கள் பொய்யாகப் புனையும் அத்தனை முதல் தகவல் அறிக்கைகளையும், குற்றப் பத்திரிக்கைகளையும், வாக்குமூலங்களையும், நீதிமன்ற பொய் சாட்சிகளையும், சாட்சியங்களையும், பார்வை மகஜர்களையும், மாதிரி வரைபடங்களையும், ஆய்வாளர்களின் அறிக்கைகளையும், ஆவணங்களையும், நாட்குறிப்பேட்டுகளையும் ஒரேயடியில் தோற்கடித்துவிட்டது' என்று போலீஸ் வட்டாரத்தில் பேசிகொண்டதாகவேறு கேள்விப்பட்டிருந்தார் ஆசீர்வாதம்பிள்ளை.

அதை ஊர்ஜிதப்படுத்தும் விதமாக 'மண்டை இருந்தால் மயிர் முளைக்கும்' என்ற அமைப்பின் சார்பில் உலகளவில் நடைபெற்ற ஒரு போட்டியில் மிகச்சிறந்த கடித இலக்கியத்திற்கான 'வாழ்க்கை என்பது வேறொன்றுமில்லை வாழ்க்கையைத்தவிர' என்று தொடங்கும் அந்தக் கடிதத்தின் அந்த முதல் வரிக்காவே அவர் முதல் பரிசை வென்றிருந்தது ஆசீர்வாதத்தின் தற்கொலைக்கான ஆர்வத்தை அபரிமிதமாகவேத் தூண்டியது.

இணையத்தில் வெளியாகியிருந்த அந்தக் கடிதத்தின் ஒரு பகுதியை படித்தவுடனேயே ஆசீர்வாதத்திற்கு மீண்டும் பரலோகம் பஸ் ஏறி பக்கத்தில் வந்ததுபோல ஒரு உணர்வு தோன்றியதினால், பின்னாளில் அந்த எழுத்தாளர் பிறழ்கோம்பை தத்துவத்தின்படி கடைப்பிடித்த தலைமறைவு வாழ்க்கையிலிருந்து தானாக தோன்றியபோது நடந்த விசாரணையை, உண்மையில் என்ன நடந்தது என்பதையும் அறியும் வேகத்தைக் கட்டுப்படுத்திக் கொண்டார்.

ஆனாலும் தாங்கள் படிக்கும் வேகத்தைவிட அவர் எழுதும் வேகம் டெய்லி சர்வீஸ் நாகர்கோவில்-ஓசூர் கணபதி ட்ரான்ஸ்போர்ட்டுக்கு சொந்தமான அரிசிலோடு லாரியின் வேகத்திற்கும், எதிர்காலத்திற்கு காலப்பயணம் செய்ய தேவையான ஒளியைவிட அதிகமான வேகத்தில் செல்லும் டைம்மெஷினுக்கும் இடையிலிருக்கும் பாரிய வேறுபாட்டை ஒத்திருப்பதால் அவர் எழுதவதைப் படிக்க முடியாமல் அவரது வாசகர்கள் அனைவரும் ஊரைவிட்டு ஓடியதாகவும், தான் எழுதுவதைப் படிக்க கைவசம் ஆட்கள் குறைந்து வருவதால் பீதியடைந்த அவர் அவர்களைத் தேடித்தான் அந்த உள்ளொளிப் பயணத்தை மேற்கொண்டதாகவும்

வந்த இருவேறு தகவலையும், 'அவர் புத்தகத்தின் முதல் பக்கத்தை அவர் வாசகர்களான நாங்கள் படித்துகொண்டிருக்கும்போதே இன்னொரு புத்தகத்தை எழுதி முடித்து எங்களின் மேஜையில் தூக்கிப்போட்டால் யார்தான் ஓடாமல் இருப்பார்கள்?' என்ற அவர்களின் நியாயமான கோரிக்கையையும், அதற்கு பதிலளிக்கும் விதமாக, 'ஒன்று எழுதி முடித்து அடுத்து ஒன்றை எழுதத் தொடங்கும்போது எங்கே தன்னைவிட தானே ஒரு எழுத்து குறைத்து எழுதி விடுவோமோ என்ற அச்சத்தில் நான் இருக்கும்போது இதுபோன்றவர்களின் குறைகள் என் படைப்பு மனதை பாதித்துவிடும்' என்பதாகப் பறைசாற்றிவிட்டு, 'ஒரு நாளில் எட்டுமுறை ஞாயிறு மட்டும் பதினெட்டுமுறை' என்ற தலைப்பில் மொத்தம் எட்டு அபுனைவு கதைகள் அடங்கிய ஒரு கதைத் தொகுப்பானது அதன் ஒவ்வொரு சிறுகதையும் ஒரு இலட்சத்து எட்டு பக்கங்கள் கொண்டதாக இருக்குமாறு பார்த்துக்கொள்ளப்பட்டு, பராமரிக்கப்பட்டு விரைவில் வெளிவரும் என்ற அந்த எழுத்தாளரின் ஈவு இரக்கமற்ற அறிவிப்பையும், அந்த அறிவிப்பின் அச்சத்தில், அதிர்ச்சியில், அதிசயத்தில், ஆற்றாமையில், அழுகையில், அழுக்காறாமையில், அறத்தின் மேலான நம்பிக்கையில், அரை மனதில் ஒவ்வொருவரும் அவரவர் வீட்டு அறையின் கட்டிலின் கீழ்போய் ஒளிந்துகொண்டனர் என்பதையும், பின்னர் முன்னர் சொன்ன பிறழ்கோம்பை தத்துவத்தின்படி தனக்குத்தானேயும், தன்னைத் துதிக்கும் சக எழுத்தாளர்களுக்கு அவர் அறிவித்துக்கொண்ட விருதுகள் பற்றிய விளக்கம் திருப்தி அளித்தாலும் அவர்கள் அந்த கட்டிலின் கீழேயிருந்து மேலே வர அச்சப்பட்டனர் என்றும் படித்து பெரும் பீதிக்குள்ளானார்.

என்றாலும் 'தனியொருத்தியினால் கட்டிலின்கீழ் தான் மட்டுமே இதுவரை தனியாகப் படுத்துக்கிடந்து அனுபவிக்கும் சித்ரவதையை, இப்போது அந்த தனியொருவனால் ஒட்டுமொத்த இலக்கிய உலகமே அனுபவித்துக் கொண்டிருக்கிறது' என்று நினைத்தபோது அவருக்கு ஏற்பட்ட ஆனந்தம் ஒருவகையில் அளவில்லாமல்தான் இருந்தது. அந்த ஆனந்தத்ததோடும், அதிர்ச்சியோடும் கதை எழுதுவதற்கான எந்த நம்பிக்கையுமில்லாமல் அரைகுறை மனதோடும், ஜீவபயத்தோடும்தான் அந்த இரண்டு வாரங்களையும் இலக்கியத்துறையில் கழித்தார் ஆசீர்வாதம்பிள்ளை. அன்று ஏனோ தெரியவில்லை காலை பனிரெண்டாவது அதிகாரத்தில் ஆரம்பித்த யாத்திராகமம் இரவு பதினான்காவது அதிகாரம் தொடங்கி முப்பத்தைந்தாவது அதிகாரம் வரை நீண்டுசென்றது வழக்கத்திற்கு

மாறான ஒன்றாகத்தான் அவருக்கேத் தோன்றியது. ஆனாலும் அதில் அவர் கற்றுக்கொள்ள ஒன்றுமில்லாமல் இல்லை.

'அந்த ஏழுநாளும் புளிப்பில்லா அப்பம் புசிக்கவேண்டும்; புளிப்புள்ள அப்பம் உன்னிடத்திலே காணப்படவேண்டாம்; உன் எல்லைக்குள் எங்கும் புளித்தமாவும் உன்னிடத்தில் காணப்படவேண்டாம்... எனக்கு இடும் பலியின் இரத்தத்தைப் புளித்தமாவுடன் செலுத்தவேண்டாம்.'

25

இந்த வர்த்தமானங்களுக்குப் பின்பு, செரேயாவின் குமரானாகிய, பெர்சியாவின் ராஜாவாகிய அர்தசஷ்டா அரசாளுகிற காலத்திலே பாபிலோனிலிருந்து வந்தான்; இந்தச் செராயா அசரியாவின் குமாரன், இல்க்கியாவின் குமாரன்...

-எஸ்றா 7:1

அந்தக் கடிதம் கண்டபிறகு பின்வந்த இரண்டு மூன்று நாட்கள் மரித்துப்போன மம்மர்ச் சிந்தையனை மனதிற்குள் மானக்கேடாக கேட்டுவிட்டு, வாங்கி வைத்திருந்த புத்தகங்களில் ஒன்றையுமே தொடாமல் அமைதியாகத்தான் இருந்தார் ஆசீர்வாதம்பிள்ளை. பட்டியல் கொடுக்கும்போதே "யார் வம்பிற்கும் தும்பிற்கும் போகாமல் தான் உண்டு தன் வாய் உண்டு - அதுவும் புத்தக கண்காட்சிகள், நிகழ்ச்சிகளுக்கு மட்டும்தான் திறக்கும் - என இருக்கும் எழுத்தாளர் இவர்" என்று சொன்னதோடு மட்டுமில்லாமல் தான் வைத்திருந்த அந்த இராமபாண எழுத்தாளரின் புத்தகங்களில் கொஞ்சமும் மம்மர்ச் சிந்தையன் கொடுத்துவிட்டது அப்போதுதான் அவரது ஞாபகத்திற்கு வந்தது. இருந்தாலும் திருமணமாகி ஒரு குழந்தையும் பெற்றுவிட்டு கணவருடன் பக்கத்து தெருவில் வசித்து வரும் மகளிடம் ஒரு எட்டு நடந்துபோய் அந்த எழுத்தாளரைப் பற்றி சந்தேகம் கேட்டுத் தீர்த்துக்கொண்டார்.

அவரை அபுனைவு ஆசிரியர் என்று நினைத்து வைத்திருந்த மகள் "அவர் கதையெல்லாம் எழுதுவாரா?" என்று முதலில் தடுமாறினாலும் ஆசீர்வாதத்தை சரியாகப் புரிந்து வைத்திருந்த அவள், அவர் கேட்ட விஷயம் பொறுத்து தலையாட்டியதுமில்லாமல் "மக்கள் சாலையில் மடிந்து விழுந்து மரணிக்கும் இந்த நாட்களிலும்,

அவற்றைப் பற்றி பேசினால் எங்கே அரசாங்கத்திற்கு எதிரான ஒன்றாக ஆகிவிடுமோ என்று பயந்து 'நாய்கள் சோறில்லாமல் கஷ்டப்படுகின்றன, அவைகள் தங்களுக்குள் ஒரு தலைவனை தேர்ந்தெடுத்துக்கொண்டு உணவைத் தேடி அலைகின்றன' என்று மனதிற்குள்ளும் மனிதர்களைப் பற்றி யோசிக்காத அளவிற்கு யாருக்கும் தொந்தரவில்லாதவர்" என்று எடுத்துக்கொடுத்து அந்த எழுத்தாளரைப் பாராட்டியதில் ஒரு திருப்தி உருவாகவே, வளிக்கும்கூட வலியை ஏற்படுத்தாமல் வாழும் அந்த எழுத்தாளர் எழுதிய புத்தகங்களுக்குள் தைரியமாகத் தாவினார் ஆசீர்வாதம்பிள்ளை.

'கோலம்மாளை யாருக்கும் தெரியாது, வேணு வீட்டு எறும்புகள், தாவரங்களின் தகராறு, பதினெட்டாம் நூற்றாண்டின் பட்டமளிப்பு விழா, தண்டவாளத்தை கடக்கும் கப்பல்கள், அவளும் பட்டன் காளானும், அவனது குளத்து அலை, ஃபாயர்பாக் கண்ட முத்தாரம்மன் கோவில், உம்பர்தோ ஈகோவின் ஒன்பது ரூபாய் இட்லித்தட்டு, அசோக்நகர் புலிகிளப்' என்ற அவரது பத்து சிறுகதைகள் அடங்கிய தொகுதி ஒன்று அவருக்கு மிகப்பெரிய வாசிப்பு இன்பத்தைக் கொடுத்தன. எறும்பு பாட்டு பாட எறும்பு தின்னி அதற்கு மெட்டு இசைக்க என முழுக்க முழுக்க மாந்த்ரீக மாய எதார்த்த மழையில் ஆசீர்வாதம்பிள்ளையை நனைய வைத்தார் அந்த எழுத்தாளர். மனிதர்களைப் பற்றி வாய் திறக்காவிட்டாலும் எழுத்தில் மட்டும் அவர்கள்மீது அளவற்ற அன்பு பொழியும் அவரது பாதுகாப்பான இலக்கிய காப்பீடு திட்டமும் ஆசீர்வாதத்திற்கு உவப்பை அளித்தது. ஆனாலும் அன்று தூங்கி மறுநாள் எழுந்தபோது படித்தவைகளில் ஒரு வரியும் மனதில் நிற்காமல் போகவே மிகப்பெரிய மனச்சோர்வுக்கு உள்ளானார். அதனாலேயே சூபாக்ஸ் அளவுள்ள அவரது இன்னொரு சிறுகதை தொகுதிகளின் பக்கம் போகாமல் நேரத்தைக் கடத்தினார்.

மட்டுமல்லாமல் "இரயிலில் போகும்போது இயற்கையை இரசிக்காமல் புத்தகம் படிப்பவர்களை கண்டால் தூக்கில் போட வேண்டும் அல்லது சுட்டுக்கொள்ள வேண்டும்" என்று பேசிய அந்த எழுத்தாளரின் 'அன்பு இரக்கமற்றது' என்ற புத்தகத்தின் பின்புறம், போர்ச்சுக்கல் நாவல் ஒன்றை அவர் இரயிலில் வைத்து படிப்பதுபோல இருந்த புகைப்படம் ஆசீர்வாதத்தின் ஆவியைவேறு ஒரு சில நொடிகள் கப்பென்று அடக்கியிருந்தது.

அந்த மனநிலையை மாற்ற 'மகத்தான ஆளுமைகளின் மகத்தான தருணங்கள்' என்ற நூலை கையில் எடுத்ததில் "இது என்ன

வாழ்க்கை? பேண்டு, மோண்டு, பிள்ளைகள் பெற்று உங்களுக்கு அவமானமாக இல்லையா? மாறாத அன்றாடம் உங்களை வதைக்கவில்லையா.... போ, ஏதாவது குற்றம் செய், போலீஸ் ஸ்டேஷன் போ, போலீசிடம் அடிவாங்கு, சிறை செல் என்று பேண்டு, மோண்டு, பிள்ளைகள் பெற்று சுகசொகுசாக வாழ்க்கை வாழ்ந்துகொண்டு எழுதியிருந்ததும், 'எழுத்தாளனாவது சுலபமில்லை; அதற்கு நானே வாழும் சாட்சி. கோயம்புத்தூரிலிருந்து கோவா வரை டவுன் பஸ்ஸிலேயே சென்றவன் நான்' என்று அவர் கொடுத்த ஒப்புதல் வாக்குமூலமும், 'இலக்கியங்களை தயாரிக்கும் முயற்சியில் தகுதியுள்ள ஒவ்வொருவரும்தான் சேர்ந்துகொள்ள வேண்டுமே தவிர; வாரப் பத்திரிக்கை எழுத்தாளர்கள் அல்ல' என்ற அறைகூவலும் அவருக்கு வயித்தெரிச்சலையும் உருவாக்கியிருந்தது.

ஆனாலும் டயாபடிக் வந்து ஆண்மையிழந்தால்கூட 'காமத்தை கடந்து விட்டேன்' என்று எழுதுவதும், 'நோய்த்தொற்று காலத்தில் நாய் மீதான பற்று' என்ற தலைப்பில் ஏழு பேருரைகள் ஆற்றப் போவதாகக் கொடுத்த அறிவிப்பும், 'நாட்டில் நடக்கும் அத்தனைப் பிரச்சனைகளுக்கும் காரணம் இருபத்தைந்து ரூபாய் அதிகமாக காசு வாங்கும் ஆட்டோ ஓட்டுனர்களும்தான்' என்று 'நாட்டில் நடக்கும் அத்தனைப் பிரச்சனைகளுக்கும் காரணம் தேர்தலில் காசு வாங்கிக்கொண்டு ஓட்டுபோடும் ஏழைகள்தான் காரணம்' இன்னொரு எழுத்தாளர் சொன்னதற்குப் போட்டியாக அவர் சொன்னதும், அதற்கு இன்னொரு எழுத்தாளர் சம்மந்தமே இல்லாமல் 'அதற்கு காரணம் ஒன்பது பிள்ளைகள் பெற்ற என் பாட்டி ஒருமுறைகூட ஆஸ்பத்திரி சென்றதில்லை. இப்போதிருக்கும் பெண்களால் அது முடியுமா?' என்று சொன்னதையும் படித்தபோது அவருக்கு இலக்கியத் துறையின்மேல் அபரிமிதமான ஒரு உற்சாகம் பிறந்தது.

அந்த உற்சாகத்தை விட்டுவிடாமல் ஒரு வாரத்திற்கும்மேல் பெரும்பாலான நேரம் தனது அறைக்குள் அடைந்து கிடந்தும், மகளிடம் சந்தேகம் கேட்டும் 'எஸ்றா சகல ஜனங்களுக்கும் உயர நின்று, சகல ஜனங்களும் காணப் புஸ்தகத்தைத் திறந்தான்; அவன் அதைத் திறந்தபோது, ஜனங்கள் எல்லோரும் எழுந்து நின்றார்கள்' என்ற நெகேமியாவின் எட்டாம் அதிகாரம் ஐந்தாம் வசனத்தைப் படித்து தொட்டுக் கும்பிட்டபடி அந்த 'சூபாக்ஸை' மொத்தமாக படித்து முடித்தபோது, அது அவருக்கு பெரியதொரு நம்பிக்கையை தன்மீது தானே வைத்துக்கொள்ள ஒரு சந்தர்ப்பத்தை வழங்கியது என்னவோ உண்மைதான். ஆனால் அந்த நம்பிக்கையையும் சந்தர்ப்பத்தையும் விட்டுவிடாமல் அவரின் உலக சினிமா

குறித்த ‘மேற்கத்திய இலக்கியச் சண்டையின் தூய வடிவமும் நாட்டுப்புறவியலின் எச்சமான நடிகர் ஜெய்சங்கரும்: ஒரு சர்ரியலிச ஒப்பீடு’ என்ற நூலை படித்து முடித்தபோது, அதற்குமுன் படித்துமுடித்த எல்லா நூல்களுக்கும் ஏற்பட்ட கதியானதுதான் அந்த நூலுக்கும் ஏற்பட்டது. தூங்கி எழுந்ததும் படித்தது ஒன்றுமே நினைவிலில்லாமலானது.

இப்படி படிப்படியாக நம்பிக்கையானது அவநம்பிக்கையாக மாறமாற ஒவ்வொரு எழுத்தாளர்களிடம் தஞ்சம் புகுந்து அதை சரிசெய்ய முயன்றார். ஆனால் அவர்களோ இருபத்திமூன்றாம் புலிகேசிபோல தங்களைத் தாங்களே ‘அறுபத்தி நான்காம்’ புதுமைப்பித்தன், ‘பதினைந்தாம்’ சிங்காரம், ‘இருநூற்றி எழுபத்தி ஒன்பதாம்’ லியோ டால்ஸ்டாய், ‘தஸ்தயெவ்ஸ்கியைவிட ஒருபடி மேல், ஆன்டன் செகாவ் என்னைவிட ஒரு இன்ச் உயரம் குறைவு’ என்று பட்டங்களைச் சூட்டிக்கொண்டு “இளவெயிலும் காற்றும் நிரம்பிய ஒரு அதிகாலையில் டெல்லி துறைமுகத்திலிருந்து கிழக்கு திசை நோக்கி கிளம்பிய கப்பலின் பைகள் காற்றில் கம்பீரமாகப் பறந்தன, கடலில் இருந்து நகரத்தைப் பார்த்தபோது புது ரத்தம் பாய்ச்சப்பட்டதுபோல ஜொலித்தது என்று நான் எழுதியதில் எந்த தகவல் பிழையும் கிடையாது, எனவே நூற்றி ஏழு பக்கங்கள் கொண்ட என் நூலின் விலையாக ரூபாய் இரண்டு இலட்சத்தை நிர்ணயிக்கிறேன்” என்று விவகாரமாகவும், “புத்தகம் எழுதியவுடன் எழுதியவன் தீனம் வந்து செத்துவிடுவான்; அதன்பின் ஆசிரியனான அவனுக்கும் அந்த புத்தகத்திற்கும் எந்தவித எடவாடும், அலவறத்தனமும் கிடையாது” என்று நொர்நாட்டியமாகவும், “இல்லை அப்படி சட்டென்று ஆதர் ஆப் த புக் போக்கத்துப்போக வாய்ப்புகள் கிடையாது; அடுத்து விருதுநகரிலிருந்து கிளம்பிய கப்பல்கள் மேற்கு திசை நோக்கி கடும் குளிரில் பாய்ந்து சென்றன என்று எழுதி வாசகர்களை கொன்று குழியில் இறக்கியப் பின்னரே ஆள் ஒழிப்பு நடக்கும்” என்று சலம்பிக்கொண்டும், இறுதியில் “எழவு இரப்பாளிகள் எங்கு சண்டை போட்டாலும் இறுதியில் எழுத்தாளர்களை நோக்கியே வருகிறார்கள். நான் போனா சண்டை வரும் நீ போய் அவன் தலைமுடியைப் பிடி” என்று ஒரு முடிவுக்கு வந்தும் அதை முடிக்க விடாமல் “நல்லெண்ணெய் கவுந்தா நாய்க்கு கொண்டாட்டம்” என்று பலரும் அதை ஊக்குவித்துக் கொண்டிருந்த பொட்டித் தெறிப்புகளானது உருமாறும் வைரஸ்போல எந்த இலக்கியவான் எப்போது, எப்படி மாறுவான் என்ற குழப்பத்தை அவர் மனதில் ஆழ விதைத்ததோடல்லாமல் வாதையிடம் சிக்கிய வானரமாகவும்

அவரை அது ஒருசேர வதைக்க ஆரம்பித்து எட்டி மிதித்துத் தள்ளி நசுக்கிக்கொண்டிருந்தது.

“எனது தனித்துவமான, சுதந்திரச் சிந்தனைப் பாதிக்காமல் இருக்க பிறர் படைப்புகளை படிக்கும் பழக்கம் இல்லை” என்று பெரிய மீசை ஒன்றை வைத்திருந்த, அவரது அல்லக்கைகளால் ‘டவர் ஆஃப் கலை இலக்கியம்’ என்று அழைக்கப்பட்ட ஒருவர் உளறியிருந்தது ஆசீர்வாதத்திற்கு மிகவும் பிடித்துப்போகவே அவரைப் பற்றி மட்டும் மகளிடம் அதிகமாகக் கேட்டு தெரிந்துகொண்டார். ஆனால் மேல்தட்டு பிச்சை எடுப்பாளர் ஒருவரிடமிருந்து ஆசீர்வாதம் வாங்கியிருந்ததைவிட மோசமான வசைச் சொற்களை எதிரிலிருக்கும் அப்பாவிகள் மீது வீசும் பழக்கமுடையவர் என்று கூடுதலாகக் கேள்விப்பட்டபோது அவரிடமிருந்தும் மிரண்டோடினார்.

‘நாற்பது நாட்கள் அல்ல; நாற்பது மாதங்களானாலும் தன்னால் முடியாது” என்ற முடிவுக்கு வந்தாலும், “கதை எழுதுவது பெரிய காரியமில்லை, ஆனால் அதை யார் எழுதியிருக்கிறார்கள் என்பதில்தான் விஷயம் இருக்கிறது’ என்பதைத் தெரிந்து கொண்டபோது இயல்பிலேயே அதற்கு தகுதியான ஆளாக தான் இருப்பதில் அவர் மகிழ்ச்சியுமடைந்தார்.

இப்படியாக எழுதுவது குறித்தும், எழுத்தாளர்கள் குறித்தும் எந்த முடிவுக்கும் வரமுடியாமல் அவர் அங்கும் இங்குமாக அலைபாய்ந்து கொண்டிருந்ததை வயிற்று வலியானது வழிமறித்து இறுதியான ஒரு முடிவை நோக்கி அவரை திசைதிருப்பி விடும்வரை இலக்கியம் குறித்து அவர் கற்றுக்கொண்ட பாடங்கள் பத்து.

1. மனைவியைப்போல எந்தச் சூழ்நிலையிலும் இலக்கியத் தொழிலதிபர்களை தன்னைக் கட்டுப்படுத்த அனுமதிக்கக்கூடாது; அது அவளது அண்ணன்மார்களைப் போலவே அதிபயங்கரமான பக்கவிளைவுகளை ஏற்படுத்தும். ‘நீ வெளிக்குப் போயிருக்கத்தக்க இடம் பாளயத்திற்குப் புறம்பே இருக்கவேண்டும். உன் ஆயுதங்களோடே ஒரு சிறுகோலும் உன்னிடத்தில் இருக்கக்கடவது; நீ மலஜலாதிக்குப் போகும்போது, அதனால் மண்ணைத் தோண்டி, மலஜலாதிக்கிருந்து, உன்னிலிருந்து கழிந்து போனதை மூடிப்போடக்கடவாய்’ என்ற உபாகமத்தின் இருபத்தி மூன்றாவது அதிகாரத்தின் வசனங்களை அதற்காக எப்போதும் மனதிலிருத்திக் கொள்ளவேண்டும்.

2. எழுதும் கதைகளையும், அதை விற்பதற்கு தேவையான உத்திகளையும் தவிர்த்து வேறு எந்த இடத்திலும் சக மனிதர்களை, வாசகர்களை மதிக்க வேண்டிய தேவையோ, அவசியமோ இல்லை; மற்றும் அது கலைக்கான முன் நிபந்தனையும் அல்ல. அதுபோல அரசியல் பிரச்சனைகள், படுகொலைகள், வரி விதிப்புகள் என எதற்கும் கையையோ, வாயையோ மட்டுமல்ல, கவட்டையையும்கூட எதற்கும் அசைக்கக்கூடாது. அது அரசிற்கு எதிரான சதிக்குற்றமாகக் கருத வாய்ப்புண்டு.

3. விருது கொடுக்கிறார்கள் என்றால் எந்த ஆண்டிமடத்தையும் ஆதரிக்கத் தயாராக இருக்கவேண்டும்; கண்பார்வை எப்போதும் நாம் விழத் தயாராக இருக்கும் அதன் தர்மகர்த்தாக்களின் காலடிகளை நோக்கியே இருக்கவேண்டும். இதற்கு வரலாற்றில் பல முன்னுதாரணங்கள் இருப்பதால் அதைக்குறித்து வெட்கப்பட வேண்டிய அவசியமில்லை; முதுகெலும்பை மட்டும் மறந்தால் போதும்.

4. தொடக்கத்திலேயே சக எழுத்தாளர்களை உதிர்ந்த மயிரென மதித்தாலும், நேரில் கண்டால் "உங்கள் எழுத்தெனும் அடங்கமுடியா பெரும் புல்வெளியின்மீது ஆசை தீராமல் நான் பயணித்து, கரைந்து, காற்றில் கலந்தாலும், ஓயாத என் கால்களின் தடங்கள் மட்டும் இன்னும் தங்களது ஆசையை விடவில்லை; தன் அபிநயத்தை மாற்றவில்லை" என்று புழுகித் தள்ளவேண்டும். காணாவிடந் தனிலே புறணிபல பேசுவது இதிலடங்காது.

5. எப்போதும் யாரையாவது, எதையாவது திட்டிக் கொண்டேயிருக்க வேண்டும் அல்லது வியந்து பேசிக்கொண்டிருக்க வேண்டும். அதுவும் இல்லையென்றால் தன்னை யாராவது எப்போதும் வியக்கும்படி, திட்டும்படி பார்த்துக்கொள்ள வேண்டும். அதற்கு பதில் எழுதுகிறேன் என்ற பெயரில் ஒரு வாரத்தை தன்னைச்சுற்றியே இருக்குமாறு பார்த்துக்கொள்ள வேண்டும். அப்படி மேற்கூறியது ஒன்றுமே நடக்காத பட்சத்தில் போலி புனைப்பெயரில் தன்னைக்குறித்து தானே கடிதம் எழுதி வெளியிட்டுக் கொள்ளவேண்டும்.

6. சங்கத் தேர்தலில் தலைவர் பதவி முதல் எக்ஸிகியூட்டிவ் மெம்பர்கள் வரை எல்லாவற்றிலும் தன் சாதிக்காரர்களை நிறுத்திவிட்டு 'நம்ம பறவை ஒண்ணு பறக்குது' என்று அவர்களுக்காக குறியீட்டு வடிவில் ஓட்டு கேட்கும் தன்

சகபாடிகளைவிட மோசமானவர்கள் இவர்கள். எனவே யார் எப்போது முதுகில் குத்துகிறார்கள் என்று கவனத்தை அவர்கள் பக்கமே குவித்து வைத்திருக்கவேண்டும்.

7. ஒரு முக்கியமான எழுத்தாளரைத் தாக்குகிறோம் என்றால் அவரது வாசகர்களையும் சேர்த்து இழக்கிறோம் என்றுதான் அர்த்தம். எனவே புத்தகம் எழுதினால் மட்டும் போதாது; அதை விற்கவும் தெரிந்திருக்க வேண்டும். அதனால் யாருக்கும் பகையில்லாமல் எளிமையாக வாழக் கற்றுக்கொள்ள வேண்டும்.

8. எதிர்காலத்தில் தன் எழுத்துக்கள் பேசப்படுவது பற்றியெல்லாம் யோசிக்கக்கூடாது. ஐம்பது, நூறு வருடங்கள் கழித்து அது பேசப்பட்டால் என்ன? கழுதை காணாமல் போனால் என்ன? நிகழ்காலத்தில் குப்பையாகவே இருந்தாலும் அதை கோல்டாக நம்பவைக்க தெரிந்திருக்கவேண்டும்.

9. உருப்படியாக எழுதுவதற்கு எதுவும் இல்லாமல் மண்டையானது கற்பனை வறட்சியில் காலாவதியாகும்போது உடனே வண்டியைப் புராணங்கள் பக்கம் திருப்பிவிட வேண்டும். எழுதுவதற்கு எளிதாக எம்பதாயிரம் பக்கங்கள் கிடைத்துவிடும்.

10. இறுதியாக, தாங்கள் செய்யும் அத்தனைச் சில்லறைத் தனங்களில் இருந்தும் தப்பித்துக்கொள்ள, ‘படைப்பு வேறு படைப்பாளி வேறு’ என்று தான் படித்த அத்தனை எழுத்தாளர்களும் அடிக்கடி வலியுறுத்தும் அந்த ஒற்றை விஷயத்தை அப்படியே ஏற்றுக்கொள்ளவேண்டும்.

இந்த பத்து விஷயங்களையும் கற்றுக்கொண்டு இரவு தூங்கச் சென்ற பெஞ்சமினை மறுநாள் அந்த தீராத வயிற்றுவலி எழுப்பிவிட்டது. ஆனாலும் அவர் பைபிளை திறக்க மறக்கவில்லை.

‘ஊமையும் செவிடுமான ஆவியே, இவனை விட்டுப் புறப்பட்டுப்போ, இனி இவனுக்குள் போகாதே என்று நான் உனக்குக் கட்டளையிடுகிறேன் என்று அதை அதட்டினார். அப்பொழுது அது சத்தமிட்டு, அவனை மிகவும் அலைகழித்துப் புறப்பட்டுப் போயிற்று. அவன் செத்துப்போனான் என்று அநேகர் சொல்லத்தக்கதாகச் செத்தவன்போல் கிடந்தான்’ என்ற ஒன்பதாவது அதிகார மாற்கு வசனங்கள் அவருக்கு இலக்கியத்தைக் குறித்துச் சொல்லப்பட்டதுபோலவே தோன்ற அந்த வலியிலும் சிரித்துக்கொண்டார்.

26

நிழலைப்போல மாயையான தன் ஜீவகாலத்தைப் போக்கும் மனுஷனுக்கு இந்த ஜீவனில் நன்மை இன்னதென்று அறிந்தவன் யார்? தனக்குப்பின்பு சூரியனுக்குக் கீழே சம்பவிக்குங்காரியம் இன்னதென்று மனுஷனுக்கு அறிவிப்பவன் யார்?

-பிரசங்கி 7: 12

வசதியான ஒரு வாழ்க்கை வாழ்ந்த அறுபத்தைந்து வயதுக்காரர் ஒருவருடைய இறந்துபோன உடல் அத்தனை காலம் அவன் வசித்து வந்த வீட்டிலிருந்து எடுக்கப்படும்போது அழுகைச் சத்தமானது எந்தளவு கேட்குமோ அந்தளவிற்கு அங்கு கேட்டது. அதில் ஒரு துளி கூடவுமில்லை; குறையவுமில்லை. எனவே அதைப்பற்றி விவரித்துச்சொல்ல இங்கு விசேஷமாக ஒன்றுமில்லை. பக்தர்கள் சபையினர் பெஞ்சமினை ஊர்கோவிலை நோக்கிச் சுமந்து சென்றுகொண்டிருந்தனர். அதுவரை பெஞ்சமினைச் சுற்றிருந்தக் கூட்டமும் இப்போது அதன் பின்னால் நகர்ந்தபடியிருந்தது. அதில் அவருக்கு வேண்டப்பட்டவர்கள், வேண்டப்படாதவர்கள் முதல் அந்த இறப்பிற்கும் தங்களுக்கும் சம்மந்தப்படாதவர்கள் வரை யார் யாரெல்லாமோ கலந்து கொண்டிருந்தனர்.

இரண்டு மிதமிஞ்சிய குடிகாரர்கள் அவசர அவசரமாக ஒருவர் மாற்றி ஒருவர் அவரவர் கைகளில் மீதம் வைத்திருந்த முன்னூற்றி அறுபது மில்லியை ஒரு குவளையில் மாறிமாறி ஊற்றியபடி வழியெங்கும் ஓரமாக நின்று குடித்து, புலம்பி தங்களைத் தாங்களே தள்ளாடியபடி வைத்துக்கொண்டிருந்தனர். எங்கிருந்தோ பார்சல் கட்டிக்கொண்டு வந்திருந்த தேங்காய் சட்னியுடன் கூடிய அவித்த முட்டைகளை வாய்க்குள் அமிழ்த்த செய்த முயற்சிகள் தோல்வியைத் தழுவ அது மீசை, தாடிக்குள் அரைகுறையாக

தஞ்சம் புகுந்தபடியிருந்தது. அனைவரும் அவர்களை கேவலமாக, அருவருப்பாக பார்த்துக்கொண்டிருந்தாலும் அதை எதையும் கண்டுகொள்ளாமல் மீண்டும் மீண்டும் முயற்சித்ததில் முட்டையில் கால்பங்கு எப்படியோ வாய்க்குள் வெற்றிகரமடைந்தது. அதிலொரு குடிகாரன்தான் அடுத்த அரைமணிநேரத்தில் பெரிய சாமியார் உரையைக்கேட்டு அங்கு எவரையும்விட அதிகமாக அழப்போகும் ஒருவனாக இருக்கப்போகிறான் என்ற புள்ளிவிபரம் ஒன்று பதிவாகப்போகிறது என்ற தகவலையும், கடைசிவரை அவனுக்கும் பெஞ்சமினுக்கும் என்ன உறவு என்று தெரிந்துகொள்ள முடியாமல் அங்கிருந்தவர்கள் அவதிப்படப் போகிறார்கள் என்பதையும் அறிந்துகொள்ள வாய்ப்பில்லாமல் பெஞ்சமின் அமைதியாகப் படுத்திருந்தார். அதைத்தொடர்ந்து அவர்களைப்போலவே ஆனால் குடிக்காமல் சில இளந்தாரிகள் வந்து அழுதுவிட்டுச் சென்றது இன்னும் சில நிமிடங்களுக்கு பெஞ்சமினை ஒரு சூனியக்காரர்போல மாற்ற, அது ஏற்கனவே குழப்பத்திலிருந்தவர்களை மேற்கொண்டு குழப்பியது.

கோர்ட் கேண்டீனில் தர்மவேல் வடை சுடும்போது அதன் வாசனையானது இருநூறு மீட்டர் தொலைவில் சுற்றிலும் கதவுகள் இறுகச்சூழ அடைக்கப்பட்டிருக்கும் டிஸ்ட்ரிக்ட் கோர்ட் வரைக்கும் பரவும். ஆனால் ஆட்களைச் சுண்டி இழுக்கும் அந்த வாசனையை நம்பி ஒருவர் அங்கு வருவாரேயானால் வைக்கோலைத் தின்னும் ஒரு மாடாக அவர் தன்னை உணரும் அதிசயமும் புதிரும் அங்கு அரங்கேறும். அந்த வித்தையைக் கேண்டீனை லீசுக்கு எடுத்திருந்த தர்மவேல் எப்படியோ கற்றிருந்தார்.

“வாழைக்காயில் எப்பகுதி பஜ்ஜி போடப் பயன்படும்?” என்று கேள்வி எழுப்பினால் “அதன் கிழக்குப் பகுதி” என்று பதில் சொல்லும் திறமைக்கொண்ட அவரும்கூட இப்போது பெஞ்சமின் இறப்பிற்கு வந்திருந்தார். “சாவு வீட்டில் அவர் சுடும் வடையைப்போல எந்தவித குணநலன்களையும் காட்டாமல் வந்து நின்றுசென்ற ஒரே ஒருவர் அவர் மட்டும்தான்” என்று அவரை அறிந்தவர்கள் பிற்பாடு பேசிக்கொண்டார்கள். “இப்போது மட்டுமல்ல, அவர் சுடும் வடையைச் சாப்பிட்டு இதற்குமுன் இதே நோயால் நூற்றைம்பது பேர் இறந்திருக்கிறார்கள் என்று சென்ற வருடம் கேண்டீனை லீசுக்கு எடுத்து பின் இவரிடம் தோற்றுப்போயிருந்த பதினாறாவது வார்டு கவுன்சிலரின் தம்பி வதந்தி பரப்பிவிட்ட நேற்றும்கூட இதே அமைதியைத்தான் கடைபிடித்தார்” என்று அவரை அறிந்த இன்னும் சிலர் பேசிக்கொண்டார்கள் என்பதும்,

அப்படி பரப்பிய 'அந்தத் தம்பியும்' அடக்கத்திற்கு வந்திருந்தார் என்பதும் கூடுதல் தகவல்கள்.

பெஞ்சமினுக்கு முன்பாக சபை வழக்கு நடத்திய அப்பாவையேக் குமாஸ்தாவாக வைத்துக்கொண்ட கஞ்சத்தனத்தில் அற்றம் கண்ட வக்கீல் ஒருவரும் வந்திருந்தார். கொழுத்த வருமானம் தரும் அந்த வழக்குகளை தன்னிடமிருந்து பறித்துக்கொண்ட பெஞ்சமினால் தான் பாதிக்கப்பட்ட விஷயம் உள்ளுக்குள் வெறுப்பை உற்பத்தி செய்துகொண்டிருந்தாலும் அது கடந்துபோன ஒரு விஷயமாக, அதை மறந்துபோன ஒருவராக தனது பாவனைகள் வெளிப்படுமாறு பார்த்துக்கொண்டார். அதேநேரம் 'அடுத்த சபை வக்கீல் தான்தான்' என்ற மகிழ்ச்சியானது அந்த வெறுப்பை 'ஆத்தங்கரைப் பீயை வெள்ளங்கொண்டு போனதுபோல' அவரிடமிருந்து மறையச்செய்து உற்சாகமும் மூட்டிக்கொண்டிருக்க, அந்தக் கலவையான மனநிலையோடு கடந்தகால நிகழ்ச்சிகளை உள்ளுக்குள் அசைபோட்டவாறு ஊர்வலத்தின் ஒரு ஓரமாக நடந்து கொண்டிருந்தார்.

தனது அப்பா இறந்தபோது அதைப்பற்றி கவலைக்கொள்ளாமல் பிணத்தை வைத்துக்கொண்டு வசதியான ஒரு பணக்காரக் கட்சி தரும் பணத்திற்காக அந்த வழக்கில் ரீ ஓப்பன், ரீ கால் பெட்டிசன்கள் எழுதியதும், அந்தக் கட்சியின் பண செல்வாக்கை அறிய தனது ஜூனியர் வக்கீல் ஒருவரை பயன்படுத்தியதும், அது அனைவருக்கும் தெரிந்துபோய் ஜில்லாவிலேயே இப்படியொரு காரியம் செய்தது இவர் ஒருவர்தான் என்று சக வக்கீல்களே அவரைக் கிண்டலடித்த நிகழ்வும், ஏதோ பெஞ்சமின் இறப்பை தாங்க முடியாததுபோல சோகமாக வைத்திருந்த அவர் முகத்தின் முன்பும் மூளைக்குள்ளும் சுழன்றடித்து அசூயையைக் கொடுக்க அதைச் சிரிப்பிற்கும் சோகத்திற்கும் இடைப்பட்டு இருக்குமாறு உடனே மாற்றிக்கொண்டார். அது பார்ப்பதற்கு கோர்ட்டில் அவர் எப்போதும் உடன் வைத்திருக்கும் - எந்த வழக்கிற்கும் சம்மந்தப்படாத - அந்தப் பத்து புத்தகங்கள் போலவே இருந்தது.

அவரின் பின்னால் 'பாடை' என்ற அடைமொழியை தனது பெயருக்கு முன்னால் சுமந்துக்கொண்டிருந்த ஏற்கனவே சொன்ன "அந்தத் தம்பியின்" அண்ணனிடம் தேர்தலில் தோற்றுப்போன உள்ளூர் அரசியல்வாதி ஒருவரும் வந்துகொண்டிருந்தார்.

பல் விளக்காமல் சிரிக்க மாட்டார். சோப்பு போட்டு குளிக்க மாட்டார். சாப்பிடும்போது சிகரெட் பிடிப்பார். தூங்கும்போது கால்

அசைப்பார். தூங்கி எழுந்ததும்... இப்படி ஊருக்குள் அவரைப்பற்றி எதிர்கட்சியினர் என்னதான் மேடைபோட்டு பேசிக்கொண்டாலும் பிணம்போல் அதற்கு எந்தப் பதிலும் சொல்லாமல் அமைதிகாத்து வந்ததால் வந்தப் பெயரல்ல அது என்று இப்போது அவருடன் அரசியல் செய்யும் இளந்தலைமுறையினருக்கு தெரியாது.

முன்பொரு காலத்தில் நாத்திக அமைப்பில் ஒன்றில் உறுப்பினராக இருந்துக்கொண்டு பிணமாக நடித்து மூடநம்பிக்கைகளை ஒழிக்கப் பிரச்சாரம் செய்யும் ஒருவராக இருந்ததாகவும், பின்னர் தன் மகளின் சாதி கடந்த காதலுக்கு எதிர்ப்பு தெரிவித்து தன் சொந்த சாதியைச் சார்ந்த ஒருவனுக்கு திருமணம் செய்து கொடுத்ததாகவும், ஆனால் அந்தத் திருமணம் அந்தச் சொந்த சாதி குடிக்கார மாப்பிள்ளையால் தோல்வியில் முடிந்ததாகவும், பின்னர் 'தான் பெரியாருக்கு துரோகம் செய்துவிட்டதாக' தன்முன் கிடந்த அந்த சொந்தச் சாதி பிணத்தின் முன்பும், ஒரு குழந்தையுடன் கணவனை இழந்து வாழ்ந்து வந்த மகளை மீண்டும் திருமணம் செய்துகொண்ட அதே அந்த அடுத்த சாதி காதலனுக்கு முன்பும் அழுது ஒப்பாரி வைத்து புலம்பியதாகவுமான ஒரு வரலாறுக்குச் சொந்தமான பெயர் என்று அவர்களுக்குத் தெரியாது.

முன்புபோல அல்ல அவர் இப்போது. எப்போதாவது குடிப்பார் குடித்துவிட்டு எதிரில் வரும் அப்பாவிகளை அடிப்பார். அடித்துவிட்டு மறுநாள் அவர்களைத் தேடிச்சென்று இழப்பீட்டுத் தொகையும் கொடுப்பார். அப்படி அவர் அடிக்கும் சம்பவங்கள் பெரும்பாலும் அவர் ஒட்டும் போஸ்டர்களை ஒட்டியேதான் நடைபெறும். அதாவது மாடுகள் வந்து சவைக்கும்வரை, அவர் போஸ்டர்மேல் வேறு யாருடைய போஸ்டரும் ஒட்டப்படாத அளவிற்கு பார்த்துக்கொள்வார். அப்படி ஒட்டினால் ஒட்டியவர்களையும் தேடிப்பிடித்து அடிப்பார். அப்படி அடிப்பதற்காகவே குடிப்பார். வழக்கம்போல அடித்துவிட்டு காசும் கொடுப்பார். அப்படி அவர் அடிக்கு கொடுக்கும் தொகை போஸ்டர் அடிக்கும் தொகையைவிட அதிகமாக இருப்பதாலும், இப்படி அடிப்பதற்காகவே அடிக்கடி குடிக்க வேண்டிய நிலைமை ஏற்படுவதாலும், அப்படி குடித்துக் குடித்து இப்போது குடிக்க மனமில்லாமலும், அதற்காகவே போஸ்டர் அடிப்பதற்கும் மனமில்லாமலும், அதனாலேயே கட்சியில் எந்தப் பதவியுமில்லாமலும் வாழ்ந்து வரும் அவர்தான் இப்போது தன் முகத்தை அகத்திற்கு ஏற்றவாறு அமைதியாக வைத்துக்கொண்டு அந்த வக்கீலின் பின்புறமாக நடந்துவந்து கொண்டிருந்தார்.

ஆசீர்வாதம்பிள்ளைக்கென்று தனி குமாஸ்தா கிடையாது. வேதமணி, மைந்தனின் குமாஸ்தாதான் அவருக்கும் வழக்கு பார்த்து வந்தார். வயது வேதமணியைவிட அதிகம். அடுத்த மாதம் இறக்கப்போகும் அவரும்கூட அந்த ஊர்வலத்தில் கலந்து கொண்டிருந்தார். ஏன் மம்மர்ச் சிந்தையன் கோபாலன் இப்போது இருந்திருந்தால்கூட அவரும் தான் விருதுகள் வாங்கிக்கொடுத்த வட்டுகளோடும், தான் வாங்கிய விருதுகளின் பட்டியலோடும் ஒரு கெப்பனக்காரியைப்போல பதுக்கப் பதுக்க நடந்துவந்து அங்கேயும் விருது வாங்கிக்கொடுக்க யாரையாவது தேடிக்கொண்டு அவர்களில் எவர் காதையாவது கடித்து வைத்தும் கொண்டிருப்பார்.

இதுதவிர பப்ஸ், பிஸ்கட், தண்ணீர் பாட்டில் எல்லாம் தனித்தனியாக அடங்கிய மூட்டைகள் சிலவற்றை தூக்கிபடி வந்து கொண்டிருந்த - கதை அடிப்பது, குடிப்பது, சிலநேரம் தூங்குவது என கல்லறைத் தோட்டத்திலேயே தங்களது பாதி வாழ்வையும் அர்ப்பணித்துவிட்ட - கொசு முட்டை கூட்டத்தார்கள்...

எண்பத்தாறு வயது வாத்தியாரின் ஐம்பத்தாறு வயது மகனும், "சிலேட்டு குச்சியை உடைச்சதுக்கு தூக்கிப்போட்டு என்னை மிதிச்சவந்தானடா உங்கப்பன்" என்று பேசிச் சிரித்துக்கொண்டிருந்த தன் அப்பாவிடம் படித்து தற்போது தன்னுடன் குடிக்கும் நண்பர்களான அப்பாவின் மாணவர்களும்..

ஓய்வு என்பது வேலைக்குத்தான்; வாழ்க்கைக்கும் வயதிற்கும் அல்ல என்று தத்துவம் பேசும் கூட்டங்கள், தலையை வெட்டிய பின்னும்கூட உண்மை பேச விரும்பாதவர்கள், தூக்கத்திற்கும் கனவிற்கும் இடைப்பட்ட நேரங்களையொத்த மனநிலையில் மட்டுமே வாழ்ந்துகொண்டு ஊரைச்சுற்றும் அந்தத் தலைமுறைக்கானப் பைத்தியங்கள்...

மார்ட்டின் கூட்டத்தார் பேச்சைக் கேட்டுவிட்டு அவர்கள் விட்டுச்சென்ற, ஆதாமை சிருஷ்டித்தபின்பு மனிதன் தனிமையாயிருப்பது நல்லத்தல்ல என்று தேவன் கருதியதாக சொல்லும் விஷயத்தையும், அதற்கு எதிர்புறமாக மனிதன் தனிமையாயிருப்பது நல்லது என்று தேவன் கருதியதாகச் சொல்லும் விஷயத்தையும் தொடர்ந்து விவாதிக்கும் இருவர்... அவர்கள் இருவருக்கும் விவிலியத்தின் விவஸ்தையையும், விவகாரத்தையும் கற்றுக்கொடுக்கும் இன்னொருவர், அவர்களுக்கு துளியும் சம்மந்தமில்லாமல் "தன் தொடைகளுக்கு கீழே எப்போதும் ஒரு விபச்சாரி இருக்க வேண்டும்" என்று கனவு மட்டுமே கண்டு

அது நிறைவேறாமலேயே வாழ்நாள் முழுவதும் தனிமையில் வாழ சபிக்கப்பட்ட ஒருவர்...

பணம் குறித்த பேச்சொன்றில் "ஆனை அவ்வளவு தூறுதுன்னு ஆட்டுக்குட்டியும் தூற நெனச்சா மூலம் முத்திரும்" என்று பழமொழிகளாக பீய்ச்சித் தள்ளும் ஒருவர், பெட்ரோல் பம்ப் மூஞ்சு, ஹோட்டல் சர்வர் முகம், இரண்டு பிள்ளைகள் பெற்ற முகரை, பழைய பஸ்டாண்ட் வதனம் என்று பார்ப்பவர்கள் அனைவரையும் ஏதோ ஒன்றை வைத்தே அடையாளம் சொல்லும் ஒருவர், இதுதவிர குறிப்பிட்டுச் சொல்ல அல்லது சுவாரசியமான எந்த தனித்தன்மையும் இல்லாத பலரும்...

அகாலமாக இறந்துபோன இளைஞனுக்கு மனைவியோ குழந்தைகளோ இல்லையென்றால் வருமே ஒரு திருப்தி அதேப்போன்ற மனநிலையுடன் அந்த ஊர்வலத்தில் கலந்து கொண்டவாறு பெரிய சாமியாரை நோக்கி நடந்து கொண்டிருந்தனர்.

அவரும் அவர்களுக்காகக் காத்திருந்தார்.

27

அப்பொழுது, இதோ, கிறிஸ்து இங்கே இருக்கிறார், அதோ, அங்கே இருக்கிறார் என்று எவனாகிலும் சொன்னால் நம்பாதேயுங்கள். ஏனெனில், கள்ளக் கிறிஸ்துக்களும் கள்ளத் தீர்க்கதரிசிகளும் எழும்பி, கூடுமானால் தெரிந்து கொள்ளப்பட்டவர்களையும் வஞ்சிக்கத்தக்கதாகப் பெரிய அடையாளங்களையும் அற்புதங்களையும் செய்வார்கள். இதோ, முன்னதாக உங்களுக்கு அறிவித்திருக்கிறேன். ஆகையால்: அதோ, வனாந்தரத்தில் இருக்கிறார் என்று சொல்வார்களேயானால், புறப்படாதிருங்கள்; இதோ, அறைவீட்டிற்குள் இருக்கிறார் என்று சொல்வார்களேயானால் நம்பாதிருங்கள்.

-மத்தேயு 24: 23,24, 25,26

ஊர்வலம் கோவிலை எட்டியபோது ஜெபமும் மணியோசையும் நின்றிருந்தது. ஆறு பேர்களினால் இருபுறமும் நீளக்கிடந்த இருக்கைகளுக்கு மத்தியிலாகக் கவனமாகக் கொண்டு வரப்பட்டிருந்தார் பெஞ்சமின். பெட்டியை ஒரு பெஞ்சில் நிலைகிடத்த கூடுதலாகப் பதினைந்து நிமிடங்களானது. எல்லா ஏற்பாடுகளும் தயாரானபோது அந்தப் பெஞ்சையொட்டி போடப்பட்டிருந்த நாற்காலிகளின் ஒன்றில் ஒருபக்கமாக சாய்ந்து அதனருகிலிருந்தாள் திரேசம்மாள். அவளது வலதுகை பெட்டியின் மேலிருந்த 'கர்த்தருக்குள் மரிக்கிறவன் பாக்கியவான்' என்ற எழுத்துக்களுக்கு குறுக்காகக்கிடந்தது. மகள் அம்மாவை அணைத்திருந்தாள். அவர்களின் பின்னால் திரண்டிருந்த சிறியதொரு பெண்கள் கூட்டம் அவர்களிருவரை அரவணைத்திருந்தது. அக்காளின் பிள்ளையைத் தூக்கி வைத்தபடி வயதான மாமன்காரன்களுக்கு இடையில் கொஞ்சம் தள்ளி அமர்ந்திருந்தான் மகன். முன்புபோல எதிர் கருத்துக்களை முனங்க

மார்ட்டின் கூட்டத்தார் இப்போது அங்கு இல்லை. முழுக்க முழுக்க விசுவாசிகளினாலும் அல்லது அப்படி தங்களைக் காட்டிக் கொண்டிருந்தவர்களினாலும் மட்டுமே நிறைந்திருந்தது கோவில்.

அடக்க நிகழ்வுக்கான ஒரு தேர்ந்த காட்சியாக அது அவ்வளவு பொருத்தமாக இருந்தாலும் பெருகியிருந்த கூட்டத்தைப் பார்த்து ஒரு கணம் சாமியாரே திகைத்துவிட்டார். அவர் அதைக் கொஞ்சமும் எதிர்பார்த்திருக்கவில்லை. "பெஞ்சமினுக்கு ஊருக்குள் இவ்வளவு செல்வாக்கா?" என்றவொரு கேள்வி திரும்பத்திரும்ப அவருக்குள் ஒலித்துக்கொண்டேயிருந்தது.

"எல்லோருக்கும் நல்லது மட்டுமே செய்து கொண்டிருந்த ஊர் பெரியவர் இஸ்ரவேல் இரண்டு மாதங்களுக்குமுன்பு இறந்தபோது இவ்வளவு பெரிய கூட்டம் கூடவில்லை..! அதற்கு இரண்டு வருடங்களுக்கு முன்பு லூர்து இறந்துபோனபோது இந்தக் கூட்டம் எங்கு சென்றிருந்தது? மக்கள் பிரபலமானவர்களின், பணக்காரர்களின், குறுக்கு வழிகளில் முன்னேறியவர்களின் சாவிற்கு மட்டும்தான் கூடுவார்களா? இப்படிப்பட்ட அவர்களின் மனநிலை உணர்த்துவதுதான் என்ன? ஒருவேளை அவர்கள் இப்படி குவிவது அவர்களின் இறப்பை, கடைசி நிமிடங்களை அணுவணுவாக இரசிப்பதற்காகத்தானோ? அது உண்மையானால் அதில் தனக்குரிய இடம் எங்கே? தான் செத்தால் இவ்வளவு பெரிய கூட்டம் கூடுமா? அப்படி வரும் கூட்டம் உண்மையாகக் கூடிய ஒன்றாக இருக்குமா? இல்லை ஏதோவொரு ஆர்வத்தினாலோ, மகிழ்ச்சியினாலோ வந்துசேர்ந்ததாக இருக்குமா? இதை இப்போது அறிந்துகொள்வது எப்படி? மொத்தத்தில் தன் சாவானது பெஞ்சமினுக்கு கூடியக் கூட்டத்தைவிட விஞ்சுமா? குறையுமா?" என்று அவருக்குள் தோன்றிய எண்ணங்களானது கண்முன் இருக்கும் மனிதத்திரள்களை சிலநொடிகள் மறக்கச்செய்தது. அவருக்கு உதவி செய்து கொண்டிருந்த மூவரில் ஒருவர் மைக்கை நீட்டியபோது அதை வாங்கியதுகூட அவர் நினைவில் இல்லை. பின்னர் 'அதை எப்போது, எப்படி வாங்கினோம்?' என்று எவ்வளவு யோசித்தும் அவர் நினைவிற்கும் அது வரவுமில்லை.

ஒருவரின் இறப்புக்குமுன் நேரப்போகும் அவரது இறப்பு குறித்து உறவினர்களிடம் மருத்துவர் சொல்லும் ஒரு தகவலைப்போலத்தான் தயங்கித் தயங்கி தனது பிரசங்கத்தை முதலில் ஆரம்பித்தார். அது சரிவரக் கைகூடி வரவில்லை என்று தெரிந்ததும் மீண்டும் புதிதாக ஒன்றை "தந்தை மகன் தூய ஆவியின் பெயராலே" என்று ஆரம்பித்து நாக்கைக் கடித்துக்கொண்டார். அப்படி

அவர் தடுமாறுவது ஏதோ மைக்கை சரிசெய்வதுபோல இருந்தது. "இந்த மைக்கை எப்போது, எப்படி வாங்கினோம்?" என்று அப்போதுதான் அவர் யோசிக்கத் தொடங்கினார். அந்த சிந்தனை இன்னும் கூடுதலான இரண்டு மூன்று தடுமாற்றங்களுக்கு அவரை உட்படுத்த முயற்சித்தபோது "கூட்டம் முழுவதும் தன்னை நோக்கியே இருக்கிறது" என்று அவருக்குள் கேட்ட குரலானது அவரை ஒரு நிலைக்கு கொண்டு வந்தது.

எனவே அவர் இவ்வாறு தொடங்கினார்:

"அருமையான நமது பெஞ்சமினின் மரணத்தை கேள்விப்பட்டபோது மிகுந்த அதிர்ச்சியாக இருந்தது. நல்லதொரு சாட்சியாக நம்முன் வாழ்ந்து மரித்த அவர், அருமையான கணவராக, தந்தையாக, மனிதராக, விசுவாசியாக இருந்தார் என்பது நம் அனைவருக்குமே நன்கு தெரியும். ஆனால் தேவனுடைய சித்தமில்லாமல் எதுவும் நடக்காது என்பதையும் நாம் அறிந்திருக்கிறோம். ஆவியின்வழி இன்னதென்றும், ஆதியில் கர்ப்பவதியின் வயிற்றில் எலும்புகள் உருவாகும் விதம் இன்னதென்றும் நாம் அறியாதிருந்தது போலவே, எல்லாவற்றையும் செய்கிற தேவனுடைய செயல்களையும் அறியாமல் இருக்கிறோம் என்பதையும் நாம் தெரிந்திருக்கிறோம். ஆகவே பெஞ்சமினுக்காக வேதாகமத்தின் ஒரு பகுதியை வாசித்துக் கண்களைமூடி வேண்டிக்கொண்டு நம்முடைய ஜெபத்தினை தொடங்குவோமாக...

கொரிந்தியர் இரண்டு, அதிகாரம் ஐந்து...

'பூமிக்குரிய கூடாரமாகிய நம்முடைய வீடு அழிந்துபோனாலும், தேவனால் கட்டப்பட்ட கைவேலையல்லாத நித்தியவீடு பரலோகத்தில் நமக்கு உண்டென்று அறிந்திருக்கிறோம். ஆகையால் இதுமுதற்கொண்டு நாங்கள் ஒருவனையும் மாம்சத்தின்படி அறியோம்; நாங்கள் கிறிஸ்துவையும் மாம்சத்தின்படி அறிந்திருந்தாலும், இனி ஒருபோதும் அவரை அவ்வாறு அறியோம்' என்ற வசனங்களை எல்லோரும் இந்த நேரத்தில் மனதில் இருத்திக்கொண்டு அன்னாருடைய கிருபைக்காகவும், இரக்கங்களுக்காகவும் ஆண்டவனை துதிப்போமாக, ஆமென்...

சகோதர சகோதரிகளே... துக்கம் நம்மை சூழ்ந்திருக்கும் இந்த நேரத்திலே நாம் நன்றாக நினைத்துப்பார்க்க வேண்டும், நாம் நம் இளமையில் சந்தோஷப்படுகிறோம். வாலிப நாட்களில் இருதயத்தைப் பூரிப்படைய வைக்கிறோம். நம் நெஞ்சின் வழிகளிலும், கண்களில் காண்கின்ற காட்சிகளின் வழிகளில்

எல்லாம் நடக்கிறோம். ஆனாலும் இவையெல்லாவற்றின் நிமித்தமும் தேவன் நம்மை நியாயத்திலே கொண்டுவந்து ஒருநாள் நிறுத்துவார் என்று நாம் அறியாதிருக்கிறோம் என்பது உண்மைதானே...?

அவர் நம்மை புல்லுள்ள இடங்களில் மேய்த்து, தண்ணீர்கள் அண்டையில் நம்மை கொண்டுபோய் விடுகிறார். நம் ஆத்துமாவைத் தேற்றி நீதியின் பாதைகளில் நம்மை நடக்க வைக்க முயற்சிக்கிறார். ஆனால் மனுஷனோ எதற்கென்றுத் தெரியாமலேயே வேஷமாகவேத் திரிகிறான்; விருதாவாகவேச் சஞ்சலப்படுகிறான்; ஆஸ்தியைச் சேர்க்கிறான், ஆனால் யார் அதை வாரிக்கொள்ளுவான் என்று அறியாமல் புலம்புகிறான். அப்படி புலம்பாதவர்களுக்கு, ஆஸ்தியைச் சேர்க்காதவர்களுக்கு, வேஷமாகத் தெரியாதவர்களுக்கு தேவனுடைய ராஜ்ஜியம் காத்திருக்கிறது. துன்மார்க்கருடைய தொந்தரவு அங்கே ஓய்ந்திருக்கிறது; பெலனற்று விடாய்த்துப் போனவர்கள் அங்கே இளைப்பாறுகிறார்கள். கட்டுண்டிருந்தவர்கள் அங்கே ஏகமாக அமைந்திருக்கிறார்கள்; ஒடுக்குறவனுடைய சத்தம் அங்கே கேட்கப்படுகிறதில்லை. சிறியவனும் பெரியவனும் அங்கே சரியாயிருக்கிறார்கள்; அடிமைகள் தங்கள் எஜமானர்களுக்கு நீங்கலாயிருக்கிறார்கள்.

நம்முடைய அன்பிற்குரிய பெஞ்சமின் அப்படிப்பட்ட துன்மார்க்கர்கள் இல்லாத தேவனுடைய ராஜ்ஜியத்திற்குதான் சென்று சேர்ந்திருக்கிறார் சகோதர சகோதரிகளே... எனக்கு அறிந்தது போகவும் பெஞ்சமினின் வாழ்வு குறித்து நம் சகோதரர்களிடம் கேட்டுத் தெரிந்துகொண்டபோது அதிசயித்துதான் போனேன். அவர் தன்னுடைய வாழ்நாளில் எவர் ஒருவருக்கும் தீங்கு நினைத்ததில்லை; அடுத்தவர் உடமையின்மீது தன் கண்களைப் பதிய விட்டதில்லை; தான் பார்த்து வந்த பணியின் நிமித்தம் மட்டுமே கண்ணாயிருந்தார். ஒரு வேலையாளின் நிழலையும் அவர் வஞ்சித்தது இல்லை. ஒரு கூலிக்காரன் தன் கூலியை வரப்பார்த்திருக்கிறதுபோல அவர் தன் இறுதிக்காலத்தை முழுமனதுடன் ஏற்றுக்கொண்டார். மாயையான மாதங்களோ, நாட்களோ அவரைச் சூழவில்லை. சஞ்சலமான ராத்திரிகள் அவருக்குக் குறிக்கப்படவில்லை.

அதனால்தான் கர்த்தர் கூப்பிட்டபோது மறுஉத்தரவு கொடுக்காமல் தன்னை அவரிடம் அவரால் முழுமையாக ஒப்புக்கொடுக்க முடிந்திருக்கிறது. அவர் பேசியதைக் கேளாமலும், அவர் பார்வைக்குப் பொல்லாப்பானதைச் செய்யாமலும் வாழ்ந்தவர் நமது பெஞ்சமின். அதனால்தான் அவர் விருப்பத்தைத்

தெரிந்துகொண்டதின் நிமித்தம், அவர் அவரது ஆபத்தைத் தெரிந்துகொண்டு, அவருக்கு திகில்களை உண்டாக்காமல், வேதனைகளையும், வாதைகளையும் கொடுக்காமல், பிள்ளை பெறுகிறவளைப்போல அவருக்கு வலியைக் கொடுக்காமல்; அவர் முகத்தை நெருப்பான ஒன்றிற்கு அருகில் கொண்டு செல்லாமல் அவரைத் தன்னிடத்தில் அமைதியாக அழைக்க முடிந்திருக்கிறது.

இயேசுவின் நாமத்திற்கு மகிமை உண்டாகுவதாக, ஆமென்...

இந்த நேரத்திலே நாம் இன்னொன்றையும் செய்ய வேண்டும் என்று தேவன் சொல்லுகிறார். அது நம் இருதயத்திலிருந்து சஞ்சலத்தையும், நம் மாம்சத்திலிருந்து தீங்கையும் நீக்கிப்போட வேண்டும் என்பதாக இருக்கிறது. அது மட்டுமல்ல அவர் நம்மிடம் சொல்வது மற்றவர்களைக் குற்றவாளிகளென்று தீர்க்காதிருக்க வேண்டும் என்று அவர் சொல்லுகிறார்; அப்பொழுது நீங்களும் குற்றவாளிகளென்று தீர்க்கப்படாதிருப்பீர்கள் என்கிறார். மற்றவர்களை ஆக்கினைக்குள்ளாக்கும்படி தீர்க்காதிருங்கள்; அப்பொழுது நீங்களும் ஆக்கினைக்குள்ளாகத் தீர்க்கப்படாதிருப்பீர்கள் என்கிறார். உங்களின் தீய எண்ணங்களை உங்களிடமிருந்து விடுதலை பண்ணுங்கள்; அப்பொழுது நீங்களும் அதிலிருந்து விடுதலைப் பண்ணப்படுவீர்கள் என்று உறுதி அளிக்கிறார். கொடுங்கள்; அப்பொழுது உங்களுக்கும் கொடுக்கப்படும். அமுக்கிக் குலுக்கிச் சரிந்து விழும்படி நன்றாய் அளந்து கொடுங்கள்; உங்கள் மடியிலும் அவ்வாறே விழும். நீங்கள் எந்த அளவினால் அளக்கிறீர்களோ அந்த அளவினாலே உங்களுக்கும் அளக்கப்படும் என்கிறார்.

பெஞ்சமின் நமக்குச் சொல்லும் சாட்சியும் இதுதான். நாம் நீதியை கைக்கொண்டிருந்தால், சத்தியத்தை நம் இடைக்கச்சையாக வைத்திருந்தால், சமுத்திரம் ஜலத்தினால் நிறைந்திருக்கிறதுபோல், நாமும் உண்மையை அறிகிற அறிவினால் நிறைந்திருப்போம். அதைத்தான் ஏசாயா பதினோராவது அதிகாரத்தின் வசனங்களும் நமக்குச் சொல்கிறது.

'அப்பொழுது ஓனாய் ஆட்டுக் குட்டியோடே தங்கும், புலி வெள்ளாட்டுக் குட்டியோடே படுத்துக்கொள்ளும்; கன்றுக்குட்டியும், பாலசிங்கமும், காளையும், ஒருமித்திருக்கும்; பசுவும் கரடியும் கூடிமேயும், அவைகளின் குட்டிகள் ஒருமித்துப் படுத்துக்கொள்ளும், சிங்கம் மாட்டைப்போல் வைக்கோல் தின்னும். பால் குடிக்குங்குழந்தை விரியன்பாம்பு வளையின்மேல் விளையாடும், பால் மறந்த பிள்ளை கட்டுவிரியன் புற்றிலே

தன் கையை வைக்கும். அவர் பரிசுத்த பர்வதமெங்கும் தீங்கு செய்வாருமில்லை; கேடு செய்வாருமில்லை; சமுத்திரம் ஜலத்தினால் நிறைந்திருக்கிறதுபோல், நாமும் கர்த்தரை அறிகிற அறிவினால் நிறைந்திருப்போம்.'

இப்போது நமது பெஞ்சமினை நினைத்துப் பாருங்கள். அவர் பிறனுடைய திராட்சைத் தோட்டத்தில் பிரவேசித்தால், ஆசைதீர திராட்சைப் பழங்களைத் திருப்தியாகப் புசிப்பாரே தவிர; அவர் கூடையிலே ஒன்றும் எடுத்துக்கொண்டு போகமாட்டார், பிறனுடைய விளைச்சலில் பிரவேசித்தால் கையினால் கதிர்களைக் கொய்வாரேயன்றி அந்த விளைச்சலில் அரிவாளை இடமாட்டார். அவர் செல்லும் வழியருகே ஒரு மரத்திலாவது தரையிலாவது குஞ்சுகளாயினும் முட்டைகளாயினுமுள்ள ஒரு குருவிக்கூடு அவருக்குத் தென்படும்போது, தாயானது குஞ்சுகளின் மேலாவது முட்டைகளின் மேலாவது அடைகாத்துக் கொண்டிருந்தால், அவர் குஞ்சுகளோடே தாயையும் பிடித்ததில்லை. தாயைப் போகவிட்டு, குஞ்சுகளை மாத்திரம் அவர் எடுத்துக்கொள்வார்; அதனால்தான் அவர் நாட்களும் நீடித்திருந்தது. ஒருவன் புது வீட்டைக் கட்டினால், அதன் மெத்தையிலிருந்து விழாமல், இரத்தப்பழியை தன் வீட்டின்மேல் சுமத்திக் கொள்ளாதபடிக்கு, அதற்குக் கைப்பிடி சுவரைக் கட்டுபவன்போல யாரொருவருக்கும் தீங்கு ஏற்படாதவாறு தனது நாட்களை அவர் கட்டி எழுப்பிக்கொண்டார்.

அதுவே இதற்கு எதிராக ஒருவன் இருக்கிறான் என்றால், அவன் மாம்சம் பூச்சிகளினாலும்; புழுதியினாலும் மூடப்படும்; அவனுக்கு தோல் வெடித்து அருவருப்பாகும். அவன் நாட்கள் அவனாலேயே நெய்யப்பட முடியாமல் நம்பிக்கையில்லாமல் முடிந்துபோகும். அவன் கண்கள் ஒருபோதும் நன்மையைக் காணாது. மிகுந்த விதையை வயலுக்குக் கொண்டுப்போவான், ஆனால் கொஞ்சமாய் அறுப்பான்; வெட்டுக்கிளி அதையும் பட்சித்துப்போடும். திராட்சைத் தோட்டங்களை நாட்டிப் பயிரிடுவான், ஆனாலும் அவனால் திராட்சை ரசம் குடிக்க முடியாது, திராட்சைப் பழங்களைச் சேர்க்கவும் இயலாது; பூச்சி அதனைத் தின்றுபோடும். ஒலிவமரங்கள் அவன் எல்லைகளிலெங்கும் இருக்கும், ஆனாலும் அதின் எண்ணெயை அவன் பூசிக்கொள்வதில்லை; அவன் ஒலிவ மரத்தின் பிஞ்சுகள் உதிர்ந்துபோம். அவன் பிணம் ஆகாயத்துப் பறவையின்படி பூமியின் மிருகங்களுக்கும் இரையாகும்; அப்போது அவைகளை விரட்டுவார் ஒருவரும் இருப்பதில்லாமல் போகும். அவன் குணமாகாதபடி கர்த்தர் அவனை எரிபந்தமான பருக்களினாலும், வியாதியினாலும், சொறியினாலும், படியும்

சிரங்கினாலும் வாதிப்பார். அவனைப் புத்தி மயக்கத்தினாலும், குருட்டாட்டத்தினாலும், திகைப்பினாலும் வாதிப்பார். குருடன் அந்தகாரத்திலே தடவித்திரிகிறதுபோல, அவன் பட்டப்பகலிலே தடவிக்கொண்டு திரிவான்; அவன் வழிகளில் ஒன்றும் அவனுக்கு வாய்க்காதேபோம்; உதவி செய்வாரில்லாமல் அவன் எந்நாளும் ஒடுக்கப்படுகிறவனும் பறிகொடுக்கிறவனுமாய் இருப்பான். அப்பொழுது அவன் இரத்தப்பழி அவன் தலையின் மேல் இருக்கும் என்பதையும் நாம் நிச்சயமாய் அறிந்து கொள்ள வேண்டும் சகோதர சகோதரிகளே...

தன் நீதியிலே கெட்டுப்போகிற நீதிமானுமுண்டு, தன் பாவத்திலே நீடித்திருக்கிற பாவியுமுண்டு. ஆனால் தேவனுக்குப் பயப்படுகிறவன் இவைகள் எல்லாவற்றினின்றும் காக்கப்படுவான் என்பதுதான் உண்மை. மரணக்கட்டுகள் ஒருவனைச் சுற்றிக்கொண்டாலும், பாதாள இடுக்கண்கள் அவனைப் பிடித்துக்கொண்டாலும், இக்கட்டையும் சஞ்சலத்தையும் அவன் அடைந்தாலும், நாவினால் பாவஞ் செய்யாதபடி, அவன் வழிகளைக் காத்து, நலமல்லாததைப் பேசாமல் மவுனமாகி ஒருவன் ஊமையாயிருந்தால் அவனுக்கு ஒருபோதும் துக்கம் அண்டாது; அவன் இருதயம் அனல் கொள்ளாது; அவன் தியானிக்கையில் அக்கினி மூளாது.

ஏனென்றால் கர்த்தர் கொல்லுகிறவரும் உயிர்ப்பிக்கிறவருமாயிருக்கிறார்; அவர் நம்மை பாதாளத்தில் இறங்கவும் அதிலிருந்து ஏறவும் பண்ணுகிறவர். அவர் கோணலாக்கினதை நேராக்குகிறத்தக்கவன் இங்கு ஒருவரும் இல்லை.

இன்றில்லாவிடாலும் என்றாவது ஒருநாள், அவரவர் காலத்தின் முடிவில் நாம் அனைவரும் இன்று பெஞ்சமின் காணும் உலகத்தை நாமும் காணத்தான் போகிறோம். எனவே இந்த நேரத்தில் விசுவாசியான பெஞ்சமினுக்காக மட்டுமில்லாமல், மண்ணக வாழ்வு நிலையற்றது என்ற புரிதலல்லாமல் வீண் ஆடம்பரங்களுக்காகவும், புகழுக்காகவும் ஏய்த்துப் பிழைத்தவர்களையும் ஆண்டவர் மன்னித்து அவர்களின் ஆன்மாக்கள்மீது திருமுக ஒளியை வீசச்செய்து அவர்களை பிரகாசப்படுத்துவீராக என்று அவரிடம் மன்றாடுவோமாக...

ஆமென்...

அதேநேரம் இன்னும் கொஞ்ச காலத்தில் இந்த உலகமே ஒருநாள் அவரைக் காணும், நீங்களும் அவரை காண்பீர்கள்; அப்போது எல்லோரும் பிழைக்கிறபடியே நாமும் பிழைப்போம். 'நான் என்

பிதாவிலும், நீங்கள் என்னிலும், நான் உங்களிலும் இருக்கிறதை அந்நாளிலே நீங்கள் அறிவீர்கள்' என்னும் அவர் வாக்குக்கேற்ப, நமது இறந்த உடல்களை தேவன் உயிர்ப்பிப்பார் என்ற புரிதலோடு நாம் நமது மன்றாட்டுகளை ஒப்புக்கொடுப்போம், ஆண்டவரே எங்களது மன்றாட்டைக் கேட்டுக்கொள்வீராக...

ஆமென்...

மாம்சமும் இரத்தமும் தேவனுடைய ராஜ்யத்தைச் சுதந்தரிக்க மாட்டாது; அழிவுள்ளது அழியாமையைச் சுதந்தரிப்பதுமில்லை. நாமெல்லாரும் நித்திரையடைவதில்லை; ஆகிலும் கடைசி எக்காளம் தொனிக்கும்போது, ஒரு நிமிஷத்திலே, ஒரு இமைப்பொழுதிலே, நாமெல்லாரும் மறுரூபமாக்கப்படுவோம். அப்பொழுது மரித்தோர் அழிவில்லாதவர்களாய் எழுந்திருப்பார்கள்; தேவன் உயரத்திலிருந்து நம்மீது ஒளி வீசி நம்மை பிரகாசிக்கப் பண்ணுவார். மரண இருளையும், பயங்கரங்களையும் இல்லாமலாக்குவார்.

ஆனால் தீயவர்களுக்கோ, அவர்களின் அஸ்தமன காலத்தில் அவர்களது நாட்களில் தோன்றிய நட்சத்திரங்களை இருண்டுபோகச் செய்வார். அது எதிர்பார்த்திருந்த வெளிச்சம் உண்டாகாமலும், விடியற்காலத்து வெளுப்பைபோல அது காணாமலும் போகச்செய்வார். அப்போது அவர்கள் மரணத்துக்கு ஆசையாய்க் காத்திருந்து, புதையலைத் தேடுகிறதுபோல அதைத்தேடியும்கூட அதை அடையாமற் போவார்கள். பிரேதக்குழியைக் கண்டுபிடித்து மிகவும் களிகூர்ந்து, அதற்காகச் சந்தோஷப்பட்டாலும் அவர்களால் அதனுள் அவ்வளவு எளிதாக உள்ளே சென்றுவிட முடியாதபடியும், தன்வழியை தானே காணக்கூடாதபடியும் அவதிப்படுவார்கள். அவர்களுக்கு இருளும், மனச்சஞ்சலமும் அவர்களது ஜீவனைப்போலவே அவர்களுடன் ஒட்டி உறவாடும். அவர்களின் போஜனத்துக்கு முன்னே பெருமூச்சு உண்டாகும்; அவர்களின் கதறுதல்கள் வெள்ளம்போல புரண்டோடும். அவர்கள் பயந்த காரியம் அவர்களுக்கு நேரிடும்; அவர்கள் அஞ்சினது அவர்களுக்கு வந்துசேரும். அவர்களுக்குச் சுகமுமில்லை, இளைப்பாறுதலுமில்லை, தத்தளிப்பே உண்டாகும். அப்போது 'நான் கர்ப்பத்தில்தானே அழியாமலும், கர்ப்பத்திலிருந்து புறப்படுகிறபோதே சாகாமலும் போனதென்ன? என்னை ஏந்திக் கொள்ள மடியும், நான் பாலுண்ண ஸ்தனங்களும் உண்டாயிருந்ததென்ன? வெளிப்படாத முதிராப் பிண்டம் போலவும், வெளிச்சத்தைக் காணாத சிசுக்கள் போலவும் இருந்துருப்பேனே? அல்லது நான் இருந்த கர்ப்பத்தின் வாசலை அடைக்காமல் விட்டதென்ன? இப்போது என் கண்கள் காண்கிற வருத்தத்தை நான் காணாமல் மறைத்து விட்டுருப்பேனே

அப்படியில்லாதிருந்தால், அசையாமல் கிடந்து அமர்ந்திருந்து, பாழ்நிலங்களில் தங்களுக்கு மாளிகையைக் கட்டின பூமியின் ராஜாக்களோடும் மந்திரிமார்களோடும், அல்லது பொன்னை உடையவர்களோடும், தங்கள் வீடுகளை வெள்ளியினால் நிரப்பினவர்களோடும், பிரபுக்களோடும் சேர்ந்து நான் தீயதை நிறைவேற்றும் காரியங்களில் ஈடுப்பட்டிருக்க வேண்டியதில்லையே' என்று அலறிப் புலம்ப வைக்கப் பண்ணுவார்.

அன்பிற்குரிய நண்பர்களே...

நம் நாட்களின் அளவு அவ்வளவு சிறியது; நாம் அதில் அவ்வளவு நிலையற்றவர்கள்; நம் நாட்கள் அனைத்தும் மாயையானவை என்று தேவன் சொல்லுகிறார். அப்போது நம்மைக் காண்கிறவர்களின் கண்கள் இனி நம்மைக் காண்பதில்லை; நாமோ இல்லாமற் போகிறோம். மேகம் பறந்து போகிறதுபோல, பாதாளத்தில் இறங்குகிறவன் இனி ஏறிவரான். இனி அவன் தன் வீட்டுக்குத் திரும்பான், அவன் ஸ்தலம் இனி அவனை அறியாது. அப்போது நல்லது செய்து மரித்தோர் தேவகுமாரனுடைய சத்தத்தைக் கேட்பார்கள். அதைக் கேட்கிறவர்கள் பிழைப்பார்கள். நமது பெஞ்சமினும் அதைக் கேட்டிருப்பார். அவரிடம் நீங்கள் அன்பாயிருந்தால் அவர் கற்பனைகளைக் கைக்கொள்ளுங்கள். பெஞ்சமினுக்காகவும், அன்னாரது குடும்பத்திற்காகவும் நாம் நம் பிதாவை வேண்டிக் கொள்வோம். என்றென்றைக்கும் அவருடனே அவர் இருக்கும்படிக்கு, அவர் அவருடனே வாசம் பண்ணும்படி, அவருக்குள்ளே இருக்க வேண்டிக் கொள்ளும்படி நாம் அவரிடம் மன்றாடுவோம்.

மோசமான ஐசுவரியானுகளும் துன்மார்க்கர்களும் அவர்களுடைய பிரேதக்குழியை அவரே நியமித்துக் கொள்வார்கள். நமது பெஞ்சமினோ கர்த்தரின் குழந்தை. அவர் எவர் ஒருவருக்கும் கொடுமை செய்யவில்லை; அவர் வாயில் வஞ்சனை இருந்ததுமில்லை. எரிமலைகளைப் போல அவரை அவர் ஏற்றுக்கொள்வார். நீதிமான்களின் ஆன்மாக்கள் கடவுளின் கைகளில் உள்ளன. கடும் தொல்லை எதுவும் அவர்களைத் தீண்டாது. அவர்கள் நம்மை விட்டுப் பிரிந்து சென்றது பேரழிவாக கருதப்பட்டாலும், அவர்களோ அமைதியாக அங்கே இளைப்பாறுவார்கள். கடவுள் அவர்களைச் சந்திக்கும்போது ஒளி வீசுவார்கள். விண்ணக வீட்டிலே அவரின் ஆத்துமா சந்திக்க ஜெபிப்போமாக....

ஆமென்....

28

பேதுரு அவரை நோக்கி: ஆண்டவரே, நான் இப்பொழுது உமக்குப் பின்னே ஏன் வரக்கூடாது? உமக்காக என் ஜீவனையும் கொடுப்பேன் என்றான். இயேசு அவனுக்குப் பிரதியுத்தரமாக: எனக்காக உன் ஜீவனைக் கொடுப்பாயோ? சேவல் கூவுகிறதற்கு முன்னே நீ என்னை மூன்றுதரம் மறுதலிப்பாயென்று, மெய்யாகவே மெய்யாகவே உனக்குச் சொல்லுகிறேன் என்றார்.

-யோவான் 13: 37,38

"மனிதர்கள் படுக்கைகளில் அலறும்போது மட்டுமே அவரை அழைக்கிறார்கள்; அதுவும் அவர்கள் இருதயத்திலிருந்து கூப்பிடுவதில்லை, அவர்கள் தங்களது நோயைக் குணப்படுத்தவும் தானியத்திற்காகவும் சுகபோகத்திற்காகவும் மட்டுமே அவரை அழைக்கிறார்கள். ஆனாலும் அவர் அவர்களுடையப் புயங்களை திரும்பவும் பலப்படுத்துகிறார்; அவர்களோ மீண்டும் அவரைவிட்டு விலகிச் செல்கிறார்கள்" என்று தனது பிரசங்கத்தின் இறுதிக்கு வந்தபோது, மரணம் என்பது இனிமையானவொன்று என்று தன்னைத்தானே நம்பவைக்க அவர் பெரும்முயற்சி செய்துக்கொண்டிருந்தார். ஆனால் அதற்கு எவ்வளவு ஆற்றுப்படுத்தியும் அவரால் அது முடியாமல் போகவே, அதுவரை அவர் பேசி வந்த விஷயங்களுக்கு மாறாக அவரது எண்ணங்கள் தங்களைத் திசைமாற்றிக் கொண்டன.

"இதற்குமுன் எத்தனையோ மரணத்தை வழி அனுப்பி வைத்த தனக்கு இன்று மட்டும் ஏன் இப்படி நடக்கிறது?" என்று அவருக்குத் தோன்றாமலில்லை. வழக்கத்திற்கு மாறான அவரது பிரசங்கத்தைக் குறித்து சபையோர்களும் அதையே நினைத்துக்கொண்டாலும் எவர் ஒருவரும் அதைக்குறித்து அவரிடம் கேட்டுக்கொள்ளவும்

இல்லை. ஆனால் பிறப்பையும் இறப்பையும்தவிர தூய உண்மை ஒன்று உண்டென்றால் அது கடவுள் மட்டுமே என்று முழுமையாக நம்பிவந்த அவருக்குள் அதையும்தாண்டி வேறொன்று மெல்லியதாக தட்டுப்படவே, மரணத்தின் வயதிற்கும் பயத்திற்கும் ஏற்ற பருவத்திலிருக்கும் தனக்கு அவ்வாறு தோன்றுவது இயல்புதான் என்று அவராகவே சமாதானம் கூறிக்கொண்டார். அந்த சமாதானத்தின் முடிவில் "அந்தப் பிரசங்கத்தை தான் பெஞ்சமினுக்காக நிகழ்த்தவில்லை; ஆண்டவனை நோக்கி தனக்காகத்தான் நிகழ்த்திக்கொண்டோம்" என்ற அச்சமும் அவரை அப்பிக்கொண்டபோது, "தான் இனி வாழும் நாட்கள் இறந்த மனிதன் ஒருவனின் எஞ்சிய நிமிடங்களையொத்ததாகத்தான் இருக்குமோ?" என்ற சந்தேகமும் உடனொட்டிக்கொண்டது.

அந்த விரும்பத்தகாத வார்த்தைகள் உள்ளுக்குள் உச்சரிக்கப்பட்டதும், அதுவரை அவருக்குப் பழகிவந்த அவரது மனம் மட்டுமல்ல; உடலே இன்னொன்றாக உருமாறி நிற்பதாக ஒருகணம் உணர்ந்தார். "ஒரு உடல் அதற்கானதா? இல்லை அந்த நேரத்தில் அது வேறொன்றாக இருக்கிறதா? என்று முத்தங்களின் மூலம் மட்டுமே ஒருவர் கண்டறிந்துகொள்ள முடியும்" என்ற அவரது உறுதியான கோட்பாடு சட்டென்று முத்தங்களை அகற்றிவிட்டு அந்த இடத்தில் 'வார்த்தைகளை' இட்டு நிரப்பியதும், "ஒருவன் தன்னைப்போல ஒருவனின் மரணத்தைக் காணும்போதும் இதுபோன்று தோன்றுவது இயல்புதானே?" என்று சமாதானம் சொல்லிக்கொண்ட முந்தைய நிலையிலிருந்து இன்னொன்றிற்கு அது அவரைக் கொண்டுசென்றிருந்தது.

அந்த நிலையானது, இது தனக்கு முதல்முறையல்ல என்றும், தனது வாலிப நாட்களில் தான் பிறந்து வளர்ந்த ஊரில் 'கண்கள் என்பது விழித்திருப்பதற்கு மட்டுமே' என்று நம்பும் ஒருவன் திடீரென்று மறைந்துபோன அந்த நாளிலிருந்தே தன்னைப் பின்தொடரும் ஒன்றுதான் என்றும், ஆனால் இன்று, இந்த இடத்தில், இவ்வாறு அது முன்வந்து நிற்பதுதான் விரும்பத்தகாத ஒன்றாக இருக்கிறது என்றும் அவர் நினைத்துக்கொண்டார். அப்போது பெஞ்சமின் நினைவைக் குறித்து முக்கியமானவர்கள் பேசிக்கொண்டிருந்தார்கள். அவரோ சுத்தமாகப் பெஞ்சமினிடமிருந்தும், தன்னிடமிருந்தும் விலகி முப்பத்தைந்து ஆண்டுகளுக்குமுன் மறைந்துபோனவனின் நினைவுகளில் பின்னோக்கி தத்தளித்துக் கொண்டிருந்தார்.

இன்னுமேகூட பெஞ்சமின் உயிரோடுதான் இருக்கிறார் என்று நினைத்தபடி அவரிடம் உதவி கேட்பதுபோல ஒருவர்

பேசிக்கொண்டிருந்தபோது, 'கண்கள் என்பது விழித்திருப்பதற்கு மட்டுமே என்று சொல்வதால் அவன் ஒருபோதும் தூங்குவதில்லை என்றல்ல அர்த்தம்; தூங்குவதுபோல் கண்களை ஒருபொழுதும் அவன் மூடுவதில்லை என்பதே அதற்கு அர்த்தம்' என்று புரிந்துகொள்ள முடியாத அல்லது முற்றுபெறாத ஒரு தொடர் வாக்கியத்தின் வழியாக தனக்குள் மீளவும் நிகழப்போகும் அந்த உரையாடலை அவரே தொடங்கி வைத்தார்.

* * *

உலகில் விழித்திருக்கும் உயிரற்றப் பொறிகளில் ஒன்றாக தன்னை அவன் மாற்றிக்கொண்டது எந்த வயதில் என்று அவருக்குத் தெரியாது. ஆனால் அந்த சமயத்தில் அவனைப்பற்றி நினைக்கும்போதெல்லாம் 'மரணத்தை எப்படியாவது கண்கொண்டு பார்த்துவிட வேண்டும்' என்று தீர்க்கம் கட்டிக்கொண்டு வாழும் ஒருவன் என்றே அவருக்குத் தோன்றும். எங்கு எப்போது எந்த ஊரில் இருப்பான் என்று எவர் ஒருவருக்கும், ஏன் அவனுக்குமே தெரியாத ஒரு நாடோடித்தனத்தை அவனிடம் பார்க்கும்போது, எல்லோரையும் தேடி வந்துகொண்டிருக்கும் மரணத்தை அவன் தேடியலைவது போலவேயிருக்கும். மனிதர்கள் இல்லாத வீடுகளையும், கட்டிடங்களையும்போல, தேவாலயமோ, கோவிலோ, மசூதியோ இல்லாத ஒரு ஊர்போல, முலையில்லாத ஒரு பெண்போல, குறியில்லாத ஆண்போல, திருநங்கையோ நம்பியோ என்று அடையாளப்படுத்த எவர் ஒருவருக்கும் எந்தவொரு மாற்றையும் வழங்காமல் எல்லா நேரமும் அவன் உள்ளும் புறமும் வெறிச்சோடி இருப்பதைப் பார்க்கும்போது மரணம் என்ற ஒன்றிற்கு உருவம் இருந்தால் அது அவனைப்போல்தான் இருக்குமோ? என்றுகூட அவருக்குச் சந்தேகம் வந்ததுண்டு. அதீதமாகத் தோன்றும் அவரின் இந்த உவமைகள் குறித்த விஷயத்தில் இப்போதும் அவருக்கு எந்த மாற்றமும் இல்லை. ஒருவேளை முப்பது வருடங்களானாலும் மூன்றுநாள் அளவிற்கே வளர்ந்திருக்குமவன் மழிக்கப்படாத தாடியும், மீசையும், தலைமுடியும் அதைவிட தீவிரமானதொரு வியப்பை அவருக்கு அளித்திருந்தும், 'வாழ்வில் வேகமாகச் செல்பவன் தோற்பது எப்படி?' என்கிறதொரு பந்தய விதியை ஏதோவொரு விதத்தில் எல்லோருக்கும் கற்றுக்கொடுத்துக்கொண்டே இருப்பதுபோலவுமான ஒரு அலட்சியத்தை அவனைத்தவிர வேறு எவரிடமும் அவர் அதன்பிறகு பார்க்காததும்கூட அதற்கு ஒரு காரணமாக இருக்கலாம்.

‘தனது ஒரு அடியை இன்னொரு அடிக்கு தேவைப்படும் பட்சத்தில்தான் பயன்படுத்தினானேயொழிய அதை வெறுமனே நகர்வதற்கான ஒரு நிபந்தனையாக மட்டும் அவன் எப்போதும் கைக்கொண்டதில்லை.’

மீண்டுமொரு புரிந்துகொள்ள முடியாத அல்லது முற்றுபெறாத ஒரு தொடர் வாக்கியத்தின் வழியாக இன்னொரு கட்டத்திற்கு அந்த உரையாடலை அவர் நகர்த்தியபோது, “கல்லறை என்பது வேறொன்றுமில்லை அவரவர் கனவுகள்தான்” என்று அவன் பங்கிற்கு அவனும் அதை அவரிடம் இழுத்துத் தள்ளினான். ஆனாலும் அவன் இறப்பை நோக்கியே அவரது முழு சிந்தனையும் இருந்தது.

“கடைசியில் அவன் எப்போது மரணித்துப்போனான் என்று எவர் ஒருவருக்கும் தெரியாது போனது எப்படி? எங்கோ மறைந்துபோனான் என்று சர்வ சாதாரணமாக அவனை ஊரார்கள் மறந்துபோனது எதனால்? அவனைப்போல ஒரு வாழ்வை வாழ முடியாத பொறாமையினாலா? இல்லை அப்படி ஒருவன் தங்களின் மத்தியில் வாழ்ந்தான் என்பதை கடந்தகாலத்திலிருந்து முற்றிலும் துடைத்தெறியவா? அதனால்தான் இவர்கள் பெஞ்சமின் போன்ற சாதாரண மரணக்காரர்களையே விரும்புகிறார்களோ?”

இப்போது அவருக்கும் தான் அப்படி திடீரென்று மறைந்து போகவேண்டும் என்று தோன்றியது. அது உடலால் மட்டுமல்ல, “நான் கர்ப்பத்தில்தானே அழியாமலும், கர்ப்பத்திலிருந்து புறப்படுகிறபோதே சாகாமலும் போனதென்ன? என்னை ஏந்திக்கொள்ள மடியும், நான் பாலுண்ண ஸ்தனங்களும் உண்டாயிருந்ததென்ன? வெளிப்படாத முதிராப்பிண்டம் போலவும், வெளிச்சத்தைக் காணாத சிசுக்கள் போலவும் இருந்துருப்பேனே? அல்லது நானிருந்த கர்ப்பத்தின் வாசலை அடைக்காமல் விட்டதென்ன?” என்று சிறிதுநேரத்திற்கு முன்னால் தனது பிரசங்கத்தில் குறிப்பிட்டிருந்ததுபோல, தான் ஒருவன் வாழ்ந்ததே எவர் ஒருவரின் நினைவுகளிலும் இல்லாத அளவிற்கு பிறக்கும் முன்னரே மறைந்துப்போயிருக்க விரும்பினார்.

“மரணம் என்பது இன்னொரு நிர்வாணம்; அதை எப்படி மற்றவர்களிடம் காண்பிக்க முடியும்?” என்றுவொரு கேள்வியும் அதைத்தொடர்ந்து அவர்முன் வந்துவிழவே, அது அவரது கண்களை அவன் அப்படி வாழ்ந்து மறைந்துப்போனதை இன்னும் சரியென்று பிரகாசமடைய வைத்ததோடு, ஆடைகள் சூழ பாதுகாப்பாக பெட்டிக்குள் படுத்திருந்த பெஞ்சமினையும் ஏதோ

நிர்வாணத்தை மறைத்தபடிக் கிடப்பவராகவும் காட்டியது. யாரோ அவர் மரணத்தை மறைத்து வைக்கவே அப்படி துணிகளைச் சுத்தி வைத்திருப்பதாகவும், நிச்சயமாக அவர் நிர்வாணத்தை மறைத்து வைக்கவல்ல என்றும் உறுதியாக நம்பினார்.

அப்படி நிர்வாணத்தையும் மரணத்தையும் தொடர்புப்படுத்தி யோசிப்பது அவருக்கு அளவில்லா உற்சாகத்தையும், ஒருவித தத்துவ மேதமையையும் அவர் தலையைச் சுற்றி உருவாக்க, 'நிர்வாணமாக இருப்பவனுக்குத்தானே ஆடைகள்; மரணமடைந்தவனுக்கு எதற்கு?' என்று முந்தைய கேள்விகளைவிட கொஞ்சமும் புரியாத ஒன்றை அவரே அவர் தலைக்குள் தூக்கி வீசிக்கொண்டார்.

அது மெல்ல மெல்ல "நிர்வாணமாக இருப்பவனுக்கு கிடைப்பதைவிட மரணமடைந்தவனுக்குத்தானே ஆடைகள் - அதுவும் புத்தம் புதிதாக - சாத்தப்படுகிறது? அது ஏதோ ஒன்றை மறைப்பதற்குதானே? அந்த ஏதோ ஒன்று நிர்வாணம் அன்றி வேறென்ன இருக்க முடியும்? மனிதர்கள் மரணத்தைவிட அதிகம் அஞ்சுவது நிர்வாணத்திற்குதான். அதனால்தான் உயர்ந்த இடத்தில் தன்னை நிலை நிறுத்திக்கொண்ட மனிதன், மரணத்தை ஒரு சடங்காகவும் நிர்வாணத்தை ஒரு குற்றமாகவும் பார்க்கிறான். அதை மேலும் வலுப்படுத்தும் விதமாக தொடர்ச்சியாக அளவுக்கதிகமான ஆடைகளை வாங்கி தன்னைச்சுற்றிக் குவித்துக்கொண்டேயிருக்கிறான். அந்த செயலில் அவனுக்கு எப்போதும் திருப்தியே வருவதில்லை. ஆடைகள் இல்லாதவர்களை கீழ் நிலைக்கும், மனநிலை பிறந்த ஒன்றிற்கும் அடையாளமாக கொள்ளும் அவன், தான் மரணிக்கும்போது அவர்களைப்போல குறைந்த உடைக்கு அல்லது அழுக்கான உடைக்கு, முக்கியமாக நிர்வாணத்திற்கு ஆளாகும்போது அவனால் அதைத் தாங்கிக்கொள்ள முடிவதில்லை. அதனால்தான் அவன் ஒரு மரணத்தைப்போல அத்தனைத் தெளிவான நிர்வாணவொளியாக எல்லோரின் கண்களுக்கும் தெரிந்தானோ என்னவோ?" என்று முதலில் யோசித்த நிர்வாணத்திலிருந்து விலகி யோசித்துக்கொண்டிருந்தார்.

"தலை முடிகள் சரி. குறியைச் சுற்றியிருந்த முடிகள்கூட ஒரு சிறிய இமைகள்போல அவனிடம் தங்களை நிறுத்திக்கொண்டது எப்படி?"

அத்தனைகாலம் ஆழ்மனதில் எங்கோ ஒரு ஓரத்தில் அமிழ்ந்துகிடந்த அந்தக் கேள்வி திடீரென்று அவருக்குள்ளிருந்து எழுந்ததும், முழு நிர்வாணத்திற்கு சற்று அருகினில் சென்ற ஒருவர்போல சிலுவையில் அறையப்பட்டிருந்தவரை நோக்கித்தான் அவர்

கண்கள் சென்றது. "இன்று தனக்கு என்னவானது?" என்று தன்னைத்தானேச் சபித்துக்கொண்டு, "மனிதன் ஒருபோதும் இயேசு கிறிஸ்துவாக முடியாது" என்று நினைத்துக்கொண்டதோடு நிர்வாணம் குறித்த அந்த சிந்தனையிலிருந்தும் ஒதுங்கினார்.

அப்படி ஒதுங்கிக்கொண்டபோது "இந்த வாயாடி என்னப் பேசப்போகிறான்? பார்ப்பதற்கு அந்நிய தேவதைகளை அறிவிக்கிறவன்போல இருக்கிறான்" என்று எப்பிக்கூரர்கள் பவுலிடம் வாக்குவாதம் பண்ணியதுதான் அவர் ஞாபகத்திற்கு வந்தது. "தான் மட்டும் என்ன புதிதாக பிரசங்கிக்கப் போகிறேன்? ஏற்கனவே நிரூபிக்கப்பட்ட ஒன்றைப் பற்றி இப்படி சுற்றிச் சுற்றி யோசிப்பதால் என்ன பயன்?" என்று தன்னைத்தானே மௌனமாக்கிக் கொண்டு, "பரிசுத்த வேதாகமத்தின் பக்கங்களில் மட்டும்தான் மனிதனுடைய அத்தனை சிக்கல்களுக்கும் தீர்வு இருக்கிறது" என ஒவ்வொருவரும் பேசிச் செல்வதை மட்டும் அமைதியாகக் கவனிக்க ஆரம்பித்தார். அவருடைய சிந்தனையும் அவ்வாறே அவரைக் கவனித்துக் கொண்டிருந்தது; ஆனால் அவரைப்போல அமைதியாக ஒன்றும் அல்ல.

அந்த மாலை நேரத்தில் அவரது ஒவ்வொரு எண்ணமும் அவரின்முன் ஒவ்வொரு மனித உருவமாக வந்து நிற்க ஆரம்பித்தது. அது ஒவ்வொன்றும் ஒரு பக்கம் இளமையாகவும், மறுபக்கம் நோயாகவும் தங்களது முதுகுகளைத் திரும்பிக் காட்டிக்கொண்டிருந்தது. அவ்வாறு அவை காண்பிக்கும்போது அதன் வலதுபக்கம் கல்லறையின் வடிவிலும் இடதுபக்கம் பிறப்பின் வடிவிலும் காட்சியளித்தது. அதைப் பார்க்கும்போது உச்சியிலிருந்து கீழ்வரை இரண்டாக வெட்டப்பட்ட மரத்தின் ஒரு பக்கம் மட்டும் வளர்ந்தது போலவும், வேரில்லாமல் மேலிருந்து கீழ்நோக்கி வளர்ந்த ஒரு மரம்போலவும் இருவேறு தோற்றப் போலிகளை கானலாக அவர் கண்களுக்குள் நெளியவைத்தது. இன்னும் சொல்லப்போனால் மழைத்துளிகளின் ஒரு பக்கம் இரவாகவும் மறுபக்கம் பகலாகவும் உருமாறி கிழக்கும் மேற்குமாக திசைகள் மாறிமாறி தூரத்தில் எங்கோ ஒழுகுவதுபோலவும் இருந்தது.

அந்த ஒழுகல்தான், அந்த மாலையையே நாளை வரை காத்திருக்க பொறுமையற்ற ஒரு மரணமாக அவருக்குத் தோன்ற வைத்தது. அதேநேரம் அவரை அது எங்கெங்கோ தவறாக வழிநடத்தி செல்வதுபோலவும் இருந்தது. "மரணமானது அருகினில் வரும்பொழுது உண்மையேகூட வழி தவறித்தான் செல்லும்; நான் எம்மாத்திரம்" என்று நினைத்தபடி மீண்டும் எதையோ மோசமாக

யோசிக்க அவரது இதயமானது வேகமாக படபடத்தது. அவர் அதற்குள் விழுந்தார்.

“எவன் ஒருவன் இருதயத்தை வெகுகாலம் இளமையாக வைத்திருக்கிறானோ அவனே மரணத்தையும் வெகுகாலம் காத்திருக்க வைக்கிறான். அதற்கு அவன் மரணத்தின் எதிர்பக்கமாக நகர்ந்துகொண்டேயிருக்க வேண்டும். இதயத்தினால் அதற்கெதிராக ஓயாமல் பாடிக்கொண்டேயிருக்க வேண்டும். அந்தப் பாடல் எப்போது பற்களைத் தாண்டி வரமறுக்கிறதோ, வெளிவர முடியாமல் எப்போது அங்கேயே சிக்கிக்கொள்கிறதோ அப்போது அவன் அதுவரை நகர்ந்துவந்த திசைக்கு எதிராக தன்னைத்தானே நகர்த்திக்கொள்கிறான்.”

எல்லா தேசத்தவனுக்கும் பொதுவான அந்தப் பாடலின் சில வரிகள் அவருக்கு மறந்துபோனதுபோல இருந்தாலும், இன்னும் அது முழுமையாகச் சிக்கிக்கொள்ளவில்லை. இப்போது நினைத்தாலும் நினைவிலிருக்கும் சிலவரிகளை அவரால் வேகமாக வெளியேத்தள்ளி பாடமுடியும். சிறிதுநேரத்திற்குமுன் அவர் ஆற்றிய அந்தப் பிரசங்கம் மட்டுமல்ல, இதோ இப்போது தனக்குத்தானே அவர் ஆற்றிக் கொண்டிருக்கும் இந்தப் பிரசங்கமும்கூட அந்தப்பாடலின் சில வரிகள்தான். அதில்தான் அவருக்கு சில வரிகள் சிக்கிக்கொண்டு வெளிவராமல் மாட்டிக்கொண்டு முழிக்கின்றன. அதுதான் இத்தனை காலம் பூமியில் என்ன செய்வதென்று தெரியாமல் வாழ்ந்து முடித்த ஒருவனைப்போல அவரை மாற்றியபடி இருக்கிறது.

அதுவரை மற்றவர்களை நோக்கி கொண்டிருந்த அந்தக் கருத்தானது இப்போது தனது பக்கமாக சாய்ந்ததை அவரால் தாங்கிக்கொள்ள முடியவில்லை.

“ஒருவேளை தான் இறக்கப்போகிறோம் அல்லது இறந்து கொண்டிருக்கிறோம் என்று தெரியவரும் ஒவ்வொருவருக்கும் இப்படித்தான் தோன்றுமா? பெஞ்சமினுக்கும் அவ்வாறு தோன்றியிருக்குமா? அதற்கு வயது வித்தியாசம் கிடையாதா? அப்படி உண்டென்றால் ஒவ்வொரு வயதினருக்கும் அப்போது என்ன தோன்றும்? அப்படி வயது வித்தியாசம் இல்லையென்றால் இறக்கும்போது அவன் தன்னை முழுமனிதனாக உணர்வானா? இல்லை தன்னைப்போல ஒன்றுமற்றவனாக முடிவுக்கு வருவானா? இல்லை வாழ்வதை தவிர மோசமான செயல் வேறொன்றுமில்லை என்று எப்போது ஒருவனுக்குத் தெரிய வருமோ? அப்போது எப்படி சாவது என்றும் அவனுக்கு தெரிய வரும். நாள்முழுவதும்

பிச்சை எடுத்துவிட்டு ஒன்றும் கிடைக்காமல் சோர்வடைந்து ஓய்ந்துபோகும் ஒருவனுக்கு கேட்காமலேயே ஒருவர் அவன்முன் தூக்கிப்போடும் உணவுப் பொட்டலம் போன்றதுதான் மரணம் என்றும் அப்போது அவனுக்கு தெரிய வரும்.

திகில்களை உண்டாக்காமல், வேதனைகளையும், வாதைகளையும் கொடுக்காமல், பிள்ளை பெறுகிறவளைப்போல வலியைக் கொடுக்காமல் - முகத்தை நெருப்பான ஒன்றிற்கு அருகில் கொண்டு செல்லாமல் பெஞ்சமினை அவர் தன்னிடத்தில் அமைதியாக அழைத்திருப்பாரா?

தன்னையும் அப்படி அழைப்பாரா?

பிரேதக்குழியைக் கண்டுபிடித்து மிகவும் களிகூர்ந்து, அதற்காகச் சந்தோஷப்பட்டாலும் பெஞ்சமினால் அதனுள் அவ்வளவு எளிதாக உள்ளே சென்றுவிட முடிந்திருக்குமா? தன்வழியை தானே காணக்கூடாதபடி அவதிப்பட்டிருப்பாரா?

நானும் அப்படித்தான் அவதிப்படுவேனா?

இந்தக் கேள்விகள் அவரை இன்னும் அதனுள் முக்கியமாக அவனுள் ஆழமாக வீசியெறிந்தது.

ஒரு மனிதனுக்கு இரவில் இடமில்லாமல் இருக்கலாம். பகலில் இல்லாமல் இருக்கலாம். ஏன் அவன் கனவுகளில்கூட அவனுக்கு இடமில்லாமல் இருக்கலாம். ஆனால் அவனை எரிப்பதற்கும் புதைப்பதற்குமான ஒரு இடம் விலக்கப்பட்ட துர்நாற்றத்துடன் எங்கோவொரு மூலையில் தன்னைத்தானே விரித்து வைத்து காத்திருக்கத்தான் செய்கிறது. அது தெரியாமல் அல்லது தெரிந்துகொள்ளப் பயந்துகொண்டு அங்கு செல்லும்வரை அவன் தன்னை மணம்வீசும் ஒருவனாகவே வைத்துக்கொள்ள சிரமப்படுத்திக் கொண்டேயிருக்கிறான். அதன் ஒட்டுமொத்த விளைவாக, ஒருநாள் அப்படி அவன் முன்னிருந்ததுபோல இல்லாமலாகும்போது அந்தளவிற்கு நாறுகிறான். அதை அருகில் உள்ளோருக்கும் அவர்கள் எதிர்பார்க்காத வகையில் முன் எப்போதையும்விட திருப்பியும் அளிக்கிறான். அத்தனை காலம் அவன் தனக்குள்ளே, தனது உறுப்புகளுக்குள்ளே சேமித்து வைத்த அத்தனையும் அப்போது எல்லோரின் மத்தியிலும் மூக்கைப் பொத்தும் அளவிற்கும் முகத்தைச் சுளிக்கும் அளவிற்கு வெளிவருகிறது. அதற்காக அவன் அடைந்த வலிகள், அடுத்தவருக்கு கொடுத்த வலிகள், அதற்காக அவன் கையாண்ட

வழிகள், அடுத்தவருக்கு அடைத்த வழிகள் என அத்தனையும் எண்ணிக்கையின்றி, ஒருவராலும் எண்ண முடியாத அளவிற்கு வெளிவருகிறது. பெஞ்சமினுக்கும் அப்படித்தான் வெளிவந்தது.

அப்படியென்றால் அவனுக்கு?

எண்களை எண்ண முடிபவைகளை அல்லது எண்ணுவதற்கு கண்களுக்கு தெரிகிறவைகளைத்தானே எண்ண முடியும்? முடியாத ஒன்றை அல்லது தெரியாத ஒன்றை எப்படி எண்ண முடியும்? மரணத்தை எப்படி எண்ண முடியும்? அது எவரால் முடியும்?

ஒருவேளை அவனால் முடிந்திருக்கலாம்.

அதனால்தான் ஆடைகள்கூட இல்லாத அவனது அத்தனை பெரிய வீழ்ச்சியிலும் அவனது நிர்வாணத்தை அவனால் எல்லோரின் முன்னிலையிலும் வெற்றிகரமாக மறைக்க முடிந்திருக்கிறது. அவனது மரணத்தின் ஒரே ஒரு துகள்கூட இந்த உலகின் எல்லா மூலைகளிலும் விழித்திருந்த ஒருவரது கண்களிலும் கலக்கவில்லை; படவில்லை; படியவும் விடவில்லை. ஒரே நேரத்தில் வாழ்வையும் மரணத்தையும் ஒருசேர நுகர்ந்து பார்த்தவன் அவன். வாழ்வைப்போல வாசனையுடையது மரணம் அல்ல என்று நிச்சயம் அவனுக்குத் தெரிந்திருக்கும். அது மனிதனின் எண்ணங்களைவிட அவ்வளவு கொடுமையானது இல்லை என்றும் அவனுக்குத் தெரிந்திருக்கும். அதனால்தான் ஒருவராலும் முடியாத அதன் ஒன்றிற்கும் மேற்பட்ட வெவ்வேறான நறுமணச் சுவைகளை அவனால் தன் மூளைக்குள் ஒரேநேரத்தில் ஏற்ற முடிந்திருக்கிறது. அது ஒன்றிற்கும் மேற்பட்ட கனவைச் சுமக்க மறுக்கும் அவனால் மட்டுமே சாத்தியமாகும். அந்தவொரு கனவும்கூட காலியான ஒன்றாகத்தான் இருந்திருக்குமோ? என்னவோ?

சுமையைத் தருவதோ அல்லது சுமந்து செல்லப்படுவதோ எப்படி கனவாக இருக்க முடியும்?”

இவ்வாறு அவனைக்குறித்து, தன்னைக்குறித்து, பெஞ்சமினைக் குறித்துக் கேள்விகளை எழுப்புவதும், அதற்கு அவரே பதில்களை அளிப்பதுமாக இருந்தவரிடமிருந்து கடைசியாக வெளிவந்த இந்த வாக்கியமும்கூட அவருக்குப் புரியாத ஒன்றாகத்தான் இருந்தது. ஆனாலும் முந்தையதைப்போல அதை அவர் புரிந்துக்கொள்ள முயற்சிக்கவில்லை. “கனவுகள் என்றுமே சிலுவைகள்தான். மனிதன்மேல் அது அறையப்பட்டிருக்கிறது. அதனால்தான் தொடக்கத்தில் அதை அவன் விறுவிறுப்புடன்

தூக்கிச்சுமந்தாலும், நாட்கள் செல்ல செல்ல அது தாங்க முடியாத சுமையாக, அவனாலேயே சுமக்க முடியாத பாரமாக அது மாறிப்போகிறது. இதில் அடுத்தவனது கனவுகளையும் சேர்த்து சுமப்பவர்களாக இருந்த எங்களைப் பார்த்துதான் அவன் அடிக்கடி சிரித்துக்கொண்டிருந்தானோ?" என்று யோசித்ததோடு அந்த மோசமான உரையாடலின் தொடர்ச்சியை நிறுத்திக்கொண்டு 'இதில் பெஞ்சமின் திரேசம்மாளை சுமந்து கொண்டிருந்தாரா? இல்லை அவள் இவரை சுமந்து கொண்டிருந்தாளா?' என்று அந்த தீவிரத்திலும் யோசித்தவருக்கு சிரிப்பு வந்தது.

தன் வாழ்நாளில் வார்த்தைகள் மூலமாக மட்டுமே வாழ்ந்து வந்த அவள், கனவுகளைவிட கனமானவள் என்றும், சுமைகளைக் கொடுப்பதில் சிலுவைகளைவிட அமைதியானவள் என்றும், வீராப்பாக அவளைப் புரிந்துகொள்ள முயற்சிப்பவர்கள் தங்களது தோல்விகளை ஒப்புக்கொள்வதைத்தவிர வேறு வழிகள் இல்லை என்றும், அவளுக்கும் பெஞ்சமினுக்கும் இடையேயுள்ள வேறுபாடு விலக்கப்பட்ட சில ஆகமங்களையும், சேர்த்துக்கொள்ளப்பட்ட சில நீதிமொழிகளுக்குமான இடைவெளியை ஒத்தது என்றாலும், அவரின் ஆதியாகமம் அவளல்லவோ? என்றும் நினைத்துக்கொண்டார்.

'பின் தலையில்லா மனிதன் எப்படி தோன்ற முடியும்?'

முந்தைய கேள்விகள் போலல்லாமல் இது அவருக்கு நன்றாகவே புரிந்தது.

"பிறப்பை, வயதை, கனவை, இளமையை, நோயை, முதுமையை சுமக்க தயாராகும் ஒருவன் மரணத்தை சுமக்கவும் தயாராகத்தானே இருக்க வேண்டும்" என்று ஒருவர் பேசிக் கொண்டிருந்தார். ஏற்கனவே பெஞ்சமின் குறித்தும் திரேசம்மாள் குறித்தும் யோசித்து இயல்பு நிலைக்கு திரும்பிய அவரை, அந்த வார்த்தைகளானது அவரை இன்னும் பழைய நிலையை நோக்கி தள்ளிவிட்டது.

அவரும் அதைநோக்கித் திரும்பியபோது தன்னிடம் மைக் எப்படி கொடுக்கப்பட்டது என்று மீண்டும் யோசிக்க ஆரம்பித்தார். அப்படியான ஒரு நினைவு திரும்பியபோது 'தன் மரணத்தால்கூட தன்னை மாற்ற முடியாது' என்று கிண்டலானதும் உறுதியானதுமானவொரு கலவையான மனநிலை அவரைப் பற்றியிருந்தது.

அதிசயமாக அந்த மாலை நேரத்தில் ஒரு சேவலும் கூவிற்று.

29

அந்த ஜனங்களெல்லாருக்குள்ளும் தெரிந்துகொள்ளப்பட்ட இடதுகை வாக்கான எழுநூறுபேர் இருந்தார்கள்; அவர்கள் அனைவரும் ஒரு மயிரிழையும் தப்பாதபடிக்குக் கவண்கல் எறிவார்கள்.

- நியாயாதிபதிகள் 20: 16

பேசியவர்கள் அனைவரும் வாழ்வில் அற்புதங்கள் பல செய்தவராக பெஞ்சமினைப் பாவித்து சாட்சி மட்டும்தான் சொல்லவில்லை; மற்றபடி அவரவர் அவரை ஒரு புனிதருக்கு அருகில் நிலைநிறுத்த என்னென்ன செய்ய வேண்டுமோ அது அத்தனையையும் செய்தார்கள். “எல்லாம் அவரின் பிரசங்கத்தினால் விளைந்த பின் விளைவுகள்” என்று ஒருவரும் பேசிக்கொள்ளாமலேயே விளங்கக்கூடிய சமாச்சாரமாக அது இருந்தாலும், “அவர் தனக்குத்தானே ஆற்றிக்கொண்ட இரங்கல் உரை பெஞ்சமினுக்கு வாய்த்தது அவர் செய்த பெரும்பேறு” என்று மார்ட்டின் கூட்டத்தாரின் எதிர்தரப்பு மட்டும் அதை இன்னொரு வகையில் சரியாகக் கணித்தது.

“சில சபைகள் தொடங்கும்போது மணியடிக்கப்படும்; சில சபைகள் முடியும்போது மணியடிக்கப்படும். அந்த ஒன்றைத்தவிர ஊருக்குள் நடைபெறும் எந்த நிகழ்வுகளிலும் எந்த வேறுபாட்டையும் காண முடியாது” என்று சொல்லக்கூடிய மார்ட்டின் கூட்டத்தார்கள்கூட அப்போது அங்கு இருந்திருந்தால் தங்கள் கருத்துக்களை விட்டுக் கொடுத்திருப்பார்கள் என்றும் அவர்கள் பேசிக்கொண்டார்கள்.

அடக்க ஆராதனை, அடக்க பூசை போன்ற பெயர் வித்தியாசத்திலிருந்து சாலமோனின் ஞானங்கள் உள்ளிட்ட பத்துக்கும் மேற்பட்ட ஒதுக்கப்பட்ட ஆகமங்கள் வரையிலுமான ஒவ்வொரு

பிரிவிற்கும் உண்டான வேறுபாட்டை அப்போது அவர்களிடம் விளக்கி "இறைப்பற்றில்லாதவர்கள் தண்டிக்கப்படுவார்கள், அவர்கள் நீதிமான்களை புறக்கணித்து ஆண்டவரை எதிர்த்தார்கள், அவர்களுடைய மனைவியர் அறிவற்றவர்கள்; பிள்ளைகள் தீயவர்கள், அவர்களுடைய வழி வந்தவர்கள் சபிக்கப்பட்டவர்கள். அவர்கள் நீண்டநாள் வாழ்ந்தாலும் பொருட்படுத்தப்பட மாட்டார்கள்" என்று தங்களது வெற்றியையும் சுவைத்திருக்கலாம் என்றும் வருத்தப்பட்டுக் கொண்டார்கள்.

அதனால் என்ன? அதற்குத்தான் பெஞ்சமின் மகள் அங்கு இருந்தாளே...!

பெஞ்சமினே எதிர்த்தபோதும்கூட மார்ட்டின் கூட்டத்தாரிடம் அவளுக்கு எப்போதும் ஒரு சாய்வு இருந்துகொண்டேதானிருந்தது. ஊர்கோவில் வாசலில் அமர்ந்தபடி இருதரப்பும் விவாதிக்கும்போது அங்கு அவள் கற்றுக்கொண்டது ஏராளம்.

அதைக் கவனிக்கும்போது அவளுக்கு... பதினாறாம் நூற்றாண்டில் நடந்த இதேபோலல்லாத ஒரு சபைக் கூட்டத்தில் கத்தோலிக்க சபை மூடப்பட்ட ஆகமங்களை ஏற்றுக்கொண்டதையும், அது பரிசுத்த ஆவியினால் எழுதப்படவில்லை, தெய்வீகத்தை அது வெளிப்படுத்தவில்லை, தீர்க்கதரிசனம் இல்லாத கட்டுக்கதைகள், இருண்ட காலத்தில் எழுதப்பட்டவை, இயேசு கிறிஸ்துவோ அப்போஸ்தலர்களோ இதிலிருந்து எந்த மேற்கோளும் காட்டவில்லை என்று அதை ப்ராட்டஸ்டன்ட் ஏற்றுக்கொள்ளாமல் ஒதுக்கிவிட்ட சண்டைகளையும் நேரில் பார்ப்பதுபோலவே இருக்கும்.

"ஆமாம், இப்படி எல்லாம் எழுதி வைத்தால் யார்தான் அதை ஒதுக்க மாட்டார்கள்?" என்று பதிலுக்கு மார்ட்டின் கூட்டத்தார்கள் தயாராகிக்கொண்டிருந்தபோது, "ஒருவேளை இயேசு கிறிஸ்து இப்போது மேலிருந்து கீழேப்பார்த்தால் அவர் கண்களுக்கு எல்லாமே தள்ளப்படவேண்டிய கட்டுக்கதைகள் போலத்தான் தெரியும்" என்று போகிறப்போக்கில் ஒருநாள் அவள் சொல்லிச்சென்றதை அன்று அவர்கள் அவ்வளவு கைதட்டிக் கொண்டாடினார்கள். வழக்கம்போல எதிர்தரப்பு பெஞ்சமினிடம் கொளுத்திவிட்டுச் சென்றது.

"ஆலய ஆராதனைக்கு, அப்பத்துக்கு, போஜனபலிக்கு, ஓய்வு நாள், மாசப்பிறப்பு நித்திய சர்வாங்க தகனபலிக்கு, பண்டிகைக்கு, பிரதிஷ்டையான பொருளுக்கு, பாவ நிவிர்த்தி உண்டாக்கும் பலிக்கு, ஆலயத்தின் சகலவேலைக்கு, இதுதவிர வருஷந்தோறும்

சேக்கலில் மூன்றில் ஒரு பங்கைக் கொடுத்து அந்தக் கடனை தலைமேல் ஏற்றுக்கொள்றவன் மட்டும்தான் விசுவாசி; இவனுக இல்ல. நாம இறைப்பற்று இல்லாம, பாவிகளா இருந்தபோதே இயேசு கிறிஸ்து நமக்காக உயிர் நீத்தார். அதற்கான காணிக்கைதான் இது, அது எங்க இவனுகளுக்குத் தெரியப்போகுது. மனசுல பெரிய மார்ட்டின் லூதர் வாரிசுகனு நெனப்பு..." என்று பெஞ்சமின் பொரிந்துத் தள்ளினார்.

அவள் அதைப்பற்றி அவர்களிடம் ஒன்றும் சொல்லிக் கொள்ளவில்லை.

சொல்லியிருந்தால் "மதிகேடரே, எது முக்கியம்? காணிக்கையா? காணிக்கையைப் பரிசுத்தமாக்குகிற பலிபீடமா? பொன்னா? பொன்னைப் பரிசுத்தமாக்குகிற தேவாலயமா? எவனாகிலும் பலிபீடத்தின் பேரில் சத்தியம் பண்ணினால் அதினால் ஒன்றுமில்லையென்று சொல்கிறீர்கள், ஆனால் அதின்மேல் இருக்கிற காணிக்கையின் பேரில் சத்தியம் பண்ணினால், அவன் கடனாளியென்றும் சொல்லுகிறீர்கள்..! பண்டில் பாதிரிமார்களே நிலப்பிரபுக்களாக இருந்ததுபோல இப்போதும் அப்படி இருக்க வேண்டும் என்பதற்காக அல்லும் பகலும் உழைக்கும் கூகை மனிதர்களே...!" என்று சொல்லிச் சிரித்திருப்பார்கள்.

அப்போது மட்டுமல்ல அவர்களுடனான பழக்கத்தை அவள் எப்போதுமே முறித்துக்கொள்ளவில்லை.

இதையெல்லாம் இங்கே சொல்வதின் நோக்கம், பெஞ்சமின் ஆசைப்பட்டதுபோல விட்டுவிடாமல் கதை எழுத வேண்டும் என்றவொரு எண்ணம் அந்த பிரசங்கத்தை கேட்ட பின்னர்தான் அவளுக்குள் இன்னும் கொஞ்சம் அதிகரித்தது. குறிப்பாகச் சொன்னால் பிரசங்கத்தின்போது அவர் உச்சரித்த ஒரு வசனம். ஒட்டுமொத்தமுமே அவர் பேசியது வசனங்கள்தான் என்றாலும் இது மட்டும் அவளை அந்த நிலையிலும் ஏதோவொரு வகையில் கவர்ந்திருந்தது. பின்னர் நாட்கள் செல்ல செல்ல அவள் காதுகளுக்குள்ளே சதா சர்வ நேரமும் அது ஒலிக்கவும் தொடங்கியது:

"அவன் வாய் சபிப்பினாலும் கபடத்தினாலும் கொடுமையினாலும் நிறைந்திருக்கிறது; அவன் நாவின்கீழ் தீவினையும் அக்கிரமமும் உண்டு. கிராமங்களின் ஒளிப்பிடங்களிலே பதிவிருந்து, மறைவிடங்களிலே குற்றமற்றவனைக் கொல்லுகிறான்; திக்கற்றவர்களைப் பிடிக்க அவன் கண்கள் நோக்கிக் கொண்டிருக்கிறது. தன் கெபியிலிருக்கிற சிங்கத்தைப்போல மறைவில் பதிவிருக்கிறான். ஏழையைப் பிடிக்கப்

பதிவிருந்து, ஏழையைத் தன் வலைக்குள் இழுத்துப் பிடித்துக் கொள்ளுகிறான். திக்கற்றவர்கள் தன் பலவான்கள் கையில் விழும்படி அவன் பதுங்கிக்கிடக்கிறான்."

இந்த வசனம்தான் தன்னிடம் பெஞ்சமின் சொன்ன பாப்பா கதையை தொடங்க அவளுக்கு ஒரு உத்வேகமும் அளித்தது. மற்றபடி அவரது பிரசங்கம் பல்வேறு காரணங்களினால் பின்னர் சிரிப்பைத்தான் அவளுக்கு வரவழைத்தது.

காரணம் ஜெபத்தின் மேலோ, பிரார்த்தனைகளின் மேலோ எப்போதுமே அவளுக்கு நம்பிக்கை இருந்ததில்லை என்பது மட்டுமல்ல; 'கடவுளிடம் வேண்டுவது என்பது கட்டளையாகத்தான் இருக்க வேண்டுமேயொழிய; அது கெஞ்சலாக இருக்கக்கூடாது' என்று எங்கோ படித்தது அவளுக்குள் ஆழமாக வேரூன்றியிருந்ததும்தான். அதுவும் தனி ஒருவரின் தலைமையில் எல்லோரும் ஒன்றாகச் சேர்ந்து கடவுளிடம் வேண்டுவதும், அங்கே பணத்தினால் உருவாக்கப்பட்ட மடாலயங்கள் யானை எலியின்மீது சவாரி செல்வதுபோல பாவப்பட்டவர்கள் மீதேறி செல்வாக்கு செலுத்துவதும் அவளுக்கு எப்போதுமே ஒவ்வாமையைத்தான் ஏற்படுத்தியிருந்தது. அது அவள் படித்த ஆங்கில இலக்கியத்தினால் அல்ல; பெஞ்சமின் சொன்னதுபோல 'மார்ட்டின் கூட்டத்தார் போன்ற பல்வேறு கிறுதிவட்டக் கூட்டங்களோடு' அவள் ஏற்படுத்திக்கொண்ட சங்கிலித் தொடர்பினால் உருவானது.

அந்த அவளது தன்னிலையும், மனிதர்களின் விசித்திரமான நடவடிக்கைகள் குறித்து கற்றுக்கொள்வதில் அவளுக்கு இருந்த தீராத ஆர்வமும்தான் அந்தச் சூழலிலும் அதைக் கவனிக்க வைத்திருந்தது. அந்த பிரசங்கத்தை இன்னொரு வகையில் இரசிக்கவும் வைத்திருந்தது.

"அதனால் என்ன? அதற்குத்தான் பெஞ்சமின் மகள் அங்கு இருந்தாளே...!" என்று முன்னர் சொன்னதற்கு காரணம் இதுதான்.

இப்படித்தான் ஆசீர்வாதம்பிள்ளையின் வாழ்வில் இவள் உட்பட எலிசா, திரேசம்மாள், யூசுப், மைந்தன், வணிகநாதன் போன்றவர்கள் - ஏன் பாப்பா முதற்கொண்டு - இன்னும் சிலரும் ஏதோ ஒருவிதத்தில் அவரிடம் குறிப்பிடத்தகுந்த மாற்றத்தை ஏற்படுத்தியிருந்தார்கள்; ஏற்படுத்த தொடங்கினார்கள்.

முந்தைய ஒரு அத்தியாயத்தில் "நீங்கள் ஒருவரிலொருவர் அன்பாயிருக்க வேண்டுமென்றே இவைகளை உங்களுக்கு

கற்பிக்கிறேன். உலகம் உங்களைப் பகைத்தால், அது உங்களைப் பகைக்கிறதற்கு முன்னே என்னைப் பகைத்ததென்று அறியுங்கள்” என்று பெஞ்சமின் மகன் டைரியில் எழுதி வைத்திருந்ததையும், வேதமணி அலுவலகத்தில் ஒரு பெண்ணை சேரவிடாமல் அவர் மறைமுகமாக தடுத்ததையும் இந்த இடத்தில் கொஞ்சம் ஞாபகப்படுத்திக்கொண்டால் அந்த இன்னும் ஒரு சிலரில் அவரது மகனும், அந்த ஃபரிதாவும்கூட இருக்க வாய்ப்புகள் அதிகம்.

அதனால்தான் அப்பாவால் எழுத முடியாத, எழுதத் தெரியாத அல்லது எழுதுமாறும், எழுதக்கூடாது என்றும் தன்னிடம் கேட்டுக்கொண்டவைகளை அவள் எழுத யோசித்தபோது, ‘ஃபரிதாகமம்’ என்று தலைப்பிட்டு ஒரு கதையைத் தொடங்குவதுதான் சரியாக இருக்கும் என்று முதலில் நினைத்தாள்.

ஆனால் அந்தக் கதையை எப்படி ஆரம்பிப்பது என்று அவளுக்குச் சுத்தமாகத் தெரியவில்லை அல்லது தோன்றவில்லை. அதற்கு அவர்கள் இருவரின் வாழ்வும் சில வருடங்கள் கழித்து அவ்வளவு மோசமான ஒரு முடிவை அவ்வளவு வேகமாகச் சந்தித்திருந்ததும் ஒரு காரணமாக இருக்கலாம்.

‘EX மற்றும் EB’ என்ற தலைப்பில்...

“உறக்கத்தைப் பறிப்பதில் இரண்டும் ஒன்றுக்கொன்றுச் சளைத்ததில்லை / உறக்கம் வரும்போது இணைப்பைத் துண்டிப்பதும் / உறக்கம் வரவிடாமல் நினைவைத் தூண்டுவதும் அவர்களுக்குக் கைவந்தகலை / தூக்கத்தைக் கைவிட்டு நிலவொளியை ரசிக்கத் தொடங்கினால் / அடுத்த ஐந்தாவது நிமிடத்தில் துண்டித்த இணைப்பை மீண்டும் இணைப்பர் / இணைப்பின் மகிழ்ச்சியில் இமைகளை மூடும்போது / இணைத்தத் துண்டிப்பை திரும்பவும் துண்டித்து / பின் இணைத்துத் துண்டிப்பர் / அதற்கிடையில் எக்ஸூம் வந்துவிடுவாள் / வெளிச்சத்தைக் கைவிட்டு... நிகழ்காலத்தைக் கைவிட்டு / ‘இபி’போல் ஈவிரக்கமில்லாமல் துண்டித்துச் சென்ற அவளையும் மறந்துவிட்டு... மன்னித்துவிட்டு / ஒருவழியாக இனிமையான கடந்தகால நினைவுகளில் நீந்தத் தொடங்கினால் / அடுத்த அரைநொடியில் / அவளின் கடைசி வார்த்தைகள் ஒன்றையடுத்து ஒன்று காதுகளில் ஒலித்து / இணைத்த உறவை மீண்டும் மீண்டும் துண்டிக்கும் / உடைந்த இதயத்தை மீண்டும் மீண்டும் உடைக்கும் / பிரிவின் துயரைப் போக்கும் ரணங்களின் வலிகளைத் துடைக்கும் / ரசாயனங்கள் பல உட்கொண்டு நாட்கள் பல வீங்கிக்கிடக்கும் லிவரை / இன்னும்

கொஞ்சம் வீங்க வைக்கும் / அதற்குள் சாமமும் இரண்டை நெருங்கியிருக்கும்/ இப்படியாக உறக்கத்தைப் பறிப்பதில் இருவரும் ஒருவருக்கொருவர் சளைத்தவர்களில்லை / தூக்கம் வரும்போது இணைப்பைத் துண்டிப்பதும் / தூக்கம் வரவிடாமல் நினைவைத் தூண்டுவதும் / அவர்களுக்கு கைவந்தகலை....

என்று சில வருடங்களுக்கு முன்பு தம்பியைக் கிண்டலடித்து எழுதிய அந்தக் கதைக்கு கொஞ்சமும் சம்மந்தமில்லாத இவைபோன்றவைகள் மட்டுமே அவள் கைவசம் இருந்தது.

அதனால் அந்தக் கதை எழுதப்படாமல் நீண்டநாட்கள் அப்படியே கிடப்பில் கிடந்ததில் எந்த ஆச்சரியமும் இல்லை. எனவே அது சரிவரவில்லை என்றதும் பெஞ்சமின் ஆசைப்பட்ட - அதற்கான சம்பவங்களையும்கூட ஒரு சிறு குறிப்பாக அவளிடம் அவர் கொடுத்திருந்த - யூசுப் எழுதிய 'இரண்டு ரவுடிகள்' கதைக்கு போட்டியான ஒரு கதையை 'எரிகொளீச் சூழ்' என்று தலைப்பிட்டு எழுத முடிவு செய்து அதையும் ஆரம்பித்துப் பார்த்தாள். அதுவும் சரியான ஒரு தொடக்கத்தைக் கொடுக்கவில்லை என்றதும் கதைகளை விட்டுவிட்டு கதைகளைப் பற்றிய குறிப்புகளை சிறிது சிறிதாக எழுதத் தொடங்கினாள். அதுவும் அண்டைக் கற்கள் இல்லாமல் அரிசி வேக வைக்கும் முயற்சியாக 'அந்த வகையில்...' என்று பாதியிலேயே அதாவது தோல்வியிலேயே முடிந்திருந்தது.

இவ்வாறு ஐந்து, ஆறு என்று நிற்காமல் சென்றுகொண்டிருந்த முயற்சிகளுக்கும், பல்வேறு தோல்வியடையும் பரிசோதனைகளுக்கும், மாதங்களுக்குமிடையில் வேறு இரண்டு கதைத் தொகுப்புகளை எழுதி முடித்து, அவையும் வெளிவந்து எங்கோ சுருண்டு மடங்கிக் கிடந்தபோதிலும் அந்தக் கதைகள் மட்டும் அவளிடமிருந்து ஒதுங்கியே நின்றிருந்தது. மேலும் அந்த இரண்டு தோல்விகளைப்போல மூன்றாவது ஒன்றும் அமைந்துவிடக்கூடாது என்ற பரிதவிப்பிலிருந்ததால், அந்தக் கதைகளைக் கவனமாகக் கையாள வேண்டும் என்பதில் அவள் அதிகக் கவனமாகவேறு இருந்தாள். அதனாலேயே அதிலொரு மனநிறைவு வராமலும், தொடக்கமும் முடிவும் இல்லாமலும், வரிசைக்கிரமமின்றி பல்வேறு காலக் குழப்பங்களோடு விரியும் அவளது அந்தக் கதைகளைப்போலவே அவளும் என்ன செய்வதென்று தெரியாமல் ஒரு மூலையில் சுருண்டு மடங்கிக் கிடந்தாள்.

முயற்சி செய்த நாட்களைவிட ஒன்றுமே செய்யாமல் முடங்கிக் கிடக்கும்போதுதான் அவள் செய்த தவறுகள் ஒவ்வொன்றாக வரிசை கட்டி வந்து நிற்க ஆரம்பித்தன.

அதில் முக்கியமான காரணமாக அவள் கண்டுகொண்டது: “எட்டு கதைகள் கொண்ட தனது இரண்டாவது கதைத் தொகுப்பில் ஒன்பதாவது ஒன்றாக, அவ்வளவு பெரியதான அந்தக் கதைகளை ஒன்றுடன் ஒன்று கலந்தும், அதைவொரு சிறிய கதையாகச் சுருக்கியும், வெறுமனே கிண்டலும் கேலியாகவும் ‘ஒரு இலக்கிய குறட்டையாக’ மட்டுமே அதை எழுதி முடித்ததுதான்.”

இவ்வாறு சிலபல காரணங்களை கண்டுபிடித்து தன்மீது தானே சுயவிமர்சனம் செய்துகொண்டாள். அதன் தொடர்ச்சியாக மீண்டும் அவசரப்படாமல், கொஞ்சம் பொறுமையாக அந்தக் கதைகளை விட்டுவிட்டு அந்தக் கதைகள் உருவாகப்போகும் கதையைப் பற்றி ஒரு சிறிய தொடக்கம் ஒன்றை முன்னுரைப்போல எழுதிப் பார்த்தாள். அதன்பிறகுதான், அதுவரை அவள் மீதிருந்த எரிச்சல் அவளுக்கே கொஞ்சம் கொஞ்சமாக குறையலாயிற்று.

அவள் எப்போதுமே அப்படித்தான். ஐநூறு பக்கங்களுக்கு நாவல்களாக எழுத வேண்டிய அத்தனைக் கதைகளையும் சுருக்கி சுருக்கி ஐம்பது பக்கங்களுக்குள் எழுதி முடித்துவிடுவாள். அதுதான் அவள் எழுத நினைத்திருந்த அந்தக் கதைகளுக்கும் நேர்ந்திருந்தது. நல்வாய்ப்பாக அந்தத் தொகுப்பில் அந்தச் சிறுகதை சேர்க்கப்படவில்லை. ஆனாலும் அந்த விசித்திரமான வியாதியை விடமனமில்லாமல் பின்னரும்கூட அதை ஒரு குறுநாவலாகத்தான் யோசித்துப்பார்த்தாள். ஆனால் அதுவோ எழுத எழுத எங்கெங்கோ சென்று இறுதியில் நாவல் வடிவைநோக்கி நகர்ந்தபோது, அப்போதும் அதை அந்தக் கதைகளுக்கு மட்டுமே நேர்ந்த துர்பாக்கிய நிலை என்றுதான் நினைத்தாளேதவிர; தனது முதல் நாவல் என்ற லேபிளில் விசேஷமாக அவள் சந்தோஷப்பட்டுக் கொள்ளவில்லை.

அவ்வாறு அவள் சில வருடங்கள் கழித்து எழுதிய ‘அந்த இரண்டு கதைகளைப்’ படிப்பதற்குமுன், அந்தக் கதைகளுக்கு அவள் எழுதிய ‘அந்தப் பாதியிலேயே முடிந்துபோன தொடக்க முன்னுரையை’ படித்து முடித்து விடுவது என்பது அந்தக் கதைகளை புரிந்துகொள்ள உதவுகிறதோ இல்லையோ அவளை இன்னும் கொஞ்சம் புரிந்துகொள்ள உதவுமென்பதால், கோவிலிலிருந்து செமிட்ரியை நோக்கிச் சென்றுகொண்டிருக்கும் பெஞ்சமின் ஆசீர்வாதம்பிள்ளையின் இறுதி ஊர்வலத்தை இது ஒரு விருத்திக்கெட்ட வேலைதான் என்றாலும் - கொஞ்சநேரம் நிறுத்தி வைப்பதைத்தவிர இங்கு வேறு வழியில்லை.

30

அவர்கள் கண்டும் காணதவர்களாயும், கேட்டும் கேளாதவர்களாயும், உணர்ந்து கொள்ளாதவர்களாயும் இருக்கிறபடியால், நான் உவமைகளாக அவர்களோடே பேசுகிறேன். இந்த ஜனங்கள் கண்களினால் காணாமலும், காதுகளினால் கேளாமலும், இருதயத்தினால் உணர்ந்து மனந்திரும்பாமலும், நான் அவர்களை ஆரோக்கியமாக்காமலும் இருக்கும்படியாக, அவர்கள் இருதயம் கொழுத்திருக்கிறது; காதால் மந்தமாய்க் கேட்டு, தங்கள் கண்களை மூடிக்கொண்டார்கள் என்பதே.

-மத்தேயு 13: 13,15

2023 - மார்ச் - 15

இதுவரை வெளிவந்திருக்கும் இரண்டு தொகுப்புகளின் பெரும்பாலான கதைகளும் நாவல்களாக எழுதிருக்க வேண்டியவைதான். இன்னும் சொல்லப்போனால் அவற்றை இணைத்து ஒரே நாவலாகக்கூட எழுதத் திட்டமிருந்தது. ஆனால் ஆரம்பத்திலிருந்தே நாவல் வடிவிலும் அதை பல பக்கங்களுக்கு விரித்துச் செல்வதிலும் உடன்பாடு மட்டும் ஏற்படவேயில்லை. இத்தனைக்கும் முதன்முதலாக எழுத விரும்பியதும் கௌரி லங்கேஷ் படுகொலையை மையமாகக் கொண்ட ஒரு நாவலைத்தான். அதுவும்கூட இன்றுவரை தொடங்கப்படவில்லை.

காரியங்கள் இப்படியிருக்க, நடப்பது என்னவோ மேற்படி நம்பிக்கைகளுக்கு நேர்விரோதமாக இருக்கும். உள்ளுக்குள் ஒரு கதை தோன்றும்போதே அது பல்வேறு துணைக் கதைகளுடனும், இடங்களுடனும், சம்பவங்களுடனும், நபர்களுடனும், அவற்றின் முழுமையான காட்சி மற்றும் வாழ்க்கைச் சித்திரங்களுடனும்

பெரிதான ஒன்றாகத்தான் உருவாகவேச் செய்யும். ஆனால் அதை அப்படியே எழுதினால் 'சிறந்த ஒன்றாக இருக்குமா?' என்ற சந்தேகமானது அதைப் பாதிப் பாதியாக வெட்டி, வெட்டியதைக் கொஞ்சம் கொஞ்சமாகச் சுருக்கி, சுருக்கிய ஒவ்வொன்றையும் சிறிது சிறிதாக உருக்கி, ஐநூறு பக்கங்களுக்கு யோசித்ததை ஐம்பதாக மாற்றும்வரை தீராது.

அதேபோல இதுவரை வெளிவந்திருக்கும் இரண்டு தொகுப்புகளின் பெரும்பாலான கதைகளையும் - ஏன் இந்த நாவலையும்கூட - நினைத்திருந்தால் பத்திருபது சிறுசிறு கதைகளாக மாற்றி, யார் ஒருவரின் மனதும் புண்படாமல் சில சிறுகதைத் தொகுப்புக்களாக கொண்டு வந்திருக்கலாம்தான். என்னவோ அந்தச் சில்லறை விஷயத்திலும் முந்தையதைப்போலவே பெரிதாகவொரு உடன்பாடு எப்போதுமே இருந்ததில்லை.

காரணம், 'கன்னியாகுமரியிலிருந்து ஹவுரா வரையிலான தண்டவாளங்களின் நீளம்கொண்ட உலகிலேயே மிகப்பெரிய நாவல் இது' என்ற விளம்பரத்துடன்கூடிய ஒன்றுக்கும் உதவாதக் காகிதக் குப்பைகளைச் சுமந்தலையும் கேடு ஒருபோதும் எனக்கோ, என் கதைகளுக்கோ வந்துவிடக்கூடாது என்பதில் எவ்வளவு தெளிவாக இருக்கிறேனோ, அதேபோல கையில் கிடைத்த, காதில் தட்டுபட்ட, கண்களில் தவறி விழுந்த அத்தனையையும் எழுதித் தள்ளிவிட்டு அவற்றை நூறுநூறு பக்கங்களுக்கு பத்து சிறுகதை தொகுதிகள், எழுபது எழுபது பக்கங்கள் வைத்து நாற்பது நாவல்கள், இருநூறு பக்கங்களில் ஏழு குறுநாவல் தொகுப்புகள் என்று கணக்கு வைத்து பெயருக்குப் பின்னால் நூற்றைம்பது நூல்களுக்கான பட்டியல்களையும் சுமந்தலைந்துத்திரியும் பரிதாபகரமான ஒரு நிலையும் இன்றோ அல்லது எதிர்காலத்திலோ எனக்கோ, என் கதைகளுக்கோ ஒருபோதும் வந்துவிடக்கூடாது என்பதிலும் கூடுதல் கவனம் உண்டு.

பொதுவாக நகைச்சுவையை அதன் மேலோட்டமான அர்த்தத்தில் பயன்படுத்துவதிலும், மனிதர்களை கோமாளிகளாக மாற்றும் மிகைப்படுத்தப்பட்ட ஒன்றாக அதை உருவகப்படுத்துவதிலும் தீவிரமான ஒரு ஒவ்வாமை உண்டு. ஆனால் அதையும்மீறி சில இடங்களில் ஒரு செயற்கைத்தனத்தை வரித்துக்கொள்ள வேண்டிய நிர்பந்தத்தை கதையே உருவாக்கும்போது அது தவிர்க்க முடியாமல் நிகழ்ந்தும் விடுகிறது. இருப்பினும் முடிந்த வரையில் அதன் இயல்பான போக்கில், வெறும் கேலியும், கோணங்கித்தனமும்

மட்டுமில்லாமல் அதன் உட்கூறுகளான கோபமும், எள்ளலும், மொத்தமாகப் புரிந்துகொள்ளும்போது அடையும் வேறுவிதமான உணர்வையும் கலந்தே அதைக் கடந்திருக்கிறேன் என்றே நினைக்கிறேன். அப்படியும் அதில் ஏதாவதொரு சாதாரணம் தென்பட்டால் - நிச்சயமாகத் தென்படும் - அதை பைபிள்கால மதநிந்தனையாகக் கருதி சிலுவையிலேற்றாமல் விட்டுவிட இப்போதே, இங்கேயே பணிவுடன் முறையிட்டுக்கொள்கிறேன்.

அதேநேரம் இதுபோன்ற ஒரு கதைக்கருவைத் தேர்ந்தெடுத்து அதைப் பெரிதாக்கும்போது, எதிரெதிர் வர்க்க நலன்களைக் கொண்டு ஒடுக்குபவர்களும் ஒடுக்கப்படுபவர்களும் பகைமையாக பிரிந்து நிற்கும் இந்த முதலாளித்துவச் சமூகத்தில், ஒரு படைப்பு பேசுகிற பொருள் எதுவென்று விளக்கப்படாமலேயே வெறும் பண்டிதத்தனமும் சுவாரசியமும் மட்டுமே மிளிரும் கதைகளைப் போலவோ, உள்ளடக்கத்தை நம்பாமல் வெறும் வடிவத்தை மட்டுமே நம்பி, உழைக்கும் மனிதர்களையும், அவர்கள் வாழ்வை எப்படி எதிர்கொள்கிறார்கள் என்பதையும், அதன் நடைமுறை சிக்கல்களைப்பற்றியும் துளியும் அக்கறைப்படாமல் முற்றிலும் அதை வெறுத்தொதுக்கி இலக்கியப் பிழைப்பிற்காகவும், அறிவுஜீவி பிம்பத்திற்காகவும் கலையை வெறுமனே ஒரு வியாபாரப் பொருளாக மட்டுமே மாற்றுகின்ற கடைந்தெடுத்த அயோக்கியத்தனத்தில் நிபுணத்துவம் பெற்றவர்களின் கதைகளைப் போலவோ ஒரு இடத்திலும் அல்லது ஒரு சிறு புள்ளியிலும்கூட அதை மாற்றிவிடக்கூடாது என்பதில் - மரணத்தைப் பற்றியப் பார்வையைப்போலவே - ஒரு அதீத தீர்க்கத்தை வரையறுத்து வைத்துதான் இதன் உள்ளேயே நுழைகிறேன்.

ஏனெனில் கதைகளை நம்புவதைவிட ‘மூத்த, பிரபல, காத்திரமான’ என லேபிள்கள் பல ஒட்டித்திரியும் பாரம்பரியமிக்க எழுத்தாளுமைப் பீடங்களையும், இடதுசாரி இலக்கியத்தை வாழையடி வாழையாக குத்தகைக்கு எடுத்து அதில் வம்சாவளியாக அறுவடை செய்து கொண்டிருக்கும் போலி முற்போக்கு அமைப்புகளின் எஜமானர்களையும் நம்பிக்கொண்டு, அப்பெரிய பெரிய இலக்கிய காகித மூட்டைகளின், நாற்காலிகளின் கால்பகுதியில் விசுவாசத்துடன் அமர்ந்துகொண்டு, எதைப்பற்றியும் வெட்கமில்லாமல், யாரைப்பற்றியும் எந்த விமர்சனமுமில்லாமல், எதற்கும் எவருக்கும் பகையில்லாமல் பகட்டழகுமிக்க நடுநிலையுடன் வாழ்ந்து, அவ்வாறு நெடுஞ்சான்கிடையாக விழுந்துக்கிடக்கும் தங்களது உடல்களையும் மேலெழுப்ப

விருப்பமில்லாமல், அதை அரசு அலுவலகங்களில் நிலவும் லஞ்சம், ஊழல், கால்பிடிப்பது போன்ற இயல்பான ஒரு காரியம் போலவும், பழைய ஏற்பாடு காலத்திற்கும் முற்பட்ட ஒரு இலக்கிய ஏற்பாடாகவும், கோட்பாடாகவும் பொதுமைப்படுத்திக்கொண்டு தங்கள் நூல்களை எந்தெந்த வகையில், எப்படி எப்படியெல்லாம் பிரசித்திப்பெற வைக்கலாம் என்பதையே முழுநேரச் சிந்தனையாக வரித்துக்கொண்டு அதை ஒரு இலக்கியச் சூத்திரமாக மெல்லமெல்ல வளர்த்தெடுத்து, நியாயப்படுத்தி, அதுவும் மிகப்பெரும் வெற்றிபெற்று வரும் ஒரு சூழலில் அவர்களைப்போல 'வளைந்த முதுகுகள்' அல்லாதோர்கள், மேற்படி இலக்கியத்திற்கான வாழ்நாள் குத்தகை உரிமம் வைத்திருக்கும் பிரபலங்களின், மடங்களின், செல்வாக்குமிக்க அமைப்புகளின் 'டார்ச் வெளிச்சம்' தேவைப்படாதோர்கள் தங்களது கதைகளை மட்டுமே நம்புவதுதானே ஒரே வழி.

எனவே "எல்லாத் துறைகளையும்விட 'அறம்' என்ற வார்த்தை அதிகமாக மேற்கோள் காட்டப்படும் இந்த இலக்கியத்துறையில்தான் அது அதிகம் தேவைப்படும் ஒன்றாக இருக்கிறது" என்று கொஞ்சம் சத்தத்துடன் நாம் சொல்வதினாலேயே, இதுவரை கண்டும் காணாமலும், கேட்டும் கேளாமலும் அல்லது காதால் மந்தமாய்க் கேட்டு, கண்களை இறுக மூடிக்கொண்டுமிருந்த இலக்கியத் தொழிலதிபர்களின் மனம் புண்பட்டுபோய் விட்டாலோ, அதனாலேயே அதை நாஜிக்காலத்து இலக்கிய நிந்தனையாகக் கருதி எழுதியவரை வதைமுகாமில் அடைக்கும் ஒரு தீர்மானத்தை நிறைவேற்றி அதைச் செயல்படுத்தினாலோ முந்தையதைபோல தாழ்மையுடன் முறையிட்டுக்கொள்ள இந்த விவகாரத்தைப் பொறுத்து ஒன்றுமில்லை. அப்படி அவர்களை தொடர்ந்து இதுபோல ஆரோக்கியமாக்காமல் இருக்கும்படியாகச் செய்வதே 'தங்கள் கதைகளை மட்டுமே நம்புபவர்கள்' செய்யக்கூடிய முக்கியத்தில் ஒன்றான வேலையாக இருக்கவேண்டும் என்றும் நினைக்கிறேன்.

புதுமைப்பித்தன் சொன்னதுதான்: "பொதுவாக என்னுடைய கதைகள் உலகத்துக்கு உபதேசம் செய்யும் ஸ்தாபனம் அல்ல. பிற்கால நல்வாழ்வுக்கு சௌகரியம் பண்ணி வைக்கும் இன்ஷ்யூரன்ஸ் ஏற்பாடும் அல்ல. எனக்குப் பிடிக்கிறவர்களையும் பிடிக்காதவர்களையும் கிண்டல் செய்து கொண்டிருக்கிறேன். சிலர் என்னோடு சேர்ந்துகொண்டு சிரிக்கிறார்கள். இன்னும் சிலர் கோபிக்கிறார்கள்."

எனவே இந்த காலத்திலும் பூர்வகுடிகளை வெறும் ஆராய்ச்சிக்கு மட்டுமே பயன்படுத்தும் அரசியலற்ற ஆராய்ச்சியாளர்கள்போல, கலையை வெறும் சமயஞ் சார்ந்த, பாலியல் சார்ந்த, வெற்று வார்த்தைகள் நிரம்பிய மாயப் புனைவுகளாகச் சுருக்கி, அதன் வழியாக அதீத, அபத்தப் போலியானப் பாத்திரப் படைப்புகளையும், முதலாளித்துவ ஒழுக்கநெறியை போதிக்கும் பிற்போக்கான எழுத்துகளையும் பரப்புவதையே முழுநேரத் தொழிலாகக்கொண்டு, ஆளும்வர்க்கத்திற்கு ஆதரவான சித்தாந்தங்களை, பண்டைய ஆன்மீகக் கழிவுகளை, அரசனுக்கு கட்டுப்பட்டு இருப்பதே விசுவாசம் என்பதுபோன்ற இழிவுகளை உயர்த்திப்பிடித்து அதையேச் சுற்றிச்சுற்றி அழகியலாக வடித்து, அவை மட்டுமே தொன்றுதொட்டு வருபவை என்று கதைகளையும், கல்லாவையும் கட்டுபவர்கள் இந்தக் கதைகளைப் படித்து மனச் சஞ்சலமடைந்தால் அதற்கு முழுபொறுப்பும் நான் மட்டும்தான்; என் நோக்கமும்கூட அதுதான்.

அரசின் தோற்றம் பற்றிய வரலாறும், கடவுளின் தோற்றம் பற்றிய வரலாறும் ஒன்றுதான் என்று தேவிபிரசாத் சட்டோபாத்யாயா சொல்வார். அதேபோலத்தான் மனிதனின் தோற்றம் பற்றிய வரலாறும் கலையின் தோற்றம் பற்றிய வரலாறும் ஒன்றோடொன்று தொடர்புடையவை. அதை மனிதர்களிடமிருந்து பிரித்து கலை கலைக்காக என்று ஒரு கூட்டம் சொல்லுமானால், அவர்களின் தோற்றம் பற்றிய வரலாற்றை அயோக்கியர்களின் தோற்றம் பற்றிய வரலாறுடன் இணைத்துப் பார்ப்பதைத் தவிர நமக்கு வேறு வாய்ப்புகளோ, வழிகளோ இல்லை. எனவே "எழுத்தாளன் என்பவன் விதவிதமான வசீகரிக்கும் மேலோட்டமான மேற்கோள்களை மட்டுமே உருவாக்குபவனல்ல; வர்க்கச் சலுகைகளுக்கு எதிராக, வர்க்கப் போராட்டத்தின் நலன்களிலிருந்து தனக்கான கோட்பாட்டையும், ஒழுக்க நெறியை வகுத்துக்கொண்டு, தனது படைப்புகளின் வழியே நிலவுகின்ற யதார்த்தத்தை மனிதமயப்படுத்துபவன்" என்ற மேற்கோளில் உடன்பாடுகொண்ட ஒவ்வொருவரும் இந்தக் கருத்தையும், மேற்படி நோக்கத்தையும் ஏற்றுக்கொள்வார்கள் என்றும் நம்புகிறேன்.

அப்படி நம்பிக்கைக் கொள்ளும்போது, கைகளில் தீப்பந்தங்களோடு வளைந்த முதுகுகளைத்தேடி அலையும் முதுபெரும் நம்பிக்கையாளர்களையும், அவர்களுக்கு அப்படியொரு இழிவான நம்பிக்கையை எற்படுத்தும் வளைவான, மலிவான முதுகுடையோர்களையும் கண்டு ஏளனிப்பதும், அத்தகைய சமூக

உணர்வற்ற காலித்தலைகளைக் கொஞ்சம் கக்கலும் விக்கலுமாய், சொல்ல முடிந்ததும் முடியாததுமாய் அரைகுறையாகவாவது வேண்டிய இடத்தில் விமர்சித்துச் செல்வதும் வலிந்து திணிப்பதல்லாது அதனதனளவில் நடைபெறும் ஒரு இயல்பான நடவடிக்கையேயாகும்.

அந்தவகையில்...

31

1

எனக்கு மிகவும் ஆச்சரியமானவைகள் மூன்றுண்டு, என் புத்திகெட்டாதவைகள் நான்குமுண்டு. ஆகாயத்தில் கழுகினுடைய வழியும், கன்மலையின்மேல் பாம்பினுடைய வழியும், நடுக்கடலில் கப்பலினுடைய வழியும், ஒரு கன்னிகையை நாடிய மனுஷனுடைய வழியுமே. மூன்றினிமித்தம் பூமி சஞ்சலப்படுகிறது, நான்கையும் அது தாங்கமாட்டாது.

-நீதிமொழிகள் 30: 18, 19,21

ஜோன்ஸ், ஃபரிதாவுக்கு எழுதின கடைசி நிருபம்:

1. 'இ'யை 'கி'போல எழுதி பானுமதி டீச்சரிடம் அடிவாங்கிய அந்த ஐந்து வயதில்தான் அநேகமாக நாம் இருவரும் முதன்முதலாகப் பார்த்திருக்க வேண்டும். சிரிப்பு வந்த பக்கத்தை வெகுநேரம் கழித்துப் பார்த்தபோது, உன் கண்களும் என் திசையில்தான் திரும்பியிருந்ததாக ஒரு ஞாபகம் அல்லது ஒரு கனவு; ஏன் பொய்யாகவும்கூட இருக்கலாம். 'விசும்பினளவு கொழுங்கனலென ஓங்கி எழும் வெந்துயரம்தான் காதல்' என்று அன்று நம் இருவருக்குமே தெரியாது ஃபரிதா.

2. பருவங்கள் பல கடந்து ஒரு பள்ளி இறுதிநாள் மாலைப்பொழுதில் முட்டிவரை இருக்கும் பச்சைப் பாவாடையை 'குமரி மூத்தப் பெண்ணாக' தொடைவரை

தூக்கிப் பிடித்தபடி, 'பலர் கூடி அழுதக் கண்ணீராக' தேங்கிக் கிடந்த அந்த மழைநீரை 'ஒரேநேரத்தில் இருமழைப் பொழிந்ததுபோல' நீ கடந்து சென்றபோது சந்தித்த நம் நான்கு கண்களும் அதன்பின் தங்களது வழக்கமான திசையை மறக்க அன்றுதான் தொடங்கியிருக்க வேண்டும் என்று நினைக்கிறேன். 'கரியோடு கரி எதிர் நிறுத்தும் போர் போன்றதுதான் காதல்' என்று அன்றும்கூட நம் இருவருக்கும் தெரியாது ஃபரிதா.

3. "இளையராஜாவாகவே இருந்தாலும் 'பொட்டு வைத்த ஒரு வட்ட நிலா'வை எனக்கு ஏன் பிடிக்க வேண்டும் ஃபரிதா?" என்று உன் நெற்றியிடம் நான் கூறும்போது, நாம் சென்ற பள்ளி பேருந்து விபத்தில் சிக்கி மருத்துவமனையின் அந்த நீலம் சூழ்ந்த படுக்கையில் மயக்கத்தில் நீ நிறைந்திருந்தாய். விழித்தவுடன் உன் அம்மாவிற்குப்பின் என்னைத்தான் அந்த வெள்ளை தேவதை இழுத்து வந்து "இது யாருன்னு தெரியுதா சொல்லுங்க பாப்போம்?" என்றது. அந்தப் பதினேழு வயதில் "கி" என்று சைகையிட்டுச் சிரித்தாய். "இக்கடல் சூழ் நிலவுலகத்தில் காதலென்பது உள்ளம் தாங்கா ஒரு கொடுமைத் தொழில்" என்று அன்று எப்படி எனக்கு தெரியும்? பதிலுக்கு நானும் சிரித்தேன்.

4. அன்று உன்னைவிட கொஞ்சம் உயரத்தில் இருந்தேன். சொந்தமாக வீடும், சைக்கிளும் இருந்தது. "நான் அந்த வீட்டில்தான் வாழப் போகிறேன்" என்பாய். நீ ஆசைப்பட்டு வாங்க நினைத்த, உன் இரண்டு கைகள் போலவே ஒல்லியான சக்கரங்கள் கொண்ட அந்த சைக்கிள் என் வீட்டில் இருந்ததைவிட உன்வீட்டில் இருந்த நாட்கள்தான் அதிகம். பதிலுக்கு உன்னிடம் ஆங்கிலம் இருந்தது. "எனக்கு எப்போதுமே தப்புத் தப்பாக ஆங்கிலம் பேசும் நண்பர்களுடன்தான் பழகப் பிடித்திருக்கிறது; சரியான இலக்கண நேர்த்தியுடன் பேசுபவர்கள் சிரிப்பை வரவழைக்கிறார்கள்" என்று சமாதானம் சொல்வாய். "ஒப்பற்ற ஒரு சொல் வரைவேன் என்றால் அது நீயன்றி வேறு யார்?" என்று புருவத்தை உயர்த்தி, உதட்டைச் சுழித்து, கண்களில் குறும்பு நிறைய ஒரு பாடலைப்போல அதைப் பாடிவிட்டு, அதற்கு அடுத்த வரியை என்னைப் பாடச்சொல்லும்போது உன் கைகளைப் பற்றிக்கொண்டு வெட்கத்தில் சிரித்த அந்த 'நான்' பின்னர் ஒருநாள் சட்டென்று இல்லாமல் போனேன். 'தீயிலிட்டாலும் வேகாமல் உறங்குவதுபோல கிடக்கும் இருள் போன்றதுதான்

காதல்' என்று எங்கோ நீ படித்ததைச் சொன்னது இன்னமும் என் காதுகளில் ஒலித்துக்கொண்டிருக்கிறது ஃபரிதா.

5. இன்றுவரை நான் தோற்றப் பாடங்கள் தோற்றதாகவே என்னிடம் எஞ்சிவிட்டது. 'இமைகளால் தடுக்கப்பட்ட கண்ணீர் துளிகளுடன்' நீ எத்தனைமுறைச் சொல்லியும் அந்த ஒன்றில்கூட நான் வெற்றிக்கான கோட்டை தொடவில்லை. நீ உதிர்த்த வார்த்தைகளில் மிஞ்சியதை எடுத்திருந்தால்கூட இன்று நான் நின்றிருக்கும் இடம் வேறு. நீ அழைத்த வகுப்புகளுக்கு நான் வந்திருந்தால் நானும் நீயும் இந்த இடத்தில் இன்று நின்றிருக்க வேண்டியதிருக்காதோ என்னவோ? அந்த நாட்களில் உன்னைத் தேடித்தான் அத்தனை பயணமும் செய்தேன்; ஆனால் பார்... என் கால்களால்தான் கடைசிவரை சேரவேண்டிய இடத்திற்கு வந்து சேரவில்லை. பயணம் செய்யத் தெரியாதவனுக்கு காதல் மட்டும் எப்படி வரும் இல்லையா?

6. என் வாழ்க்கை என்பது வேறொன்றுமில்லை ஃபரிதா. உன்னை நான் உதாசினப்படுத்தியதன் பயன்மதிப்பு. 'ஒருபோதும் தொடங்கப்படாத பயணம் முடிந்ததைக்கூட விளங்கிக்கொள்ளமுடியாத' மூடனுக்கு கிடைத்த முதல்தரமான பரிசு. 'கடமானை துரத்திச்செல்லும் வேட்டை நாய்கள் வேட்டையில் இளைப்பதுபோல' என் வாழ்வில் பிறர் எள்ளத் தோன்றுமளவு எதை எதையோ துரத்திச் சென்றதற்கு கிடைத்த மீளா நரகத்தின் விசேஷமான அன்பளிப்பு அது. அப்போதும் அந்த என் நரகத்தின்மீது நீ நின்றுகொண்டு "இரும்புயல் ககனமீது பெரும் ஓசையுடன் எழுந்து அரும்புனல் இடைவிடாது சொரிவதுபோல" காதலை வாரிக்கொட்டிக் கொண்டிருந்தாய்; நானோ அதற்கு கொஞ்சமும் தகுதியில்லாதவனாக 'தன்னுடைய நிழலையும் குனிந்து அழிக்கும் யானையைப்போல' என்னுடைய நிழலையும் சேர்த்து சிதைத்துக் கொண்டிருந்தேன்.

7. உங்கள் நம்பிக்கைக்கும் எங்கள் கடவுளுக்கும் இடையில் பெரும்சுவராக நின்றது மதம் மட்டும் இல்லை ஃபரிதா; நானும்தான். அப்போது நீ சிந்திய கண்ணீருக்கும் இன்று என்னைப்பார்த்து நான் உதிர்க்கும் கண்ணீருக்கும் இடையில் நின்றிருப்பது காலம் என்று நான் நினைக்கிறேன். ஒருவேளை இந்த இடத்தில் நீ இருந்திருந்தால் "காலம் மட்டுமல்ல;

குருதிப்பூக்களுடன் ஒரு காதலும் நிற்கிறது பார்" என்று காட்டிக் கொடுத்திருப்பாய்.

8. அன்று நீ என்னைப் பார்த்தாய். 'விழி நிலைகொள்ளாது வேறுபட்ட முகத்தினளாய் மாறி நின்றிருந்த நீ' என்னைப் பார்த்தாய். ஒவ்வொரு நீண்ட விடுமுறையும் கழித்துப்பார்க்கும் முதல் பார்வையில் என்னைக் கிண்டலடிக்கும் அந்த 'கி' உன் நினைவிலிருந்தும் வெளிவரவில்லை. 'நம் இரண்டு பெயர்களையும் ஒன்றாய் எழுதிப்பார்த்து மெய்சிலிர்க்க' தாள்களோ, வாய்ப்புகளோகூட இல்லாத சந்திப்பு அது ஃபரிதா. நீ காரிலிருந்து இறங்கினாய். ஒரு அழகான பாடலுக்கு முன்பு வரும் புல்லாங்குழலும், வீணையும்போல நீ வந்து இறங்கினாய். நிச்சயமாக எனக்கு அது நீ என்று தெரியும். நான் என் எதிர்புறம் ஓடும் சாக்கடையின் ஆகாய நீரில் முகம்தேடி நிமிர்ந்திருந்தேன். அந்த நாட்களில்தான் 'நெடுங்கயத்தில் இட்ட வலையொன்றில் சிக்கிக்கொண்ட மீனாக' போதைக்குள் என்னை எவ்வளவு முடியுமோ அவ்வளவு வேகமாக அமிழ்த்திக் கொண்டிருந்தேன். யாரும் பார்க்காத வண்ணம் நீ எதையோ என்னிடம் கேட்டுவிட்டு அழுதாய். அந்த உன் குரல்தான் மீண்டும் என்னை வெட்டியது. முன்பைவிட அழுத்தமான வெட்டு. 'கூந்தலில் ஈர் ஓதி நடுரேகை படரவிட்டதுபோல' ஒரு வெட்டு. என் எச்சிலுடன்கூடிய மிச்சமுள்ள பானத்துடன், எரிந்துபோன சாம்பலிலிருந்து, சாவிலிருந்து கொஞ்சமாக நிமிர்ந்தேன்.

நோம் நம் நெஞ்சே! நோம் நம் நெஞ்சே! அன்று நாம் அழுத கண்ணீரை யார் துடைப்பார் ஃபரிதா?

9. நீ கண்ணீர் சிந்தும் அளவிற்கு ஒன்றும் கெட்டுப் போய்விடவில்லை ஃபரிதா. நானும் நீ அந்த ஐந்து வயதில் பார்த்தவனாக அப்போது இல்லை. தலைகீழாகிப் போனவன். உன்னைக் காதலிக்கத் தூண்டிய கபடமற்ற நண்பர்கள் அப்போது என்னுடன் இல்லை. அதில் ஒருவன் இறந்து போயிருந்தான். ஒருவன் என்னைவிட மோசமாயிருக்கிறான். இன்னொருவன் எங்களைவிட்டு விலகி வெகு உயரத்தில் இருக்கிறான். அவன்தான் எனக்கான பொருளாதார நிலையையும், என் இயல்பையும் கேள்விக்குள்ளாக்கியவன். இடையில் உன்னைக் காதலித்ததுபோல எந்த ஒன்றையும் காதலிக்க முடியாமல் தோற்றும்போனபோது, 'கூதிர்பருவ இருள்செறிந்த நள்ளிரவில் சேற்றைவிட்டு வெளியே வர

கரையும் செங்கட்காரன்போல' என் நாட்கள் என்னோடு சேர்ந்து தள்ளாடிக் கொண்டிருந்தது ஃபரிதா.

நோம் நம் நெஞ்சே! நோம் நம் நெஞ்சே! 'வுயிரொன்றாக உறைந்து நின்று பொழிமாமழை காடுபோல' அன்று நாம் அழுத கண்ணீரை யார் துடைப்பார்? யார் துடைப்பார்?

10. அன்று நிறை தண்நறுங் கருங்கூந்தலோடு "டேய் நான்தான் ஃபரிதா" என்றாய். என்னை எனக்கே அறிமுகப்படுத்தினாய் இல்லையா? கையில் அணைந்து போயிருந்த சிகரெட் மணம். அதை எடுத்து உன் முகத்தில் வைத்து அழுதாய்; நான் சிரித்துக் கொண்டேன். என் இதயநோய்கள் என்பது நான் பிடித்த இந்த சிகரெட்களிலிருந்து வந்தது என்றா நினைத்தாய்? ம்கூம் இல்லைவே இல்லை. அது என் காயங்களை மிகக்கூரிய நகங்களைக் கொண்டு மெல்ல மெல்லவும் அதேநேரம் கொஞ்சம் ஆழமாழமாகவும் நான் கீறிக்கொண்டதிலிருந்து பிறந்தது ஃபரிதா.

11. 'தழற்குலவு தீம்புகை யூட்டுஞ் செறிகுழலார் போன்றவள்' என்று மாயப்பொன்மொழி பொழியும் மீசை அரும்பிய வயதுக்காரன் அல்ல அப்போது உன்முன் கிடந்தது. அனுதினத்தின் பால்நாளிலும் இப்பகைமுகம் கொண்ட ஊரில், ஒவ்வொரு நிலமாகப் பெயர்ந்து வாடி மணல்மேட்டு நீழல்கள் வீழ்ந்து பரவியச் சாலையோரங்களில் வீழ்ந்து கிடப்பவன். அன்று அப்படி நானும் நீழலும் வீழ்ந்த சற்றுநேரத்திற்கு பின்புதான் நீ வந்து நின்றாய். விருந்தினர் வர கரைந்து நின்ற காகம் ஒன்று தனக்கு இட்ட பலியுணவை கொத்திவிட்டு நமக்கிடையில் பறந்ததை நீ பார்த்தாயல்லவா? அக்காகம் நான்தான் ஃபரிதா... அரைநாள் மட்டுமே வாழும் நோய் நொந்து உறைந்துபோன காகம்.

12. சிகரெட் என்றால் ஒரு சொட்டுப் புகையும் வெளிவிடுவதில்லை. குடித்தால் போதம் இல்லாமலாக வேண்டும். இந்த உடம்புக்கு எதற்கு சத்தான உணவு? இது இருந்தால் என்ன? இல்லாவிட்டால் என்ன? எல்லாவற்றுக்கும் நான் தீயது செய்ய ஆரம்பித்ததின் தொடக்கப் புள்ளியே நான் என் உடலுக்கு செய்த தீங்கிலிருந்துதான் ஆரம்பித்தது. நறவுண்டு திகைத்து, தின்று, காந்தி அந்தரத்திந்துவைத் தீண்டுமளவிற்கு குடித்த குடி அது. குடித்தால் ஏன் யாருக்கும் தெரியாமல் பார்த்துக்கொள்ள வேண்டும்? சிகரெட் பிடித்தால் ஏன்

யாருக்கும் தெரியாமலிருக்க பலமுறை வாய் கொப்பளித்து வாசம் தெரியாமலிருக்க இனிப்பு பாக்குகளை போட வேண்டும்? வாந்தி எடுத்தால்தான் அது சரியான குடி என்று இப்போதும் எனக்கு ஒரு நம்பிக்கை உண்டு. மருத்துவமனையில் சேர்த்தபோதுகூட என்னால் என்ன முடியுமோ அத்தனை தீங்கையும் அதற்கு நான் செய்தேன். இது எங்கிருந்து ஆரம்பித்தது? ஏன் இப்படி ஆனது? என்று பெருந்திசை அனைத்தையும் பிசைந்து தேடினாலும் என்னாலேயே கண்டுபிடிக்க முடியவில்லை. உன்னால் மட்டும் எப்படி முடியும்?

13. "ஒரு ஆண் தனது முப்பத்தைந்தாவது வயதில்தான் மிருகமாகிறான். அவன் குழந்தைத்தன்மை அப்போதுதான் அவனிடமிருந்து முழுவதும் மாறிச்செல்கிறது" என்று அப்பா அடிக்கடிச் சொல்வார். அவருக்காகவே அதை நான் எனது இருபத்தைந்திலேயே கொண்டுவந்தபோது அவராலேயே அவரது கணிப்பு, ஆராய்ச்சி எல்லாம் பொய்யாகிப் போனதை ஏற்க முடியவில்லை. ஒவ்வொரு நாளும் விழிக்கும்போது இன்னும் இன்னும் ஆழமாக என்னுள் அதை வளர்தெடுத்தப்போது அதிகப் போதையில் அதுவரை சண்டைப் போட்டவர்கள் நல்லவர்களாகிப் பிரிவதைப்போல அவருக்கே அதிலொரு சலிப்பு ஏற்பட்டுவிட்டது. என்னை ஒரு விளையாத நிலமாக, உயிரைவிட்டு வெறிதாய் கிடக்கும் ஒரு உடலாக, நாயேற்கு நினைக்கும்... இல்லை இல்லை நாயினும் கடபட்டவனாகிவிட்ட ஒருவனாக - அவரது மேற்கூறிய ஆராய்ச்சி போலல்லாது - சரியாக கணித்தது நடந்தது அதன்பிறகுதான்.

14. எந்தக் கதையையும்விட அதிக சுவாரசியமானது நாற்பதை நெருங்கும்முன் ஒருவன் ஒன்றுமே இல்லாமல் அடுத்து என்ன செய்வது என்று தெரியாமல் தெருவில் நிற்பதுதான் இல்லையா? அதுவரை என்னை நான் கொண்டு செல்ல விரும்பவில்லை. என் வாழ்வில் நான் அந்த நேர்மையான முடிவு எடுக்கும்போதே முடிவு செய்துவிட்டேன், என் வாழ்வில் நான் எடுக்கும் இறுதி நேர்மையான முடிவு இதுதான் என. சொல்லப்போனால் என் வாழ்வில் நான் எடுத்த ஒரே நேர்மையான முடிவும் இதுதான். என் சொந்த இரத்தத்திடமிருந்து, நரம்புகளிடமிருந்து கசாப்பு கடைகளில் மாட்டின் எலும்புகளின்மேல் படர்ந்திருக்கும் சதைகளை உரசி உரசி எடுப்பதுபோல நான் அந்த முடிவை

என்னிடமிருந்து பிய்த்து பிய்த்து எடுத்தபோது, உண்மையைச் சொல்லப்போனால் எனக்கு அது வலிக்கவேயில்லை. சிறிய வயதில் கண்களுக்குப் பெரிதாக தெரியும் தெருக்கள் வளர்ந்து பெரியவர்களானதும் சிறியதாகி விடுவதைப்போல என் பிரச்சனைகளை நான் இப்படித்தான் சிறியதாக்கினேன் ஃபரிதா. சுடுகாடாகிப்போன ஒருவன் செத்து நீங்குதல் குற்றத்தில் தங்குமோ?

15. இதோ சாவு வீட்டின் குழந்தைகளென நானும் மகிழ்ச்சியாகத்தான் இருக்கிறேன். கையில் புத்தகங்களுடனும் தள்ளாடும் கால்களுடனும் ஒரு குடிகாரப் புத்திஜீவியின் அத்தனை அங்க லட்சணங்களுடனும் உன்னைக் கிடத்தியிருக்கும் இந்த மருத்துவமனையின் மாடிப்படியேறி வந்து நான் இறப்பதை, நீ இறந்து கொண்டிருப்பதை ஒன்றும் புரியாத அந்தக் குழந்தைகளைப் போலத்தான் பார்த்துக்கொண்டு இருக்கிறேன். நீங்காத காதலுடையவளாகக் காதலித்துத் தாழ்ந்துபோகும்படி சபிக்கப்பட்டவள் நீ; அந்தச் சாபத்தை உனக்களித்தவன் நான். பின் அந்தச் சாவு எப்படி துயரமானதாக இருக்கும்? இந்த மாயப்பிறவியை நீக்கி, மாசு இல்லாத காயம் தந்து, துயர் கரை ஒதுங்கி, இருள்தரும் என்னைப்போன்ற இழுதையர் சூழல்லாமல், அரக்கர்களைத் தேடி திரியாமல், வாய் குழறி ஆர் உயிர் வருந்தி மாயப்பழி உடையவளாக உன்னை நீயே சித்திரவதைக்குள்ளாக்கும் ஒரு நிலைக்கு தள்ளாமல் உனக்கு கிடைக்கப்போகும் ஒரு இடம் 'புலால் நாற்றம் வீசும் என் கடலலைகளின்மேல் பறந்து திரிந்ததுபோல்' நிச்சயம் இருக்காது ஃபரிதா.

16. திசையறியாது பறக்கும் பறவை அல்ல நான். என்னைக் குத்திக் கொல்பவனை நான் நேருக்கு நேராகப் பார்த்துக்கொண்டிருக்கும்போது தோன்றும் அதிர்ச்சியைப்போல, வெம்பாபம் முற்றி, தழல் வெங்கண் பேய்களாக என்னுடைய அந்த உண்மைகள் இன்று என்னை அப்படித்தான் பார்க்கின்றன. இனி ஒருவருக்கும் நான் கிடைக்கக்கூடாது. என் நரகம் இனி பிழைக்கக்கூடாது என்று அவை அவ்வளவு உறுதியுடன் இருக்கிறது. நானும் அந்த என்னை அப்படியே அதனிடம் விட்டுவிட்டேன்; தொந்தரவும் செய்வதில்லை. நான் ஏன் உன்னை முந்திக்கொள்ளக் கூடாது ஃபரிதா?

17. எத்தனைமுறை எழுப்பினாலும் இனி நீ ஒருபோதும் எழப்போவது இல்லை. இன்று எனது இரவை உனக்குமுன் இறப்புடன் பகிர்ந்துகொள்ள வேண்டும் என்று நினைத்த என்னை கொண்டுவந்து நீ நிறுத்தியிருக்கும் இடம் முன்னூறு நாட்களுக்கும்மேல் பழகிய ஒன்றுதான். கல்லூரி நாட்களில் உன்மேல் விழும் புகையுண்ட நிழலையும்கூட விரும்பாத ஒருவனை கொண்டுவந்து உன்மீதே மண் அள்ளிப்போட அவர்கள் நிறுத்தியிருக்கும் இடம் அடங்காப் பசிகொண்ட ஒரு புலியின் குறுங்கைகளின்முன். அதனிடம் நான் எப்படி தீதில்லா நெஞ்சத்து சொல் ஒன்றை சொல்லும்படி கேட்க முடியும்? சற்றுமுன் வந்த அதன்முன் நின்றுகொண்டுதான், இன்னும் பெயர் தெரியாத, ஒளிந்துகொள்ள வேறு வாய்ப்பில்லாத நமக்கான அந்த மரண ஓவியத்தின் முதல் புள்ளியில் கை வைத்தபடி, “நீலப் புருவங் குனிய விழிமதர்ப்ப” அன்று நீ என்னை எழுப்பியதுபோல அல்லாவிட்டாலும் “கொடுஞ்சிறை பறவை இறைபெற தங்குவதுபோல” உன்னில் இறங்கி உன்னையே இப்படி எழுப்புகிறேன்...

“ஃபரிதா, நான்தான் ஜோன்ஸ் வந்திருக்கிறேன்.”

18. என்னை எனக்கே அறிமுகப்படுத்திக் கொள்கிறேன் இல்லையா? “காதின் எல்லைவரை உலவுகின்ற என் கரிய நெடுங்கண்களைக் கொண்டு, காசு அலம்பு என் முலைகள் குலுங்க அகம்வெந்து உன்னைக் கட்டி அழுதபடி அன்று நான் சிந்திய கண்ணீரிலேயே மரணத்தின் தடம் இருந்தது, அது தெரிந்தும் ஏன் இன்று நீ என்னை விடாமல் எழுப்புகிறாய்” என்கிறாய். தொலைந்து போனதை தேடுவது என்பது தொலைந்துபோன பொருளையும், தொலைத்த இடத்தையும் பொறுத்துதான் சுவாரசியம் இல்லையா? மரணத்தையும் அதுதரும் ஆகப்பெரும் ஆசுவாசத்தையும் உன்னிலன்றி வேறு எங்கு தேடுவேன் ஃபரிதா? இப்போது பார்... “என்னை எப்படி வைத்து பாதுகாக்க வேண்டும் என்று பல கவிதைகள் எழுதியவனை இப்போது எங்குசென்று புதைக்கப்போகிறார்கள்” என்று இந்த மரணத்திலும் புரியாமல் நீ குழம்புகிறாய். ‘கன்னத்தில் மதம் பெருக்கின்ற யானைகளாக’ யாரோ, எதற்காகவோ விளையாடிய விளையாட்டு குருதி நிறைந்த வாட்கள் நிறைந்த நம் வாழ்விற்கு இதைவிட வேறு என்ன அர்த்தத்தை கொடுத்துவிடப் போகிறது?

19. “எல்லாம் அறிந்த கடவுளுக்கு மட்டும்தான் இந்த உலகம் புரியும். அதில் ஒரு வீட்டைக் கட்டி தற்காலிகமாகக் குடியிருந்து செத்துப்போகும் மனிதனுக்கு என்ன தெரியும்?” என்று நம் சிறுநல்ஊரில் வசிக்கும் ‘உயர்பலி பெரூஉம் அச்சம்தரும் தெய்வங்களைப் போலுள்ளவர்கள்’ கேட்ட நாளிலிருந்தும், அன்றிலிருந்து அடுத்தடுத்து வந்த நாட்களில் உன்னைக் காணாதவாறு என்னையும், என்னை நினைக்காதவாறு உன்னையும் தடுக்க நடுநாள் ஒன்றில் அவர்கள் முடிவெடுத்ததிலிருந்ததும்தான் சுயநினைவு திரும்பாமலேயே அடிக்கடி என் வாழ்நாளில் ஒருநாள் காணாமல் போய்விடும் அதிசயம் நடக்கத்தொடங்கியது ஃபரிதா. அப்படி காணாமல்சென்ற நாட்களை ‘எங்கே சென்றது’ என்று நான் தேடுவதுமில்லை; வருந்துவதுமில்லை. என் நாட்கள், என் வயது, என்னைக் கடந்து செல்பவர்கள், செல்பவைகள் என எதையும் கண்களால், காலத்தால் அளவீடு செய்ய அதில் தேர்ச்சி பெற்றவர்கள் கற்றுக்கொடுத்திருந்த வித்தையை நான் முற்றிலும் மறந்திருந்தேன்.

20. எனக்கு இவ்வளவு இருந்தால் அனுதினமும் புரளும் வெயில்களுக்கும் நிலாக்களுக்கும் எவ்வளவு இருக்கும் இல்லையா? அவையும் என்னைக் கண்டு கொள்வதில்லை. நேரம் பார்த்து சரியாக குடிக்க செல்லும்போது மட்டுமே சக ஆவி உருகும் அன்றாடங்களான நாங்கள் இருவரும் ஒருவரை ஒருவர் - ஒரு வார்த்தையும் பேசிக்கொள்ளாமல் - சந்தித்துக் கொள்வதுண்டு. வீட்டிலோ அதையும் இல்லாமலாக்க என்னைச் சுற்றி காலம் இல்லாமல், கடிகாரம் இல்லாமல் பார்த்துக்கொண்டார்கள். குடியை நிறுத்த மருந்து மாத்திரைகள் வாங்கித் தந்தால் என்னைக் காப்பாற்றலாம் என்று நினைத்தார்கள். என்னைக் குழப்பப் பகலிலேயே இரவுபோல விளக்குகளை எரியவிட்டார்கள். ஆனால் அன்றிலிருந்துதான் நான் நேரம் காலம் தெரியாமல் அவற்றை உள்ளுக்குள் இறக்க ஆரம்பித்தேன். அந்தநாட்கள் ‘சிதலை செய்த செந்நிலைப் புற்றுபோல’ அவ்வளவு நேர்த்தியாக இருந்தது ஃபரிதா.

21. “எல்லாமே விஷம்தான் என்றால் வலிக்காத ஒன்றை வாங்கிக் கொடுங்கள்” என்று நம் வீட்டார்கள் நம்மிடம் காவல் நிலையத்தில் வைத்து கேட்டபோது, உன் நல்நெடுங்கூந்தலை நம் மனமெனும் காலச் செந்தீயையோடு சேர்த்து வாரிக் கட்டியபடி நீ என்னிடத்தில் கூறிய பெருமொழி இவ்வாறு

ஆரம்பித்தது: "எவன் ஒருவன் அதிகாரத்தில், பணத்தில், அடையாளக் கற்பிதங்களில் தன்னை மிக உயர்வானவனாகக் காட்டிக்கொள்கிறானோ அவனது சொந்த வாழ்க்கை மிக மிக அற்பமானதாக, மதிப்பில்லாதவையாக இருக்கும். அவர்கள் வாழ்வென்பது அவர்கள் அவர்களைப்போன்ற பிறர்கள்மீதும், பிறர்கள் தங்களைப்போன்ற அவர்கள்மீதும் ஒருவர் மாற்றி ஒருவர் உமிழ்ந்த எச்சில் சம்பவங்களின் தொகுப்பேதவிர வேறொன்றுமில்லை. அப்படிப்பட்ட அவர்களுக்கு நம்மைப்போன்ற ஒரு நடுத்தர வர்க்கத்தவர்கள் தன் வாழ்நாளில் பிச்சைக்காரர்களுக்கும் போலீஸ்காரர்களுக்கும் போடும் பிச்சைகளைவிட அதிகப் பிச்சைப் போடுவார்கள். வா, இப்போது அதில் ஒன்றை அவர்களுக்கு நாம் விட்டு வீசுவோம் ஜோன்ஸ்..."

22. நம் வாழ்வின் இந்த ஒட்டுமொத்த சம்பவங்களையும் பார்க்கும்போது கப்பலுடன் சேர்ந்து கேப்டனும் மூழ்குவதுபோலவும், நம் நாட்களென்பது பேருந்தின் பின்சக்கரங்களில் அகப்பட்டு விடாமல் நொடிநேரத்தில் சாலையின் குறுக்கே தாவிச்செல்லும் பூனையின் ஓட்டமாகவும், மனிதர்கள் நடமாட்டம் மிக்கப் பகுதியில் அவர்களின் பாதங்களில் மிதிபட்டு நசுங்கிவிடாமல் வாய் துவர்ந்து சுமைகளைச் சுமந்துச் செல்லும் எறும்புகள் போலவும் இருக்கிறது அல்லவா? ஆரல்மீனின் வருகைக்காக காத்திருக்கும் பசிய கால்களையுடைய நாரையா நாம்? வட்ட வடிவம் தேய்ந்து கோணலாகிப்போன நம் வாழ்வில் தீ வீழ் விறகுபோல வெந்து வீழ்ந்தவன் நான். நீயோ ஒரே தீயில் இரண்டுமுறை குதித்தவள்.

23. 'கனவுகள் எதிர்காலத்தை தீர்மானிக்கிறது' என்று நம்பப்பட்ட காலத்தில், அதை ஆராய்ச்சி செய்ய அறிஞர்கள் உருவானார்களாம் ஃபரிதா. பின் அந்தக் கனவு இருந்த இடத்தை 'ஓங்கி தழைத்து முதிர்கின்ற பெருங்காதல்' பிடித்துக்கொண்டபோது, நீள் நெடுமங்கல வீதிகளில் நல்நெடு நரகம் நோக்கி வாழும் பகைஞர்கள் பலர் உருவானார்களாம் ஃபரிதா. அவர்கள் அப்படி உருவானபோது, ஏதோ வானமே அச்சத்தால் வேர்கிறதென அந்தக் கனவு காண்கிறவர்கள் அவர்களைக் கண்டு நடுக்குறுவர்கள் என்று நினைத்தும் கொண்டார்களாம் ஃப்ரிதா. ஆனால் இவ்விதம் நமக்குமுன் உண்டான தலைமுறைகளெல்லாம் வானம் இடிப்பது போலும் துடிப்பது சுடுங்குருதித் தடஞ்சுழிகள் சுழலும்

அவர்கள் உயிரென்று அவர்களுக்கு அறியத் தந்தார்கள். அந்த அறிவிப்பின் அடுத்த தலைமுறை இதோ இப்படி தொடங்குகிறது: 'எல்லா நதிகளும் சமுத்திரத்திலே ஓடி விழுந்தாலும் சமுத்திரம் ஒருபோதும் நிரம்பாது. தாங்கள் உற்பத்தியான இடத்திற்கே அவைகள் மறுபடியும் திரும்பும். முன் இருந்ததே இனிமேலும் இருக்கும்; முன் செய்யப்பட்டதே பின்னும் செய்யப்படும். சூரியனுக்குக் கீழே நூதனமானது ஒன்றுமில்லை.'

24. ஏதோ இதையெல்லாம் உன்னிடம் சொல்லவேண்டும் என்று தோன்றியது. எப்போதும்போல நம் இருவரின் பெயர்களை ஒன்றாய் எழுதிப்பார்த்துவிட்டு எல்லாவற்றையும் முடித்துக்கொள்ள வேண்டும் என்றுதான் முதலில் நினைத்தேன். ஆனால் அதற்கு இடையில்தான் ஓயாமல் எழும் கடலலைகள்போல தேவையில்லாமல் இத்தனை வார்த்தைகள் வந்து விழுந்துவிட்டது. எப்போதும்போல இப்போதும், எல்லாவற்றையும்போல் இதையும் மன்னித்துவிடு ஃபரிதா.

25. ஆனால் இப்பெரும் பகல் வருத்தும் பாலையென வெயில் விரவி விரித்த கூரிய வாள்கள் சுடும் இந்த நாளின் நடுப்பகுதியில், எண்ணெய் உண்ட இருள் மேனியென நிறைந்திருக்கும் இந்த இரக்கக் குறிப்புகளின் மத்தியில், மரணத்தின்மீது வெய்யள் கொண்டவனாக எஞ்சியிருக்கும் என்னிடம் மிஞ்சியிருக்கும் ஒரே கேள்வி இதுதான்:

இதிலும் ஏன் நீ என்னை உயிரறுத்து முந்திக்கொள்ள வேண்டும்?

2

இதோ, நான் உன்னை என் உள்ளங்கையில் செதுக்கினேன்; உன் சுவர்கள் தொடர்ந்து எனக்கு முன்பாக இருக்கின்றன.

-ஏசாயா 49: 16

இறுதி நாளான அன்று ஃபரிதா ஜோன்ஸ்க்கு வெளிப்படுத்தின விசேஷம்:

1. இங்கு வந்து சேர்ந்த முதல்நாள் தொட்டு, அவள் உடலின்மேலான நுகத்தை இன்னும் மகாபாரமாக்கிய காரியங்களினால், என்றென்றைக்கும் அவள் சாகப்போவதில்லையோ என்றவொரு ஐயத்தை அவளுக்கே திட நம்பிக்கையாக்கிய விக்கினத்திற்கு இன்றோடு முன்னூற்றி எட்டாவது நாள்.

2. சூனியங்களினிமித்தம் ஜோன்ஸைப்போல அவளிடமும் சொல்வதற்கு ஒரு கதை இருக்கிறது என்றாலும், அதில் பூரணத்துவமானதும் சட்டென்று ஸ்தம்பித்து போனதுமான ஒரு காதலும், அத்தனைநாள் எங்கிருந்ததோ என்று அடையாளம் காணமுடியாதளவிற்கு அக்கினி ஜுவாலைகள் போன்று எழுந்து வந்த மிரட்டல்களும், தற்கொலை முயற்சிகளுக்கும் இடையே கெட்ட சகுனமாகக் கருதப்பட்ட அந்தக் காதலுக்கு எதிராக - அவள்மேல் இரக்கம்கொள்ளாமல் அவளே மேற்கொண்ட ஒரு தாக்குதலும், அதன் பயனாக அவளுக்குக் கிடைத்த தழல்மிக்கதொரு காயமும், அந்தத் தழலை உருவாக்க தனக்குள் அவள் மூட்டிக்கொண்ட குளிர்ச்சியான இரத்தப்போக்கும், அந்தக் கோபத்தினால், தங்களைக் கொஞ்சமும் அனுசரிக்காத

அதன் தான்தோன்றித்தனத்தினால் வெளிப்பட்ட மூச்சு திணறலும், சுகச்செல்வியும், தேவதையானவளும், தன் இருதயத்திலேயே வாழ்பவளுமான அவளுக்கு அதனிமித்தம் ஏற்பாடு செய்யப்பட்ட மருத்துவ சிகிச்சையும், அதனாலேயே அவளுக்கு ஏற்பட்ட - எதிரே உள்ள அனைத்தையும் சடுதியில் மறைந்துபோகச் செய்த - ஒரு சுயநினைவிழப்பும் என முற்றிலும் வேறானவொன்றும் உள்ளடங்கியிருக்கிறது.

3. அதனாலேயே, அவளுக்கும் அவனைப்போலவே சிறுவயது முதல் பிரயாசப்பட்டு வந்த, அவர்கள் தங்கள் போக்கிலேயே அலைந்து திரிந்த, அதாவது ஆதிமுதற்கொண்டு ஆரம்பித்த அனைத்தையுமே வெளிப்படுத்த வேண்டும் என்றொரு வாஞ்சை உண்டு. ஆனால் இன்னும் இரண்டொரு மணிநேரத்தில் ஏற்கனவே நடந்து முடிந்த - அநேகமாக அது முதல் நாளிலேயேகூட இருக்கலாம் - அவள் இறப்பை அதிகாரப்பூர்வமாக உறுதிப்படுத்தி விடுவார்கள் என்பதால், இனிமேலும் தன் கால்களை ஊன்றி எழ முடியாத அவளால் அதைச் சொல்வதற்கு நேரமுமில்லை; உடலில் அதற்கான ஜீவனுமில்லை. என்பதினால் அவனைப்போலவே அவளும் அரைகுறை சித்தத்தோடு அதைச் சுருக்கமாகச் சொல்லி முடிப்பதுதான் அவள் வார்ப்பிக்க நினைத்த அல்லது அவளுக்கு வார்ப்பிக்கப்பட்ட மரணத்தின் விருப்பமாகவும் இருக்கிறது.

4. அதன்படிக்கு, அவளும் அறியாதவாறு அவள்மேல் அவர்கள் உண்டாக்கினவைகளை அவளே இதுமுதல் இரட்சிப்பார் யாருமில்லாதவர்களான தனக்கும், அவனுக்கும் அறிவித்துக்கொள்ளும் புதியவைகளானதும், மறைபொருளற்றதுமானதுமான விசேஷங்கள் இதோ:

5. பொதுவாக எல்லா தேசங்களிலும் நடப்பதுபோல வாழ விருப்பமில்லாத ஒரு ஸ்திரீ இருந்தால், அவளுக்கு தன் சாவை தேர்ந்தெடுக்கும் வாய்ப்பும், சுதந்திரமும் அங்ஙனம் எவ்வாறாகிலும் உருவாவது உண்டு. ஒரு விக்கிரகம்போல அப்போது அதை அவள் தனகேற்றார்போல வடிவமைப்பதுமுண்டு. ஆனால் அதிலும்கூட ஒரு சிறு அவகாசமோ, மெலிதானதொரு தலையசைப்பிற்கான சம்மதமோ அவளுக்கு இங்கு அளிக்கப்படவுமில்லை; பெறப்படவுமில்லை. ஆலோசனையில்லாத இடங்களில் விழுந்துபோகும் மனிதர்கள்போல அதை அவள்

எதிர்பார்ப்பதற்கு முன்பே அல்லது அவள் எதிர்பார்த்திருந்த வகையில் அல்லாத ஒரு மரணத்திற்குள் திடுதிப்பென்று விழுந்து போனாள்.

சொல் தேவனே! உன் மரணதில் நீயே களிகூருவாயோ?

6. அவளுக்குத் திருமணம் செய்து வைக்க ஏற்பாடு நடந்த அந்த ஒரு வருட காலத்தில் அவனது திரளான யோசனைகளால் துரும்பென இளைத்துப் போனவளின் இருதயத்திற்கு தனக்குத்தானே மேற்கொண்ட அவளது அந்தத் தாக்குதலின் வேதனையானது அவளுக்குள் நெடுங்காலமாய் காத்திருந்த ஜீவவிருட்சமான ஒரு மூச்சுத் திணறலைக் கொண்டு வந்தது. அவளிலும் பலத்தவராயிருந்து, அவள் என்றென்றைக்கும் பிரசவிக்காத அந்தக் காதலின் சூல் ஒன்றை பிரசவிக்குமாறு அவளுக்கு யாராகிலும் ஒரு வலிமையை அளித்திருக்கக்கூடாதா? மகிழ்ச்சியின் சத்தத்தை அவள் எவ்வாறாகிலும் மீண்டும் கேட்கப் பண்ணுமாறு செய்திருக்கக்கூடாதா?

தேவனே சொல்! இங்கு கற்பனைக்கு பயப்படுவார்கள் யார் உண்டு?

7. அந்த நகரத்தின் ஒரு காவல்நிலைய எல்லைக்குட்பட்ட ஒரு தலைமை அரசு மருத்துவமனையில் அதனால் அவள் அனுமதிக்கப்பட்டபோது, அந்தக் காதலின் கர்ப்பவதியை அங்கேயே அப்படியே விழுங்க கருப்புநிற கழுத்துப் பகுதியில் வெள்ளை நிறத்துடன் கூடிய ஒரு அரக்கப் பாம்பை அந்த மூச்சுத் திணறல் ஒரு மூலையினோரம் நிறுத்தியிருந்ததை அவளுக்கு சிகிச்சை அளித்துக் கொண்டிருந்த மயக்க மருத்துவரோ, செவிலியர்களோ, மருத்துவர்களோ, மருந்தாளுனர்களோ என ஒருவரும் பார்க்கவில்லை. அவர்கள் கண்களுக்கு அது கூப்பர் ஏர் கம்பெனியின் வெறும் ஆக்சிஜன் உருளையாக மட்டுமே தெரிந்துக்கொண்டிருந்தது. அந்தக் கூப்பர் ஏர் கம்பெனியின் அந்த அரக்கப் பாம்பில்தான், வடிவத்திலும் வண்ணத்திலும் வித்தியாசப்பட்ட நீலநிறத்தில் ஏற்றப்படவேண்டிய நைட்ரஸ் ஆக்ஸைடை அந்த 361128 என்ற எண் கொண்ட ஆக்சிஜன் உருளையில் ஏற்றியிருந்தார்கள்.

தேவனே! அவளுக்கு நேரிட்டவைகளை யார்அவளுக்கு இப்போது விளக்கக்கூடும்?

8. எவரும் அதைப்பற்றிக் கவனத்தில் எடுத்துக்கொள்ளவில்லை; விதிகள் பின்பற்றபடவில்லை. ஆக்சிஜன் உருளையில் நைட்ரஸ் ஆக்ஸைடை நிரப்புவதற்கான உத்தரவில் மேலொப்பமானது தெளிவாக இடப்படிருந்தது. தொடர்ந்து கூப்பர் கம்பெனிக்கு அது அனுப்பி வைக்கப்படுகிறது. அவர்களும் அதை ஆக்சிஜன் உருளையாக பாவிக்கும் வகையில் நிரப்பிக்கொடுக்கிறார்கள். 361128 எண் கொண்ட ஆக்சிஜன் உருளை அவசர சிகிச்சைப்பிரிவிற்கு அனுப்பி வைக்கப்படுகிறது. அதில் நைட்ரஸ் ஆக்ஸைடுதான் நிரப்பபட்டுள்ளது என்பதை அறியுமாறு செய்யும் தங்கள் கடமையிலிருந்து அவர்கள் வழுவிக்கொள்கிறார்கள். பின்னர் ஆக்சிஜனை சுவாசிப்பதற்கு பதிலாக நைட்ரஸ் ஆக்ஸைடை அவள் சுவாசிப்பதை அவர்கள் கண்டுகொள்ளாமல் இருக்கிறார்கள். உடனுக்குடன் அதிலிருந்து அவளை மீட்டெடுக்கத் தவறுகிறார்கள். எனவே அந்தப் பாம்பு இப்போது ஏழு தலைகளும், பத்து கொம்புகளும் கொண்டதாக அவள்முன் மாறி நின்றது.

தேவனே கேட்டுக்கொள்! குளிர் உன்னையும் ஒருநாள் சுட்டெரிக்கும். அப்போது உன் எதிரே இருக்கும் அடுப்பானது நீ உட்காரத்தக்கதல்ல என்னுமளவிற்கு அதன் வெப்பத்தை உற்பத்தி செய்யும்.

9. மரணத்தை விளைவிக்கும் என்று தெரிந்தே செய்த அந்த அற்புதத்தினால் அவள் அதை சுவாசிக்க நேரிட்டாள். அதனால் அவள் ஒருத்தி மட்டும் அதனோடு போரிட்டுக் கொண்டிருந்தாள். அதனால் அவளுக்கு அங்கிருந்து தப்பிச்செல்ல கழுகின் சிறகுகள் அளிக்கப்படவில்லை. அதனால் அவள் பாலை நிலத்திற்கு தப்பிச்செல்ல முடியவில்லை. ஆனால் அவள் தலையில் ஒரு விண்மீன் இருந்தது. அதுதான் அவளை முன்னூற்றி எட்டு நாட்கள் உயர் சிகிச்சைக்காக அதனினும் பெரிய மருத்துவமனை ஒன்றில் வெறுமனே கிடத்த முதல் நாளையும் வழங்கியது.

தேவனே! நீ கேள்விப்படாததும், அறியப்படாததும், கண்களையும், செவிகளையும் திறக்கப்படாததுமான ஒரு உலகத்திற்குள் ஏழு தலைகளுள்ள அந்தப் பாம்பு அவளைக் கொத்திக்கொண்டுச் சென்றதை பார்த்தபோது ஏன் அப்படியொரு சிரிப்பை வெளிப்படுத்தினாய்!

10. அன்றும் நீ அப்படித்தான் சிரித்தாய். அவர்கள் மனதில் தோன்றாத, கட்டளையிடாத ஒரு காதலை அவர்கள் கட்டி முடித்தபோது அது எப்படியும் இடிக்கப்படும் என்று தெரிந்தபோது நீ அப்படித்தான் சிரித்தாய். "அவன் பிணம் ஆகாயத்தின் பறவைகளுக்கும், பூமியின் மிருகங்களுக்கும் இரையாகும்; அவைகளை வெருட்டுவாரும் ஒதுக்குவாரும் இல்லாதிருப்பார்கள்; அப்படியும் புதைக்கப்பட்டாலும் அவனது எலும்புகள் பிரேதக்குழியிலிருந்து தோண்டி எடுக்கப்பட்டு சூரியனுக்கும் சந்திரனுக்கும் வானத்தின் சர்வசேனைக்கும் முன்பாக பரப்பி வைக்கப்படும்" என்று அவளிடம் அவர்கள் நீதிமொழிகளாய் சொல்லப்பட்டபோதும் நீ அப்படித்தான் சிரித்தாய்.

தேவனே ஞாபகமிருக்கிறதா? எங்கள் பட்டணங்கள் நிலைபெற்றும் அவை இடிந்துபோகும் என்றாய். எங்களுக்கு துரோகம் பண்ணின வாய், கை ஆகியவைகள் தீவினையிலேயே பிடிபடாதிருக்கும் என்ற உத்தரவை நிறைவாக்கினாய். இத்தனைக்கும் பின்பும் கடைசியாக நீ கொடுத்த அந்தக் கனிதரும் திராட்சைக் கொடிகளையாவது கசப்பாக்காமல் விட்டிருக்கக்கூடாதா?

11. இதன்பிறகு ஃபரிதா ஜோன்ஸிடம் மட்டும் கூறிய திவ்ய வாசகங்களாவது: ஜோன்ஸ் நீ கண்ணீர் சிந்தும் அளவிற்கு ஒன்றும் இங்கு கெட்டுப் போய்விடவில்லை. நீ சொன்னதுபோல அன்று நான் உன்னைப் பார்த்தேன். அது நீ சொல்வதுபோல விழி நிலைகொள்ளாது வேறுபட்ட முகத்தினளாய் ஒன்றும் நான் மாறி நிற்கவில்லை. ஒவ்வொரு நீண்ட விடுமுறையும் கழித்துப் பார்க்கும் முதல் பார்வையில் உன்னைக் கிண்டலடிக்கும் அந்த 'கி' அப்படியே என் நினைவிலும் இருந்தது. அநேகமாக நம் காதல் தெரிந்து அடைத்து வைக்கப்பட்டு நெடுநாள் கழித்து அன்றுதான் உன்னைப் பார்த்தேன். நீ உன் எதிர்புறம் ஓடும் சாக்கடையின் ஆகாய நீரில் முகம்தேடி நிமிர்ந்திருந்தாய். அன்று நாம் அழுத கண்ணீரை துடைப்பார் ஒருவருமில்லை. மெய்யாகவே இங்கே விழுபவர்கள் எழுவதில்லை; வழிதப்பிப் போனவர்கள் திரும்புவதில்லை; சமாதானமில்லாமல் உழல்பவர்களின் வாசலில் ஒளிமுகம் எப்படி தோன்றும்?

12. அன்று நான் சொன்னதுபோல இன்று "ஃபரிதா நான் ஜோன்ஸ் வந்திருக்கிறேன்" என்கிறாய். உன் கேள்விதான்:

"என்னை எனக்கே அறிமுகப்படுத்துகிறாய் இல்லையா?" கையில் மருந்துகளின் மணம். அதை எடுத்து உன் முகத்தில் வைத்து அழுகிறாய்; நான் சிரித்துக் கொள்கிறேன். என் இறப்பு என்பது நான் சுவாசித்த அந்த கருப்புநிற கழுத்துப் பகுதியில் வெள்ளை நிறத்துடன் கூடிய அந்த அரக்கப் பாம்பிலிருந்து வந்த ஒன்றினால்தான் என்றா நினைக்கிறாய்? ம்கூம் இல்லவே இல்லை. மரணத்தை நான் என் மிகக்கூரிய நகங்களைக் கொண்டு மெல்ல மெல்லவும் அதேநேரம் கொஞ்சம் ஆழமாழமாகவும் நான் கீறிக்கொண்டதிலிருந்து பிறந்தது அது ஜோன்ஸ்.

13. தன் சொந்தக் கண்ணீரை நேசிப்பவர்களை இந்த உலகம் இதற்குமுன் பார்த்திருக்கிறதா? அப்படி நேசித்தவர்களாக முதலும் கடைசியுமாக நாமே இருந்துவிடுவோம். சரீரத்தை ஆத்மார்த்தமாக கொலை செய்து அதன்பின்பு அதிகமாக ஒன்றும் திராணியில்லாதவர்கள் நீடித்து வாழட்டும்.

14. ஆம் ஜோன்ஸ், நீ சொல்வது சரிதான். 'இ'யை 'கி'போல எழுதி பானுமதி டீச்சரிடம் அடிவாங்கிய அந்த ஐந்து வயதில்தான் அநேகமாக நாம் இருவரும் முதன்முதலாகப் பார்த்திருக்க வேண்டும். 'விசும்பினளவு கொழுங்கனலென ஓங்கி எழும் வெந்துயரம்தான் காதல்' என்று அன்று நம் இருவருக்குமே தெரியாது.

15. திவ்ய வாசகம் முற்றிற்று.

32

அப்பொழுது பேதுரு அவரிடத்தில் வந்து: ஆண்டவரே, என் சகோதரன் எனக்கு விரோதமாய்க் குற்றஞ்செய்து வந்தால், நான் எத்தனைதரம் மன்னிக்க வேண்டும்? ஏழுதரமட்டுமோ என்று கேட்டான். அதற்கு இயேசு: ஏழுதரமாத்திரம் அல்ல, ஏழெழுபதுதரமட்டும் என்று உனக்குச் சொல்கிறேன்.

-மத்தேயு 18: 21,22

எது எப்படித் தொடங்கியது என்று தெரியாது; ஆனால் இப்படித்தான் எல்லாம் தொடங்கியிருக்க வேண்டும் என்று மட்டும் நிச்சயமாகத் தெரியும். எதிலிருந்து முதல் சம்பவம் ஆரம்பித்தது என்றெல்லாம் தெரியாது; ஆனால் இந்த சம்பவத்திலிருந்துதான் எல்லாம் ஆரம்பித்திருக்க வேண்டும் என்று மட்டும் திட்டவட்டமாகத் தெரியும். மேலும் இதை எப்படி இங்கே புரிய வைக்கவேண்டும் என்றுகூட தெரியாது. ஆனால் இப்படித்தான் இதை இங்கே புரிந்துகொள்ள வேண்டும் என்று மட்டும் உறுதியாகத் தெரியும். அவ்வளவு ஏன், இந்தக் கதையையுமே எப்படி தொடங்க வேண்டும் என்றுகூட தெரியாது. ஆனால் இந்த முதல் பத்தியிலிருந்து, இவ்வாறான ஒரு குழப்பத்திலிருந்துதான் அது தொடங்கவேண்டும் என்று மட்டும் திண்ணமாகத் தெரியும். அதுதான் தன்னளவிலான அதன் தாற்பரியம்.

ஏழெழுபத்து ஒன்று: பெருந்துடி நிலை

"ஒரு தோல்வியடையாத கடத்தலையோ, கொள்ளையையோ, வழிப்பறியையோ செய்து முடிக்கவேண்டும் என்றால் அது மழை நாட்களில் மட்டுமே செய்யவேண்டியதொரு செயலுறுத்துச் சம்பவமாக உங்களுக்கு நீங்களே வரையறுத்து

வைத்துக்கொள்வதென்பது மிகமிக அவசியம். அதேபோல ஒரு கொலையையோ, கை கால்கள் எடுக்கும் வேட்டையையோ, மாபெரும் திருட்டையோ வெற்றிகரமாக நிறைவேற்றி முடிக்கவேண்டும் என்றால் அதன் நடவடிக்கை நேரமாக இரவை மட்டுமே நீங்கள் தேர்வுசெய்து வைத்துக்கொள்ள வேண்டியது அதனினும் மிகமுக்கியமான ஒன்று. இப்படிச் சொல்வதற்கு ஆட்கள் நடமாட்டம் குறைந்த இடங்களை மழைகளும் இரவுகளும் உற்பத்திசெய்து உங்களுக்கு உதவுவதாலோ அல்லது நீங்கள் செய்யவேண்டிய கடத்தலையும், கொலையையும் உங்களிடமிருந்து சரிபங்கைப் பிரித்து வாங்கி ஆபத்தைக் குறைத்து அதுவே செய்து முடிப்பதாலோ அல்ல; மாறாக மனிதர்கள் என்பவர்கள் பொதுவாக இரவிலும் மழையிலுமே இறந்துபோக ஏதுவாக பலவீனத்திலும், விருப்ப இசைவுடன்கூடிய அவநம்பிகையுடனும் இருக்கிறார்கள் என்பதும், அப்போது செய்யப்படும் தங்கள் கொலைகளில் மழைகளையும் இரவுகளையும்போல சரிபங்கை அமைதியாக வாங்கிக்கொண்டு அவர்களும் சேர்ந்தே அதை ஏதோவொரு வகையில் உங்களுக்குச் சாதகமாக நிறைவேற்றி விடுகிறார்கள் என்பதினாலும்தான். எனவே அது மனிதர்களாக இருந்தாலும் சரி. மாடுகளாக இருந்தாலும் சரி. விதிகள் இங்கு பொதுவானது. இதில் வன்புணர்வை மட்டும் இன்னும் தங்களால் முழுமையாக ஆக்கிரமிக்க முடியவில்லை என்பது மட்டுமே மழைகளின் இரவுகளின் ஒரே ஆற்றாமையாக இருக்கிறது என்பதை நீங்கள் இங்கு புரிந்துக்கொள்ள வேண்டும். காரணம் மனிதர்களில் ஆண்களைப் போன்றவர்களல்ல பெண்கள்; அவர்கள் ஆண்களைப்போல எப்போதோ உருவாகப்போகும் சந்தர்ப்பத்திற்காக, நேரத்திற்காக, காலத்திற்காக காத்துக்கொண்டிருப்பவர்கள் அல்ல; மாறாக அவர்கள் அதை கண்டுப் பயப்படுகிறவர்கள் அல்லது பயந்துகொண்டு அதை உருவாக்குகிறவர்கள். அதனால்தான் ஆண்களைவிட மழைகளையும் இரவுகளையும் விரும்புவதாக வெளியில் காட்டிக்கொண்டாலும், அந்த சமயங்களில் அவர்கள் உள்ளூர விரும்புவதென்பதோ பாதுகாப்பான நான்கு சுவர்களையும், அதை நாலாபுறமும் இழுத்து சாத்தும் கதவுகளையும் பூட்டுகளையும்தானேயொழிய நீரையோ இருளையோ ஆண்களையோ அல்ல. மட்டுமல்லாமல் அவர்கள் பெரும்பாலும் தங்களது அந்தரங்க செயல்களையும், குற்றங்களையும் ஆண்களைப்போல இரவுவரை இழுத்தடித்துச் சாகடிக்காமல் நாள் தொடங்கியவுடன் காலையிலேயே, பகலிலேயே அதன் கணக்கு வழக்குகளை முடித்தும் கொள்கின்றனர். அதனால் நீங்கள் உங்கள் குற்ற நடவடிக்கைகளுக்கு இரவையும் மழையையும் பயன்படுத்திக் கொள்வதைப்போல, வேறுவகையான

குற்றச் செயல்களுக்கு பழக்கமில்லாதப் பெண்களை அதைவிட உங்களுக்குப் பழக்கமில்லாதப் பகலை அணுக முயற்சிப்பீர்கள் என்றால் அதில் உங்களுக்கு நூறில் இருநூறு புள்ளிகள்வரை தோல்வியே மிஞ்சும். காரணம் பகலென்பது வேறோன்றுமில்லை; எவ்வளவு முயன்றும் ஆண்களால் பழகமுடியாத ஒரு பெண்தான் அது. இரவோ குற்றமனம் கொண்ட ஆண்களின் நெருக்கமான தோழி. இங்கு இரண்டில் ஒன்றாவது உங்களுக்கு கிடைக்க இருநூறு புள்ளிகளில் நூறு வரை சாத்தியம் உண்டு. இந்த இரண்டிற்கும் இடைப்பட்ட மூன்றாவது மனிதன்தான் மழை. அது உங்களுக்குச் சாதகமாக இருக்க வேண்டுமா அல்லது அவளுக்குச் சாதகமாக அமையக்கூடுமா என்பது பெரும்பாலும் அதன் கையில்தான் உள்ளது. அந்தவகையில் நாமும் அதைப்போலவே அதன் பார்வையாளர்கள் மட்டும்தான்; நம் சம்மந்தப்பட்ட ஒரு பத்திரிக்கைச் செய்தியை அடுத்தவர் படிப்பதைப் வெறுமனே வேடிக்கைப் பார்க்கும் வெறும் பார்வையாளர்கள். எனவே இரவும் மழையும் சேர்ந்து புணர்கின்ற ஒருநாள் உங்களுக்கு வாய்க்குமெனில் நீங்கள் ஒரு கடத்தலையும், கொள்ளையையும், கை கால்கள் எடுக்கும் வேட்டையையும், திருட்டையும், கொலையையும், வழிப்பறியையும் ஒரே நேரத்தில் செய்துகொள்ள இயற்கை உங்களுக்கு ஒரு வாய்ப்பை வழங்கியிருக்கிறது என்று அர்த்தம். கூடுதலாக அங்கு ஒரு பெண் இருக்கிறாள் என்றால் அது உங்களுக்கு கிடைத்த இன்னொரு கூடுதல் வாய்ப்பு. நம்பவில்லையென்றால் நீங்கள் ஒரு கொலையையோ, கொள்ளையையோ இப்போது வேண்டுமானால் செய்து பாருங்கள்; அந்த உணர்வை நீங்கள் கழுத்தறுபடும் நேரத்திலும் மறக்க மாட்டீர்கள். இருபத்தெட்டு கிலோமீட்டர் தொலைவிலிருக்கும் முருகன் மலை அடிவாரத்தில் அப்படியானதொரு கதவுகளும் பூட்டுகளும் இல்லாத ஒரு இடமும், மழையுடனும் இரவுடனும் ஒரு பெண்ணும் உண்டு."

ததேயு அவனது வட்டார மொழியில் இதைப் பேசிமுடித்தபோது ஜிம்கானா ஜாலிகிளப் ஒயின்ஸ் உட்பட ஒன்பது பார்களின் ஏலத்திலும் அவன் தோட்டப்பனிடம் தோற்றுப்போன நொடியிலிருந்து எண்ணி அறுபதாம் நாள். சமயம்: நள்ளென்யாமதிற்கு கொஞ்சம் முன்னதாக. இருள் முழுவதுமாக செறித்த இரவுநேரம்.

தனக்கிருக்கும் பத்துக்கும் மேற்பட்ட கறிக்கடைகளில் வரப்போகும் ரம்ஜானுக்கு வெட்டுவதற்காக எண்பத்தெட்டு மாடுகளை முருகன் மலை அடிவாரத்தில் அவனுக்குச் சொந்தமான இடத்தில் கொட்டகைகள் அமைத்து பராமரிப்பது தோட்டப்பனது

வருடாந்திர வழக்கம். அந்த வழக்கத்தை தனக்கேற்பட்ட தோல்விகளின் வழியாக கேள்விகேட்க முடிவெடுத்திருந்தான் ததேயு. அதை பூக்கள் அணிந்து செல்லும் ஆநிரைக் கவர்தலாக அல்லாமல் வெட்டரிவாள் கைகளோடு சென்று காலோடு காலாக, கால்நடைகளை அதன் அடியோடு அடியாக அழிக்கும் திட்டமாக வகுத்திருந்தான். அதற்காக ஒற்றர்களை நியமித்து மலை அடிவாரத்தை ஆராய்ந்தான். அங்கு அவற்றைக் காத்து நிற்போரை, பகைஞர்தம் வலிமையின் கொள்ளளவை பல நாட்களாக எடையிட்டான். அதன் கணக்கில் அவன் வகுத்துக் கொண்டதைத்தான் அன்று இரவு பேசினான்.

மொத்தம் இருபத்தெட்டு பேர். அவர்களை மொத்தமாக அனுப்பாமல் நான்கு குழுக்களாகப் பிரித்தான். அப்படி பகுதி பகுதியாகப் பிரிக்கப்படுவது 'சுற்றி வளைத்து தாக்குவதற்கு தோதுவான திட்டம் என்பது மட்டுமல்ல; அப்போதுதான் செங்குத்தான முருகன் மலையிலிருந்து விழுகின்ற அருவியின் சத்தம் அந்த ஐம்பத்தியாறு செருப்பு கால்களின் உள்நுழைவை சிக்கலில்லாமல் மாற்றும்' என்பதும் அவன் கணக்கு. அவனது அந்தக் கணக்கை பார்க்கும்போது அவன் நினைத்த காரியத்தை செய்வதற்கு முயற்சிப்பதைவிட, அருவியின் சத்தத்தை தொந்தரவு செய்யக்கூடாது என்பதற்காகவே கூடுதல் கவனத்துடன் வகுக்கப்பட்ட திட்டம்போல இருந்தது. தோட்டப்பன் வணங்கும் முருகனும், சீற்றம்கொண்ட ஆனைமுகனும் இந்தமுறை எப்படியும் தனக்குத்தான் சாதகமாக இருக்கப்போகிறார்கள் என்பதில் அதனாலேயே ததேயுவிற்கு ஒரு நம்பிக்கையும் உருவானது.

செருப்பினை அடிமேல் அடியெடுத்து வைத்து ஒன்றன்பின் ஒன்றாகப் பின்வரிசைக் கட்டிக்கொண்டு சத்தமில்லாமல் அடிவாரத்தை நோக்கி நகர்ந்துச்சென்ற அந்தக் கும்பல், பின் சட்டென்று அந்த உத்தியை மாற்றிக்கொண்டு நான்குபுறமும் வட்டமடித்தும் முன்படர்ந்தும் அருகில்சென்று சுற்றினார்போற் சூழ்ந்து நின்றுகொண்டு எவரும் வெளியேற முடியாதபடி ஒரு மனிதவேலியை இடைவெளி விட்டுவிட்டுப் பின்னியது. பின் முதலில் அங்கிருக்கும் ஆட்களைக் கணக்கிட்டார்கள். ததேயு குறிப்பிட்ட அதே எண்ணிக்கையிலிருந்தார்கள்.

தோட்டப்பனின் மகன், மனைவியைத் தள்ளி வயதான ஐந்து ஆண்களும், இரண்டு பெண்களும், இரண்டு இளைஞர்களும்.

முதலில் மனிதர்கள்...

கவளம்விழுங்கும் யானைகளைப்போலவும், முருகன் மலையினின்று விழுகின்ற அருவியின் வேகத்துடனும் வந்த அந்தக் கும்பல் தோட்டப்பனின் எல்லைக்குள் எங்கோ மேலிருந்து திடீரென்று விழுந்ததைப்போல நுழைந்தது. நுழைந்த வேகத்தில் அந்த இரண்டு இளைஞர்களுக்கும் கெண்டைக்கால் தசைகள் நரம்பெலும்புகளோடு அரைகுறையாக வெட்டிக்கிழிக்கப்பட்டன. கிழிக்கப்பட்டவைகளோடு சேர்த்து அவர்களின் வாய்களும் கைகளும் கட்டப்பட்டு ஒருவருடன் ஒருவர் தொடர்பறுக்கும் வகையில் இரண்டு மூலைக்கு எறியப்பட்டார்கள்.

மீதமிருந்தவர்களுக்கும் அவ்வண்ணமே செய்யப்பட்டது.

என்ன நடக்கிறது என்று உணர்ந்து அச்சமுறுவதற்கு, அச்சமுற்றுத் தப்பித்து ஓடுவதற்கு முன்பே அனைவரின் பாதஞ்சூழ்ந்து அவர்கள் வெட்டியதைப் பார்க்கும்போது நீண்டநெடிய கானகமொன்று ஒன்பது மனிதர்களின் கால்களுக்குகீழ் சுருங்கிப்போய் சுழல்வதுபோலிருந்தது. அதனால்தான் எதிர்தாக்குதலுக்கான நுண்ணியளவிலான சிறுவாய்ப்பும்கூட அங்கில்லாமல் போனது. வெட்டிமுடித்ததும் வெட்டியவர்கள் சுற்றிலும் பார்த்துத் திருப்திகொண்டார்கள். அப்போதுதான் தங்களுக்கும் என்ன நடந்தது என பார்த்துக்கொள்ள வேட்டையாடப்பட்ட வெட்டப்பட்டவர்களுக்கும் அவகாசம் கிடைத்தது.

வந்த முதல் வேலை முடிந்ததும், உடன்கொண்டு வந்த வடியுறு தீந்தேறல் போத்தல்கள் மறைத்து வைக்கப்பட்ட இடத்திலிருந்து எடுத்து வரப்பட்டன. சிலர் அதை அப்படியேக் குடித்தார்கள்; சிலர் தண்ணீர் கலந்து; சிலர் இருவேறு முறையிலும்...

ஒருவர் இன்னொருவருக்கு தெளிவாக எதையும் சமிக்ஞை செய்யமுடியாத வகையில் சிறுதூரம்மிக்க ஒன்பது மூலைகளைநோக்கித் தூக்கி எறியப்பட்டவர்களுக்கு அடுத்து என்ன நடக்கப் போகிறது என்று எந்தவொரு யோசனையும் இல்லை. ஆனால் அவர்கள் தங்களைக் கொல்வதற்கு வரவில்லை என்றுமட்டும் அவர்களின் நடவடிக்கையிலிருந்து அரைகுறையாக உணர்ந்து வைத்திருந்தார்கள். அப்படி அவர்கள் யோசித்துக் கொண்டிருக்கும்போதே எல்லோருக்கும் நடுவில் கிடந்த ஒரு மூட்டையை அவர்கள் பிரிக்கத்தொடங்கினார்கள். அது அவர்களை அந்த எண்ணத்தைக் கைவிடச்செய்து நடுங்கச்செய்யவே சத்தமில்லாமல் கத்தத்தொடங்கினார்கள். ஆனால் அவர்களோ ஒரேயடியில் ஒருவரை இரண்டு துண்டாக்கக்கூடிய கூர்தீட்டப்பட்ட

வெட்டரிவாள்களையும், அப்படி வைத்து வெட்டுவதற்கு ஏற்ற வகையிலான செவ்வகக் கட்டைகளையும் பங்கு பிரித்து எடுத்துக்கொண்டு கொட்டகைகள் நோக்கி ஏழு குழுக்களாகச் சென்றார்கள்.

அவர்கள் நினைத்ததுபோல மனிதர்களல்ல இலக்கு... மாடுகள்...

அவர்களைப் போலவே, மாடுகளுக்கும் - ஆனால் முன்னமே - வாய்களும் கால்களும் இறுக்கிக்கட்டப்பட்டன. கால்கள் இரண்டிரண்டாகச் சேர்த்துக்கட்டப்பட்டன. கட்டி முடிக்கப்பட்டதும் ஒவ்வொரு குழுவிடமிருந்தும் விசில்கள் பறந்தன. மொத்தம் ஏழு விசில்கள். ஒரு சாய்த்து படுக்க வைக்கப்பட்டிருந்த மாடுகளின் கால்களுக்குகீழே மேற்படி கட்டைகள் அடை கொடுக்கப்பட்டன.

அவ்வளவுதான்.

எண்பத்தெட்டு மாடுகளின் முன்னூற்றி சொச்சம் கால்களும் இருபது நிமிடங்களுக்குள் வெட்டி எறியப்பட்டன. மது தெளிய தெளிய வெட்டினார்கள். வெட்டி வெட்டி தெளிந்தார்கள். அவ்வாறு பெருந்துடியாக துடித்து வெட்டி எறியப்பட்ட கால்கள் முன்பு மூட்டைப் பிரிக்கப்பட்ட நட்டநடு இடத்தில் குவிக்கப்பட்டன. இந்தமுறை அப்படி அவர்கள் வெட்டிக் குவிப்பதைப் பார்க்கும்போது ஒரு நீண்ட நெடிய கானகத்தின் அத்தனை கால்களையும் வேகவேகமாக வெட்டியகற்றுவது போலிருந்தது.

ஒரே வெட்டில் இரண்டு கால்களும் துண்டாவதை அன்றுதான் அந்த ஒன்பது பேரும் பார்த்திருக்கவேண்டும். எப்படி அருவியின் சத்தத்தைத் தொந்தரவு செய்யக்கூடாது என்று முதல் திட்டம் வகுக்கப்பட்டதோ அதற்கு நேர் எதிராக வகுக்கப்பட்டிருந்தது இந்த இரண்டாவது திட்டம்.

மாடுகளுக்கும் மனிதர்களுக்கும் கட்டுக்கள் அவிழ்க்கப்பட்டன.

வெட்டியதைவிட இந்த செயல்தான் அவர்களின் குரூரத்தின் அளவை அங்கு எல்லோருக்கும் எல்லாவற்றுக்கும் எடுத்துக்காட்டியது.

மாடுகளின் அலறல் சத்தம் அருவியையும் அச்சம்கொள்ள வைப்பதுபோல எட்டுதிக்கும் நீக்கமற நிரம்பத்தொடங்கியது. அவிழ்க்கப்பட்டவர்கள் அன்றுதான் முதல்முறையாக சத்தம்

இல்லாத அருவியைப் வெறித்துப்பார்க்க ஆரம்பித்தார்கள். அதுவுமேகூட அவர்களை அப்படித்தான் பார்ப்பது போலிருந்தது. கீழே விழலாமா? வேண்டாமா? என்று யோசித்து யோசித்துத் தன்னை மேலிருந்து அடிவாரத்தை நோக்கி சிந்திக்கொண்டிருந்தது.

ஓட முடியாவிட்டாலும் முயற்சித்த மூன்று ஆண்களைப்பார்த்து சிரித்தார்கள்; அவர்கள்மேல் மதுவும் எச்சிலும் சளியும் கலந்து மூக்குறிந்துத் துப்பினார்கள். அது துடைக்கப்பட்டபோது மீண்டும் துப்பப்பட்டது; துடைக்கத் துடைக்கத் துப்பப்பட்டது. அவர்கள் ஒரு கட்டத்தில் துடைப்பதை நிறுத்தும்வரை அந்த விளையாட்டு தொடர்ந்தது. அப்படி துடைப்பவர்களையும் துப்புபவர்களையும் பார்க்கும்போது மனிதர்கள் என்பவர்கள் களிமண்ணால் அல்ல கழிவுகளால் செய்யப்பட்டவர்கள் என்று கடவுளர் கதைகளை அழித்து திருத்துவது போலவுமிருந்தது.

அவர்களில் எதற்கும் அசையாமல் கொலை வெறியிலிருந்தது தோட்டப்பனின் இரண்டாவது மனைவி மயில்தாய் மட்டுமே. அவளை ஏற்கனவே முடிவு செய்யப்பட்டபடி இருபதெட்டு பேரில் ஆறுபேர் ஒருவர் மாற்றி ஒருவர் முழு நிர்வாணமாக்கி வன்புணர்ந்தனர். மாடுகளின் அந்த அலறல் சத்தத்தை சிறிதுநேரம் அவளும் மிஞ்சினாள். ஆரம்பத்தில் சொன்னதுபோல இந்தப் பகை எங்கிருந்து தொடங்கியது என்று தெளிவாகத் தெரியாவிட்டாலும் “நீ விருப்பபட்டால் உன் அம்மாவின் நிர்வாணத்தை அவளுக்குத் தெரியாமல் பார்க்க ஏற்பாடு செய்கிறேன்” என்று சிரித்தபடி சொன்ன ததேயுவின் தம்பியின் கண்கள் பின்னாளில் தோட்டப்பனின் மகனால் உயிருடன் தோண்டி எடுக்கப்படுவதற்கு அன்றுவொரு சுழி அந்த இடத்தில் விழுந்தது என்பது மட்டும் தெரியும்.

எப்போதும்போல அல்லாமல் தான் நினைத்தது நினைத்தபடி நடந்து முடிந்திருந்ததை கேள்விப்பட்ட ததேயு அடுத்துவந்த இரண்டாண்டுகளுக்கு நெருக்கமாக தலைமறைவிலிருந்தான்.

புறப்பொருள் வெண்பாமாலையை யாரோ தலைகீழாகப் படித்து முடித்திருந்தார்கள்.

ஏழெழுபத்து இரண்டு: பதில் வெறியாட்டு நிலை

“வேறெந்த உயிரினத்தையும்விட மனிதனுடன் எப்போதும் அளவுமீறி மோதிக்கொண்டிருப்பவன் மனிதன்தான் இல்லையா? அது அவன் குற்றமல்ல; ஏன் அது அவன் தேவையும் அல்ல.

ஆனால் விரும்பியோ விரும்பாமலோ அப்படியான மோதலை அவன் தொடர்ந்து வளர்த்துக்கொண்டிருக்கிறான். ஒரு கட்டத்தில் அது அவனுக்கு சலிப்பைக்கொடுக்கிறது; மனிதர்களை மீறியும் மோதுவதற்கு ஒன்று அவனுக்குத் தேவைப்படுகிறது. உடனே அவன் மனிதர்களை விட்டுவிட்டு அவர்களின் உடைமைகளின்மீது மோதலை வளர்த்துக்கொள்கிறான். யானைகள் அரைகுறையாக மிதித்துவிட்டுச் சென்றதுபோல அந்த எண்பத்தியெட்டோடு சேர்ந்து அவளும் இரத்தச்சேற்றில் மிதந்துக்கிடந்ததை பார்த்தபோது எனக்கு அப்படித்தான் தோன்றியது. உண்மையிலேயே அப்போது அவர்கள் தங்களை யானைகளாக நினைத்துக்கொண்டார்கள் என்று பின்னர் கேள்விப்படவும் செய்தேன்; நல்லது. அவர்களின் தந்தங்களின் வண்ணங்கள் மட்டும் சிவப்பு நிறத்தில் இருப்பதைக்கண்டு தாங்கமுடியாத பெருமைவேறு கொண்டிருக்கிறார்கள்; அதுவும்கூட நல்லதுதான். அதனால் தந்தங்களற்ற எங்களைக்கண்டு அவர்கள் சிரிப்பதில் தவறொன்றும் இருப்பதாக தோன்றவில்லை. ஏன் அது உண்மையும் கூடத்தானே? தந்தங்களற்ற யானைகளுக்கு என்ன மதிப்பு இருந்துவிடபோகிறது? ஆனால் அவைகள்தான் வேட்டைக்கு ஏதுவானவை என்பதை அவர்கள் அந்தநேரத்தில் ஏதோவொரு அவசரத்தில் மறந்திருக்கலாம்; நினைவில் வைக்கவும் தவறியிருக்கலாம். அதுவும்கூட அவர்களின் தவறொன்றுமல்ல; தவறு என்னுடையதுதான். நான்தான் அதை அவர்களுக்கு ஞாபகப்படுத்தியிருக்க வேண்டும்; முறையாக செயல் விளக்கப்படுத்தியிருக்க வேண்டும். எப்படி தவற விட்டேன் என்றுதான் தெரியவில்லை! ஆனால் இழந்தது இழந்ததுதானே. இழந்ததையோ இல்லாமலாகிப் போனதையோ திரும்ப எப்படி பெறமுடியும்? ஒருவேளை இருந்திருந்தாலும் இரண்டு தந்தங்கள் இருந்திருக்க வேண்டும். ஒன்றை வைத்து என்ன செய்ய? ஒற்றைத் தந்தமுடைய யானைகள் தந்தங்களற்ற யானைகளைவிட மதிப்பு குறைந்தவைதானே? அவமானங்களை அள்ளிக்கொண்டவைகள்தானே? 'பெண் யானைகளுக்கு தந்தங்கள் இருக்கலாம்; ஆனால் அவை ஆண் யானைகள் ஆகிவிடமுடியாது' என்று ததேயு சொன்னதாகவும் கேள்விப்பட்டேன். அதிலும்கூட உண்மை இருக்கத்தான் செய்கிறது. என்பதால் இதை நாம் இப்படி எடுத்துக் கொள்வோம்: 'இது நம் இல்லாத தந்தங்களில் உருவானநோய்; அதை நாம்தான் உடைத்து நொறுக்கவேண்டும். கண்களினோரம் இருபத்திரண்டு மாதங்களாக தொடர்ந்து வடிந்து கொண்டிருக்கும் மதநீருக்கு ஒரு விடை காணவேண்டும். மதம்கொண்ட மனிதன் யானைகளைவிட பலமிக்கவன் என்று காட்ட வேண்டும். இது நம் மதநிலைப்பருவம்'. ஆனால் இப்படி

எடுத்துக்கொள்வதிலும் ஒரு சிக்கல் இருக்கிறது. யானைகள் யானைகளைக் கொல்வதைவிட கெட்டசகுனம் வேறு இருக்கப்போகிறதா என்ன? யானைகளுக்கு காட்டுவழிகள்தான் பாதுகாப்பு. ஆனால் நான் தேர்வு செய்யப்போகும் பாதை பாதுகாப்பற்ற மனிதனிட்ட தார்சாலைகளின்மீது. அதன்மீதியங்கும் அவன் உருவாக்கிய சட்ட திட்டங்களின் சாலைகளின்மீது. அது நம் எல்லோர் பாதங்களையும் பிய்த்துப் பிடுங்கலாம்; கழுத்தில் சுருக்குக்கயிற்றைக் அலங்கரிக்கலாம். ஆனால் என்ன செய்ய? சிக்கல்கள் இருந்தாலும் பறிக்கப்பட்ட நம் முன்வாய்ப்பறகள் இரண்டும் திடீரென்று முளைத்து எதிரிகளைக் குத்திக்கிழிக்கத்தானே வேண்டும்? அப்படி இல்லாவிடில் ‘தேனீக்கள்தான் இதுவரை யானைகளின் வேஷம்பூண்டு நம்மைக் குடைச்சலிட்டு வந்திருக்கிறது’ என்பதை யாவரும் அறியும்படி எப்படி அறிவிக்கமுடியும்? தேனீக்கள் ஒருபோதும் யானைகளாகிவிட முடியாதல்லவே? வாழ்வா? சாவா? என்ற கேள்வி நம் பக்கமிருந்து இதுவரை உருவாகவில்லை; இனிமேலும் உருவாகப்போவதில்லை. இனி தூங்குவது என்றாலும் அது நின்றுகொண்டுதான். சுற்றியிருக்கும் சுவர்களும், அசைவுகளும், தரைகளும்தான் இனி நம் கண்களும், காதுகளும், கால்களும். யானைகளுக்கு இருக்கும் ஒரே வாசம் அதன் காடுகளின் வாசம்தான். அது தரும் நறுமணத்தை வேறு எது அவைக்கு தந்துவிடப் போகிறது? இரவுமுதல் இரத்தம்வரை எல்லா வாசமும் அதனுள் அடக்கம். அது தன் வாசனையை காடுகளின் வழியாக நுகர்கிறது. சிலநேரங்களில் எதிரிகளின் இரத்தத்தின் வழி. இந்த இரண்டு வழிகளில் இரண்டாவதை நாம் தேர்ந்தெடுக்கும் நேரம் இது. அவன் கூட்டம் எது? நம் கூட்டம் எது? என்று அவர்களுக்கு சந்தேகம் வராத அளவிற்கு, நம் மதநீரின் வாசனையை அவர்கள் நுகரமுடியாத அளவிற்கு அவர்களை நெருங்கவேண்டும். அபூர்வமாகத்தான் யானைகள் ஒரே ஈற்றில் மூன்றுகுட்டிகள் ஈனும். அப்படியான அப்பூர்வமான நாள் இது. கிட்டத்தட்ட முப்பது பேரை மிதித்து நசுக்கவேண்டும். ‘யானையின் அழகு அதன்மேல் விரிக்கப்படும் ஆசனமோ, மாலையோ, மணிகளோ, நெற்றிப்பொட்டோ அல்ல; காடுதான் அதன் அழகு.’ இன்று ஒருநாள் நாம் நம் அழகைவிட்டு வெளியே வரவேண்டும். ஆயிரம் யானைகளை விலைக்கு வாங்கி வைப்பது அழகு அல்ல; நாமே ஒரு யானையாக இருப்பதுதான் அழகு. இன்று ஒருநாள் நம்மை நாம் முழு யானைகளாக மாற்றிக்கொள்ள வேண்டும். அபூர்வமாகப் பிறக்கும் மூன்றில் ஒன்று இறந்து விடலாம்; இரண்டும் இறந்து விடலாம்; ஏன் மூன்றுமேகூட இறந்துப்போகலாம். ஆனால் மாயவித்தை

நிகழ்ந்தது நிகழ்ந்ததுதான். எறியப்பட்ட ஈட்டி குத்திக்கிழித்தது கிழித்ததுதான். நிகழ்ந்த அந்த வித்தைகளின், வீசப்பட்ட அந்த எரியீட்டிகளின் நெடி காற்றில் கலந்தது கலந்ததுதான்; அது எப்படி கரைந்துப்போகும் இல்லையா? அப்போது, பிறந்த யானைகளைப்போல நீங்கள் மூக்குத் துவாரங்களினால் சுவாசிக்க முடியாது; ஏன் அவைகளைப்போல வாய்களால்கூட சுவாசிக்க முடியாது; சுவாசிக்க உங்களுக்கு இருக்கும் ஒரே வாய்ப்பு உங்களைச் சுற்றி கொட்டிக்கிடக்கும் உங்கள் எதிரிகளின் இரத்தம். ‘தகுதியில்லாத சின்னவால் கொண்ட யானைகள் அல்ல நாங்கள்; அழிந்துவிட்டதில் மிச்சமிருக்கும் வெண்ணிற யானைகள்’ என்று பிளிறும்போது இலையுண்ணும் நீங்கள் இரத்தமுண்ணுவீர்கள்; நான் உண்பேன். பிளிறுக்கொண்டு உண்பேன். பிளிறுதல் என்பது என் ஞாபகசக்தி, இருபத்தி இரண்டு மாதங்கள் நான் சேகரித்து வைத்திருக்கும் என் ஞாபகசக்தி. அப்போது செத்துக்கிடக்கும் அவர்களின்முன் நின்றுகொண்டு நான் இப்படிச் சொல்வேன்...

உலகின் முதல் நிறம் இரத்தம்...!”

இனி பண்டிகைக் காலம்வரை பராமரிக்கமுடியாது என்று தோட்டப்பனால் கொன்று குவிக்கப்பட்ட எல்லா மாடுகளின் பிணங்களையும் புற்கள் தாங்கமுடியாமல் தாங்கத்தொடங்கியதிலிருந்து கிட்டத்தட்ட இருபத்திரண்டு மாதங்கள் கழித்து ஒருநாள்...

பின்னாளில் ‘வெடிகுண்டு வழக்கு’ என்று எல்லோராலும் அறியப்பட்ட அந்தக் கொலைகள் நடந்துமுடிந்தபின் தங்கள் காயங்களைக்கண்டு மகிழ்ந்து வெளியேறிய அப்பிள்ளைகளில் ஒன்றுகூட மிச்சமில்லாமல் மோதல் கொலைகளில் துல்லியமாக சுடப்பட்டுக் கொல்லப்படுவதற்கு எண்ணி நூற்றி ஐந்து நாட்களுக்கு முன்பு...

காலை 10:20. மாவட்ட நீதிமன்ற வளாகம்.

‘கால்வெட்டு வழக்கு’ என்றும் ‘மாட்டு கேஸ்’ என்றும் எல்லோராலும் அறியப்பட்ட அந்த வழக்கில் தலைமறைவாகி, பின் சரண்டராகி சிறைசென்றுப் பிணைப்பெற்று, குற்றப்பத்திரிக்கையும் தாக்கல் செய்யப்பட்ட அந்த வழக்கிற்காக இப்போது இரண்டாம் எண் மாஜிஸ்ட்ரேட் கோர்ட்முன் அவர்கள் நின்று கொண்டிருந்தார்கள். ததேயுவின் செல்வாக்கால் எட்டுபேர்மீது மட்டுமே வழக்கு பதிவு செய்யப்பட்டிருந்தது. அன்று அவனும் அவர்களுடன் வருவதாக தோட்டப்பனுக்கு தகவல் எட்டியிருந்தது.

எப்போதும்போல நீதிமன்ற ஊழியர்களும், கட்சிக்காரர்களும், அக்யூஸ்ட்களும், வழக்கறிஞர்களும், அவர்கள் குமாஸ்தாக்களும், போலீஸ்காரர்களும் பரபரப்பாக கோர்ட்டிற்கு உள்ளேயும் வெளியேயும் அலைந்தோடியபடியிருந்தனர்.

பத்து நிமிடங்கள் கடந்திருந்தது. 'சைலன்ட்' என்ற சத்தத்திற்குப்பின்னால் ஒளிந்துகொண்டு வந்த மாஜிஸ்ட்ரேட் பெஞ்ச் ஏறினார். நிபந்தனைப் பிணையில் வெளிவந்தவர்களின் பெயர்கள் அழைக்கப்பட முதலில் வண்ணமான ஒரு பெண்மணி கையெழுத்துப் போடுவதற்காக கோர்ட் வாசலினுள் நுழைய முற்பட்டாள்.

10:32.

அந்த 'சைலன்ட்' சத்தத்தைப் பிடிக்காத எதுவோ ஒன்று எவ்வளவு முடியுமோ அவ்வளவு சத்தமாக வெடித்துச் சிதறியதுபோல ஒரு ஓசை. இரண்டாம் எண் மஜிஸ்ட்ரேட் கோர்ட்டிற்கு மேலேயிருந்த அதன் அலுவலகக் கட்டிடம்தான் எங்கே இடிந்து விழுகிறதோ என்று எல்லோரும் பயப்படும் வண்ணம் ஒரு குலுங்கு குலுங்கி அடங்கியது அந்தக் கட்டிடம். பூகம்பமா? நிலநடுக்கமா? இல்லை மேலேசென்ற விமானமொன்று கட்டிடத்தின் தலைமீது விழுந்து நொறுங்கியிருக்கிறதா? என்று யோசிக்கக்கூட நேரம் கொடுக்காமல் அடுத்தடுத்து மூன்று நாட்டு வெடிகுண்டுகள் அந்தக் கட்டிடத்தை மையம்கொண்டு பலமாக வீசப்பட்டது.

ததேயு ஆட்கள் உட்பட பல பேர் காயமடைந்தார்கள். எட்டுபேரும் வெட்டிக்கொல்லப்பட்டார்கள். அவர்தம் கண்கள் கொழுந்துவிட்டு எரிய எரிய தம் பகைவர்களை ஓடஓட வெட்டினார்கள். பகை மட்டுமே பிரதானமாக எழ எரிதவழச்சீறி தாக்கினார்கள். அவர்கள் வெட்டில் ஒவ்வொருவராக பட்டுவீழ... வீழ... வெட்டுபவர்களின் கைகள் தீ கக்கின. ஊர்மன்றதில் நடக்கும் ஊர் கொலைகள்போன்ற அந்தக் காட்சிகளைக்கண்டு மகளிர் அலறிக்கூச்சலிட்டார்கள். தப்பியோட முயற்சித்த ஒருவனை ஓடிச்சென்று வெட்டியதில், பதட்டத்தில் அங்குமிங்கும் பரிதவித்துக்கொண்டிருந்த கையெழுத்துப் போடுவதற்காக வந்திருந்த அந்தப் பெண்ணின் இடதுகையும் சேர்ந்து துண்டானது. உயிர்களை ஒன்றோ இரண்டோ விட்டுக் கொடுத்தல் அவர்கள் இயல்பல்ல இட்டுக்கொடுத்தலே இயல்பு என்று அப்போது பார்த்தவர்கள் அஞ்சியலறினார்கள். வீசப்பட்ட அந்தக் வெடிகுண்டிலிருந்து, அதன் சத்தத்திலிருந்து, அதன் புகையிலிருந்துதான் அவர்கள்

முளைத்து வருகிறார்களோ என்று சந்தேகம் கொள்ளும்வகையில் திடீரென்று வந்த அந்தப் பனிரெண்டுபேரால் அந்த இடம் ஒருநொடியில் பேரழிவுக்குள்ளானது.

சுதாரித்துக்கொண்ட ததேயு தப்பியோட சேம்பருக்குள் நுழைய முயற்சித்தபோது அது ஏற்கனவே டயசிலிருந்து இறங்கியோடிய மஜிஸ்ட்ரேட்டினால் உள்பக்கமாகப் பூட்டப்பட்டிருந்தது. ததேயுவுக்கு மனைவி கிடையாது. ஆனால் ‘பேணிப் புணரும் மாயப் பரத்தை’ ஒருத்தி உண்டு.

மேரி ஆபரணம்.

அவளின் தலை தோட்டப்பனால் ஏற்கனவே காலை 10:23 மணியளவில் துண்டாக்கப்பட்டிருந்தது.

“நம்பவில்லையென்றால் நீங்கள் ஒரு கொலையையோ, கொள்ளையையோ இப்போது வேண்டுமானால் செய்துபாருங்கள்; அந்த உணர்வை நீங்கள் கழுத்தறுபடும் நேரத்திலும் மறக்கமாட்டீர்கள்.”

ஏனோ தன் கழுத்தறுபடும் நேரத்தில் ததேயுவுக்கு அவன் வார்த்தைகள்தான் நினைவுக்கு வந்தது.

அறுக்கப்பட்ட ததேயுவின் தலையை எடுத்துக்கொண்டு, உடலை அருகிலுள்ள அரசுப் பள்ளி வளாகத்தில் தூக்கி எறிந்துக்கொண்டு குடித்துண்டு மகிழ நேரமில்லாமல் அங்கிருந்து கிளம்பிய அந்தக் குழு ஏற்கனவே அடையாளம் கண்டு நீதிமன்றத்திற்கு வராமல் இருப்பவர்களை வெட்டக்கிளம்பிய குழுவுக்கு துணையாக செல்லவாரம்பித்து. அந்த வழியில் எதிரில் வந்து கொண்டிருந்த ததேயு வக்கீல் ஒருவருக்கு மாறுகால் மாறுகை வாங்கப்பட்டது. எதிர்படும் அவர்களுக்காதரவானவர்கள் அனைவரும் வெட்டப்பட்டார்கள்.

போரைத்தவிர எந்தப் பயிற்சிக்கும் அடிபணியாத ஆப்பிரிக்க யானைகள் நாங்கள்; அப்பன் ஆனைமுகனின் பிள்ளைகள் நாங்கள் என்ற தோட்டப்பனின் குரலும், வீழ்ந்த பகைவர்களிடமிருந்து மிகும்படி எழுந்த பிணங்கமறும் வாசமும், மதிய உணவுக்கான உணவகங்களின் நறுநாற்றம் எங்கெங்கும் பரவிக்கூடும் நகரத்தின் நண்பகல் நேரத்தோடு கலந்து வீசத்தொடங்கியது. வீசப்பட்ட குண்டுகளிலிருந்து எழுந்தப் புகைகளை அடையாளம் வைத்து பருந்தினங்கள் அங்கு வட்டமடித்து பறக்கத்தொடங்கின.

வெடிக்காத, சரியாக வெடிக்காத குண்டுகள் சம்மந்தப்பட்ட துறை வல்லுனர்கள்வந்து அப்புறப்படுத்தும்வரை அவைகள் அவற்றுக்கு காவல் இருக்கத்தொடங்கின.

இப்போது புறப்பொருள் வெண்பாமாலையை யாரோ இன்னும் கொஞ்சம் தலைகீழாகப் படித்ததுபோல இருந்தது.

ஏழெழுபத்து மூன்று: சுடுமண் நெடுமதில் ஏறி

“கிளைச் சிறைச்சாலையின் பின்பக்கச் சுவரினோரமாக ஒரு டெம்போ நிறுத்தப்பட்டது. அந்த டெம்ப்போவின் தலைமேலிருந்து சிறைச்சுவரை நோக்கி உயரமான ஒரு ஏணி போடப்பட்டது. அந்த ஏணியின் வழியாக சிறைக்குள் இருவர் கயிறு கட்டிக்கொண்டு யானைக் காதைப்பிடித்து அதன் தும்பிக்கை வழியாக இறங்குவதைபோல இறங்கினர். அப்படி உள்ளே இறங்கி குதித்தவர்கள் ததேயுவை எப்படி தோட்டப்பன் கொன்றானோ அதேபோல தோட்டப்பன் தலையை மட்டும் தனியாக எடுத்துவிட்டு வந்த வழியே யானைவாலைப் பிடித்து ஏறுவதுபோல ஏறிச்சென்று விட்டார்கள். தலை மறுநாள் தோட்டப்பனது முதல் மனைவியின், அதாவது மயில்தாயின் அக்காளின் தலையோடு அவள் வீட்டு வாசலில் கண்டெடுக்கப்பட்டது.”

“தனது செல்வாக்கால் தோட்டப்பன் அவ்வப்போது சிறையிலிருந்து வெளியே வருவதுண்டு. அப்படி வந்த ஒருநாளில்தான் இழுத்துப் பூட்டப்பட்டிருந்த முதல் மனைவியின் வீட்டு கேட்டில் ஒரு கயிறு கட்டப்பட்டது. அந்த மறுமுனை ஒரு டெம்ப்போவில் கட்டப்பட்டது. பின் வேகமெடுத்த டெம்ப்போ மிகஉயரமான மதில் சுவரில் பொருத்தப்பட்டிருந்த அந்த இரும்பு கேட்டை தன்னோடு இழுத்துக்கொண்டு சென்றதும் உள்ளேப் புகுந்து ததேயுவினுடைய தம்பியின் ஆட்கள் வெட்டியெறிந்துவிட்டுச் சென்றார்கள்.”

* * *

“பார்ப்பவர்கள் கண்கள் மலர முகில்கள் தழுவும் மேகக்கூட்டத்திற்குள் எறியதுபோல அவர்கள் சிறைச் சுவரைத் தாண்டினர்” என்று கூறிய என் கதையில் அப்படி என்ன குறை கண்டுபிடித்துவிட்டான்? இப்போது நான் தோட்டப்பனை கொல்லப் பெருமளவில் பணம் வாங்கிவிட்டு அவர்களுக்கு உதவியதாக தோட்டப்பனின் மகன் என் மகளைக் கொல்லப்போவதாக என்னிடமே கூறுகிறான்.

அது நான் இல்லை என்று சொல்லியும் அவன் நம்பவில்லை. திரும்பவும் கேட்கிறேன். என் கதையில் அப்படி என்ன குறை கண்டுபிடித்துவிட்டான்? பின் அதன் குறைகள் எனக்கே வெட்ட வெளிச்சமானதும் என் குறைகள் எனக்கே தெரியவாரம்பித்தன. அதனால் என்ன? தவறை ஒப்புக்கொண்டு என் சார்பாக வேறொரு வழக்கில் கையகப்படுத்தப்பட்ட நகைகளையும், இன்னொரு வழக்கில் மீட்டெடுக்கப்பட்ட அரசாங்கத்தின் அச்சிட்ட காகிதங்களையும் அவனுக்குத் திறையாகக் கொடுக்க ஒருவாறு சம்மதித்தேன். அவன் அதற்கு சம்மதிக்கவில்லை; செவி சாய்க்கவில்லை. என் பதில்களையும் கேட்கவில்லை. அவனுக்கு எதிராக எதிராற்றாது வலியழிந்து கெட்டோடியபோதும் அவன் என்னை விட்டுவிடவுமில்லை. என் மகளின் கழுத்திலேயே அவன் குறியாக இருந்தான்.

உயிர்கள் எல்லாம் உயிரோடு இருப்பதற்கு மட்டுமே இங்குப் படைக்கப்படவில்லை. அவை கொல்லப்படுவதற்கும், கொடுமைப்படுத்தப்படுவதற்கும், தன்னைத்தானே அல்லது பிறர் மூலமாக சித்ரவதைப்படுத்தப்பட்டு சாகடிக்கப்படவும்தான் கடவுள்களால் படைக்கப்பட்டுள்ளன என்பது என் அசைக்கமுடியாத நம்பிக்கை. அந்த நம்பிக்கைக்கு மீண்டும் மீண்டும் அவன் வலுசேர்த்துக்கொண்டேயிருந்தான்.

என் கைகளில் அகப்படாமல் இருக்கும், இறக்கும் மனிதர்களைப் பற்றி எப்போதுமே எனக்கு ஒரு பொறாமையும் கோபமும் உண்டு. முடிந்தவரை உலகில் உள்ள ஒவ்வொருவரையும் - நான் சாவதற்குள் - லத்தியால் ஒரு முறையாவது விளாசிவிடவேண்டும் என்பது என் குறைந்தபட்ச ஆசை. அங்கு உயர்ந்த பதவியில், அதிகாரத்தில் இருப்பவர்கள் என எவருக்கும் நான் எந்தவித விதிவிலக்கும் வழங்கப்படப் போவதில்லை. அப்படிப் பார்த்தால் இவன் எம்மாத்திரம்.

அந்த வகையில் கடவுள்கள் உருவாக்கிய சித்ரவதைப்பிரிவின் சிறப்பு பிரதிநிதிகள் நாங்கள் என்பதில் எங்களுக்கு எப்போதுமே ஒரு பெருமிதமுண்டு. இதோ பாருங்கள், நான் சொல்வதை முன்பே கேட்டிருந்தால் இப்போது என் காலடியின்கீழ் கிடந்து இதையெல்லாம் கேட்கும் நிலை அவனுக்கு ஏற்பட்டிருக்குமா?

நாம் யாருக்காவது, எதற்காவாவது விசுவாசமாக இருக்க வேண்டும் என்று முடிவுசெய்தால் அது அதிகாரத்திற்கேயன்றி, அதிகாரிகளுக்கேயன்றி வேறு என்னவாக அது இருந்துவிடமுடியும்?

அவ்வாறுதானே நாம் பழக்கப்படுத்தப்படுகிறோம்? மனிதர்களையும் நாம் அவ்வாறுதானே பழக்குகிறோம்? ஒரு நாயைப் பழக்குவதுபோல... ஆனால் அதுவோ நம்மை பார்த்து விசுவாசமின்றி குலைத்தால்? குலைத்துப் பாய்ந்தால்?

குறிப்பிட்ட ஒரு சிலர் பெரும்பான்மையைக் கட்டுப்படுத்துவது என்பது இயற்கையின் கொடையா என்ன? நிச்சயமாக இல்லை. அது அதிகாரத்தின் கொடை. அந்த அதிகாரத்தைத் திகட்டத் திகட்ட அனுபவிக்க வேண்டும். ஆதாயம் தரும் வாழ்வை வடிவமைக்க முடியாதவர்கள் வாழ்ந்து என்னவாகப் போகிறார்கள் அல்லது ஏன் வாழவேண்டும்? இயற்கையானது அல்லது கடவுளானவர்கள் உயிரினங்களை உருவாக்குவதோடு நின்றுவிடுகிறார்கள்; நின்றுவிடுகிறது. அதை ஒழுங்குப்படுத்தும் வேலை எங்களைப் போன்றவர்களிடம்தானே இருக்கிறது. அப்படியென்றால் இப்படிப்பட்ட என் ஆசையில் என்ன குறை இருந்துவிடப் போகிறது?

ததேயு வகையறாவை கொல்ல அனுமதித்தல் என்பது கொல்வதற்கு அவர்களுக்கு கொடுக்கப்பட்ட சுதந்திரம். ஆனால் அது நாம் அவர்களை சுதந்திரமாக வெளியேச் சுற்ற அனுமதிப்பதற்கான ஒன்று என்றும், அது நாம் அவர்களைக் கொல்வதற்கானச் சுதந்திரத்திலிருந்து வேறுபட்ட ஒன்று என்றும் அவர்களால் எப்படி அதை எடுத்துக்கொள்ள முடிகிறது? சரண்டரான தோட்டப்பனை சிறையில் வைத்துக்கொல்ல நான்தான் ஏற்பாடு செய்தேன் என்று நம்புவது அவர்கள் உரிமை. அதை மறுத்து ஒரு கதையை சொல்வது என் கடமை. ஆனால் அதை நம்பத் தயங்கி பலவீனமான ஒன்று பலமான ஒன்றின்மீது பாய முடிவெடுத்தால்?

அவர்கள் நினைக்கிறார்கள், நாமும் அவர்களைப்போலவே உணவாலும் ஒளியாலும் வாழ்கிறோம் என்று. நாமும் நமது வாழ்க்கைகான போராட்டத்தில் இருக்கிறோம் என்று. எனவே சாதாரண மனிதர்களைப்போல ஒரு சிறிய மிரட்டலுக்கும் சுருங்கிப்போவாம் என்று. ஆனால் நாம் அதிகாரத்தை உற்பத்திசெய்யும் கொன்றுண்ணும் முதிர்ந்த விலங்குகள் என்று எப்படி அவர்களுக்கு புரியவைப்பது?

என் மகளைக் கொல்வார்களாம். அவள் எங்கு படிக்கிறாள். என்ன செய்கிறாள். எப்போது எங்கு இருப்பாள் என்று அவர்களுக்கு எல்லாமே அவர்களுக்கு தெரியுமாம். இப்போது பாருங்கள்,

இவன் எங்கு இருக்கிறான் என்று இவனுக்கே தெரியவில்லை... சிரிப்புத்தான் வருகிறது.

அதிகாரம் நிகழ்த்தும் பேரழிவு பற்றி மேடைபோட்டுப் பேசும் அரசியல்வாதிகள் ஒரு பிரச்சனை இல்லை எங்களுக்கு. ஏனென்றால் அவர்கள்தான் அதிகமாக முட்டையிடும் பறவைகள்போல எங்களுக்கான அதிகாரத்தை இட்டுக்கூட்டிப் பெருக்கிக்கொண்டிருப்பவர்கள். ஆனால் இவர்கள்?

அப்படியான என் அதிகாரத்தைப் பொறுக்கமுடியாத அல்லது அதற்கு சவால்விடும் ஒருவன் எனக்கும் அவனுக்கும் இடையில் ஒரு சந்தர்ப்பத்தை உருவாக்குகிறான் என்றால், அங்கு யார் யாருடைய அதிகாரத்தை அதிகமாகப் பயன்படுத்துகிறார்களோ அவர்கள்தான் அங்கு நீடித்து நிற்பார்கள் என்பது இயல்பான ஒரு விதி அல்லவா? அதனால் நான் அதை அதிகமாகப் பயன்படுத்த முயற்சித்தேன். எந்தளவிற்கு என்றால் சிறையை அதன் சுவரை மீறும் அளவிற்கு... அதற்கு ஒரு கதையை உருவாக்குமளவிற்கு...

அப்போது ஒன்று தோன்றியது, அவர்கள் இப்படி இருப்பதற்கும் பேசுவதற்கும் அதற்கு நாம் பதில் கொடுப்பதற்கும்தானே நமக்கு அரசாங்கம் சீருடைகளை வழங்குகிறது. நாம் இல்லாவிட்டால், அதிகாரம் இல்லாவிட்டால் அல்லது இவர்கள் இப்படி இல்லாவிட்டால் அதனால் யாருக்கு என்ன பயன்? காக்கிச் சீருடை என்பது உடல்மீது ஒட்டவைக்கப்படும் ஒரு அதிகாரம்தானே?

ஆனால் அதைப் புரிந்துகொள்ளாமல் இந்தப் பெரும்கூச்சலும், சுபாவமும், திமிரும், தந்திரமும் இவர்களுக்கு மட்டுமே உரியதென்று நினைத்துக்கொண்டிருக்கிறார்கள். ஆனால் அதன் தோற்றம் எங்களிடமிருந்துதானே தொடங்குகிறது? உலகிலேயே கலப்பு ஏற்படாத ஒரே இனம் நாங்கள்தான் இல்லையா? நீண்ட நெடுங்காலமாக ஒரே சூழலில் வாழும் எங்களைப் பற்றி முதலில் அவர்கள் முழுவதுமாக அறிந்து வைத்திருக்க வேண்டியது அவர்கள் கடமைதானே? எல்லா இடங்களிலும் சென்று நாங்கள் எங்களைப் பற்றி சொல்லிக்கொண்டிருப்பது எங்கள் வேலையா என்ன? எங்களுக்கும் கொஞ்சம் கூச்சம் இருக்காதா?

இதை அறியாமல் அவர்கள் செய்யும் செயல்களைப் பார்க்கும்போது மனிதர்கள் நடமாடும் பாதைகளில் எறும்புகள் ஊர்வதைப் போலல்லவா இருக்கிறது?

மனிதர்கள் அனைவரையும் திருடர்களாகவும், எதிரியாகவும் பார்க்கும் ஒருவன், வேட்டை நாயை குலச்சின்னமாக கொண்ட ஒருவன், கால்களுக்கு கீழ் எப்போதும் பாம்புகள் சீறும் நிலங்களில் வாழும் ஒருவன் அவனது வாழ்க்கைச் சந்தத்தை எப்படி அமைத்துக் கொண்டிருப்பான் என்பதைக் குறித்துக் கொஞ்சமாவது கவலையடைந்திருக்க வேண்டாமா? சிண்டிகேட் அமைத்து ஏலம் நிர்ணயம் செய்து பகைகளை வளர்ப்பதில் இருக்கும் யோசனை இந்த விஷயத்திலும் கொஞ்சம் இருந்திருக்க வேண்டும் இல்லையா?

இப்போது சொல்லுங்கள் இது என் தவறா?

மனிதர்கள் நிறைந்த இந்த நகரச்சாலைகளில் ஜீவிக்கும் ஒரு எறும்பாவது தன் ஆயுளை யார் கால்களின் கீழும் அர்பணிக்காமல், எந்தவொரு வாகனத்தின் சக்கரங்களையும் தங்கள்மேல் ஏற்ற அனுமதிக்காமல் முழுவதுமாக வாழ்ந்து மறைந்த ஒரு வரலாறு இதுவரை உண்டா என்ன? உடலில் எந்தெந்த பாகங்கள் எங்கெங்கிருந்ததென்று எவர் ஒருவராலும் இருந்த இடத்தை அடையாளம் காட்ட முடியாதளவிற்கு ஒரு பிணமாக இன்று என்முன் இவன் கிடக்கப்போக நானா காரணம்? மலட்டு உயிர்கள் எப்படி எங்களைக் கேள்வி கேட்க முடியும்?

கண் தனது பார்வையை காலிலிருந்து தொடங்குகிறது என்பார்கள். அதேபோலத்தான் எங்களின் அதிகாரம் எதிரிலிருப்பவர்களின் காலிலிருந்து அவர்களின் இருத்தலிலிருந்து தொடங்குகிறது. யோசித்துப் பாருங்கள், எல்லாவற்றிற்கும் ஒரு வழித்தோன்றல் இருக்கும். கொன்றுண்ணியான அதிகாரத்திற்கு? எல்லாவகையிலும் கீழ்ரகமாக வாழும் இவர்களுக்குக் கொடுக்கப்பட்டுள்ள சுதந்திரத்தை இப்படியா பயன்படுத்துவது? சுதந்திரம் என்பது அதிகாரம் இல்லையே...!

ஒத்துக்கொள்கிறேன், எங்களைப்போலவே முதுகெலும்புள்ளவர்கள்தான் நீங்கள். ஆனால் அது எப்போது நிமிர்ந்து நிற்க வேண்டும்? அல்லது நிமிர்ந்து நிற்கவேண்டுமா? இல்லையா? என்பதை முடிவுசெய்ய வேண்டியவர்கள் நாங்கள் அல்லவா? தற்காப்பிற்காக என்னிடமிருக்கும் நச்சுப்பற்களை உபயோகிக்கவேண்டும் என்றால் உங்களைப்போல நான் யாரிடமும் அனுமதி வாங்க வேண்டிய தேவை இல்லை என்பதை முதலில் நீங்கள் உணருங்கள்.

அதன்படி பார்த்தால் எங்களுக்கு கெடுதல் உண்டாக்கும் ஒன்று எங்களிடமிருந்துதான் உருவாகுமேதவிர; உங்களிடமிருந்து அல்ல.

இது இயற்கைக்கே முரண்பட்ட படைப்பன்றி வேறென்ன? எச்சங்கள் ஆகாத ஒரே உயிர் அதிகாரம் மட்டும்தான். எத்தனை ஆயிரம் ஆண்டுகள் அப்படியே இருந்துவருகிறோம் பாருங்கள். எனவே கலப்பினங்கள் ஆரோக்கியமானவை என்று அறிவியல் சொன்னதை இனிமேலும் நீங்கள் நம்பத் தேவையில்லை.

பூமியில் மனிதனுடைய வயது காலத்தைவிட அதிகமான வயதைக்கொண்டது அதிகாரத்தின் வயது. அது பூமியின் சராசரி வயதிற்கு, உயிரினங்கள் தோன்றிய காலத்திற்கு மிகமிக நெருக்கமான ஒன்று. அதாவது ஒன்றை அடுத்து ஒன்று. ஒன்றிலிருந்து ஒன்று. ஒன்றுக்குப்பதில் ஒன்று என அதிகாரத்திற்கான நீர் மட்டும் இந்தப் பூமியில் வற்றிப்போனதாக சரித்திரம் கிடையாது. அதனாலேயே அது எப்போதும் சாஸ்வதமான அழிந்துபோகும் ஒன்றாக இருந்ததும் இல்லை; இருக்கப்போவதும் இல்லை.

தோன்றியதிலிருந்தே மாற்றம் காணாமல் அதிக வருடங்கள் வாழும் விசித்திரமான உயிர் இது. விரிவடைந்துவிட்ட அதன் கைகள் கடலைவிடப் பெரிது. வேறுபட்ட காலநிலைகள் இல்லாத ஒரே நிலப்பரப்பில் வாழும் உயிர். எனவே எங்களுக்கென்று மூதாதை என்ற ஒன்று கிடையாது. அதனுடனான எங்கள் ஒட்டுறவு என்பது, இரண்டு உலகில் வாழும் தகுதி உள்ளவர்களாக அது எங்களை மாற்றியுள்ளது. ஒன்று, வெளியில் நாங்கள் எங்களைக் காட்டிக்கொள்வது. இரண்டு, உள்ளுக்குள் நாங்கள் எவ்வாறு இருக்கிறோம் என்பது. அதிகாரத்தைப் போலவே எங்களுக்கும் நிலத்தடைகள் இல்லை. நீரோ நிலமோ எங்களுக்கு அல்ல விஷயம்...

அதிகாரம்...

அதன் கொலைகளின் ஒத்திசைவு..

அதனால் விளையும் இலாபகரமான மாற்றம்...

அது விளைவிக்கும் பாதுகாப்புமிக்க துணைநிலைகாலம்... இதுவே எங்களுக்கானவை.

எனவே இங்கு மறைந்துபோனவை மறைந்துபோனவைகள்தான். அங்கு உயிர்தெழும்புதல் இல்லை. இவன் உட்பட...

ஏழெழுபத்து நான்கு: கூளிமலிப்படை

"உங்க மூணு பேரையும் விடுதலை பண்றேன். கையெழுத்துப் போட்ட உடனே கோர்ட் கேம்பஸைவிட்டுப் போயிரணும்;

இங்கேயே சுத்திட்டு இருந்தா அடுத்த கேசுல உள்ள போயிருவீங்க. கிளம்புங்க."

"அடிஷனல் டிஸ்ட்ரிக்ட் ஜட்ஜ் சொன்னதற்கு பணிவுடன் தலையாட்டியபடி வெளியே வந்த நாங்கள் நன்றாகச் சாப்பிட்டுவிட்டு பேருந்துப் பிடித்து நேராகப் 'ஆகஸ்ட் பதினைந்து' மைதானத்திற்கு வந்து சேர்ந்தோம். மதியம் என்பதால் மைதானத்தில் ஒருவரும் இல்லை. அவரவருக்கான நிழல்களைக் கண்டுபிடித்து சிறிதுநேரம் உறங்கிப்போனோம். உண்ட சோறும் செரித்திருந்தது. ஆட்களும் வரத்தொடங்கினர். சிறை குறித்தக் கதைகளுக்குச் சொந்தக்காரனும், அதிகாரம் குறித்து வகுப்பெடுத்தவனுமான அவனும் வந்திருக்கிறான். வருடங்கள் சில கடந்தாலும் காக்கிக்கூட்டத்தின் ஈகோ அவன் உடல் மொழியிலும் காக்கிசாக்ஸ் அணிந்தபடி நடந்துக்கொண்டிருக்கும் அவன் கால்களிலும் வெளிப்படாமல் இல்லை. பலர் அவனுக்கு வணக்கம் வைத்தனர். பதிலுக்கு அவனும். ஆனால் இருவேறு வணக்கங்களும் வெவ்வேறு என்பது பார்க்கும் எவருக்கும் எளிதாகவேப் பிடிபட்டுவிடும். இன்னும் சிறிது நேரத்தில் அவன் ஓடத்தொடங்கிவிடுவான். அவன் ஓடி முடிக்கும்வரை காத்திருக்க வேண்டும். நானூறு மீட்டர் ட்ராக் அது. சுற்றிலும் காடும், காற்றும் இருக்கும் ரம்மியமான இடமும்கூட. தினமுமல்லாவிட்டாலும் வாரத்தில் சிலநாட்கள் அவன் இங்கு வருவதுண்டு. அதுவும் மாலைநேரம் மட்டும். அன்று அவன் வருவதற்கு அனைத்து சாத்தியங்களும் இருந்ததாக தகவல்கள் இருந்தது; வரவும் செய்தான். ஓடுகிறவர்கள், நடப்பவர்கள் மட்டுமில்லாமல் கிரிக்கெட், ஃபுட்பால் மாதிரியான விளையாட்டுகள் விளையாடுகிறவர்கள் என்று அந்த மைதானம் காலைப்பொழுதைவிட மாலைநேரங்களில் பரபரப்பாகவே இருக்கும். பேக்கரிகளில் நாள்முழுவதும் கண்ட கண்டவைகளை வாங்கித் தின்றுவிட்டு, இரண்டு ரவுண்டுகள் நடந்தால் ஒரு நோயும் தங்களை அண்டாது என்று நினைப்பவர்கள், 'அந்தகாலத்துல நாங்கெல்லாம் எப்படி ஓடுனோம்னு தெரியுமா?' என்று நாற்பது வருடத்திற்குமுன் குடித்த பழங்கஞ்சிகளை தினமும் சுடச்சுடச் ஆற்றி, தானும் குடித்துவிட்டு அருகில் இருப்பவர்களுக்கும் பெருமையுடன் குடிக்கக் கொடுப்பவர்கள், 'ஒரு பொண்ணாப் பொறந்தது கொஞ்சமும் அடக்கம் இல்லாம எப்படி தலதெறிச்சி ஓடுது பாரு! இதெல்லாம் எங்க உருப்புடப் போகுது' என்று கொஞ்சமும் தர்க்கம் இல்லாமல் நூறுமீட்டர் ஓட்டத்தில் பயிற்சி எடுக்கும் சிறுபெண்களை திட்டுகிற விசித்திரங்கள், தான் நடக்கிறோமோ இல்லையோ தன் நாய் நடக்க வேண்டும் என்று ஐந்து ரூபாய் பிஸ்கட் பாக்கெட்டில் இருக்கும்

பத்து பிஸ்கெட்டுகளை ஒன்றரை மணிநேரமாக தன் சங்கிலிப்போட்ட நாய்க்கு மட்டும் பிய்த்துப் போட்டுட்டு, அதைப்பார்த்து ஓடிவரும் ஓனர்கள் இல்லாத நாய்களை சொறிப்பிடித்த வெறிநாய் மாதிரி துரத்திவிடும் சக இரண்டுகால் மனிதநாய்கள், இதைதவிர அப்படி ஓடுகிற பெண்களை, ஓடமுடியாமல் நடக்கும் பெண்களைப் பார்த்து ரசிப்பதற்காகவே வருபவர்கள், அவ்வாறு தங்களை ரசிக்கவேண்டும் என்பதற்காகவே ஆறுமுழங்களில் மல்லிகைகளை, பிச்சிகளைச் சூடிக்கொண்டும், வாசனை திரவியங்களை அள்ளித்தெளித்துக்கொண்டும், உதட்டுச்சாயங்களை அப்பிக்கொண்டும் வருபவர்கள், அப்படி குளிக்காமல் கொள்ளாமல் தங்களை அலங்கரித்துக் கொள்பவர்களை 'அரைமணிநேரம் கடந்தால் இவர்களின் பின்னால் வருபவர்களை நோக்கி தினமும் எழுநூறு கிலோமீட்டர் ஓடும் பேருந்தை ஏழுநாட்கள் கழுவாமல் ஓட்டி முடித்தால் என்ன 'மணம்' கமழுமோ அதையொத்ததொரு ஒன்று வரும்' என்று அந்தக் கும்பல்களை பரிகாசம் செய்பவர்கள், அப்புறம் எங்களைப்போன்ற இயங்குலகமும், குவிமையமும், வகைவடிவங்களும் வேறுவேறாகக் கொண்ட பிறப்பிறப்பற்ற காலையிலிருந்து இழுக்கும் டோப்புகளின் வீரியத்தை குறையாமல் நிலைப்படுத்திக்கொள்பவர்கள், நூறு மீட்டர் தூரத்தை ஒருவர் பத்துநொடியில் ஓடி முடித்தாலும் எங்கள் கண்களுக்கு அவர்கள் கனவில் ஓடுபவர்களைப் போலத்தான் இருப்பார்கள். அப்படிப்பட்ட பரவசமான மைதானத்திற்குத்தான் இன்று நாங்கள் வந்திருக்கிறோம். பாருங்கள், பிச்சைக்காரர்களும், பேருந்துகளுமில்லாத பேருந்துநிலையத்தில் மக்கள் அங்குமிங்கும் நடப்பதைப்போல பார்க்க எவ்வளவு அழகாக இருக்கிறது...! அவன் இன்னும் ஓடிக்கொண்டிருக்கிறான். இப்போதும் அவனால் ஒரு மணிநேரத்தில் பத்து கிலோமீட்டர் ஓடமுடிகிறது என்பது பாராட்டத்தக்க விஷயம்தான். வியர்வை கண்ணுக்குள் இறங்கி அது உப்புகரிக்கும் வரை ஓடுவான். பார்க்கவே பரவசமாக இருக்கும். இங்கே எங்களைப் பற்றிச்சொல்லப் பெரிதாக ஒன்றுமில்லை. நீண்டகாலமாக ஒருவரை ஒருவர் தெரியும் என்பதால் நாங்கள் பொதுவாகப் பேசிக் கொள்வதுமில்லை. இவ்வாறு அமைதியாகவோ அல்லது மனதில் யார் யாரையோ, எதையெதையோக் கறுவிக்கொண்டோ இருப்பதோடு சரி. ஆனால் என்ன செய்ய வேண்டும் என்று மட்டும் எங்களுக்கு நன்றாகத் தெரியும். அது நெடுநாள் பழக்கம். ஆனால் கொலை என்பது இதுதான் முதல் தடவை என்று மட்டும் சொல்லிக்கொள்கிறேன். ஆனாலும் பதட்டம் என்ற ஒன்று இல்லை. அது கல்லூரியில் படிக்கும்போது அறையைத் திறந்து, நூறுபேர் படுக்கக்கூடிய ஒரு ஹாலைக்கடந்து, கல்லூரியின் இருபது அடி

சுவரைத் தாண்டிக்குதித்து, அந்த மலை நகரத்தின் பதிமூன்று கொண்டை ஊசி வளைவுகளை, பத்து கிலோமீட்டர்களை ஓடிக்கடந்து, குறுக்கே ஓடும் பாம்புகளிடமிருந்து தப்பித்து, தேவையான போதை வஸ்துகளை வாங்கிவிட்டு, மறுபடியும் அதைக்கடந்து ஓடி சுவரைத்தாண்டிக்குதித்து, சிலநேரம் தாண்டமுடியாமல் காலை அசம்ப்ளியில் எல்லோரின் முன்னிலையிலும் பிரம்படி வாங்கிக்கொண்டு, இதேபோல நானூறு மீட்டர் ட்ராக்கை பனிரெண்டு ரவுண்ட் அடித்துக்கொண்டு, போதாததற்கு வீட்டிற்கு தகவல் சொல்லி அங்கேயும் அடிவாங்கி, அடைத்து வைக்கப்பட்டு ஒன்றுமே கிடைக்காமல் பர்னிச்சர் ஓட்ட வைக்கப் பயன்படும் சாதனங்களை பிளாஸ்டிக் கவருக்குள் ஊற்றியுறிஞ்சும் காலத்திலிருந்து இதோ இப்போதுவரை அந்தப் பதட்டமோ பயமோ மட்டும் எங்களிடம் பெரிதாக இல்லை. அந்த நாட்களில்தான் முதன்முதலில் சிகரெட் அடித்துப் பழகியது என்று நினைக்கிறேன். பி அன்ட் ஹெச் சிகரெட். எங்கே அதிகமான கட்டுப்பாடுகள் இருக்கிறதோ அங்குதான் அதை மீறக்கூடிய ஆட்களும் உருவாகுகிறார்கள் என்பதை பறைசாற்றும் வண்ணம் குடித்துப் பழகிய சிகெரெட் அது. இவர்களுக்கு முயல் வேட்டையைப்பற்றி என்ன தெரியும்? இல்லை குறைந்தபட்சம் மனிதர்களின் மீதான வேட்டையைப் பற்றியாவது முழுமையாகத் தெரியுமா? இரவு, மழை, பெண், சிங்கம், புலி, யானை, ஆட்சி, அதிகாரம், காக்கியுடை என்று வீண் பெருமைகளில் உழன்றுகொண்டிருப்பவர்கள். ஒரு மனிதனுக்கு மிகவும் நெருக்கமானது அவனிடமிருந்து உருவாகும் போதை. அது அவனை எப்படியெல்லாம் வளர்த்தெடுக்கிறது என்பதை அவன் உள்ளூர ரசிக்கவேண்டும். சுற்றி எம்ஜிஆர் போட்டோக்களும், சீட்டு விளையாட்டுகளும் குவிந்திருக்கும் அந்த ஜிம்கானா ஜாலிகிளப் ஒயின்ஸ்க்கு நானும்தான் போயிருக்கிறேன். அங்கு தோட்டப்பனும் ததேயுவும் ஒன்றாகக்குடித்து மகிழ்ந்திருந்ததை நானே பார்த்திருக்கிறேன். சினிமாவில் வரும் காட்சிகளைப்போல ஒவ்வொன்றாக எல்லாமே மாறிப்போகும் என்று அன்று யாரறிந்தார்? ஆனால் நான் அறிந்து வைத்திருந்தேன். பெயரில்லாத பிரேதப் பெட்டிக்கடைகளைப்போல சாவை மூடிமறைக்கும் வேலைகளை அது அன்றே கைக்கொண்டிருந்ததை நான் அறிந்து வைத்திருந்தேன். மற்றவர்களின் மரணத்தைத் தொழிலாகக் கொண்டவர்கள் அங்கு நிரம்பியிருந்தனர். நானும் இருந்தேன். ஒருவர் நடைப்பயிற்சிக்காக சாலையில் நடந்துசெல்வார். கத்தியால் குத்திவிட்டோ இல்லை துப்பாக்கியால் சுட்டுவிட்டோ சிலர் தப்பியோடும் காட்சிகளை சினிமாவில் நாம் பார்த்ததுண்டு. அதற்கான தொடக்கமாக ஒரு

கொலையை அவர்கள் செய்த சம்பவத்திலிருந்தே அங்கு நானும் உண்டு. அப்போது நான் சிறுவன். மிகமிகச் சிறுவன். ஆனால் 'அப்படி இல்லை அந்தச் சம்பவத்திற்குமுன்பே அப்படிப்பட்ட காட்சிகள் சினிமாவில் வந்துவிட்டது. அதைப்பார்த்துதான் அவர்கள் செய்தார்கள்' என்று சிலர் கூறிக்கொண்டனர். எப்படியிருந்தாலும் அது சாலையும் அல்ல, காலையும் அல்ல முக்கியமாக அங்கு யாரும் ஓடவும் இல்லை. சம்பவம் மட்டும் அதுபோல நடந்தது. ஆட்கள் வராத கைவிடப்பட்ட விடுதியின் சுவர்களில் மழைநீர் வடிவதுபோல சாலையெங்கும் சிவப்பு இரத்தம் ஒழுகிக்காய்ந்து பச்சையேறிபடியிருந்தது. இறந்துகிடந்தவனின் முகமும்கூட அந்தச் சுவர்போலவே வெளிரியும் வெடிப்புமாகக் காணப்பட்டது இப்போதுவரை நினைவிலும் தங்கிருக்கிறது. கொலை செய்தவர்கள் ஏதோ திருடியப் பணத்தை செலவழிக்கும் அவசரத்துடன் இருப்பதைப்போல பரப்பரப்பாக இருந்தபோதும் நான் பதட்டம் அடையவில்லை. அங்கிருந்துதான் மனிதர்களின் முகங்களை நான் கவனிக்க ஆரம்பித்தது தொடங்கியது என்று நினைக்கிறேன். அதற்காக நான் தீவிரமாகப் பயிற்சி செய்தேன். இதோ இங்கு நடப்பவர்களில் ஐந்து பத்து வருடங்கள் குழந்தை இல்லாதவர்களைக்கூட என்னால் எளிதில் அடையாளம் கண்டுவிட முடியும். ஆனால் இன்னும் ஐந்து நிமிடங்களில் சாகப்போகிறவனின் நோயில்லாத முகத்தை மட்டும் என்னால் முன்கூட்டியே கண்டறிய முடியாது. நானும் இந்த ட்ராக்கில் இருபத்திமூன்று ரவுண்டுகள் அடித்துக்கொண்டிருக்கும் அவனை தொடர்ச்சியாகப் பார்த்துக்கொண்டிருக்கிறேன். அப்படியான ஒரு சிறிய அறிகுறிகூட அவனிடம் இல்லை. இது என் பயிற்சியின் போதாமையா? இல்லை திடீரென்று நிகழும் ஒரு கொலையில் அதை எதிர்பார்க்க முடியாது என்ற நிஜமா? உண்மையில் கொலை என்பதும்கூட ஒரு நோய்தானே. சட்டென்று பற்றிக்கொண்டு உயிரைப்பறிக்கும் ஒரு நோய். அப்படியென்றால் நிச்சயமாக அது என் போதாமைதான். அந்தப்பழியை நான் கொலைகளின்மேல் போட விரும்பவில்லை. இன்று அதைக் கொஞ்சம் சோதித்துப் பார்க்கவேண்டும். இன்னும் இரண்டே சுற்றுதான். முடித்து விடுவான். வியர்வை அவனது கண்ணுக்குள் மூன்றுமுறைக்கும்மேல் இறங்கிவிட்டது. நான் சொன்ன போதை இங்கிருந்துதான் என்னுள் வளரத்தொடங்குகிறது. இதற்கு நிகர் எதுவுமில்லை என்று அவன் ஓடிமுடிக்கும் இடத்தினருகிலிருக்கும் படிக்கட்டில் அமர்ந்திருக்கும் என்னால் அடித்துச் சொல்லமுடியும். என்னிடமிருந்து கொஞ்சம்விலகி நிழல்மறைந்துபோன ஒரு வேப்பமரத்தின்கீழ் நின்றிருக்கும் அவனிடம் கேட்டாலும் அவன் இதைத்தான்

சொல்வான். சம்பவம் நிகழப்போகும் இடத்தில் துல்லியமாக ஒரு ஏமம் நிற்பவன்போல நின்றிருக்கும் இன்னொருவனிடம் கேட்டாலும் அவனும் இதைத்தான் உறுதியாகச் சொல்வான். ஆனால் இதையெல்லாம் அவர்களிடம் கேட்க நேரமில்லை. இதோ அவன் கடைசி ஓட்டத்தை முடிக்கப் போகிறான்.

ஒன்று...

இரண்டு...

மூன்று...

நான்கு...

பத்து கிலோமீட்டர் ஓட்டத்தின் கடைசி கால் எட்டிற்கு இரண்டடி முன்னால் அவன் கால்களுக்கிடையில் மூவரில் ஒருவனது கால் குறுக்கே சென்றது. ஓடிய களைப்பில் தொப்பென்று நிலைதடுமாறி கீழே விழுந்தான். இறுகிப்போன உடம்பு அது. சாதாரண நேரங்களில் அவனை இப்படி விழவைத்துவிட முடியாது. அதனால்தான் இந்த நேரத்திற்காக அவர்கள் காத்திருந்தார்கள். விழுந்தவனின் கழுத்து கோழி அறுக்கும் கத்தியால் குத்தி அறுக்கப்பட்டது. அது கொஞ்சம் பதமில்லாமல் இருந்திருக்க வேண்டும். அறுத்துக் கொண்டிருந்தவன் மாற்றுக் கத்தியை கேட்டு கை நீட்டினான். இதில் சிரமமிருக்கவில்லை. ஏதோ வழி சொல்வதுபோல கைகால்களை அசைத்து அறுத்துக்கொண்டிருந்தான். தாகமெடுத்துக் கிடந்த சூடான மண்தரை குழந்தை தாயிடம் முலைப்பால் குடிப்பதுபோல சப்புக்கொட்டியவாறு இரத்தத்தை வேகவேகமாக உறிஞ்சிக் கொண்டிருந்தது. இப்போது அதைக் கொடுத்துவிட்டு இன்னொன்றிற்காக கைநீட்டினான். அதிவிட ஆறு மடங்கு பெரிதான ஒன்று அவனிடம் கொடுக்கப்பட்டது. பகைவரது தசையை உணவாக உட்கொள்ளும் பெரிய வாயினையுடைய பேய்கள்போல காரியங்கள் களிப்புடன் நிறைவேறிக்கொண்டிருந்தது. காலன் கிளர்ந்தெழுந்தாலும் தன்னை அண்ட முடியாது என்று நினைத்தவன், மெல்ல மெல்லப் பெருகியச் சினத்தினால் அஞ்சுகின்ற சுடர்மிக்கக் கத்தியினால் கைகள், கால்கள், தலைகள் என ஒவ்வொன்றாகத் துண்டு துண்டாக வெட்டப்பட்டு நிலமெல்லாம் நனைய விரைந்தோடிய தனது குருதியுடன் வீழ்ந்துகிடந்தான்.

திருவிழா நேரத்தில் மழைவந்ததுபோல அங்கு நிறைந்திருந்தவர்கள் சிதறி ஓடிக்கொண்டிருந்தனர்.

ஆனால் பகையோ மெலியத் தொடங்கவில்லை. பாசறைகளோ வீழ்ந்துவிடவில்லை. ஒருவரை ஒருவர் எரியூட்டி அழிக்கக் காத்திருந்தனர். அவர்கள் நடுங்கும் பெரும்பகை அவர்களைச் சுற்றியெழ ஆயத்தமானது.

ஏழெழுபத்து ஐந்து...

ஏழெழுபத்து ஆறு...

ஏழெழுபத்தேழு... என ஏதோ ஒரு வடிவில் அது தொடர்ந்து கொண்டிருந்தது. இதை எப்படி சொல்வதென்றால், இந்தக் கதை எழுதிமுடிக்கும்போதுகூட அதிலொருவன் கொல்லப்பட்டிருப்பான்.

33

மரணவாசல்கள் உனக்குத் திறந்ததுண்டோ? மரண இருளின் வாசல்களை நீ பார்த்ததுண்டோ?

- யோபு: 38: 17

எல்லாமே பெஞ்சமின் கோவிலைவிட்டு வெளியேறும்வரைதான். கோவிலில் கூடியிருந்தக்கூட்டம் அப்படியே கலைந்திருந்தது. 'அழுக்கு' கல்லறையை நோக்கிய ஊர்வலத்தில் அதில் நான்கில் ஒரு பங்கினரே பங்கேற்றிருந்தனர். ஏற்கனவே சொன்னதைப்போல அவர்கள் மாலை ஏழு மணிக்கு நடைபெறும் ஒரு திருமண நிகழ்விற்காக தங்களை தயாராக்கப் பறந்திருந்தனர்.

தூரத்தில் தெரிந்த சிறியதொரு சதுப்புநிலப் பகுதியிலிருந்து கொக்குகளும் நாரைகளும் பறந்துக்கொண்டிருந்தன. ஜெபத்தினூடாக சவ ஊர்வலமானது அதைத் தாண்டியிருக்கும் கல்லறையை நோக்கித்தான் நகர்ந்தபடியிருந்தது. வயதான பெரிய சாமியாரால் அந்த மோசமானப் பாதையில் நடந்து திரும்ப முடியாததால் சின்னச் சாமியாரே அந்த ஊர்வலத்தை வழிநடத்திக்கொண்டிருந்தார்.

எப்படி வீட்டிலிருந்து கோவிலை நோக்கிய ஊர்வலத்தில் கலந்து கொண்டிருந்ததில் பெஞ்சமினுக்கு வேண்டப்பட்டவர்கள், வேண்டப்படாதவர்கள் முதல் அந்த இறப்பிற்கும் தங்களுக்கும் சம்மந்தமில்லாதவர்கள் வரை யார் யாரெல்லாமோ கலந்து கொண்டிருந்தார்களோ அதேபோன்ற ஒன்றாக அல்லாமல், ஏதோவொரு வகையில் அவருக்குப் பழக்கமானவர்களாலும், உறவினர்களாலும் நிறைந்திருந்தது அந்த ஊர்வலம்.

பார்க்க அருகிலிருப்பதாக தோன்றும் இடம் நடக்க நடக்க அதுவும் நகர்ந்து நகர்ந்து தூரமாகச் செல்வதுபோல ஒரு தோற்றத்தை ஏற்படுத்தியபடி ஒரு கடற்கரைச்சோலையாக நீண்டுக்கிடந்த அந்த கரடுமுரடானப் பாதையானது ஊர்வலத்தை அதன் இறுக்கமான தன்மையிலிருந்து கொஞ்சம் தளர்த்தியிருந்தது. சிரிப்பு சத்தம்கூட எங்கோ கேட்டது; அடையாளம் காணும் முன்பே அது மறைந்தும்போனது. சுத்த வெள்ளை நிறத்திலான கடலும், சிவப்பு நிறத்திலான மலைகளும், பச்சை நிறத்திலான வானத்தையும்போல இதுவரை உலகம் அறியப்படாதவொரு நிறத்திலிருந்த அந்தப் பாதைக்கு அந்தச் சிரிப்புச் சத்தமானது ஒரு நிறத்தை வழங்கியதுபோல இருந்ததால் அது எவராலும் பெரிய நிந்தனையாக எடுத்துக்கொள்ளப்படவில்லை.

இறப்பென்ற ஒன்று அடிக்கடி நிகழாவிட்டால் அதற்கான பாதைகளும் இறந்துவிடுகின்றன என்பதும், பின் அதை உயிர்பிக்க ஒரு இறப்பு தேவைப்படுகிறது என்பதும் அந்தப் பாதை எல்லோருக்கும் சொல்லாமல் சொல்லிக்கொண்டிருந்தது. அந்தப் பாதைக்கு அப்படியானதொரு உயிர்ப்பித்தலைத்தான் இப்போது பெஞ்சமின் செய்துகொண்டிருந்தார்.

"நீ சமுத்திரத்தின் அடித்தலங்கள் மட்டும் புகுந்து, ஆழத்தின் அடியில் உலாவினதுண்டோ? மரணவாசல்கள் உனக்குத் திறந்ததுண்டோ? மரண இருளின் வாசல்களை நீ பார்த்ததுண்டோ? நீ பூமியின் விசாலங்களை ஆராய்ந்து அறிந்ததொண்டோ? இவைகளையெல்லாம் நீ அறிந்திருந்தால் சொல்லு, வெளிச்சம் வாசமாயிருக்கும் இடத்துக்கு வழியெங்கே? இருள் குடிகொண்டிருக்கும் ஸ்தானமெங்கே? அதின் எல்லை இன்னதென்று உனக்குத் தெரியுமோ? அதின் வீட்டுக்குப்போகிற பாதையை அறிந்திருக்கிறாயோ?" என்று பின்னர் நடக்கப்போகும் ஜெபத்தில் சின்ன சாமியார் படித்த ஒரு வசனமானது உண்மையிலேயே அந்தப் பாதையை அவர்களுக்கு ஒரு மர்மம் நிரம்பிய ஒன்றாக மாற்றிக்காட்டியது; ஒருவருக்குத் தவிர..

அவரும் பெஞ்சமினுக்கு உறவுக்காரர்தான். விபத்தொன்றில் தலையில் அடிபட்டு மூளையிலுள்ள ஒரு நரம்பு பாதிக்கப்பட்டதில் வாசனையும் சுவையும் அவரைவிட்டு சென்றிருந்தது. அந்த விபத்து சம்மந்தமான வழக்கில் அதற்காகவும்கூட அவர் நீதிமன்றத்திலிருந்து இழப்பீடு பெற்றிருந்தார். அவருக்குத்தான் அந்தப் பாதை எந்தவித திகைப்பையும், மர்மத்தையும் கொடுக்கவில்லை.

பாதை என்பது அதன் வாசமும் அதை அதன்வழி நாம் சுவைப்பதும்தானே? கண்பார்வையற்றவர்களும்கூட அப்படித்தானே தங்களுக்கானப் பாதைகளை அடையாளம் கண்டுகொள்கிறார்கள்?

'அழுக்குக் கல்லறை' என்று பெயர் வந்ததிற்கு காரணம் எப்படி யாருக்கும் தெரியாதோ அதேபோல ஊர்கோவிலில் எத்தனைமுறை தீர்மானங்கள் நிறைவேற்றினாலும் குடிப்பதற்கு இதுபோன்ற இடங்களை தேர்வுசெய்து மீறுவதில் உள்ள காரணமும் புரிபடாத ஒன்று. பாதையோரங்களில் இழுத்து முடிக்கப்பட்ட பீடி, சிகரெட் துண்டுகளும், பழையது புதியது என காலத்தைப் பிரதிபலிக்கும் சாராயக் குப்பிகளும் கணக்கின்றி கிடந்தன. ஜெப வார்த்தைகள் அதனூடாகத்தான் ஒலித்துக்கொண்டிருந்தது.

அந்த வகையில் இதே பாதையில் இரண்டுமுறை இறந்து பயணித்தவர்களும் உண்டு.

வாசனையும் சுவையுமற்றவருக்கே அதைப்பார்க்கும்போது உள்ளுக்குள் ஒரு கிளர்ச்சி உருவானது. அவரும்கூட இந்த அழுக்குக் கல்லறை குடிகாரர்கள் சங்க உறுப்பினர்களில் ஒருவர்தானே...!

"பிராந்தியின் மோசமான வாசனையும் சுவையுமில்லாமல் போதை மட்டும் கிடைக்கும் பாக்கியம் என்னைத்தவிர வேறு எவனுக்கு வாய்த்துவிடும்? ஆனால் நான் குடித்துப்போட்ட பாட்டில்களைத்தான் அடையாளம் காணமுடியவில்லை" என்று தன்னுடன் பேசிக்கொண்டிருந்தவரிடம் சொல்லிச் சிரித்துக்கொண்டிருந்தார்.

கேட்டுக்கொண்டிருந்தவரும் சாதாரண ஆள் இல்லை.

"சாப்பிடலைனா செத்துருவோம்னு சொல்றது தப்பு தம்பி. நான் சரியா சாப்பிட்டு வருஷம் ரெண்டுருக்கும். காலைல ஆசை ஆசையா பொண்டாட்டி நாலு இட்லி சுட்டுத் தருவா. ஒரு வாய் அவ முன்னாடி விழுங்குவேன். அவ அப்படி திரும்புனதும் இப்படி அதத்தூக்கி நாய்க்குப் போட்டுருவேன். மொத ரெண்டு நாள் கொஞ்சம் மிஸ் ஆச்சு. அப்புறம் நான் போடுறத அது வாயாலே கேட்ச் புடிக்குற அழகு இருக்கே..! நான் சாப்புட உக்காந்தாலே அது என் பின்னாடி வந்து நின்னுரும். 'நாய் சரியா சாப்புடுறதே இல்ல, ஆனா எப்படி இப்படி தெம்பா குலைச்சிட்டு ஊரைச் சுத்தி வருது'னு என் பொண்டாட்டிக்கு ஒரே டவுட்டு.

ஆனா 'அப்படி ஊர் சுத்துறது நாய் இல்ல, நான்தான்'னு அவளுக்கு எப்படித் தெரியும்?"

"அப்ப ஊருக்குள்ள அடுத்த பாடி நீதான்னு சொல்லு மாப்ள" என்று பக்கத்தில் நடந்து வந்தவர் கேட்க அருகிலிருந்தவர்கள் சிரித்துக் கொண்டனர்.

"அப்படின்னும் சொல்ல முடியாதுடே" என்று இன்னொருவர் ஆரம்பித்தார்: "அவன் சொல்றதும் சரிதான். நானும்தான் சரியா சாப்பிடறது இல்ல. ஒருநாள் காலைலயே நல்ல குடிச்சிட்டு நம்ம போலீஸ் ஸ்டேஷன் எதித்தாப்ல இருக்க மாமா கடைல போய் சாப்ட உக்காந்தேன். நாய்க்குப் பொறந்தவன், நாலு நாளைக்கு முன்னாடி உள்ள பீப்பும், முந்துன நாளு காலைல மிச்சமான ஆப்பத்தையும் எடுத்து வச்சிட்டான். சாப்டும்போது ஒன்னும் தெரில. நல்ல டேஸ்ட்டாதான் இருந்து சவம். ஆனா மதியம் வாக்குல வயித்துக்குள்ள ஒரு உறுமல். அப்படியே வயிறு ஒரு இஞ்ச் அளவு கூடுச்சு. சாய்ந்தரதுக்குள்ள நாலு இஞ்ச். விட்டா இன்னும் கொஞ்ச நேரத்துல வெடிச்சிரும்ன்னு நினச்சிட்டேன். அந்த நிலைமைக்கு வந்துட்டு. அந்த வயித்தையும் தள்ளிகிட்டு, கிஷ்ணக்குமார் டாக்டரப் பாக்க நைட்டு எடுத்தேன் ஒரு ஓட்டம். எதாவது காய்ச்சல்னு போனாலே திட்டக்கூடிய மனுஷன், அன்னைக்கு ஒண்ணுமே சொல்லல. எப்படியும் அட்மிட் பன்னிருவாருன்னு நெனச்சேன்; அதுவும் செய்யல. பாத்துட்டு நல்ல மிளகு மாதிரி நாலணத்தை தந்து 'வாய்லப் போட்டு தண்ணியக்குடின்னாரு. காலம்பற ஒரு நாலு மணி இருக்கும்டே... பெஞ்சமின்கூட அப்படி பேண்டுருக்க மாட்டான். என் வாழ்நாள்ல அதுவரை எவ்வளவு பேண்டனோ அதவிட ஒரு மடங்கு அதிகமாவே இருக்கும். கக்கூசு குண்டு நிரஞ்சிட்டு. பிடிச்சு அளவு பாத்துருந்தா நம்ம ப்ரசிடண்டு வீட்டு மாடில பெரிய தண்ணிதொட்டி ஒண்ணு வச்சிருக்காருல்லா, அந்தளவுக்கு இருக்கும் மக்கா... அப்பத்தான் தெரிஞ்சு அவரு ஏன் திட்டலைன்னு. மனுஷன் பேசாம இருந்து பழிவாங்கிட்டாரு."

கேட்டிருந்தால் பெஞ்சமினே எழுந்து வந்து சிரித்தாலும் சிரித்திருப்பார்.

அவர் இன்னும் நிறுத்தவில்லை: "அன்னைல இருந்து இப்படித்தான்டே, பசி சுத்தாம இல்லாமப் போச்சு. குடிக்க சைடிஷ் என்னன்னு உனக்குத்தான் தெரியுமே, இந்தா நிக்குல்லா

புளியமரம் அது பிஞ்சு ஒண்ணப் பிச்சு வாய்ல தடவுறதோட சரி. சாப்பாட்ட பாத்தாலே உமட்டுது."

"புளிப்பு அதிகமா தேடுனா அது லிவர் பெயிலியர் அறிகுறி மச்சான், அப்ப ஊருக்குள்ள அடுத்த பாடி நீதான்னு நினைக்கேன்" என்று அதே பக்கத்தில் நடந்துவந்தவர் சொல்ல "ஆமா எல்லாத்துக்கும் சாவுதேதி குறிக்க இவரு பெரிய ஓக்கியம்லா, குடிச்சிட்டு ரத்தவாந்தி எடுத்துட்டு கிடந்தவன்தான நீ" என்று சொன்னவர் ஏதோ தன்னைக்குறித்து பெருமையாகச் சொன்னதுபோல அதை அமோதித்துவிட்டு அந்த அனுபவத்தை சொல்லத் தொடங்கினார்.

"காலைல ஏழு மணி இருக்கும். பஜார் கடை இன்னும் தொறக்கல. வேலைக்கு போறவம்லாம் ஷட்டருக்கு கீழ கையவிட்டு வாங்கி ஒவ்வொருத்தனா அடிச்சிட்டு போறான். நானும் கோட்டர் டயமண்டை வாங்கி பாதியை ஊத்தி ஒரு கட்டிங்தான் அடிச்சேன் மச்சான். வெறும் வயிறுவேற. உமட்டிட்டு வந்து. எப்பவும்போலத்தானன்னு கொஞ்சநேரம் அடக்கிப் பாத்தேன். ஆனா உள்ளுக்குள்ள ஏதோ நெறஞ்சு தளும்பிட்டு கெடக்குறமாரி ஒரு இது. வாய மட்டும்தான் தொறந்தேன் மச்சான். உனக்கு கீழ இருந்து சாடுனமாரி எனக்கு மேல இருந்து பாயிவு. ஆனா அவ்வளவும் ரெத்தம். பயம்னா பயம் அப்படியொரு பயம். என்ன செய்யன்னும்னு தெரியல. கடை சாக்கடை முழுக்க ரெத்தம். அப்பத்தான் ஒரு புண்ணியவான் 'மிச்சம் இருக்குறத டக்குனு ராவா அடி. சரியாயிரும்'னு சொன்னான். அத நம்பவும் முடியல; நம்பாம இருக்கவும் முடியல..."

"அப்புறம்"

"அப்டறம் என்ன, அவன் சொன்ன மாரியே செஞ்சேன். நின்னுட்டு. இன்ன வரைக்கும் என் வாய் ரத்தத்தைப் பாக்கல."

"ஆமா... ஆமா... குடிக்கக்கூடாதுன்னு உன் மகன் உன் வாயை ரெண்டு தடவை ஒடச்சப்பவும்கூட அது வரலைல மச்சான்?" என்று வாசனையும் சுவையுமற்றவர் சொல்ல உடைக்கப்பட்ட வாய்க்கு சொந்தக்காரராலேயே சிரிப்பை அடக்க முடியவில்லை.

அப்படியே இவர்களிடமிருந்து முற்றிலும் வேறுபட்டு முன்னதாக சென்று கொண்டிருந்த இன்னொரு கூட்டம் இவர்களைப் பார்த்து முறைக்க ஆரம்பித்தது. அதில் "குழந்தைகளின் இரத்தத்தை உடம்பில் ஏற்றிக்கொண்டதால்தான் எண்பத்தைந்து வயதுவரை இளமையாக இருந்துகொண்டு ஊருக்குள் பல கள்ளவெடிகளை

கொழுத்திக்கொண்டிருக்க முடிகிறது" என்றவொரு செய்தி பரவலுக்கு சொந்தக்காரர் ஒருவரும் இருந்தார். கொஞ்சநேரம் அமைதி காத்தவர்கள் பின் அவரைப்பற்றியே பேச ஆரம்பித்தார்கள்.

"எம்ஜியாரப் பாத்துதான் மச்சான் இதக் கத்துக்கிட்டான்."

"ஆமா எம்ஜியாருக்கு ஏத்தி விட்டப்ப உனக்க அப்பன்தான் அங்க நின்னு வெளக்கப் புடிச்சான். அவனே பீல அரிசி காய்கறி ரசம்னு முந்துனநாள் தின்னதத் தேடுகவேன், அவன் லச்ச ரூவா செலவழிச்சு ஏத்துனானாக்கும்."

"நீ எதத்தான் நம்புவ... பத்து வருசத்துக்கு முன்ன அவனப் பாக்கும்போது எப்படி இருந்தான்? ஏன் உனக்குத் தெரியாத? ஒரு தடவை ஆஸ்பத்திரில இவன் செத்துடாம்னு நினச்சு பொணவறைக்கு தூக்கிட்டுப் போய்டாணுக. இப்ப பாரு. சும்மா தகதகனு மின்னுகாம். கண்ணு மட்டும்தான் கொஞ்சம் நொள்ளை."

"மாப்ள பொணவறைகுள்ள நுழையுறதுக்கு பொணமா இருக்க வேண்டிய அவசியமில்ல; பொணம் மாதிரி இருந்தாப் போதும். அவன் அப்ப அப்படி இருந்தாம். அதாவது இப்ப நீ இருக்கேல்லா அதமாதிரி. வேணும்னா நீயும் ஒனக்கக் கொட்டைய வித்து ரத்தத்தை ஏத்திட்டு, ஊருக்குள்ள அவன் போற வீட்ட ஒண்ணுவிடாம நீயும் ஏறிக்குதி, யாரு வேண்டாமுங்கா. அதுக்கு ஏம்டே எங்க ஜீவனத்த வாங்குக..."

"மத்தவனே... அவனவிடு இந்தா போறாம்லா, இவன் எப்படிப்பட்ட கள்ளக்கோழினு நெனைக்க" என்று அந்தக்கூட்டத்தில் முறைத்த இன்னொருவனான "பாய்க்கு அடியில் பாம்பு இருந்ததென்று தெரியாமல் முதலிரவில் மனைவியோடுச்சேர்த்து அதையும் கட்டிப்பிடித்துப் புரட்டியெடுத்து, அதன்மேலும் கிடந்துப் புரண்டு கொந்தளித்ததில் கொத்துவாங்கிச் செத்தவனின் மனைவியை இரண்டாவது திருமணம் செய்துகொண்டவனைப்" பற்றி பேச்சுத்திரும்பியது. ஆனால் அதற்குள் மேலும் இருவர் அவர்களைப் பார்த்து முறைக்க அமைதியானார்கள்.

"தலைக்குப் பத்தாயிரம் கூலி நிர்ணயித்து பதிமூன்றுபேரைக் கூட்டிச்சென்று, ஏழுநாள் ஹோட்டலில் ரூம் எடுத்து தங்கவைத்து, குடியும் சாப்பாடும் வாங்கிக்கொடுத்து, பெரியதொரு மீன்பிடி படகை, மோசமான அதன் கேரள முதலாளியோடு சேர்த்துக் கடத்திக்கொண்டுவந்து 'கடத்தவே முடியாது' என்று சொன்ன

அதன் உண்மையான சொந்தக்காரரிடம் ஒப்படைத்ததவரும்" அதில் ஒருவர் என்பதும் அவர்களின் அமைதிக்கு ஒரு காரணம்.

"மிகப்பெரிய மூன்றுகட்டுள்ள வீடு ஒன்றைக்கட்டி கீழ்தளவீட்டை வாடகைக்கும், மேல்வீட்டில் அவரும், அதற்கு மேலுள்ள ஒரு படுக்கையறையும், கிச்சனும், கழிவறையும் கொண்ட வீட்டை ஒத்திக்கும் கொடுத்துவிட்டு, மகள் கல்யாணத்திற்கு வாழைமரத்தை கீழாகக் கட்டினால் எங்கே அவர்கள் வீடு அழகாகி விடுமோ என்றும், அவர்கள் வீட்டில்தான் விஷேசம் என்று கடந்துபோகிறவர்கள் நினைத்து விடுவார்களோ என்றும் யோசித்த அவரது சிந்தனையின் விளைவாக... வாழைமரத்தையும், சீரியல்செட்டையும், ஸ்பீக்கர் பாக்ஸ்ஸையும், வெல்கம்போர்டையும் மேலாகவுமல்லாமல், கீழாகவுமில்லாமல் நடுவில் கட்டிவைத்து கல்யாணத்தை கழித்த நப்பிப் புண்ணியவான்" என்பதைத் தவிர அந்த இன்னொருவர் பற்றி பெரிதாகச் சொல்ல ஒன்றுமில்லை.

இதுதவிர கல்யாணப் பந்தியில் தன்னைவிட தன் மனைவியின் வாழை இலை பெரிதாக இருந்ததினால் சண்டைப்போட்டதில் பல் உடைக்கப்பட்டவர், இன்னும் கூடுதலாக நாற்பதாயிரம் ரூபாய் பில் கொடுக்க வசதியில்லாமல் பிள்ளைப்பெற்ற ஒருத்தியை இரவு மருத்துவமனை கதவைத்திறந்து தப்பிக்கவிட்டு அதனாலேயே இரவுக்காவலர் வேலையை இரண்டுநாள் முன்பு இழந்தவர், தசமபாகத்திலும் காணிக்கையிலும் வஞ்சிக்கும் நாத்திகர்கள், சாலையில் நடந்து செல்லும் பெண்கள் தாலிச்சங்கிலியை பறிகொடுத்துக் கொண்டிருக்கும் இந்தக் காலத்தில், "ஆண்கள் மட்டும் என்ன அதற்குக் குறைந்தவர்களா?" என்று கேள்வி எழுப்பும் விதமாக கடந்த வாரம் திறந்த மார்போடு வீட்டுத் திண்ணையில் படுத்துக்கிடந்தபோது ஹெல்மட் மனிதர்களால் ஒன்பது பவுன் வடத்தை பறிகொடுத்தவர், புதிதாகத் திருமணமானவர்களைத் தொடர்ந்து ஒருவாரம் கவனித்து அவர்களின் அந்தரங்கத்தைப் பற்றிக் கற்பனைகளை வளர்த்துக்கொண்டு அதற்கெனவே ஊர்மன்றத்தில் கூடியிருக்கும் தன் வயதான மாணவர்களுக்கு வகுப்பெடுக்கும் வயதானவர், நானூறு மீட்டர் ஓட்டப்பந்தயத்தை சிகரெட் பிடித்தவாறு ஓடிமுடிப்பது; ஒரு முழு சிகரெட்டை குளத்தின் ஒரு கரையிலிருந்து மறு கரைவரை நனையாமல் பிடித்துக்கொண்டே கடப்பது போன்ற வீர விளையாட்டுகளில் கலந்து கொண்டு ஜெயிப்பவர், பத்து வருடத்திற்குமுன் தன் சிறுநீரானது எவ்வளவு ஃபோர்ஸாக வந்தது, இப்போது அதன் வீரியம் எவ்வளவு குறைந்திருக்கிறது என்று தன் உடல்நலனின் ஒவ்வொரு சொட்டையும் அணுஅணுவாக கூர்ந்துக் கவனிப்பவர்,

ஊர் பேருந்து நிறுத்தத்தில் இல்லாதவர்களுக்கு உதவ வைக்கப்பட்டிருக்கும் ஈகைப்பெட்டியிலிருந்து உடைகளை எடுத்து விற்பவர்; பிஸ்கெட்டுகளைத் திருடி தின்பவர், துறவு வாழ்க்கையிலிருந்து ஓய்வுபெற்ற ஊர் சாமியார் ஒருவரின் பினாமி, 'ரெக்கவரி ஆஃப் மணி' வழக்கிற்காக நீதிமன்றத்திற்கு தினமும் அலையும் காவியுடையணிந்த துறவி ஒருவரின் வக்கீல் என இதேபோன்றதொரு மனிதர்களாலும், இதேபோன்றதல்லாத மனிதர்களாலும் ஊர்வலம் இப்போது கரடி ஏற்றத்தை ஏறிக்கொண்டிருந்தது.

ஊர்வலம் அந்த ஏற்றத்தை ஏறியிறங்கும்போது, தொலைவிலிருந்து வந்த நதியொன்று தன்னை எதிர்பாராமல் முடித்துக் கொண்டதுபோலவும், அடிவானத்தில் நீண்டநேரம் போர்த்தியிருந்த மூடுபனி தன்னை உடனடியாக விலக்கிக்கொண்டதுபோலவும், எங்கோ பேசிக்கொண்டிருந்த ஒருவர் தனது பேச்சைத் திடீரென நிறுத்தியது போலவுமான பல்வேறு வகையான மனபிம்பத்தை நகர்வீதிக்குள்ளிருந்து அதைப்பார்த்துக் கொண்டிருந்தவர்களுக்கு ஏற்படுத்தியது.

அந்த ஊர்வலத்தில் ஒருத்தியாக திரேசம்மாளும், அவளது மகளும், அவர்களுக்கு நெருக்கமான சில பெண்களும், அவர்களின் குழந்தைகளும் இருந்தனர். கல்லறை சடங்கில் பெண்கள் பங்கேற்கும் பழக்கம் மேற்கில் இருந்தாலும் இதுவரை கிழக்கில் அந்தப் பழக்கம் இல்லை.

திரேசம்மாள் எப்போதுமே அப்படித்தான். இல்லாததொரு பழக்கத்தைக் கொண்டுவருவதில் அவளுக்கிருக்கும் ஆர்வமே தனி. பின்னர் இதற்கும்கூட ஊருக்குள் எதிர்ப்பு வந்தது; ஏன் பெண்கள் பக்கமிருந்தும்கூட...

ஆனால் அவள் அவளது சிறுவயது காலகட்டத்திலிருந்தே எல்லாவற்றிற்கும் தலையாட்டும் இப்படிப்பட்ட பெண்களின் மாதிரியிலிருந்து கடைசியாகத்தான் தன்னை வைத்துக்கொண்டாள்...

அதற்குமேல் எவராலும் கிழிக்கமுடியாத ஒரு காகிதம்போல...

34

உன் இருப்பையும், உன் போக்கையும், உன் வரவையும், நீ எனக்கு விரோதமாய்க் கொந்தளிக்கிறதையும் அறிவேன். நீ எனக்கு விரோதமாய்க் கொந்தளித்து, வீரியம் பேசினது என் செவிகளில் ஏறினபடியினால், நான் என் துறட்டை உன் மூக்கிலும் என் கடிவாளத்தை உன் வாயிலும் போட்டு, நீ வந்தவழியே உன்னைத் திருப்பிக்கொண்டு போவேன் என்று அவனைக்குறித்துச் சொல்லுகிறார்.

- II இராஜாக்கள் 19: 27, 28

"சிலநூறு வருடங்களுக்குமுன் ஆயிரக்கணக்கான ஏக்கர் நிலங்களுக்கு உரிமைப்பட்ட ஒரு குடும்பம் இருந்தது. அதை அவர்கள் இரண்டாகப் பிரித்து பாதிப்பங்கை அவர்களுக்கும், மீதிப்பங்கை பல குடியானவர்களும் பிரித்துக்கொடுப்பார்கள். அப்படி தங்களுக்குக் கொடுக்கப்பட்ட நிலத்தோடு அந்தக் குடும்பப் பங்கையும் சேர்த்து அந்தக் குடியானவர்கள் மொத்தமாக விவசாயம் செய்வார்கள். பின் அறுவடை காலத்தில் அதில் வருவதை அப்படியே மொத்தமாக அவர்களிடம் கொடுத்துவிட்டு, அவர்கள் என்ன கொடுக்கிறார்களோ அதை மட்டும் அவர்கள் வாங்கிக்கொள்வார்கள். அப்படியான மிகப்பெரிய பிரபுக்கள் குடும்பம் அது. ஆனால் அந்த காலகட்டத்தில் நிலங்களுக்காக தொடர்ந்து நடந்த யுத்தங்கள் அவர்கள் செல்வங்களைச் சீர்குலைத்தது; ஊர்விட்டு ஊர் துரத்தியது. ஆனாலும் அவர்களுக்கு பல நிலப்பிரப்புக்கள் உதவினார்கள். அவர்கள் ஆட்கள்தான் வழிப்பறி கொள்ளையர்கள் பலரை விரட்டிப் பத்திரமாக அவர்களை இந்த ஊருக்கு அனுப்பி வைத்தார்கள். சிலநேரம் முகாமிட்டிருக்கும் சிறிய சிறிய படைகளின் அபாயத்தையும் அவர்கள் எதிர்கொள்ள வேண்டியிருந்தது. அதையும் அவர்கள்

சமாளித்தார்கள். இங்கே வந்த அவர்கள் விட்ட செழிப்பை மீண்டும் அடைய உழைத்தார்கள். நகரச் சந்தைகள் அவர்களின் கட்டுப்பாட்டிற்குள் வரும் அளவிற்கு உழைத்தார்கள். அவர்களின் வழியில் இப்போதும் அந்தக் குடும்பம் உழைத்துக் கொண்டிருக்கிறது. இப்போது இருக்கும் அவர்கள் சொத்துகள் முழுவதும் அவர்கள் மட்டுமே சேர்த்தது. வெளியிலிருந்து அவர்கள் குடும்பத்திற்குள் வந்தவர்கள் அதற்காக எந்தவொரு சிறுதுரும்பையும் கிள்ளிப்போடவில்லை."

"அப்படியெல்லாம் இல்லை. வழிப்பறிக் கொள்ளையர்களாக இருந்தவர்கள்தான் இவர்கள். அப்போதைய அரசு படைகளை விரிவுபடுத்த பலரைப்போலவே இவர்களைப் போன்றவர்களையும் பிடித்து படைவீரர்கள் ஆக்கியது. அதற்கான ஊதியங்களும் மானியங்களும் சலுகைகளும் கொடுக்கப்பட்டன. ஆனால் அவற்றை எல்லாம் வாங்கிக்கொண்டு, நடைபெறும் போர்களில் பங்கேற்று விழுப்புண் அடைவதற்கு பதிலாகக் காடைகளை வேட்டையாடிவிட்டு, வயிறுமுட்ட பனங் கள்ளைக் குடித்துவிட்டு, கூடவே கடல் ஆமைகளையும் சுட்டுத் தின்றுவிட்டு, தங்களுக்குப்பதிலாக மற்றவர்களையே - குறைந்த ஊதியத்திற்கு - தொடர்ந்து அனுப்பிவைத்த குற்றத்திற்காக அபராதம் செலுத்தமுடியாமல் நிலப்பிரபுத்துவ காலத்தில் அடிமைகளாக விற்கப்பட்ட குடும்பம்தான் இவர்களுடையது. சில ஆண்டுகளுக்குப்பின் அந்த அபராதத்தை செலுத்தாமல் அந்த ஊரைவிட்டு ஓடி தப்பி வந்தவர்களின் பிந்தைய தலைமுறை வாரிசுகள்தான் இவர்கள். அதனால்தான் தங்களைப்போலவே ஓடிவந்த பெஞ்சமின் குடும்பத்திடம் இவர்கள் சம்மந்தம் வைத்துக்கொண்டது. இவர்களின் குடும்பத்திற்கு 'கம்பெனி' என்று பெயர் காரணம் படைகளின் பிரிவைக் குறிக்கும் ஒன்றிலிருந்துதான் வந்திருக்க வேண்டும்."

"இந்த இரண்டிலுமே உண்மை இல்லை. உண்மையில் நடந்தது என்னவென்றால், மேற்படி ஒன்றிலோ அல்லது இரண்டிலோ கூறப்பட்ட காரணங்களினால் ஊரைவிட்டு துரத்தப்பட்ட ஒரு குடும்பத்திற்குச் சொந்தமான நிலங்களை வளைத்துப் போட்டுக்கொண்டவர்கள்தான் இவர்கள். சர்ச்சுக்கு அதிகாரமும் நிலமும் கஜானாக்களும் பெருகத் தொடங்கிய காலம் அது. கடவுளாலும் அரசாங்கத்தினாலும் குற்றமாகப் பார்க்கப்பட்டாலும் யதார்த்தத்தில் வட்டி வியாபாரத்தை குற்றமாகப் பார்ப்பதின் தீவிரம் குறைந்த காலம். லாபம் என்பது கடவுளைச் சுரண்டுவது அல்ல, மனிதர்களைச் சுரண்டுவது;

அதனால் அது குற்றமல்ல என்று அவருக்கும் ஒரு பங்கை காணிக்கையாக கொடுக்கத் தொடங்கிய காலம். அப்படியான மடாலயங்கள் வட்டி வியாபாரத்தில் வெற்றிபெற்றவனை தண்டனைக்குரியவனாக பார்க்காமல் திறமையாளர்களாக பார்க்கத் துவங்கிய அந்த காலகட்டத்தில் மேற்கத்திய பாணிபோல கிறிஸ்தவத்தோடு தங்களை இணைத்துக்கொண்டு வளர்ந்து வந்த குடும்பம்தான் இவர்களுடையது. அந்தப் பாவத்தைக் கழுவிக் கொள்வதற்காகத்தான் உண்மையிலேயே ஊரைவிட்டு ஓடிவந்த பெஞ்சமின் குடும்பத்திடம் இவர்கள் சம்மந்தம் வைத்துக்கொண்டது.”

இப்படி ஆண்டுகள் குறித்தும், அரசுகள் குறித்தும், மதங்கள் குறித்தும், நிலங்கள் குறித்தும் எவ்வித முறைபடுத்தப்பட்ட தகவல்களும் இல்லாமல் திரேசம்மாள் குடும்பத்தைச் சுற்றி ஊருக்குள் பன்னெடுங்காலமாக உலவும் கதைகள் பெஞ்சமின் கதைகளைப்போல குறைந்தபட்சமாவது நம்பக்கூடியவையாக இல்லை என்பதால்தான் ஆரம்பத்திலேயே அதைக்குறித்து பெரிதாக அலட்டிக்கொள்ளவில்லை. அதிலும் ஒவ்வொரு தலைமுறையிலும் அதைச் சார்ந்தவர்கள் ஒவ்வொரு புதியத் தகவல்களை - அதாவது இந்த எல்லாக் கதைகளின் இறுதியிலும் வரும் பெஞ்சமின் பற்றிய குறிப்புபோல - அந்தக் கதைகளோடு சேர்த்துக்கொள்ளும்போது, இன்னும் அது குழப்பத்தின் சிக்கலான முடிச்சுக்களை அதிகமாக்கி விடுகின்றது.

திரேசம்மாள் மகளிடம் கேட்டால் “இந்தக் கதைகள் அந்த காலத்தில் நாடோடித்தன்மை வலிந்து திணிக்கப்பட்டவொன்றாக வெளியேற்றப்பட்ட ஒன்றுக்கும் மேற்பட்ட குடும்பங்களுக்குச் சொந்தமானதாக இருந்திருக்க வேண்டும். அந்த ஒன்றுக்கும் மேற்பட்ட குடும்பங்கள் காலமாற்றத்தில் இல்லாமலானபோது, நிலைத்து நிற்கும் இந்த ஒரே குடும்பத்திற்கு அந்த எல்லாக் கதைகளும் சொந்தமாகியிருக்க வேண்டும்” என்பாள். திரேசம்மாளிடம் கேட்டால், எல்லாக் கதைகளிலும் அடங்கியிருக்கும் ஏதோ ஒரு வீரசாகசத்தையும், திறமையையும், மற்றவர்களால் முடியாத காரியங்களையும் பிடித்துத் தொங்கிக்கொண்டு வெட்டிக் கதையளப்பாள். பின்னர் பெஞ்சமினிடமும், அவரது மகனிடமும் கேட்க வேண்டாம். அவர்களுக்கு இதைப் பற்றி ஒரு அக்கறையும் இகழ்ச்சியும் அவமானமும் பெருமையும் என எதுவும் கிடையாது.

ஆனாலும் திரேசம்மாள் குடும்பத்தைப் பிடித்தவர்கள் முதலில் சொல்லப்படும் கதைகளையொத்தும், வெறுப்பவர்கள்

இரண்டாவது, மூன்றாவது கதைகளைச் சார்ந்து நின்றுகொண்டும் ஊருக்குள் பரப்பிவிடும் இத்தகையப் பழங்கதைகளும், தகவல்களும் கொஞ்சம் சுவாரசியமானதுதான் என்பதில் மட்டும் எந்த மாற்றும் இல்லை.

ஏதோவொரு பிரச்சனையில் தூரதேசம் வந்த பெஞ்சமின் குடும்பத்தார் போலல்லாமல், பிரச்சனைகளை உருவாக்கிவிட்டு தூரதேசம் வந்தவர்களாக திரேசம்மாள் குடும்பத்தார் இருப்பது மட்டும்தான் இந்தக் கதைகளிலிருக்கும் வேறுபாடு என்பதும், அப்படி அவர்கள் தப்பித்து வந்தப்பின் ஜன்னல்கள் மீது கல்லெறியப்பட்டு, கதவுகள் உடைக்கப்பட்டு இருவரது வீடுகளும் எரிக்கப்பட்டு, பொருட்கள் சூறையாடப்பட்டது போன்றதுமான நிஜமும் கற்பனைகளும் கலப்பதும்தான் அந்தக் கதைகளிலிருக்கும் ஒற்றுமை என்றும் எண்ணத் தோன்றுகிறது. எது எப்படியென்றாலும் தற்போது இருவருமே தேவனுடைய ராஜ்யத்திற்காகத்தான் அலைந்து கொண்டிருக்கிறார்கள் என்பது மட்டும்தான் இப்போதைய உண்மை.

ஏதோவொரு வகையில் இப்படியான பெருமைகளும் சிறுமைகளும் சேர்ந்த கதைகளைத் தொடர்ந்து சுமக்குமாறு மற்றவர்களால் நிர்பந்திக்கப்பட்ட திரேசம்மாளால், எத்தனைமுறை நினைவுபடுத்தினாலும், சுட்டிக்காட்டினாலும் தன்னைப்பற்றியக் கதைகளைக் கண்டுகொள்ளாமல் தூக்கியெறியும் பெஞ்சமினைப்போல அதனிடமிருந்து ஏனோ விட்டுவிலக முடியவில்லை. நிகழ்காலக் கதைகளை நம்பமுடியாமல் அவர்களின் கடந்தகாலம் என்று நம்பப்பட்ட ஒன்றை அந்தக் கதையாளர்கள் இழுத்து வருவதுபோல, நிகழ்கால பெருமையைப் போன்றதுதான் தங்களது கடந்தகாலமும் என்று நம்பவைக்க பதிலுக்கு அவளால் நம்பப்பட்ட இன்னொரு கடந்தகாலத்தை இழுத்துக்கொண்டு வந்து அவர்கள்முன் போடக்கூடியவளாகவே அவள் தொடர்ந்து இருந்தாள்.

அவளின் இத்தனை மெனக்கிடல்களுக்கும் காரணங்களில்லாமலில்லை. அந்தக் கதைகள் ஒருவிதத்தில் பெஞ்சமின் கதைகளைவிட நேர்மைக்கு விரோதமாக இருப்பதும், அதை என்றாவது ஒருநாள் அவர் சுட்டிக்காட்டி தன்னையையோ, தன் குடும்பத்தையையோ சிலரைப்போல ஒரேயடியில் இகழ்ந்துவிடக்கூடாது என்பதும், அப்படி நடக்கும்பட்சத்தில் தான் அதுவரை வாழ்ந்து வந்த வாழ்வின் அர்த்தமானது ஒரே நொடியில் மதிப்பிழக்கும் ஒரு சூழல் உருவாகிவிடும் என்று

தனக்குத்தானே அவள் தீவிரமாக எண்ணி வந்த விஷயமாகவும் இருக்கலாம். அதாவது அவருடனான திருமணத்திற்குப் பிறகுதான் அந்தக் கதைகளுக்கு கூடுதல் கை கால்கள் முளைத்து, தன்னைச் சுற்றி ஒரு பாதுகாப்பில்லாத வேலியை அது உருவாக்குகிறதாக அவளுக்கு ஒரு மயக்கம்.

ஏனென்றால் ஏற்கனவே நாம் பார்த்ததுபோல அவளது பதினோராவது வயதில் “கவலை இல்லாதவர்கள் கை தூக்குங்கள்” என்று வகுப்பில் டீச்சர் சொன்னபோது கை தூக்கிய ஒரே ஆள் அவள் மட்டும்தான் இல்லையா?

பின்னர் குறிப்பிட்ட காலத்திற்குப்பிறகு அவரால் இனிமேலும் தனக்கு ஆபத்தில்லை என்று தெரிந்தபின் அதுவரை அவள் கடைபிடித்து வந்த அந்தப்போக்கை அவளாலேயே மாற்ற முடியவில்லை. வீணான ஒன்றான அதை, தான் தூக்கிச் சுமப்பதாக அவளுக்கேத் தோன்றியது. ஆனால் என்ன செய்ய? கற்பனைகளையும், பாசாங்குகளையும் உண்மை என்று காலங்கள் பல நம்பிய ஒருவர் அதிலிருந்து அதன்பின் வெளிவருவது சாத்தியமா என்ன?

எனவே வேகமாக மூச்சு வாங்குபவர் சிந்திப்பதுபோல எப்போதுமே பரப்பரப்புடன் இருக்கும் திரேசம்மாளையோ, ஒரு விபத்திலிருந்து தப்பித்தவுடன் வரும் பொறுமையைப்போல அவளைப்பொறுத்து முடிந்தவரையில் அமைதியாக இருக்கும் பெஞ்சமினையோ இதில் குற்றம் சொல்ல ஒன்றுமில்லை. ஒருவேளை அவர்களின் மகள் சொல்வதுபோல குடும்பங்களின்மீதும் செல்வாக்குச் செலுத்தும் சமூக உற்பத்தி உறவுகளில் இதற்கான விடையைத் தேடினால் கிடைக்கலாமோ என்னவோ?

ஆனால் பெஞ்சமினுக்குத்தான் சிலநேரங்களில் அவள் நிலங்களின்மேலும், தன்மீதும் காட்டும் வெறியைப்பார்க்கும்போது, “நிலப்பிரபுத்துவ காலம் மட்டுமல்ல மனைவியுடனான காலமும்கூட யுத்தங்களின் காலம்தான்” என்று இதுபோன்ற தனித்துவமான வார்த்தைகளின் வழியே அல்லாமல், அவளைச் சுற்றிய அந்தக் கதைகளின் வழியாக அவருக்கு அடிக்கடி இந்த உணர்வு தோன்றும். அது அவரின் அமைதியை இன்னும் பன்மடங்காக்கியது. ஆனால் அந்த அமைதியில் ஒரு பழிவாங்கல் அடங்கியிருக்கிறது என்பதை ஆரம்பத்தில் வேண்டுமானால் அவர் உணராமல் இருந்தாரேயொழிய, பின் வந்த நாட்களில் அவருக்கு அது தெளிவாக தெரிந்ததோடல்லாமல், ஒரு உத்தியாக

அதை அவள்பால் அவர் பயன்படுத்தவும் செய்தார். இப்படியாக அவளின் ஈகோ அவரின் வாழ்க்கை மண்டலத்தையும், அவரின் இந்த அமைதி அவளின் நரம்பு மண்டலத்தையும் பாதித்தபோது அவர்களால் மட்டுமல்ல 'பரம மண்டலத்திலிருக்கும் பிதாவால்கூட அவர்களை காப்பற்ற முடியவில்லை' என்று வளர்ந்தபின் மகளே சொல்லிச் சிரித்துக்கொள்வாள்.

இதன் அர்த்தம், ஏதோ அவளுக்குப் பெஞ்சமினுடான இந்த வாழ்க்கை பிடிக்கவில்லை என்றோ, வேறு வழியில்லாமல்தான் இவ்வளவு நாட்கள் அவருடன் வாழ்ந்து வந்தாள் என்றோ அல்ல. பெஞ்சமின் இடத்தில் யார் நிரப்பப்பட்டிருந்தாலும் - அவர்களுகென்று ஒரு கதை இல்லாவிட்டாலும் - அவள் இப்படித்தான் முயற்சித்துப் பார்த்திருப்பாள் என்பதுதான் உண்மை. ஒருவேளை அந்த முயற்சி கைகூடாமல் போயிருந்தால் பெஞ்சமினின் அமைதி அவளிடம் இடம் மாறியிருக்கலாம். இங்கே அந்த வாய்ப்பு அவளுக்கும் அவருக்கும் இல்லாமல் போனது. சொல்லப்போனால், அவரைப்போல அவளும் தொட்டால் சுருங்கிவிடுபவள்தான். ஆனால் அவர்தான் அவளை கடைசிவரை அவள் நினைத்த விதத்திலோ அல்லது அவர் நினைத்த விதத்திலோ தொடவேயில்லை. பின்னர் அதுவே அவளுக்கு எரிச்சலையும் கோபத்தையும் கிளறியபோது, விரும்பியபோதெல்லாம் அவள் அவரைத்தொட்டுச் சுருக்கிக்கொண்டேயிருந்தாள். என்பதினால் வெளியே காட்டிக்கொள்வதுபோல அவளுக்கு பணம் நிறைந்தவொரு மனிதனோ, குறைந்தவொரு மனிதனோ அல்ல ஒரு பொருட்டு. அதை ஒரு முன்னெச்சரிக்கை நடவடிக்கையாகவோ அல்லது ஒரு அடிமைத்தனத்தை ஒருவர்மேல் நிகழ்த்த ஒரு வடிவமாகவோதான் அதைப் பயன்படுத்திக் கொண்டாளேயொழிய மற்றவர்கள் நினைப்பதுபோல அவள் பிடரி நரம்பொன்றும் இரும்பால் செய்யப்பட்டதல்ல.

அவர் சார்ந்த நீதிமன்றத்தைச் சுற்றி சட்ட விதிகள், வழக்கறிஞர் விதிகள், குமாஸ்தா விதிகள், காவல்துறை விதிகள், நீதிமன்ற ஊழியர்களுக்கான விதிகள், நீதிபதிகளுக்கான விதிகள், ஒழுக்க விதிகள் என பல இருப்பதுபோல இது அனைத்தும் அவளுக்கான விதிகள். அதைப்பார்க்கும்போது அந்தக் கட்டிடங்களைச் சுற்றி இருப்பது மனிதர்கள் இல்லை; வெறும் விதிகள்தான் இருக்கிறது என்று எப்படி தோன்றுமோ, அப்படித்தான் அவளைப் பார்க்கும்போதும் அவளைச் சுற்றியிருப்பவர்களும் மனிதர்கள் அல்ல; அவர்கள் அவளுக்கான விதிகள் என்றும் தோன்றும். என்ன ஒன்று... பெரும்பாலும் அந்த விதிகள் அனைத்தும் அவரை

நோக்கியே இருக்குமாறு பார்த்துக்கொள்வாள். அது அவளுக்கான கூடுதல் பாதுகாப்பு. அவளைப் பற்றி எவரும் எந்த முடிவுக்கும் நூறு சதவீதம் வரமுடியாதவாறு அந்த இரும்புவேலிதான் அவளுக்கு எப்போதும் உதவியது. எனவே அவளே நினைத்தாலும் மீற முடியாத அந்த விதிகளை அவள் மீறவேண்டும் என்று நினைப்பது கொஞ்சம் பேராசைதான் இல்லையா?

பின்னர் மகள் கொஞ்சம் கேள்வி கேட்கத் தொடங்கியவுடன், அவளிடம் தனது செயல்கள் 'வரலாற்றில் பெண்களுக்கான மதிப்பை இல்லாமலாக்கிய ஆண்களை பழி வாங்குவது போலவும், இழந்துபோன அவர்களுக்குரிய உரிமையையும், பங்கையும் திரும்ப அடையும் நடவடிக்கை போலவும்' பாவனை செய்துகொண்டபோது, தனித்துவமான இந்த வார்த்தைகளின் வழியே இல்லாவிட்டாலும் பெஞ்சமினைப்போல உணர்வுகளின் வழியே அவளுக்கும் தோன்றியபோது அந்த விதிகளானது தங்களது தனிச்சிறப்பைப் பெற்றுவிட்டதாக உணர்ந்தாள். மகள் சொல்வதுமாதிரி விவசாயம்போலவே இப்படி நடந்து கொள்வதும் பெண்களின் ஆக்கப்பூர்வமான கண்டுபிடிப்புதான் என்று உறுதியாக நம்பியும் வந்தாள்.

இன்னொரு வகையில் பார்த்தால் உலகை ஆடம்பரங்களினாலும், அது உற்பத்தி செய்யும் பொருட்களினாலும் மட்டுமே சிந்திப்பவளாகவும்; பார்ப்பவளாகவும் அவள் இருந்ததால் அதைக்குறித்து ஓயாமல் மந்திரங்கள் ஓதிக்கொண்டிருப்பாள்.

அதிகமாக சிகரெட் பிடிப்பவர்களிடமும், குடிப்பவர்களிடமும் ஒரு நெடி இருக்கும் இல்லையா? அது வெறும் புகையிலையின், போதையின் நெடியாக மட்டும் இல்லாமல், அதிகமாக மாத்திரைகள் உபயோகிப்பவர்களிடம் வீசும் ஒரு நோயின் நெடியென இருப்பதுபோல திரேசம்மாளிடம் ஒருவித ஆடம்பர பொருட்களின் நெடி சுழன்றுக்கொண்டே இருக்கும். அது சில சமயங்களில் போலீசார்களிடம் இருக்கும் அதிகார நெடிபோல அவ்வளவு மோசமான ஒன்றாக இல்லாவிட்டாலும் நீதிபதிகள் அணிந்திருக்கும் கோட் கவுன்களில் வீசும் ஒருவித அதிகார நெடிபோலவே அது இருக்கும். அவளது அந்த நெடியானது வீட்டில் அந்தந்த இடத்தில் அந்தந்த பொருட்களைப் வைப்பதுபோல தன்னைச் சுற்றியிருக்கும் மனிதர்களையும் தனக்குப் பிடித்த தோதான இடங்களில் வைத்துக்கொள்ளும். அப்படி வைத்துக்கொண்ட அந்த வரிசையின்மீது ஏதாவது சிறு தவறு நிகழும்போதோ, யாராவது அந்த வரிசையை கொஞ்சம்

மீறும்போதோ அந்த நெடியின் வழியாக அவள் வெகுவாகக் கோபம் கொள்வாள். அப்போதெல்லாம் "அவள் பொருட்களை விரும்புகிறாளா? இல்லை மனிதர்களையா?" என்ற சந்தேகம் எல்லோருக்குமே எழும். ஏன் பெஞ்சமினுக்கேகூட ஒருநாள் தோன்றியது. அவர் அணிந்திருக்கும் வழக்கறிஞர்களுக்கான கோட் கவுனில் வீசும் ஒருவித சட்ட நாற்றமும், அதிகார நாற்றமும் கூடவே கட்சிகாரர்களிடமிருந்து அப்பிக்கொண்ட பண நாற்றமும் கலந்து இருப்பதுபோல அவளது அந்த பொருட்களின் மீதான விருப்ப நாற்றமானது நிலங்களையும் தங்கத்தையும் உடனழைத்துக்கொண்டு அவளிடமிருந்து வீசுகிறது" என்று வழக்கம்போல இந்த வார்த்தைகளின் வழி யோசிக்காமல் அதுதரும் உணர்வுகளின் வழியில் யோசித்துக்கொண்டு அமைதியாக இருந்துவிடுவார். அந்த நேரங்களிலெல்லாம் வீடு கட்டுபவர்கள் அதைக் கட்டிக்கொண்டிருக்கும்போது செங்கலும் மண்ணும் கலந்த ஒரு வடிவமாக தங்களை மாற்றிக்கொண்டு அதற்கிடையில் நிற்பதைப்போல அவளும் அதனூடாக நுட்பமாக தன்னைச் செதுக்கிக்கொண்டு, அந்த ஆடம்பர மந்திரங்களின் பூசாரிணியாக தான் மட்டுமே இருப்பதில் பெருமைக்கொண்டு பூரித்து நிற்பாள்.

இருந்தாலும் மருத்துவமனையிலேயே இருந்தாலும் மருந்துக்களின் நெடியில்லாமல் இருக்கும் மருத்துவர்போல தன்னருகேயிருந்தும் தனது ஆடம்பரத்தின் நெடி ஏன் பெஞ்சமினிடம் வீசாமல் இருக்கிறது என்பதை யோசிக்கத் தவறிவிட்டாளோ அல்லது தான்தான் அந்த நெடியை அவர்மீது படரவிடாமல் தள்ளி வைத்திருக்கிறோம் என்று நம்பிக் கொண்டிருந்தாளோ என்னவோ தெரியாது. ஆனால் இருப்பதை வைத்து மகிழ்ச்சியாக வாழ முடியாமலும் இல்லாத ஏதோ ஒன்றை நினைத்து ஏங்கியும் வாழ்ந்து கொண்டிருக்கும் ஒரு அரசு ஊழியருக்கு உண்டான அத்தனை சர்வலட்சணங்களோடு சேகரித்த அந்தப் பொருட்களின் மீது போதுமானத்தன்மை கொள்ளாமல் ஒரு திருப்தியின்மையோடே இருக்கும் அவளைக் காணும்போதெல்லாம் முடிகள் மறைந்துவிட்ட தனது தலையினது மேற்பரப்பை அவ்வளவு வெறுமையாக வருடிவிட்டுக்கொள்வார் பெஞ்சமின். இருவரது செய்கைகளும் ஒன்றுக்கொன்று தொடர்புடையதாக இருக்கும் ஒரே கணம் அதுமட்டும்தான்.

ஒவ்வொரு இடத்திலும் ஒவ்வொரு மனிதர்களிடமும் மட்டுமல்ல, அவளுக்குச் சொந்தமான ஒவ்வொரு நொடியின் முன்னிலையிலும் இப்படியான தோற்றத்தில்தான் அவள் தன்னைத் தூக்கிச்சுமந்துகொண்டு திரிந்தாள். அப்படி அவள்

தன்னைத்தானே தூக்கிக்கொண்டு அலைவதைப் பார்க்கும்போது அது அவளது செல்வச்செழிப்புமிக்க சூழலால் வந்ததுபோல தோன்றினாலும், எந்தப் புதுமையும் இல்லாமல் அரசு அலுவலங்களில் அன்றாடம் நடக்கும் சராசரி அலுவலக கடமைகள் போலவுமிருக்கும். இந்தப் பண்பைத்தான் திருமணமானப் புதிதில் அவளிடமிடருந்து பெஞ்சமின் வாங்கிக்கொண்டு தனது சிரஸ்தார் மேஜையை இன்னமும் இறுக்கமான ஒன்றாக மற்றவர்களிடம் காட்டிக்கொண்டதும், பிற்காலத்தில் அவளுக்கு எரிச்சல் ஏற்படும் வண்ணம் வணிகநாதனோடு சேர்ந்து நிலங்கள் பல வாங்கிக் குவித்தும், மைந்தனோடு சேர்ந்து விருப்ப ஓய்வு பெற்று வழக்கறிஞரானதுமென பல வகைகளில் அதை வளர்த்தெடுக்கவும் செய்தார். அந்த வகையில் அவருமே ஒரு தோற்றுப்போன திரேசம்மாள்தான்.

அதனால்தான் ஏற்கனவே சொன்னதுபோல "புத்தியுள்ள மனைவியோ கர்த்தர் அருளும் ஈவு என்பதிலும், 'நீ மனைவியோடே கட்டப்பட்டிருந்தால் அவிழ்க்க வகைதேடாதே' என்ற வசனத்திற்கு நேர்மையானவராகவும் அவர் இருந்தார். அது ஒருவர் பாரத்தை ஒருவர் சுமப்பது என்ற கொள்கைக்கு விரோதமாக இருந்தாலும், அவள் பாரத்தை அவர் ஒருவர் மட்டுமே சுமக்கும் நிலை உருவானாலும் அதிலிருந்து அவர் விலகவுமில்லை; சுமக்கச் சலித்ததுமில்லை. 'பாலைக் கடைதல் வெண்ணையைப் பிறப்பிக்கும்; மூக்கைப் பிசைதல் இரத்தத்தைப் பிறப்பிக்கும்; அப்படியே கோபத்தைக் கிண்டிவிடுதல் சண்டையைப் பிறப்பிக்கும்' என்ற நீதிமொழி அவருக்குத் தெரியாதா என்ன? அந்த வகையில் திரேசம்மாள் ஒரு வெற்றிபெற்ற பெஞ்சமினாக உலவிக்கொண்டிருந்ததில் வியப்பில்லைதானே?

"தான் முட்டாள்" என்று அவர் நினைத்துவிடக்கூடாது என்று அவளும், "தான் முட்டாள்" என்று அவள் நினைத்துக்கொள்ள அனுமதித்த அவரும், ஒருவர் மாற்றி ஒருவர் எடுத்துக்கொண்ட இத்தகைய முன்னெச்சரிக்கை நடவடிக்கைகள்தான் அவர்கள் ஒருவரை ஒருவர் முட்டாள் என்று உணரும் வாய்ப்பை அவர்கள் இருவருக்கும் பல்வேறு சந்தர்ப்பங்களில் வழங்கியது. ஆனால் அதை அப்பட்டமாக காட்சிப்படுத்தாமல் விட்டதின் வழியாக பெஞ்சமினும், அதை எப்போதும் அறிவித்துக்கொண்டிருந்ததின் மூலமாக அவளும் ஓரளவிற்கு அதில் தங்களை ஜெயித்துக்கொண்டார்கள்.

ஏனென்றால் இந்த உலகம் காயப்படுத்துபவர்களுக்கும், ஜெயிப்பவர்களுக்கும், முன்வரிசைக்காரர்களுக்கும், வாய்ப்புகளைத் தட்டிப்பறிப்பவர்களுக்கும் மட்டும்தான் உரிமைப்பட்டது என்றும், காயப்பட்டவர்களுக்கும், தோல்வியடைந்தவர்களும், பின்வரிசைக்காரர்களுக்கு எப்போதுமே அது உரிமைப்பட்டதல்ல என்றும் அவள் நினைத்து வந்தாள். அவரோ அதை இவ்வளவு பெரிதான ஒன்றாக நீட்டிக்க விரும்பாமல் உலகம் என்பது நின்று கொண்டிருக்கும் மரங்களைவிட வீழ்த்தப்பட்ட மரங்களுக்குதான் அதிக மதிப்புக்கொடுக்கிறது என்று சுருக்கமாக தனது கோட்பாட்டை அவள்முன் சமர்பித்துவிட்டார்.

அதனால்தான் ஒருநாள் அவர் தூங்கப்போகும்முன் திறந்த பைபிள் பக்கத்திலிருந்த ‘மதிகேடாய் நடக்கிற அழகுள்ள ஸ்திரீ பன்றியின் மூக்கிலுள்ள பொன் மூக்குத்திக்குச் சமானம்’ என்ற வசனத்தை படித்தபோது, அது அவருக்கு திரேசம்மாளை நினைவுப்படுத்துவதற்குப் பதிலாக - இத்தனைக்கும் அவரை வசைபாடுவதில் எப்போதும் தனது முப்பத்திரண்டு பற்களின் போதாமையை உணர்பவளாக அவள் இருந்தபோதிலும் - எலிசாவையே நினைவுப்படுத்தியது.

அதற்கு காரணம் பெஞ்சமினுக்கு கடவுள் மீது இருந்த நம்பிக்கை. அவளுக்கு கடவுள் நம்பிக்கை இருந்ததா என்றால் அது அவள் சேமிக்க விரும்பும் பட்டியல்களில் இருக்கும் நிலத்தையும், தங்கத்தையும் கடந்து மூன்றாவது ஒரு இடத்தை வேண்டுமானால் பிடிக்க வாய்ப்பு இருந்தது. அவரைப்போல பைபிள் படிக்கும் பழக்கம்கூட அவளுக்குப் பெரிதாக இருந்ததில்லை. ஆனால் அவருக்கோ நாளாக ஆக அது பெருகிவந்ததே தவிர குறையவில்லை. அதனால்தான் ‘எவனாகிலும் தன் மனைவியை வேசித்தனம் செய்ததின் நிமித்தமேயன்றி அவளை தள்ளிவிட்டு வேறொருத்தியை விவாகம் பண்ணினால் அவன் விபச்சாரம் செய்கிறவனாக இருப்பான்’ என்பதில் அவர் ஆணித்தரமாக இருந்தார். ஏதோ ஒருவிதத்தில் ஒருவரின் மனதை ஒருவர் ஏமாளிகளாகவும், கோமாளிகளாகவும் பார்த்துப் பழக்கப்பட்ட அவர்கள் இந்த விஷயத்தில் மட்டும், அதாவது பிரிந்துபோவது பற்றிய சிந்தனையில் மட்டும் அதை அப்படியான ஒன்றாக நினைக்கவில்லை. கோவில் வழக்கை எடுத்து பணம் பார்த்த அவரால், கொலை வழக்கை எடுத்து நியாயத்திற்கு விரோதமாக நடந்துகொண்ட அவரால் விவாகரத்து வழக்கை மட்டும் தள்ளி வைத்ததற்கு காரணமும்கூட இதுவாக இருக்கலாம்.

யாரோ ஒருவர் அவளுக்கு துரோகம் செய்துகொண்டே இருப்பதுபோலவும், அவளுடைய வீடு தொடர்ந்து தீப்பற்றி எரிந்து கொண்டிருப்பதுபோலவும், அவளே அவளைச்சுற்றி வரைந்துவைத்திருந்த கற்பனை ஒன்று எப்போதும் அவள்முன் ஒரு அழகிய உருவம்கொண்டு அவளுக்கு வேண்டியதைத்தவிர மீதி எல்லாவற்றையும் அவளிடம் எடுத்து வீசிக்கொண்டிருப்பதுப்போலவும் வரும் அவளது மோசமான கனவுகளில் அவள் பெஞ்சமினைப் பிரிவதுபோலவோ, அவரால் காயங்கள் அவளுக்கு உருவாகுவதுபோலவோ ஒன்றுகூட வந்ததில்லை என்பதற்கும்கூட அவர்களின் இந்தப் புரிதல் ஒரு காரணமாக இருக்கலாமோ என்னவோ?

ஆனால் இதற்காகவெல்லாம் அவர் திரேசம்மாள் ஆகிவிட முடியாதுதானே? ஆனால் அப்படி ஆக அவர் முயற்சித்தார். அது ஒருவகையில் அவர் நம்பும் கடவுளைவிட முக்கியமானவராக ஆக முயற்சிப்பதுபோல என்று அவருக்கே தெரியவில்லை. திரேசம்மாள் சாப்பிடுவதுகூட அவள் வீட்டிலிருந்து கொண்டுவந்திருந்த நூற்றாண்டு பழமையான ஒரு வெள்ளிதட்டில்தான். அந்தளவு பழமைக்கு எப்படி அவர் தன்னை வடிவமைக்க முடியும். அந்த தட்டு ஒன்றே "நான் நீ அல்ல" என்று அவரிடம் சொல்லிக்கொண்டிருப்பதுபோலவே இருக்கும். அதற்கு வழக்கம்போல அவளிடமிருந்து வரும் 'நா மீறியப் பேச்சு'கூட தேவைப்படுவதில்லை.

இப்போதுகூட 'இறந்த பெஞ்சமினைவிட உயிரோடிருக்கும் நான்தான் அவரைவிட முக்கியமானவள்' என்று நிரூபிக்கத்தான் இறப்பிற்கான சடங்கில் அப்படியொரு புதுமையான கல்லறை விதியை உருவாக்கினாளோ என்னவோ? சாதாரணமாகவே அவள் மனதில் என்ன நினைக்கிறாள் என்று அவளுக்கே சிலசமயங்களில் தெரியாதபோது, முப்பதைந்து ஆண்டுகளுக்கும் மேலாக யாரையோ எதிர்பார்த்துக் காத்திருப்பவள்போல கல்லறை அருகில் நின்று கொண்டிருக்கும் அவள் மனதில் இப்போது என்ன நினைக்கிறாள் என்றுமட்டும் சொல்லிவிடமுடியுமா என்ன? இல்லை சுற்றி நிற்பவர்களுக்குத்தான் அது என்னவென்று தெரிந்துவிடுமா?

தன் பொய்களை முழுமையாக வாங்கிய ஒருவனை, தன்னால் முற்றிலுமாக உதாசீனப்படுத்தப்பட்ட ஒருவனை எதிர்பாராமல் சந்திக்கும்போது எப்படி ஒருவன் பார்ப்பானோ அதேபோலத்தான் அவரை அவள் இறந்ததிலிருந்து இதோ இந்தக் கல்லறை வரையிலும் பார்த்துக்கொண்டு வருகிறாளா? அவரிடமிருந்து முழுமையாக

கிடைத்திருக்க வேண்டிய அன்பை அலட்சியப்படுத்தியது குறித்து அவளுக்கேதும் வருத்தங்கள் புதிதாக உள்ளுக்குள் உருவாகியிருக்கிறதா? என்ற கேள்விகளுக்கான விடைகாண இன்னும் அதிகதூரம் செல்லவேண்டும். அதற்கான நேரமும் இங்கே குறைவாகத்தான் இருக்கிறது. ஆனால் அவர் அப்படி அவளைப் பார்க்கவில்லை என்பதை மட்டும் இங்கே சொல்லியாக வேண்டும்.

அதேபோல இப்போது அவளிடம் குடியேறியிருக்கும் இந்த உடல்மொழியும்கூட இதுவரை இல்லாத ஒன்று என்பதையும் உறுதியாகச் சொல்லமுடியும்; அதில் எந்த மாற்று விளக்கங்களுக்கும் இடமில்லை. வழக்கமாக அவளிடமிருக்கும் பிரகாசச்சுடரின் திரி தற்காலிகமாக அணைக்கப்பட்டிருப்பதும்கூட அதற்கு ஒரு காரணமாக இருக்கலாம். இல்லை, எப்படி அவளிடமிருந்து அந்த இறுக்கமானப் பண்பை அவர் முன்பு கடன் வாங்கியிருந்தாரோ, அதேபோல அவரிடமிருந்து அந்த அமைதியை அவள் கடன் வாங்கியிருக்கலாம்.

இது உண்மையாக இருக்கும்பட்சத்தில் வாழ்நாளில் அவள் அவரிடமிருந்து கற்றுக்கொண்டது இந்த ஒன்றாகத்தான் இருக்கும்.

இதன் அர்த்தம் அப்படி அவள் கற்றுக்கொள்வதற்கு பெஞ்சமின் இறக்க வேண்டியதிருக்கிறது என்பதல்ல. அவள் மொழியில் வெண்மை என்பதன் அர்த்தம் நிறம் அல்ல; வெற்றிடம். அங்கு எதுவும் இருக்கக்கூடாது. சிலநேரங்களில் அவளுமே அங்கே இருப்பது கிடையாது. அப்படிப்பட்டவள் இப்போது அந்த இடத்தில் விரும்பி எடுத்து கறுப்பைச் சாத்திக்கொள்வதைப்போல பெஞ்சமினை எடுத்து தனக்குள் பூசிக்கொள்வது 'உன் மனைவி உன் வீட்டோரங்களில் விளையும் கனிதரும் மரங்களைப்போல இருப்பாள்' என்ற வசனத்தை இன்னும் அழகாக்குகிறது என்றே அதை இங்கே அர்த்தப்படுத்திக்கொள்ள வேண்டும்.

35

அவருடைய சீஷர்களில் வேறொருவன் அவரை நோக்கி: ஆண்டவரே, முன்பு நான் போய், என் தகப்பனை அடக்கம்பண்ண எனக்கு உத்தரவு கொடுக்க வேண்டும் என்றான். அதற்கு இயேசு: மரித்தோர் தங்கள் மரித்தோரை அடக்கம் பண்ணட்டும். நீ என்னைப் பின்பற்றி வா என்றார்.

-மத்தேயு 8: 21, 21

வாழ்வில் பெரும்பங்கு நேரம் கல்லறையிலேயே ஜீவித்து வாழ விருப்பப்படுகிறவரும், சராசரி வாழ்வின் சலிப்பால் தனது மனநிலையை மற்றவர்களிடமிருந்து வேறுபடும் விதத்தில் அதை இன்னொரு கட்டத்திற்கு எடுத்துச்சென்றவரும், எவ்வளவு முடியுமோ அவ்வளவிற்கு தன்னை நோய்வாய்ப் படுத்திக்கொள்பவரும், முன்னாள் ஃபுட்பால் வீரரும், இந்நாள் தன் பெயரையும் மறந்துபோன புனிதரும், "மனிதர்கள் தங்களை மனிதர்கள் என்று காட்டிக்கொள்வதற்காக தங்களது வாழ்வில் ஒவ்வொரு கட்டத்திலும் அவர்கள் மேற்கொள்ளும் எந்தவொரு சடங்கையும்விட அவர்களை மனிதர்களாக்குவது அவர்களின் இறுதிச்சடங்குகள்தான்" என்று ஊருக்குள் நிகழும் ஒவ்வொரு இறப்பையும் உற்சாகத்துடன் வரவேற்பவருமான லோபஸ் என்கிற ரைலன் லோபஸ், மத்தேயுவின் இந்த வசனத்தை திரும்பத் திரும்ப பெஞ்சமின் மகனை நோக்கிச் சொல்லிக்கொண்டிருந்தபோது "நீ என்னைப் பின்பற்றி வா" என்பதை குறித்து மட்டும் எதையோ யோசித்தபடியிருந்த திரேசம்மாளின் அழுகையும்கூட அந்த வசனத்தைப்போலவே ஏற்ற இறக்கங்கள் இல்லாமல் ஒரே சீராக தன்னை ஒப்பித்துக்கொண்டிருந்தன.

ஆரம்பத்தில் எவரும் கண்டுகொள்ளவில்லையென்றாலும், தொடர்ந்து அந்தக் குரல் அங்கு இயல்புக்கு மீறிய ஏதோவொன்றை உருவாக்க, அவன் எப்படி சத்தம் போட்டால் அடங்குவான்

என்பதை அறிந்து வைத்திருந்த, சவ அடக்க வேலைகளில் ஈடுபட்டிருந்தவர்களிலொருவர் லோபஸை அந்த வகையில் அதட்டினார். "பெஞ்சமின் இப்படி செய்திருக்கலாம், அப்படி செய்திருக்கலாம், இப்படி செய்திருந்தால் அவர் இன்னும் கொஞ்சகாலம் வாழ்ந்திருப்பார், அப்படி செய்திருந்தால் இன்னும் இறந்திருக்கமாட்டார்" என்று ஆரூடங்கள் வழியாக அமைதியாக பேசிக்கொண்டிருந்தவர்களையும் திடுக்கிட வைத்த அந்த அதட்டல் அவனையும் அமைதியாக்கியது. வாய்க்குள் ஏதோ முனங்கிவிட்டு அருகிலிருந்த இன்னொரு கல்லறையின் மீதேறி அவன் அமர்ந்தபோது, தெளிவாக கேட்க ஆரம்பித்த பெஞ்சமின் குடும்பக்காரர்களின் அழுகைச் சத்தம் மீண்டும் அந்தச் சூழலை இயல்பாக்கியது.

பெஞ்சமினை ஏதோ முக்கியமான வேலைக்கு அல்லது வெளியூர் பயணத்திற்கு தயார்ப்படுத்துவதுபோல அவசர அவசரமாக அவருக்கான இறுதிகட்ட ஏற்பாடுகளில் ஊர்க்காரர்கள் சிலர் ஈடுபட்டுக் கொண்டிருந்தனர். ஏதோ அந்த சவக்குழிக்குள் சென்றவுடன் இழந்த உயிரை தான் திரும்பப்பெற்று விடுவதுபோலவும், எனவே எந்தவொரு சிறு குறையும் இல்லாத தனக்கான அந்த வேலைகளை வேடிக்கைப் பார்ப்பவர் போலவும் தன்னை வைத்திருந்த இடத்தில் திருப்தியோடு இருந்தார் பெஞ்சமின். அதைப் பார்க்கும்போது தான் உயிரோடு இருக்கும்போது காட்டிய மொத்த அவசரத்தையும் இங்கு கொண்டுவந்து அவர் முடித்துக்கொள்வதுபோல இருந்தது. தவிர "இறந்து கிட்டத்தட்ட ஒருநாள் ஆகப்போகிறது, போதும் எழுந்திருங்கள்" என்று யாராவது காதில் சொன்னால் உடனே எழுந்து விடுபவரைப்போலவும், "இந்த இடத்தில்தான் தனக்கான கல்லறை அமையப்போகிறது, இந்தப் பெட்டியோடு, இந்தெந்த பொருட்களோடுதான் தன்னை அதனுள்ளே கொக்கியிட்டுக் கிடத்தப்போகிறார்கள், இந்த கைப்பிடி மண்தான் தன்மீது முதலில் விழப்போகிறது, தன்முகத்தைக் கடைசியாகப் பார்க்கப்போகிறவர் இவர்தான், தன்னைச்சுற்றி கடைசியாக விழும் வார்த்தை இதுதான், இறுதியில் என் முகம்மீது படரும் ஒரு துண்டு ஆகாயம் அதோ அதுதான்..." என்று அங்கு நடக்கப்போகும் அனைத்தையும் அறிந்தவர்போலவும் அதனாலேயே அவை எவற்றிலும் ஆர்வமற்று இருப்பவர்போலவும் தோன்றியது. மனிதர்கள் மத்தியிலான அவரது இறுதி நொடி நெருங்க நெருங்க இப்படித்தான் அவரைத்தவிர எல்லோருமே பரபரப்பாக இருந்தனர்.

வீட்டிலிருந்து எடுத்து கோவிலுக்கு கொண்டுச்செல்லும்போது, கோவிலிருந்து இங்கே சுமந்துவரும்போது, இப்போது இடம்மாற்றி

அவரை குழிக்குள் இறக்கும்போது என மூன்றுமுறையும் திரேசம்மாள் நெஞ்சிலடித்துக்கொண்டு அழுதபோது அவள் பார்த்த பெஞ்சமின் முகம் மட்டும் பின் எப்போதும் அவளுக்கு மறக்கவில்லை. ஒவ்வொரு மணிநேரத்திற்கும் இறப்பின் ஆழமான அர்த்தத்தை நோக்கி அது சென்று கொண்டிருந்ததின் வேறுபாடு அவளுக்கு மட்டும்தான் தெரியும்.

பொதுவாகப் பெட்டியின் இரண்டு ஓரங்களிலும் கொஞ்சம் இடைவெளிவிட்டு கயிறுகள் இட்டு குழிக்குள் இறக்குவதுதான் வழக்கம். பெஞ்சமினுக்கு கூடுதலாக நடுவிலும் ஒரு கயிறு தேவைப்பட்டது. குழியின் நீளவாக்கில் மொத்தம் ஆறுபேர் நின்றுகொண்டு அந்தக் கயிறுகளின் ஆறுமுனைகளையும் தங்கள் கைகளில் பிடித்தபடி குழிக்குள் இறக்கினர். ஏற்கனவே சொன்னதுபோல திரேசம்மாள் நெஞ்சிலடித்துக்கொண்டு அழுதாள். கயிறுகள் முழுவதுமாக குழிக்குள்ளிருந்து உருவப்படும்வரை அவள் அப்படித்தான் அழுது கொண்டிருந்தாள். அவளையும் மகளையும் மகனையும் அவர்களுக்கு நெருக்கமானவர்கள் சமாதானப்படுத்த, அந்தத் தருணத்திற்காகத்தான் அதுவரை காத்திருந்தவர்போல அழுகைச் சத்தத்தினூடே சின்னச் சாமியார் தனது சுருக்கமான ஜெபத்தை இவ்வாறாக ஆரம்பித்து முடித்தார்.

"எல்லோரையும்விட எங்களை அதிகமாய் நேசிக்கிற நல்ல ஆண்டவரே...! இந்த கருணைமிக்க கிறிஸ்தவ வாழ்வை வாழ்ந்து முடித்து, உம்முடைய இளைப்பாறுதலுக்காக காத்திருக்கிற பெஞ்சமின் ஆசீர்வாதம்பிள்ளைக்கு நல்ல இளைப்பாறுதல் தருவீராக...! அதற்காக உமக்கு நாங்கள் நன்றி செலுத்துகிறோம். எங்கள் வாழ்வின் தொடக்கமும் முடிவுமாக இருக்கிற நல்ல ஆண்டவரே, அவர் மூலமாக நீ இவ்வுலகிற்கு நிறைவேற்ற வேண்டிய காரியங்களை நிறைவேற்றியதற்கு உமக்கு நாங்கள் நன்றி செலுத்துகிறோம். நீர் எம்முடன் மரித்தும் உயிரோடிருப்பதுபோல அவரும் உயிரோடு இருக்கிறார் என்றும் நம்புகிறோம். அவர்களின் குடும்பத்திற்கு ஆறுதல் தாருமய்யா...

'மாமிசத்தின்படி பிழைத்தால் சாவீர்கள்; ஆவியினாலே சரீரத்தின் செய்கைகளை அழித்தால் பிழைப்பீர்கள். ஆகையால் மாமிசத்தின்படி நடவாமல் ஆவியின்படி நடந்தால் ஆக்கினைக்குத் தீர்ப்பில்லை என்றும், மாம்சசிந்தை மரணம்; ஆவியின் சிந்தையோ ஜீவனும் சமாதானமும். மாம்சத்துக்கு உட்பட்டவர்கள் தேவனுக்குப் பிரியமாயிருக்க மாட்டார்கள்' என்றும் நாங்கள் அறிவோம் ஆண்டவரே...! பாவத்திற்கு நாங்கள் அடிமைகளாயிருக்கும்போது

நீதிக்கு நீங்கினவர்களாயிருப்போம். நமக்கு வெட்கமாகத் தோன்றுகிற காரியங்களினால் நமக்கு என்ன பலன் கிடைக்கும்? அப்போது நம் முடிவு மரணம்தான்... ஆனால் சமுத்திரம் ஒருநாள் தன்னிலுள்ள மரித்தோரை ஒப்புவிக்கும். மரணமும் பாதாளமும் தங்களிலுள்ள மரித்தோரை ஒப்புவிக்கும். யாவரும் அவரவர்கள் கிரியைகளின்படி நியாயத் தீர்ப்படைவார்கள். அப்போது நாம் ஆவிக்கு கடனாளியாக இருந்தால் தப்பிப்போம். மாம்சத்திற்கு மட்டுமே கடனாளியாக வாழ்ந்திருந்தால் நம் சரீரம் உயிர்பிக்கப்பட மாட்டாது...

தேவனால் கோணலாக்கப்பட்டதை இங்கே நேராக்கித் தருகிறவர் யாருமில்லை என்பதையும் அறிவோமய்யா...

நமது வலது கண் நமக்கு இடறுண்டாக்கினால் அதைப் பிடுங்கிப்போட தயங்கக்கூடாது. நம் சரீரம் முழுவதும் நரகத்தில் தள்ளப்படுவதைப் பார்க்கிலும் நம் அவயங்களில் ஒன்று கெட்டுப்போவது நமக்கு நலமானதுதானே?...

அந்த வகையில் அப்படி நேர்மையாக வாழ்ந்தவர்தான் நமது பெஞ்சமின். அவரின் முழு வாழ்வும் தேவனின் சித்தத்திற்கு உட்பட்டே அமைத்துக்கொண்டார். அதற்காகவே இப்போது பரலோக தரிசனம் கிடைத்திருக்கிறது. அவரின் மேன்மையான பணிக்காக நிச்சயம் ஒருநாள் ஆண்டவரால் அவர் உயிர்த்தெழ வைக்கப்படுவார். அதற்கு நாம் அஞ்ஞானிகளைப்போல வீண் வார்த்தைகளை அலப்பி ஜெபம் பண்ண வேண்டும் என்றோ, நமது அதிக வசனிப்பினால்தான் நம் ஜெபம் அவருக்கு கேட்கப்படுமென்றோ எண்ணம் கொள்ளக்கூடாது. நாம் நம் பிதாவை நோக்கி வேண்டிக் கொள்ளுகிறதற்கு முன்னமே நமக்கு இன்னது தேவை என்று அவர் அறிந்திருக்கிறார். பெஞ்சமின் மரண சாசனமும் நமக்குச்சொல்வது இதைத்தான்:

பேச ஒரு காலமுண்டு என்றால் மவுனமாயிருக்கவும் ஒரு காலமுண்டு. யுத்தம் செய்ய ஒரு காலமுண்டு என்றால் சமாதானம் பண்ணவும் ஒரு காலம் உண்டு. வருத்தபட்டு பிரயாசப்படுகிறவனுக்கு அதனால் என்ன பயன்? இந்த தீர்ப்பைத்தான் அவர் எல்லா மனிதருக்கும் விதித்துள்ளார். பின்பு நீங்கள் ஏன் இறைவனின் உன்னத விருப்பத்தை ஏற்க மறுக்கிறீர்கள்? நீங்கள் வாழ்ந்தது பத்து ஆண்டா? நூறு ஆண்டா? ஆயிரம் ஆண்டா? என்பது பற்றி பாதாளத்தில் கேள்வி எழுப்பப்படுவதில்லை...

அதனால் பெஞ்சமின் குடும்பத்தினர் தங்கள் துக்கத்தைவிட்டு விரைவில் வெளிவரவேண்டும். இறந்தோர் இங்கு திரும்பி வருவதில்லை என்பதை மறந்துவிடாதீர்கள். நியாயத் தீர்ப்பும் உயிர்த்தெழுதலும் தேவனின் ராஜ்யத்திலேதான். எனவே அவர்களுக்கு உங்கள் துக்கத்தின் மூலம் நீங்கள் நன்மை செய்ய முடியாது. அதனால் உங்களுக்கு நீங்களேதான் தீங்கிழைத்துக் கொள்வீர்கள். அவர் கைகள் கட்டப்படவுமில்லை, கால்களில் விலங்கு போடப்படவும் இல்லை. துஷ்டர் கைகளில் மடிந்ததுபோல மடிந்துபோகவும் இல்லை. எனவே பின்னும் அதிகமாய் அவருக்காக நம்மை நாமே வருத்திக்கொள்ளாமல் இறந்தோரின் அடக்கத்தோடு அவர்களுடைய நினைவும் அடக்கம் பெறட்டுமாக...

ஆமென்..."

மனிதர்கள் படைக்கப்படுவதும் புதைக்கப்படுவதும் வார்த்தை களால்தான் என்பதுபோல அங்கு கூடியிருந்தவர்களைச் சுற்றி அவரின் வார்த்தைகள் எதிரொலித்து அடங்கியது. பெரிய மரங்களின் நிழல்களில் சிறிய மரங்கள் இளைப்பாறிக் கொள்வதைப்போல தான் அமர்ந்திருந்த ஒரு கல்லறையைப் பார்த்து பெஞ்சமினுக்கான ஜெபத்தை லோபஸ் நிகழ்த்திக் கொண்டிருந்தார். "மரணத்திற்கும் உயிர் வாழ்வதற்குமான இடைவெளியில்தான் இப்போதும்கூட அவர் இருக்கிறார்" என்று இன்னமும் நம்பிக்கொண்டிருந்த லோபஸின் குரல் மறுபடியும் அவர் இருந்த திசையை நோக்கி இவ்வாறு ஒலித்தது:

"மரித்தோர் தங்கள் மரித்தோரை அடக்கம் பண்ணட்டும். நீ என்னைப் பின்பற்றி வா."

அப்போது பெஞ்சமின்மீது முதல் கைப்பிடி மண் விழுந்தது.

36

நான் பிறந்தநாளும் ஒரு ஆண்பிள்ளை உற்பத்தியாயிற்றென்று சொல்லப்பட்ட ராத்திரியும் அழிவதாக. அந்த ராத்திரியை அந்தகாரம் பிடிப்பதாக; வருஷத்தின் நாட்களில் அது சந்தோஷப்படுகிற நாளாயிராமலும் மாதங்களின் கணக்கிலே அது வராமலும் போவதாக. அதின் அஸ்தமன காலத்தில் தோன்றிய நட்சத்திரங்கள் இருண்டு, அது எதிர்பார்த்திருந்த வெளிச்சம் உண்டாகாமலும், விடியற்காலத்து வெளுப்பை அது காணாமலும் இருப்பதாக. என் போஜனத்துக்குமுன்னே எனக்குப் பெருமூச்சு உண்டாகிறது; என் கதறுதல் வெள்ளம்போல் புரண்டுபோகிறது. நான் பயந்த காரியம் எனக்கு நேரிட்டது; நான் அஞ்சினது எனக்கு வந்தது. எனக்கு சுகமுமில்லை, இளைப்பாறுதலுமில்லை, அமைதலுமில்லை; எனக்குத் தத்தளிப்பே நேரிட்டது.

-யோபு 3: 3, 6, 9, 24, 25, 26

தாங்கள் நினைத்ததுபோல எவரொருவராலும் பெரிதாகக் கொண்டாடப்படாத, தங்களால் ஆசைப்பட்டதுபோல எவரொருவர் கண்களிலும் ஆச்சரியத்தை உருவாக்காத, தங்களைக்கொண்டு பெரியதொரு பொறாமையையும், ஏக்கத்தையும் தாங்கள் தீர்மானித்த எவருக்குள்ளும் எற்படுத்தாத, அதேநேரம் சாதாரண ஒரு வாழ்விற்கு உண்டான இயல்புமல்லாமல் சாரமற்றதும், படாடோபமானதுமான ஒரு வாழ்வை கூட்டத்தோடு கூட்டமாக வாழ்ந்து முடித்து குழிகளுக்குள் இறங்கியவர்களைப் பற்றி சொல்வதற்கு என்ன இருக்கிறது இல்லையா?

ஒன்றும் இல்லைதான்.

ஆனால் அப்படிப்பட்ட வாழ்வில் எல்லோராலும் தாங்கள் கொண்டாடப்பட வேண்டுமென்பதற்காகவும், தங்கள் வாழ்வை

மற்றவர்கள் பார்த்து ஆச்சரியப்பட அல்லது பொறாமைப்பட வேண்டுமென்பதற்காகவும், மற்றவர்களைப்போல ஒன்றும் தாங்கள் சாதாரணக்காரர்களல்ல என்று காட்டுவதற்காகவும் அவர்கள் கைக்கொள்ளும் முறைகள் சுவாரசியமாகவும், விறுவிறுப்பாகவும், அதேநேரம் அற்பத்தனமாகவும் இருக்கும்பட்சத்தில் அவர்களைப்பற்றி சொல்வதற்கும் ஏதோவொன்று அங்கு தொக்கி நிற்கிறதுதானே?

அப்படி தொக்கி நிற்கும் விஷயங்களையும், அந்த விஷயங்களை உற்பத்திச் செய்யும் மேற்படி அவர்களது நடபடிகளையும் அவர்கள் அவர்களுக்கான கதைகளாக இந்த உலகில் விட்டுச்செல்லும்போது அவையும் அவர்களோடு சேர்ந்தாற்போலவா அந்தக் குழிகளில் இறங்குகிறது?

இல்லைதானே?

அப்படி குழிகளில் இறக்கப்பட்ட பின்னரும்கூட அவர்கள் அந்தக் கதைகளோடு தங்களை இணைத்துக்கொண்டுதான் பிண்ணியலைகிறார்கள் எனும்போது பெஞ்சமின் விவகாரத்திலும்கூட... அவர் தன் வாழ்நாள் முழுவதும் கடைப்பிடித்து வந்த பழக்கவழக்கங்கள், பாவனைகள், மிடுக்குகள், சொற்சித்திரங்கள், பதவிகள், பணிகள், பட்டங்கள், ஆடைகள், குடியிருந்த வீடு, வேலை செய்த அலுவலகம், பொத்திப் பாதுகாத்து வந்த இரகசியங்கள், அப்படி பொத்திப் பாதுகாக்க முடியாத நோய்கள், அவஸ்தைகள், கேலிக்கும் கிண்டலுக்கும் எதிரான மனநிலைகள், பின் அதற்கே சிலநேரங்களில் தன்னை ஒப்புக்கொடுக்கும் முரண்பாடுகள் என அவர் மரணத்தை அலங்கரிக்கும் அவரது கதைகளை அதன் அடியாழம்வரை இல்லாவிட்டாலும் கொஞ்சம் மேலோட்டமாகவாவது சென்று ஒருமுறை பார்த்து விடுவதென்பது காரியங்களை ஒன்றும் தலைகீழாக்கி விடாதல்லவா?

மேலும் அது அவரைப் புரிந்துகொள்ள உதவுகிறதோ இல்லையோ, அதுவரை எழுதியக் கதைகளை மட்டுமல்லாமல் பின்னாளில் அவரை வைத்து அவரது மகள் எழுதப்போகும், அதாவது அடுத்த அத்தியாயத்திலிருந்து தொடங்கப்போகும் கதைகளுக்கான ஒரு தொடக்கத்தை சரியான முறையில் புரிந்துகொள்ள உதவுமென்பதால்தான், பெஞ்சமினைப் பற்றிய இந்த அத்தியாயம் எழுதப்படுகிறதேயொழிய இதற்கென்று தனிச்சிறப்பானதொரு

காரணமோ, குறிப்பிட்டவொரு நோக்கமோ தன்னளவில் எதுவுமில்லை.

எனவே ஏற்கனவே சொன்னதுபோல பிணத்தை வைத்துக் கொண்டு கதைகள் சொல்வதும், சிறிதும் பொறுமையின்றி சவ ஊர்வலத்தையே பாதியில் நிறுத்துவதும், நிறுத்திவிட்டு வேறெங்கோ தாவிச் செல்வதும், தாவிச்சென்ற காரியம்முடிந்து திரும்பிவந்த பின்னரும்கூட கல்லறை வேலைகளில் கவனத்தைச் செலுத்தாமல் வேறெதையோ பேசிக் கொண்டிருப்பதும், கடைசியில் எல்லாம் முடிந்து குழிக்குள் இறக்கி மூடியப்பின்னும்கூட ஒருவரை விடாமல் எதையோ புரிந்துகொள்வதற்காக மீண்டும் தோண்டியெடுப்பதும் ஒப்புக்கொண்டபடியே ஒரு விருத்திக்கெட்ட வேலைதான்.

ஆனால் ஒருவர் கல்லறைத் தோட்டத்திற்கு தனது இருப்பிடத்தை மாற்றி, அதிலொரு சிறிய பங்கை மாத்திரம் தனது அனுபவ சுவீகாரத்திற்கு எடுத்துக்கொண்டு அமைதியாகிவிட்டார் என்பதினால் மட்டுமே அவர் இனிமேலும் உலகிற்கு சம்மந்தமில்லாத அல்லது உதவாத ஒருவராகிவிட்டார் என்றோ, மனிதர்களுக்குரிய தன்மைகளை அவரது வாழ்வு இழந்துவிட்டது என்றோ, அதனால் அவரை, அவரது நினைவுகளை, அவருடைய பங்களிப்புகளை உடனடியாக அப்படியே, அங்கேயே, அந்த இடத்திலேயே நிர்கதியாய் விட்டுவிட்டு அவரவர் வேலைகளில் கவனம்கொள்ள வேண்டும் என்று அர்த்தம் ஆகிவிடுமா என்ன?

ஒருவேளை பெஞ்சமின் இப்போது உயிரோடிருந்து இதே கேள்விகளை அவரிடம் கேட்டிருந்தால் கொஞ்சமும் யோசிக்காமல் வேகவேகமாக தலையை அசைத்து ஆமோதித்திருப்பார். எப்போதும்போல அது பார்ப்பதற்கு ஒருவர் என்ன பேசிக்கொண்டிருக்கிறார் என்று புரியாமலேயே அவரைப் பேசுங்கள்... பேசுங்கள்... என்று உற்சாகப்படுத்துவது போலவேயிருக்கும் என்றாலும் அதில் காரண காரியங்கள் ஒன்றுமில்லாமலில்லை.

வாழ்வின் புரிபடாமையில் இருக்கும் மகிழ்ச்சியை அறிந்தவர்களால் மட்டுமே அப்படி தலையசைக்க சாத்தியமாகும்.

***

வாழ்வில் ஒருவர் தனது கடைசி நாட்களை அடையும்போதும், விரைந்து எரிகின்ற தனது மூப்பினை தன் கண்களாலேயே காணும்போதும் வேறு எதனையும்விட அவர்களை அதிகமாக

ஆட்கொள்வது அச்சம் மட்டும்தான். கவலைகளும், ஏக்கங்களும்கூட இரண்டாவது பட்சம்தான். அப்போது அவர்கள் அதுவரை தாங்கள் செய்து வந்ததில் நல்லவைகளை நினைத்து மகிழ்ச்சியடையலாம் அல்லது செய்து வந்தவைகளில் தீயதை நினைத்து திருப்தியும் கொள்ளலாம். இல்லை இந்த இருவேறு மனநிலைகளுமல்லாமல் அதைவிட நல்லதுமான அல்லது தீயதுமான ஏதோ ஒன்று எந்த நேரத்திலும் அவர்கள் கண்முன் வந்து நிற்கவும் செய்யலாம். அப்படியான நிலையில் சிலருக்கு எதன்மீதாவது நம்பிக்கை அதிகமாகலாம்; இருக்கும் நம்பிக்கை குறையவும் செய்யலாம் அல்லது புதிதாக ஒன்று உருவாகலாம்; உருவான ஒன்று இல்லாமலும் போகலாம். ஆனால் இவையெல்லாம் தங்கள் சாவை எந்தெந்த வகைகளில் அவர்கள் உணருகிறார்கள் என்பதைப் பொறுத்து கொஞ்சம் முன்பின்னாக மாறக்கூடியது என்று இங்கு சொல்லித் தெரியவேண்டியதில்லை.

இதில் ஆசீர்வாதம்பிள்ளைக்கு நடந்ததோ முற்றிலும் வேறானவொன்று. அவர் 'தான் இன்னும் இருபதாண்டுகளுக்கும் மேல் வாழப்போகும் ஒருவன்' என்றும், அதன்பிறகும்கூட தன்னால் தான் விருப்பப்படும் கால அளவிற்கு தன் இறப்பை தள்ளிவைக்க முடியும் என்றும் உறுதியாக நம்பிவந்தார். முன்பு இலத்தீனைக் கற்கத் தொடங்கியதுபோல, பின்பு இலக்கியம் கற்கத் தொடங்கியதும், குறுகிய காலமேயென்றாலும் அதனுடன் தன்னை முழுவதுமாக பிணைத்துக்கொண்டதும் அந்த நம்பிக்கையின் வெளிப்பாடாகத்தான் நிகழ்ந்தது. அதேபோல தனக்கு முன்னால் இறக்கப்போகும் நபர்களின் பட்டியலையும் - அகிலாண்டேஸ்வரி மைந்தன் உட்பட அவர் தனது கைவசம் வைத்திருந்தார்; அதற்கான திட்டங்களையும் வகுத்திருந்தார்.

பழுதாகிப்போன குடலோ, கிழடாகிப்போன இதயமோ, வேலைசெய்யப் பதறும் கல்லீரலோ தன்னைவிட அவர்களுக்கே முழுவதும் சொந்தமாக இருக்கிறது என்பதில் அவர் அவ்வளவு உறுதியாக இருந்தார். ஊருக்குள் ஓடாத மில்களையும், கைவிடப்பட்ட டிம்பர் டிப்போக்களையும், தோல்விடைந்த தொழிற்சாலைகளையும், அவைகளை சூழ்ந்திருக்கும் கட்டிடங்களையும் அவர் பார்க்கும்போது அந்தப் பட்டியலில் இருக்கும் நபர்கள்தான் அவரது ஞாபகத்திற்கு வந்தார்களே தவிர, ஒருநாளும் அதனிடத்தில் தன் முகத்தை அவர் பொருத்திப் பார்த்ததே கிடையாது. அப்போதெல்லாம் அவரைப் பார்க்கும்போது ஆற்றின் மறுபக்கத்தைப் பார்க்காமலேயே குளித்துவிட்டு கரையேறுபவர் போலவேயிருக்கும். இன்னும் சிலசமயங்களிலோ...

தன்னுடன் சேர்ந்து தலையை நனைப்பவர்களையும்கூட அவர் காண்பதில்லை. அதில் அவருக்கு ஒரு பரிசுத்தம் தன்னை அப்பிக்கொள்வதாக ஒரு மாயை; அந்தப் பரிசுத்தத்தின் உலகமே தான்தான் என்பதுபோலவும் ஒரு மாயை. பின்னாளில் அந்த மாயைதான் அவரது அந்த இருபதாண்டு திட்டத்தின் குழு தலைவராகவும் இருந்தது.

தன் வாழ்வில் தான் அவமானப்பட, அசிங்கங்களை கொண்டுவந்து தன்முன் கொட்ட எப்படி சிலரை அனுமதித்திருந்தாரோ, அதேபோல அவமானத்தை ஏற்படுத்தவும் அறைகளை கொடுக்கவும் சிலரை வைத்திருந்தார். அவர்களும்தான் அந்தப் பட்டியலில் இருந்தார்கள். அவ்வளவு ஏன், இந்த இரண்டிலும் சேராத தன்னைவிட வயதில் குறைவான யூசுப்பைகூட அவர் அந்தப் பட்டியலில்தான் வைத்திருந்தார். 'என்றாவது ஒருநாள் தன் அறிவைக்கொண்டு எந்த வகையிலாவது அவரை அவமானப்படுத்திவிட வேண்டும்; அது நடக்காத பட்சத்தில் தனக்குமுன் அவர் இறந்து, அந்த இறப்பினால் நிகழும் அதற்குப் பிந்தைய இடைவெளி காலங்களில் அவர் இடத்தை தான் எப்படியாவது அடைந்துவிட வேண்டும்' என்றுகூட அந்த திட்டக்குழுவில் அவர் ஒரு தீர்மானம் நிறைவேற்றியிருந்தார். அதுவும் 'போத்திராஜா' கதையைப் படித்தபின் யூசுப்பை எளிதாக காயப்படுத்தி விடலாம் என்றொரு எண்ணம் அவருக்குள் எப்படியோ அழுத்தமாக உருவாகியிருந்தது.

அகிலாண்டேஸ்வரி மைந்தன்தான் 'அரும்பழி செய்ஞர்' கதையின் நாயகன் என்று படித்ததும் கண்டறிந்த பெஞ்சமினுக்கு இறுதிவரை 'போத்திராஜா' யாரென்று கண்டுபிடிக்க தெரியவில்லை. ஆனால் 'தற்கொலையும், கடைசிநேரத்து பித்துநிலையும் இல்லாத யூசுப்தான் ஒருவேளை அந்தப் போத்திராஜாவோ?' என்கிற சந்தேகம் மட்டும் அவரைவிட்டு எப்போதும் அகலவில்லை அல்லது அதை அவர் அகலவிடவில்லை. மட்டுமல்லாமல், யூசுப்பின் அந்த ஐந்து கதைகளின் தொடர்ச்சிதான் இந்த ஆறாவது கதை என்றும் அவருக்குத் தோன்றியது. அந்த எண்ணமே மனதிற்குள் தன்னைவிட ஏதோவொரு படிநிலையில் கீழ் இருப்பவராக அவரைக் குறித்து நினைக்கவும் வைத்தது. ஆரம்பத்தில் அப்படி நினைக்கும்போது யூசுப்மீது இனம்புரியாத ஒரு பரிதாபம் ஒன்று அவருக்குள் தோன்றியதென்பதோ உண்மைதான். ஆனால் வழக்கம்போல காயப்பட்டு - காயப்படுத்தும் விளையாட்டின் மீதிருக்கும் அவரது ஆர்வமும், "பெஞ்சமினுக்கு அத்தனை தீய செயல்களின்மீதும் ஆர்வமிருக்கும்; ஆனால் ஒருபோதும் அதை

வெளிப்படையாகச் செய்யமாட்டார். அதேபோல அத்தனை நல்ல செயல்கள்மீதும் அவருக்கு வெறுப்பிருக்கும்; ஆனால் எப்போதும் அதை வெளிப்படையாகக் காட்டிக்கொள்ளவே மாட்டார்" என்று யூசுப் ஒருமுறை அவரது நண்பர்களிடம் சொல்லிச்சிரித்த தகவலும் அந்த பரிதாபத்தை சிலநிமிடங்கள்கூட அவருக்குள் நீடிக்கவிடவில்லை.

ஒருவேளை அப்படி அந்த பரிதாபம் நீடித்திருந்தாலோ, அவர் நினைத்ததுபோலவே அவரது பட்டியலிலிருந்த நபர்கள் அவருக்குமுன்பே இறந்திருந்தாலோ, இதேபோல பிணத்தை வைத்துக்கொண்டு இந்தக் கதைகளைச் சொல்ல வேண்டிய நிர்பந்தமோ, சவ ஊர்வலத்தையே பாதியில் நிறுத்த வேண்டிய அவசியமோ, கல்லறை வேலைகளில் கவனத்தைத் தவறவிட வேண்டிய கட்டாயமோ, குழிக்குள் இறக்கியப்பின்னும் புதைக்கப்பட்டதை தோண்டியெடுக்கும் வேண்டாத்தனமோ இங்கு தேவையில்லாத ஒன்றாக இருந்திருக்கும்; அவரவர் வேலைகளை அவரவர் பார்த்துக்கொண்டு கிளம்பியும் இருக்கலாம்.

ஆனால் இந்த உலகம் மனிதர்களாலோ, தொழில்நுட்பங்களாலோ, விஞ்ஞானத்தினாலோ மட்டுமல்ல; நோய்களினாலும், கதைகளினாலும் சூழ்ந்திருக்கிறது; வளர்ந்திருக்கிறது என்று அவருக்கு முன்னமே தெரியாமல் போனதின் குறைபாடுதான் அப்படியான ஒரு சூழ்நிலையை அவரது இறுதிநாளில் உருவாக்கிவிட்டது. வெறுப்பையும் அன்பையும் அடையாளம் காணமுடியாதவாறு ஒன்றாகக் கலப்பதில் பெரும்பாலான நேரத்தை செலவிடும் திரேசம்மாள் பாணியிலான சோதனை முயற்சியின் ஒரு தோல்வியின் வடிவமாகவும், தன்னை வெறுப்பவர்களிடம் அன்பும், நேசிப்பவர்களிடம் வெறுப்பும் கொள்ளும் எலிசா பாணியிலான அலங்கோலமான வெற்றியின் ஒரு முகமாகவும் அதன்முன்னே பெஞ்சமின் காட்சியளித்தபோது அந்த சூழ்நிலை இன்னும் கொஞ்சம் தன்னை விசித்திரபடுத்திக் கொண்டது.

ஆனால் 'அப்படி காட்சியளிப்பதில் அவர் ஒன்றும் முதல் ஆளோ, கடைசி நபரோ இல்லை' என்று என்றாவது ஒருநாள் அவரைப்போலவே குழிகளுக்குள் இறங்கப்போகிறவர்களுக்கும், இல்லை தீ எரி தகன மைதானத்தின் வெப்ப நாக்குகளுக்கு தங்களை ஒப்புக்கொடுக்கப் போகிறவர்களுக்கும் தெரிந்த ஒன்றுதான் என்பதால் நேராக விஷயத்திற்குள் நுழைந்து விடலாம்.

வாழ்ந்த காலத்தில் அடுத்தவரை அச்சப்படவைப்பதும், அதிகாரம்செய்வதும் இவர்கள் மூவராலும் ஒருபோதும் இயல்பாகவோ, தைரியமாகவோ, வெளிப்படையாகவோ, தந்திரங்களின்றியோ செய்யமுடியாமல் போனதற்கு காரணங்கள் எதுவாக இருந்தாலும் அதைப் பார்ப்பதற்கு, எதற்காக சண்டைப்போடுகிறோமோ அதற்கான காரணத்தைச் சொல்லாமல் சண்டையிடுவதுபோலவே கேலிக்கூத்தாகத்தான் இருந்தது. அதைத்தான் யூசுப் போன்ற ஒருவர் தெளிவாக வரையறுத்தபோது பெஞ்சமினால் தாங்கிக்கொள்ள முடியவில்லை. அது அவருக்கு உள்ளூர எரிச்சலையும், ஆவேசத்தையும் கூடுதலாக ஏற்படுத்தியது; திரேசம்மாளைப்போலவே வெல்லவேண்டிய நபராக யூசுப்பைக் குறித்து அதிகமும் எண்ண வைத்தது. அந்த எண்ணம்தான் விருப்ப ஓய்வு குறித்தும், வழக்கறிஞர் தொழில் குறித்தும் அகிலாண்டேஸ்வரி மைந்தன் சொன்னதும் அவர்கள் இருவரையும் வெல்லும் முயற்சிகளில் ஒன்றாக அதற்கு தன்னை அவர் ஒப்புக்கொடுத்த சம்பவமும் நிகழ்ந்தது.

பெஞ்சமினைப் பொறுத்து அதுவொரு வெற்றிகரமான முயற்சிதான். சொல்லப்போனால் 'அவர்களைவிட தான் உயர்வில் இருப்பதாக' அவருக்கு ஒரு நம்பிக்கையும் உருவானது. அதனால் அவர் மன அமைதியையும் அடைந்தார். அவருக்கே தெரியாத அவரது கடைசி காலங்களில் 'பாப்பா வழக்கு போன்ற ஒன்றை ஒருவரால் சர்வ சாதாரணமாக தலைகீழாக புரட்ட முடியுமா என்ன?' என்பதில் அவருக்கு பெருமிதமும் இருந்தது. ஆனாலும் இதற்கு முன்பும் பின்புமாக அவரிடம் நிலைநின்று வந்த சில அற்பத்தனத்தின் மீதான நிறைவேறாத சில கனவுகள் கடைசிவரை அவரை நிலைகொள்ளாமலேயே வைத்திருந்தன. அதுதான் அவர்கள் இருவரையும் மற்ற சில விஷயங்களையும், மனிதர்களையும் கூடுதலாக வெல்ல அவரை விரட்டின.

எதற்காக வாழ்கிறோமோ அது மகிழ்ச்சியைத் தராதபோது, அற்பத்தனங்களை அடிக்கடி நிகழ்த்துவதே வாழ்க்கையின் அற்புதங்கள் என்று ஆங்காங்கே கற்றுக்கொடுக்கப்பட்டுக் கொண்டிருக்கும்போது அந்த அற்பத்தனங்களில் மனிதர்களுக்கு சலிப்பு ஏற்படுவது என்பது அபூர்வம்தானே? அதில் பெஞ்சமின் மட்டும் விதிவிலக்கா என்ன? ஆற்றின் மறுபக்கத்திற்கு ஏங்காதவர்களுக்கும், அதைத் திரும்பியும் பார்க்க விருப்பப்படாதவர்களுக்கும் பூமியின் மேலுள்ள அனைத்தையும் அடைந்தாலும் அந்த குறிப்பிட்ட அற்பத்தனத்தின் மேலுள்ளே

அவர்களின் பசி மட்டும் ஒருபோதும் அடங்குவதில்லை என்பது உண்மைதானே?

பின் வந்த நாட்களில் ஃபரிதா விவகாரம் ஊருக்குள் பெரிதாகும் முன்னரே, அதாவது மகன் டைரியில் எழுதி வைத்திருந்ததைப் படிக்கும்போது வீட்டிற்குள் தனக்கு இருந்த நிம்மதி பறிபோய்விட்டதாக அவர் கருதினாலும், ஒருவேளை அவர் இறக்காமல் இருந்திருந்தால் தனது ஆதிக்கத்தை நிலைநிறுத்தும் ஒன்றாகவும், உலகில் எதிர்க்க வேண்டிய காரியங்கள் எத்தனையோ இருக்க அதை அதன் முதன்மையான ஒன்றாக மாற்றியிருக்கலாமோ என்னவோ? அப்படி நடந்திருந்தால் அது ஊருக்குள்ளும், திரேசம்மாளைப்பொறுத்தும் அவரது செல்வாக்கு இன்னமும்கூட அதிகமாகயிருக்கும்; பல்வேறு விஷயங்களைப்போல இந்த விவகாரத்தையும் ஒன்றுடன் ஒன்றுபோட்டு குழப்பி தனது வயிற்று வலிக்கு இதுவும்கூட காரணமாக இருக்குமோ? என்று தனது இறுதி நாட்களில் அவர் புலம்பியிருக்கவும் கூடும்.

அப்படியல்லாமல் ஊருக்குள்ளும், திரேசம்மாளைப்பொறுத்தும் அவரது செல்வாக்கானது - அந்த விவகாரத்தை மகனுக்கு சாதகமாக மனதார ஏற்கும்பட்சத்தில் - அதிகரிக்கும் நிலை இருந்திருந்தால் மேற்சொன்ன நிலைபாட்டை மாற்றி உலகில் ஆதரிக்க வேண்டிய காரியங்கள் எத்தனையோ இருக்க அதை அதன் முதன்மையான ஒன்றாக ஏற்று "இங்கே மனிதனை மனிதன் ஜெயிக்கும் போட்டிகள் மட்டும் நடக்கவில்லை; அற்பத்தனங்களை அதிகம் வெல்லும் போட்டிகளும்தான் நடைபெறுகின்றன. அதில் அதிகளவில் வெல்பவர்களுக்கு கொடுக்கப்படும் கோப்பைகளில் அவைகள் அளவில்லாமல் நிரம்பிவழிகின்றன" என்று ஒரு உரையும் அவர் நிகழ்த்தியிருப்பாரோ என்னவோ? ஆனால் அப்போதும்கூட தனது வயிற்று வலிக்கு அப்படி ஆதரித்ததுதான் காரணம் என்ற புலம்பலில் மட்டும் எந்த மாற்றமும் இருக்காது என்பதை மட்டும் இங்கே உறுதியாகச் சொல்லமுடியும்.

இவ்வாறு பெஞ்சமினைப் பொறுத்து எதையும் ஊகப்படுத்தும், உறுதிப்படுத்தும் அத்தனை சாத்தியக்கூறுகளையும் அவரே விட்டுச்சென்றுள்ளார் என்றாலும், உலகத்தாரால் ஏளனமாக கருதுபவற்றையும்கூட - அப்படி பொதுவான ஒன்று இல்லாவிட்டாலும் - தேர்ந்த விதத்தில் கையாண்டு அதனை ஏதோவொரு விதத்தில் தனது கட்டுப்பாட்டிற்குள் வைத்திருப்பதில் அவர் கொஞ்சம் திறமையாளராகவே இருந்தார். அந்தத் திறமைதான் சிறுவயதிலிருந்தே தன்மீது மட்டுமல்ல எல்லோரின்மீதும் அவர்

கொண்டிருந்த அவநம்பிக்கையையும், வெளிப்படுத்தமுடியாத உணர்வுகளையும் ஜெயிக்கும் திட்டத்தில் அவரை முன்னகர்த்தி கொண்டுசென்றது. தனது கண்களுக்கு தெரிந்தவர்களையும், தெரியாதவைகளையும் ஏதோவொரு விதத்தில் போட்டியாளராக கருதி, பார்வையற்ற ஒருவர் எதிரிலிருப்பவைகளைத் தொட்டு தேடிக்கண்டுபிடிப்பதுபோல அவர்களை, அவற்றை வெல்லும் அவசியமில்லாத ஒரு இலக்கை அதுதான் அவருக்கு நிர்ணயிக்கவும் செய்தது.

இதையெல்லாம் ஆசீர்வாதம்பிள்ளையினருகிலமர்ந்து ஒருவர் பார்ப்பாரேயானால், குடிக்கும் பழக்கம் இருக்கும் ஒருவர் எவ்வளவு குடித்தாலும் அதன் போதையை தனக்குள் ஏற்றாமல், போதம்கெடாமல், குடிப்பதற்கு முன்புஇருந்ததைவிட அதிக விழிப்போடு இருப்பதைப்போன்ற ஒரு தோற்ற மயக்கத்தைத்தான் அவர்களுக்கு நிச்சயம் ஏற்படுத்தும். ஆனால் ஒரு மனிதனால் எல்லாவற்றையும், அதேபோல எல்லாவற்றிலும் அப்படி நேர்த்தியான ஒரு கட்டுப்பாட்டுக்குள் தன்னை வைத்திருக்க முடியுமா என்ன?

அவர் எல்லோரையும்விட வேகமாக முன்னேறிச்செல்ல நீண்ட கால்களை விரும்பினார், நீண்ட ஆயுளை விரும்பினார், ஏன் நீண்ட அறிவைக்கூட விரும்பினார். ஆனால் அதை வைத்து தன்னிடம் என்ன செய்யவேண்டும் என்றுதான் அவருக்குத் தெரிந்திருக்கவில்லை. மற்ற விவகாரங்களில் தாராளமாக இருக்கும் ஒருவன், மனிதனாக இருப்பதில் பெரும்பான்மையான நேரம் ஏழ்மையாகவும், கொஞ்சம் கோணலாகவும் இருக்க விருப்பப்படும்போது அதன் தாக்கம் அவனிடமும் கொஞ்சம் பிரதிபலிக்கத்தானேச் செய்யும்? அப்படி பிரதிபலிக்கும்போது எல்லோரையும்விட தான் ஒருபடி கூடுதல் சிறப்பு என்ற எண்ணம் ஒரு கட்டத்தில் அவனை அவனே கட்டுப்படுத்துவதற்கான சாத்தியங்களில் சிக்கல்களை உருவாக்குவதும் இயல்புதானே? அதுதான் பெஞ்சமினுக்கும் நேர்ந்தது. அதுதான் முன்புசொன்னதுபோல 'தன் மரணத்தை தன்னால் கட்டுப்படுத்த முடியும், அதேநேரம் யார் யாரெல்லாம் தனக்கு முன்பாக இறப்பார்கள் என்றும் தனக்கு தெரியும்' என்ற அவரது பற்களற்ற கோட்பாட்டிற்கு இட்டுச் சென்றது. அதனால் அவராலேயே அந்தக் கோட்பாட்டை மற்றவர்களிடம் விளக்கி நிரூபிக்க முடியாமலும் போனது.

இளமைப் பிராயத்தில் மரணச்செய்திகளைப் படித்தாலே தான் மரணமடைவதுபோலவே அவருக்குத் தோன்றும். அப்போதிருந்து

அவருக்கு மரணத்தைப் பற்றிய ஒரு பயமும் கோபமும் உண்டு. அதனாலேயே அவர் மரணச்செய்திகளை கேள்விப்படவோ, படிப்பதையோ பெரும்பாலும் தவிர்த்து வந்தார். ஆனால் நாளாக ஆக தன்னால் வெல்ல முடியாத அல்லது வெறுக்கக்கூடிய நபர்கள் இறந்தபோது அந்த தகவல்கள் அவருக்குள் ஒரு திருப்தியைக்கொடுத்தன. ஆனால் தானும் ஒருநாள் அதற்கு தன்னை ஒப்புக்கொடுக்க வேண்டும் என்பதை மட்டும் அவர் அவரது அந்தச் சிறு பிராயத்தைப்போலவே எப்போதும் வெறுத்து வந்தார். அப்படி வெறுப்பதை தனது எஞ்சியநாள் முழுவதும் குறையாமல் காப்பாற்றியும் வந்தார்.

அவரது தந்தை இறக்கும்போது அதைப் புரிந்து கொள்ள முடியாத, அவருக்குள் பாதிப்பை ஏற்படுத்தாத நாட்கள் அவரிடமிருந்தது. எலிசா இறந்தபோதோ அது அவருக்கு வருத்தத்தைக் கொடுத்தாலும், மரணத்தின் மீதோ, நோயின் மீதோ பெரிதாகப் பயத்தையோ, கோபத்தையோ ஏற்படுத்தவில்லை. ஆனால் அவர் புழங்கும் இடத்திலும், வாழும் வீட்டிலும், வேலைப்பார்க்கும் ஸ்தலத்திலும், நண்பர்களுடன் சிரித்து பேசும்போதும், அவர்களுடன் பிணக்கு உருவாக்கும்போதும் என... தன் வாழ்வின் பின் வந்த ஒவ்வொரு நாட்களிலும், நிமிடங்களிலும், நொடிகளிலும் அவருக்குத் தெரிந்தோ தெரியாமலோ எல்லா நேரங்களிலும் அவளின் மரணமானது ஒரு நிரந்தரமான நாற்காலியை அதன் நினைவாய் அவர் மூளைக்குள் விரித்துப்போட்டு அமர்ந்துவிட்டது. அப்படி அமர்ந்தபடி காலசைத்துக் கொண்டிருந்த அந்த மரணமானது எலிசாவினுடையது அல்ல; தன்னுடையதுதான் என அவர் மிகத் தாமதமாக உணர்ந்தபோது, அந்த நாற்காலியின் முன்கால்கள் இரண்டும் மெல்ல சேதமடையத் தொடங்கியது. தன்னைப்பற்றிய சுயவிழிப்புடனும், அடுத்தவர்களின் மீதான அலட்சியத்துடனும் தனது நடவடிக்கையை மெல்ல மெல்ல மாற்றிக்கொண்ட அவரது தொடக்கக் காலமும்கூட அப்போதிருந்துதான் ஆரம்பித்தது.

'அவர் உணர்ந்துகொண்டால் என்ன? உணராவிட்டால் என்ன? தான் அமர்ந்திருக்கும் இடத்திலிருந்து நழுவி கீழே விழ கொஞ்சமும் வாய்ப்பற்ற, பாதுகாப்பான ஒரு இடத்தில்தான் தன்னை அவர் அமர்த்தியிருக்கிறார்' என்ற உத்தரவாதத்துடனும், அவரதுபோலல்லாமல் பற்கள் இருந்தும் நிரூபிக்க விருப்பமற்ற தனது கோட்பாட்டுடனும் தன் கால்களைப்போலவே - அப்போது அது சேதமடையத் தயாராகவில்லை - அதையும் மெல்ல அசைபோட்டவாறு அவரைப் பார்த்து மரணமானது ரசிக்கத் தொடங்கியதும் அப்போதிருந்துதான் ஆரம்பித்தது.

மனிதனிடம் மரணம் தனது நாட்களின் கணக்கை அவனது இதுபோன்ற சந்தர்ப்பங்களிலிருந்துதான் தொடங்குகிறது என்பதும், அவன் தனது வாழ்வைத் தெரிந்துகொள்ளும்முன்னே தன்னை அவனிடம் அது அறிமுகப்படுத்திக் கொள்கிறது என்பதும் அவருக்கு எப்படி தெரியும்? அவரோ, மனிதர்கள் தங்கள் நிரந்தரப் பிரிவை இறப்பின் வழியாக மேற்கொள்வதை வெறுத்துக்கொண்டும், அதற்கான மாற்றுவழியை தொடர்ந்து யோசித்துக்கொண்டும், ஆனால் அது எப்போதுமே தோல்வியைத் தழுவுவதால் தனக்கு மட்டுமாவது அதிலிருந்து சிறப்பு விதிவிலக்கு தரவும் அல்லது மரணமானது இந்த பூமியை விட்டே ஒழிந்துவிட வேண்டியும், இனி புதிதான பிறப்பு ஒன்றும் இல்லாமல் இப்போது வாழ்பவர்கள் அப்படியே தொடர்ந்து வாழக்கோரியும் கடவுளிடம் கெஞ்சிக்கேட்டு பிரார்த்தித்துக் கொண்டுமல்லவா இருந்தார்...!

பின் கடவுளுடனான அந்தப் பிரார்த்தனையானது, திட்டமிட்டபடி முறையாக வாழும் ஒருவன் தான் சாவும் உரிமையையும் தான் திட்டமிட்டபடி முறையாக அமைய வேண்டும் என்றவொரு உடன்பாட்டுக்கு வந்தபோதுதான் மேற்சொன்ன வருடக் கணக்குகளும், பட்டியல்களும் அவரிடம் தங்களை ஆயத்தப்படுத்தத் தொடங்கின; அத்தோடு எவர் ஒருவரின் மரணச்செய்தியும் அவரை அதிர்ச்சிக்குள்ளாக்காமல் "உச்" மட்டும் கொட்ட வைத்தன.

"பெஞ்சமின், உன் பாவங்கள் மன்னிக்கப்பட்டன" என்று மேற்படி "உச்" போலவே அவர்முன் கொட்டப்பட்டுக் கொண்டிருந்த ஜெப வார்த்தைகளைக் கேட்க வாய்ப்பற்றுக் கிடத்தப்பட்டிருந்தவரை நோக்கி, "ஒரு மனிதன் எப்படிப்பட்ட வாழ்க்கையை வாழ்ந்து முடித்தான் என்று தீர்மானிக்கப்படுவது அவன் இறந்த நாளில்தான். அப்படிப் பார்க்கும்போது பெஞ்சமினை மனித வகையில் எப்படி சேர்க்க முடியும்? எவராலும் சட்டென்று வரையறுக்க முடியாத மனிதனைவிட கூர்மையான ஒரு வாழ்வை, ஆனால் தலைகீழான உள்ளுணர்வினால் மிக கபடமான வகையிலும், தனக்குமே பிடிக்காத முறையிலும் வாழ்ந்து முடித்தவர் அவர். அப்படிப் பார்த்தால் திரேசம்மாளை விதவையாக்கியது தவிர அவரது சாதனை என்று சொல்லிக்கொள்ள ஒன்றுமில்லை" என்பதுபோல மார்ட்டின் கூட்டத்தார் வறட்டுத்தனமாக பேசியதை வைத்தும்கூட அவரைப்பற்றி நிச்சயமாக ஒரு முடிவுக்கு வர முடியாது. சொல்லப்போனால் அது தவறும்கூட.

காரணம் ரொம்பச் சாதாரணமானதுதான்.

“ஊகங்களைத் தாண்டியும் அவர் உயிரோடிருந்தவரை... குனிந்த முதுகுகள் நிமிர்வதை, வெற்றுடம்புகள் சட்டை அணிவதை, உள்ளே நுழைய முடியாத இடம் எல்லோருக்கும் திறந்து விடப்படுவதை, திருமணம் என்பது வீட்டைத் தாண்டி, தெருவைத்தாண்டி, ஊரைத் தாண்டி விரும்பும் ஒருவருக்கொருவர் திருமணம் செய்வதை என இதுபோன்ற சம்பவங்களை, செய்திகளை அவர் ஆதரிக்காவிட்டாலும் அவை எதையுமே எதிர்க்காமலும் இருந்தவர்தானே? என்ன ஒன்று... அவர் அவருக்கான ஒரு பாதையை வகுத்துக்கொண்டார். யூசுப் சொன்னதுபோல தீயது செய்ய நினைத்தாலும் அதை வெளிக்காட்டிக்கொள்ளாத ஒரு பாதை. அது மனிதர்கள் பலரிடம் காணும் பொதுவான ஒரு நற்பண்புதானே? இந்த ஒன்றே மனிதக்கூட்டத்தில் அவரைச் சேர்த்துக்கொள்ள தகுதியை வழங்காதா என்ன?” என்று மார்ட்டின் கூட்டத்தாரிடம் இவ்வாறு சில எதிர் கேள்விகள் கேட்கப்படுமேயானால் அவர்களுமே அந்த “உச்” போல ஏதோவொன்றை கொட்டிவிட்டு அந்த இடத்தைவிட்டு நகர்ந்துதான் செல்லவேண்டும். “தன்னைப் போலவோ மரணத்தைப் போலவோ அல்லாமல் அரைகுறை பற்களைக்கொண்டு கட்டப்பட்ட கோட்பாட்டை காற்றுதானே பாதி நிரப்பும்?” என்று இறந்து கிழடாகிப்போன தனது சிரிப்பை அந்த நேரத்தில் பெஞ்சமினும்கூட அவர்கள்முன் வெற்றியோடு காட்டலாம்தான்.

ஆனால் அவர் அப்படிச் சிரிப்பதற்குமுன்...

“தன்னையும், தனது ஆடம்பரத்தையும் அழுகுப்படுத்தும் மனிதன் உண்மையில் தனது மரணத்தைத்தான் அழகுப்படுத்துகிறான். ஆனால் தான் அழகுப்படுத்துவது அதைத்தான் என்று தெரியாமலேயே அனுதினமும் அதனை அழகுப்படுத்தி சலிக்காமல் விளையாடுகிறான். அப்படி அழகுப்படுத்திக் கொண்டிருப்பதிலும், விளையாடிக் கொண்டிருப்பதிலேயுமே வாழவும் மறந்துவிடுகிறான்; அவனது வாழ்வையும் மறந்து விடுகிறான். யோசித்துப் பாருங்கள், மனிதனுக்கு அவனது சவத்தைப்போல அதிநிஜமானதோ, பரிசுத்தமானதோ வேறு ஏதேனும் ஒன்று உண்டா என்ன? அதைத்தானே அவனது வாழ்நாள் முழுவதும் தூக்கிச் சுமக்கிறான்? மேலும் மேலும் அழகுபடுத்துகிறான்? ஆனால் எத்தனை ஆயிரம் ஆண்டுகள் வாழ்ந்தாலும் சாவுக்கு மட்டும் ஏன் தன்னை அவன் ஒரு கணமும் தயார்படுத்திக் கொள்வதில்லை? அதை ஏற்றுக்கொள்ள ஏன் அவ்வளவு பயப்படுகிறான்? தான் இன்னும் மரணத்தால் தின்றுச் செரிக்கக்கூடிய நிலைக்கு வரவில்லை என்று எப்போதும் எப்படி நம்பிக்கொண்டேயிருக்கிறான்? அது

எப்போதும் தன்னிடம் நியாயமேயில்லாமல் நடந்து கொள்வதாக ஏன் புகார் வரைகிறான்? ஆனால் பாருங்கள், அது என்றைக்காவது ஒருநாள் அவனது வாழ்வுபோல அவனிடம் வீண்பகட்டாக நடந்து கொண்டிருக்கிறதா என்ன? ஆனால் அவன் மட்டும் எப்போதும் அதைத் தூக்கி தூரத்தில் எங்காவது வீசி எறிந்துவிடலாமா என்று யோசித்தவாறே இருக்கிறான். ஏன் கடவுளிடம்கூட தூக்கி எறிந்து விடலாமா என்றுகூட யோசிக்கிறான்; அப்போதுதான் அவருக்கு தனது வலி தெரியும் என்று கோபம் கொள்கிறான். அப்படி ஒருமுறை கோபம்கொண்டு அவரிடம் எறிந்தும் விட்டான். அதை எப்படி சுமப்பது என்று தெரியாமல் அவர் குழம்பியபோது, பிரத்யேகமாக அவருக்காகவே, அதற்காகவே வடிவமைக்கப்பட்ட சிலுவைகளை பரிசளித்து மரணத்தை சுமக்க வைத்தான்; கூடுதலாக தங்கள் பாவங்களையும் சுமக்க வைத்தான். கைகளில் ஆணி இறக்கி, எலும்புகளும் துளைக்கும் வண்ணம் விலாவில் ஈட்டிகளைச் சொருகினான். பின் அங்கு இரத்தமும் நீரும் வருகிறதா? என்று உறுதி செய்துகொண்டு அவரை கல்லறைக்கும் அனுப்பிய கையோடு, மூன்றாம் நாள் அவனே அவரை உயிர்த்தெழவும் வைத்தான். அப்படி அவரை அவன் உயிர்த்தெழ வைத்த மூன்றாம் நாளிலிருந்து தங்களையும் அப்படி அவர் என்றாவது ஒருநாள் - அது ஆயிரம் ஆண்டுகளானாலும் - மொத்தமாக உயிர்த்தெழ வைப்பார் என்று அவரின் சமீபத்திய வருகை குறித்து ஆயிரமாயிரம் ஆண்டுகளாக கத்திக் கூப்பாடு போட்டுக்கொண்டேயிருக்கிறான்; இன்னும் ஆயிரமாயிரம் ஆண்டுகளானாலும் அதை நிறுத்தவும் மாட்டான். ஆனால் மரணத்தைத் தவிர தனக்கு மிக சமீபத்தில் இருப்பது வேறு ஒன்றுமில்லை என்று அவனுக்கு எப்போதாவது தெரிந்திருக்கிறதா? எப்போதும் அவனுக்கு அது தெரியப்போவதும் இல்லை; அதை அவன் கற்றுக்கொள்ளப் போவதுமில்லை. கடைசிவரை அது தெரியாமலேயே செத்தும் ஒழிகிறான். அது தெரியாமலேயே நோய்க்கும் மரணத்திற்கும் நரகம் என்றும் பெயரிடுகிறான். அது தெரியாமலேயே தனக்குப் பதிலாக இன்னொருவனை சவம் ஆக்குவதற்கும், அந்த சவத்தைச் தூக்கிச் சுமக்க வைத்து தனது இறப்பை மரணத்திடம் ஏமாற்றிவிட்டதுபோல வெற்றிக்களிப்புடன் உலவி வருவதற்கும் அவ்வளவு விருப்பப்படவும் செய்கிறான். அது எதுவுமே நடக்காதபோது, என்றாவது ஒருநாள் அது அவன் அருகில் வந்து நலம் விசாரிக்கும்போது ஒன்றும் தெரியாமலும், எதுவும் புரிபடாமலும் போகும்போது, மரணத்தை மனிதனிடமிருந்து எப்படி பிரித்தெடுக்க முடியும்? என்று ஒரு கட்டத்தில் சந்தேகம் வரும்போது, மரணம் மனிதர்களிடம் திருட்டுத்தனமாக

ஏதோ செய்வதாக அதைக் குற்றப்படுத்திவிட்டு அவனே அதற்கு ஒரு தற்காலிக குணப்படுத்தலையும் சொர்க்கத்தையும் உருவாக்குக்கிறான்; உருவாக்கிவிட்டு தான் அங்கு சாகா வரத்துடன் வாழப்போவதாகப் பிரசங்கிக்கவும் செய்கிறான். அத்தோடு நிற்காமல் பின் அதற்காக இங்கு நிலங்களைக் கனப்படுத்திக் கட்டிடங்களாகக் கட்டிக்குவிக்கிறான்; குவித்தக் கையோடு அதற்குள் கடவுள்களையும், அவர்களைக் காப்பற்றுவதில் முக்கியப் பங்கு வகிக்கும் அவர்களுக்கான முன்னணி முகவர்களையும் கணக்கில்லாமல் திணித்தும் வைக்கிறான். பின் நாளொன்றுக்கு ஒருமுறையோ, வாரத்திற்கு ஒருமுறையோ இல்லை அவனுக்கு எப்போதெல்லாம் தோதுப்படுகிறதோ அப்போதெல்லாம் கடவுளின் கால்களில் விழுகிறானோ இல்லையோ, கடவுளின் தூதுவர்களின் கால்களில்விழுந்து தங்கள் மரணத்தை தள்ளி வைக்க காணிக்கைகளையும் அள்ளித் தருகிறான். ஆனால் பாருங்கள்.... மனிதகுல வரலாற்றில் இதுவரை வாழ்வைப்போல பொய்யான வாக்குறுதி தந்து ஒருவரையும் ஏமாற்றாத அதனிடம் அவன் ஏன் இவ்வளவு தந்திரத்தைக் கடைபிடிக்க வேண்டும்? இவ்வளவு வெறுப்பு ஏன் கொள்ள வேண்டும்? அதுதான் புரியவில்லை. ஆனால் அது மட்டும்தான் வாழ்வைவிட எடை குறைந்தது, கனமற்றது என்று அவனுக்குச் சுத்தமாகத் தெரிவதுமில்லை. சொல்லப்போனால் இவனது அந்த வாழ்வைப்போல, என்றாவது ஒருநாள் சம்மந்தேமேயில்லாமல் எதையாவது ஒன்றைக் கொண்டுவந்து கொடுத்து அவனை அது தூக்கிச் சுமக்கும்படி வற்புறுத்தியிருக்கிறதா? இல்லை அவன் கையில் அதைத் திணிக்கத்தான் செய்திருக்கிறதா? அது எப்போதும் இவனிடம் எதையும் தருவதுமில்லை; திணிப்பதுமில்லை. அது அதனளவில் தன்னைத்தானேச் சுமந்துகொண்டு அவனையும் தூக்கிச் சுமக்கிறது; பூமியைப்போல அவனைச் சுற்றிச் சுழல்கிறது. அவனோ எடை இல்லாத அதைத் தூக்கிச் சுமக்க அவ்வளவு வெறுப்பு கொள்கிறான். வாழ்நாளில் ஒருமுறைகூட கண்ணயராமல் அவனுக்காக உழைக்கும் அது ஒரேயொரு முறை உறங்கப்போகும் உறக்கத்திற்காக அதன்மீது கடும்கோபம் கொள்கிறான். மரணத்திற்குக்கூட தன்னை தகுதியற்றவனாக்கிக்கொள்ள அவ்வளவு அவசரப்படுகிறான்; அப்படி தகுதியற்ற ஒருவனாக தான் ஆகிவிட்டதாக அவ்வப்போது கற்பனையிலும் கனவிலும் நினைத்துக்கொண்டு போலி சந்தோஷத்தில் ஆனந்திக்கவும் செய்கிறான்...! அந்தோ... பரிதாபம்... அப்படிப்பட்டவர்களால் ஒருபோதும் மரணத்தின் அழகினை வேடிக்கைப் பார்க்கவே முடியாது. எடையற்ற அதைத் தூக்கிச் சுமக்கவே முடியாது.

அப்படி சுமப்பதுபோல அத்தனை இலகுவானதும் அல்ல, அதை வேடிக்கைப் பார்ப்பது எப்படி என்று அவனுக்குத் தெரியும்? அந்த வேடிக்கையின் எடையை ஒருவன் தாங்கிக்கொள்ள வேண்டுமானால் அவனது வாழ்வின் எடையும் கனமற்றதாக இருக்க வேண்டும் என்று எப்படி அவனுக்குப் புரியும்? மட்டுமல்லாமல் எல்லா மனிதர்களின் வாழ்வும் ஒரே அளவிலான ஆழம் கொண்டதுதான் என்பதை அவன் அறிந்திருக்க வேண்டும். அந்த ஆழத்தில் தாம் எதை இட்டு நிரப்புகிறோமோ அதுதான் அந்த ஆழத்தின் அமைதியை தீர்மானிக்கின்றன என்பதை அவர்கள் அறிந்திருக்கவேண்டும். அப்படி அவர்கள் அந்த இரண்டையும் சரியாக நிரை செய்யும் பட்சத்தில், மரணமானது தன்னை தூக்கிச் சுமப்பதுபோல தன்னை வேடிக்கைப் பார்ப்பதின் எடையையும் அவர்களின்முன் ஒன்றுமில்லாமல் செய்துவிடும்; அதை கனமற்ற ஒன்றாக மாற்றியும்விடும். இதுதான் பெஞ்சமின் அறியாமல் போனது. நூறு வயதுக்காரர்களின் மரணத்திற்கு சென்றாலும், அது கொண்டாட்டமான சாவாகவே இருந்தாலும், உள்ளுக்குள் என்ன நினைத்தாலும் அதை வெளிக்காட்டிக் கொள்ளாமலும், அங்கு கொஞ்சமும் புன்னகைக்காமலும், சிரிப்பென்பதை சிறிதும் உதிர விடாமலும் இறுகிப்போய் அவர் அமர்ந்திருந்ததற்கு காரணம், ‘எங்கே கொஞ்சம் சிரித்தாலும் அது தனது சம்மதத்திற்கு அறிகுறி என்று நினைத்து மரணமானது சட்டென்று மண்ணளிப்போட்டு தன்மீது அமர்ந்துவிடுமோ’ என்று அவருக்கு இருந்த அச்சம்தான். அப்படி செய்வது ‘தான் இன்னும் உன்னிடத்தில் வருவதற்கு தயாராகவில்லை’ என்று மரணத்திடம் குறிப்பிட்டுக் காட்டுவதாக நினைத்தும் கொண்டார். ஏனென்றால் அது எப்போதும் தனது தலையின்மேலாக நின்றுகொண்டு தன்னையேப் பார்த்துக் கொண்டிருப்பதாகவும், தன்னை எப்போதும் அதனை நோக்கி வரவழைக்க அது சைகை செய்து கொண்டிருப்பதாகவும் அவருக்கு ஒரு மயக்கம். அதனால்தான் பெஞ்சமினுக்கு அது கொஞ்சமும் முடியாமல் போனது. மனைவிக்கும் கர்த்தருக்கும் விசுவாசமாக இருப்பதில் நியாயம் கொள்ளும் அவர் மரணத்திற்கு மட்டும் அதை கொடுக்கத் தயங்கியதும், கடைசி காலங்களில் காணும் நபர்களிடமெல்லாம் அதன்மீது கேள்வி எழுப்பியதும் இதனால்தான். மரணத்தை பற்றிக் குறைவாகத் தெரிந்து கொண்டவர்களால் அதை எப்படி வேடிக்கை பார்க்கமுடியும் இல்லையா? அவர்களால் அதைப்பற்றிப் பேச முடியுமேதவிர ஒருபோதும் பயில முடியாதுதானே? ஒருவேளை தனது இறுதி நாட்களில் மரணத்தைக் கண்டு கொஞ்சமாகவாவது மெல்லியதொரு சிநேகத்தை கையளிக்கும் தைரியத்தையும் வித்தையையும் அவர்

கற்றுக்கொண்டவராக இருந்திருப்பாரேயேயானால், அவர் தனது பாவங்களாகக் கருதுவது இன்னொன்றாக இருந்திருக்கும். அப்போது ‘பெஞ்சமின், உன் பாவங்கள் மன்னிக்கப்பட்டன’ என்று எத்தனை சாமியார்கள் வந்து ஜெபித்திருந்தாலும் அவரும் நம்மோடு சேர்ந்து புன்னகைத்திருப்பார்....”

என்று மார்ட்டின் கூட்டத்தார் ஆங்காங்கே தன்னைக் குறித்தும் இறப்பு குறித்தும் அவ்வப்போது பேசிக்கொண்டிருந்த இந்த விஷயங்களைக் கேட்டிருந்தால் மரணத்தைக் கண்டு சிரித்திருப்பாரோ என்னவோ தெரியவில்லை; ஆனால் கிழடாகிப்போன தனது பழைய கோட்பாட்டை நினைத்து காலாவதியாகிப்போன ஒரு பார்வையை உதிரவிட்டிருப்பார்.

என்றாலும் “ஒருவன் உயிரோடு இருக்கும்போது மரணத்தைப் பற்றிப் பேசுவதற்கும் உண்மையில் மரணமானது அவனிடம் தனது உத்தம இலட்சணத்தை கொண்டு வரும்போது அவன் பேசுவதற்கும் இடையில் மரணம் என்பது அமைதியான ஒன்றா? இல்லை கூர்மையான தனது கொடுக்குகளைக் கொண்டு ஆழமாக கொட்டவும் செய்து, கொட்டியக் கொடுக்குகளை வெளியேயும் எடுக்காமல் குத்திக் குடையும் - தனது பைகள் முழுவதும் நஞ்சு நிரம்பிவழியும் - கொடும் தேள்களில் ஒன்றா? என்றவொரு விஷயமும் அங்கு இருக்கிறதுதானே?” என்று மரணத்தைப் பற்றி தான் கணித்ததில் தோற்றுப்போனதை மறைத்துக்கொண்டும், தனது தரப்பைக் கொஞ்சமும் விட்டுக்கொடுக்காமலும் இதுபோன்று கேள்வி ஒன்றை எழுப்பி, அத்தோடு நிற்காமல் குரலை செருமியும், சரிசெய்துகொண்டும் நீதிமன்றத்தில் ஆரம்பிப்பதுபோல தானும் தனக்கான பதிலுரையையும் அவர்கள்முன் வைத்திருப்பார்.

அது எப்போதும்போல பகட்டாக இருந்தாலும் கேட்பவர்களுக்கு பயங்கர ரெசமாகவுமிருக்கும். காரணம், இறந்தவருக்கு மரணத்தைக் குறித்து இருக்கும் உரிமையும், நெருக்கமும் இன்னமும் அதைக் காணாதவர்களுக்கு இருப்பதைவிட அதிகம்தானே? மட்டுமல்லாமல் எதிர்தரப்பு வாதம் என்பது ஒரு விவாதத்தில் மிக முக்கியமானதும், தவிர்க்கக்கூடாததும், ஆழ்ந்த கவனத்தில் எடுத்துக்கொள்ளப்பட வேண்டியதும்தானே? அதனால் அதைக் கேட்பதென்பது ஒரு விவகாரத்தை தாமதப்படுத்தும் செயல் என்றோ, நேரவிரயமென்றோ, உண்மையை திசை திருப்பும் காரியமென்றோ சொல்வது இயற்கை நீதிக்குப் புறம்பான ஒன்றாகும். அதாவது மார்ட்டின் கூட்டத்தார் மொழியில் சொன்னால் மரணத்தின் நீதிக்கு எதிரானது; பெஞ்சமின் மொழியில் சொன்னால் வாழ்வின் நீதிக்கு எதிரானது.

எனவே அவர் குரலை ஒடுக்காமல் செருமி, சரிசெய்ய அனுமதிப்போம்.

* * *

“முதலில் நான் கொஞ்சம் எளிமையாகவும், நீங்கள் முன்வைத்ததுபோல எனக்கான அதீத கேலிக்கூத்துடனும் சொல்ல விரும்புவது இதைத்தான்: நீங்கள் நினைப்பதுபோல அல்லது நீங்கள் வாழும் வாழ்வைப்போல நிஜத்தில் நிகழ்வதல்ல மரணம். அது கனவில் நிகழ்வது; நிழலில் நிகழ்வது. அங்கே உங்களின் எந்தவொன்றின் மீதமும் விடப்படுவதில்லை. ஆனால் அந்தக் கனவென்பதோ நிழலென்பதோ நிச்சயம் உங்களுடையது அல்ல; அது மரணத்தினுடையது. அப்படி அந்தக் கனவு வரும்போது நீங்கள் இருக்கப் போவதில்லை; நீங்கள் இருக்கும்போது அது வரப்போவதுமில்லை. நிழலும்கூட அப்படித்தான், நீங்கள் விழித்திருக்கும்போது அது விழுவதுமில்லை; அது விழுந்து படரும்போது நீங்கள் விழித்திருப்பதுமில்லை. ஆனால் நீங்களோ உங்கள் மரணத்தை எல்லா நேரமும் உணர்ந்து கொண்டிருப்பதுபோல அருமையாக நடிக்கிறீர்கள்; நடித்து பிறரையும் நம்ப வைக்கப் பார்க்கிறீர்கள். ஆனால் உண்மை என்னவென்பதை அறியாமல் மரணத்தை அடைய நூறுவழிகள் இருப்பதாக பொய் பிரச்சாரம் செய்யும் நீங்கள்தான் நிஜத்தில் கேலிக்கூத்தானவர்களாக மாறிப் போகிறீர்கள். அப்படி நீங்கள் நினைப்பதும், முன் வைப்பதும் எவ்வளவு குழந்தைத்தனம் என்று உங்களுக்கேத் தெரிவதில்லை. மரணத்திற்கு எப்போதும் ஒரே ஒரு வழிதான் இருக்கிறது. அதுவும் அது நீங்கள் விருப்பப்படும் வழி அல்ல. அது மட்டுமே விரும்பும் வழி. அங்கு உங்களுக்கான எந்தக் கோரிக்கையும் கேட்கப்படுவதில்லை. மரணம் அறிவற்றதாக, பழையதாக, ஒழுங்கற்றதாக இருக்கும் இடம் என்று நான் குறிப்பிடுவதும் இதைத்தான். நீங்கள் என்னவெல்லாம் மரணத்தைப் பற்றி நினைத்து வைத்திருக்கிறீர்களோ அது அனைத்தும் பொய்யாக போகும் இடமும்கூட அதுதான். ஆனால் நீங்களோ அதன் நேர்த்தி குறித்து வானளாவப் புகழ்கிறீர்கள். ஆனால் அதனிடம் எதைப் பற்றியும் எந்த வரையறைகளும் இருப்பதில்லை என்றும், அப்படி அதனிடம் ஏதாவது இருக்கும்பட்சத்தில் அது அதனளவில் மட்டுமே இருக்கிறதே தவிர, மனிதர்களைப் பொறுத்து எந்தவொன்றும் - ஒரு சிறு நேர்கோடுகூட - இருப்பதில்லை என்றும் உங்களுக்குத் தெரிவதில்லை. மரணம் ஒரு முட்டாளாக மாறும் இடமும் இங்குதான். அதனால்தான் அது எப்போதும் நம்மை வழிதவறிச்செல்ல தூண்டுகிறது; தவறான திசையை

நோக்கி தனது கைகளையும் காட்டுகிறது. அந்தக் கைகளை நம்பி நீங்கள் கொஞ்சம் தலை திரும்பினாலும், மீண்டும் வந்த திசைக்கு திரும்ப முடியாதவாறும், வந்த பாதையின் சுவட்டை அடையாளம் காண முடியாதவாறும் எல்லாவற்றையும் அடைத்துப் பூட்டியும் விடுகிறது. அதாவது வந்த பாதையையும் பூட்டுகிறது; திசைகளையும் பூட்டுகிறது. அதன்பிறகு அங்கு பூட்ட உதவிய சாவிகளும் மீதமிருப்பதில்லை. மீதமிருப்பது அது காட்டும் வழி மட்டும்தான். ஒரே ஒரு வழி. அங்கு காடுகளும் இருப்பதில்லை; மலைகளும் இருப்பதில்லை. ஆகாயமும் கிடையாது; அதனால் வெளிச்சமும் கிடையாது. கட்டிடங்களும் இருப்பதில்லை; கால் ஊன்ற பாதங்களும் இருப்பதில்லை. அங்கு மிகப்பெரிய ஆழம் மட்டுமே உண்டு. உங்கள் கண்கள் அந்த ஆழத்தில் ஏதாவது ஒன்று அகப்பட்டு விடாதா? என்று வெறிகொண்டு தேடும். ஆனால் அங்கு எதுவும் அகப்படுவதில்லை; அதின்மேல் இருளும் இருப்பதில்லை. அங்கு நீங்கள் உங்களைக்கூட கண்டடைய முடியாது. வெளிச்சத்தையோ இருளையோ உண்டாகக்கடவது என்று யாராவது சொன்னால் அதற்கு பதிலாக மரணமே உண்டாகும். அதற்கு நீங்கள் பெயரும் வைக்க முடியாது. அங்கு சாயங்காலமும் கிடையாது; விடியற்காலமும் கிடையாது. எனவே நாட்களும் இல்லை. அங்கு நாட்கள் என்பது மரணம்தான். அந்த மரணத்தைக்கண்டு ஊளையிட ஒரு ஓநாயும்கூட இருப்பதில்லை. எனவே முதல்நாள் என்பது முதல் மரணம். இரண்டாம்நாள் என்பது இரண்டாவது மரணம். மூன்றாம் நாள் என்பது மூன்றாவது மரணம். இப்படியாக ஒவ்வொரு மரணமும் ஒவ்வொன்றோடு இணைந்து நகர்ந்துசெல்லுமே தவிர அங்கு மரண எண்ணிக்கையும் கிடையாது; பெரிய மரணம் சிறிய மரணம் என்று அளவு வேறுபாடும் கிடையாது. அந்த மரணங்கள் எல்லாம் எங்காவது சென்று சேருகிறதா? குவித்து வைக்கப்படுகிறதா? அல்லது ஒரு இடத்தில் சேகரித்து வைக்க ஏதாவது ஏற்பாடு நடக்கிறதா என்றால் அதுவும் கிடையாது. அங்கு சுடர் என்பது வெற்றிடம். அங்கு மரணம் மட்டுமே முளைக்கும். பயிர்விடும். அதுவே அறுவடையும் செய்யப்படும். ஆனால் அதை யார் செய்கிறார்கள் என்றும் தெரியாது; ஒன்றின் சாயலாக இன்னொன்றை காணவும் முடியாது. எனவே சிறியது பெரியது என்று உங்களால் அதைப் பகுத்து அடையாளமும் காணமுடியாது; ஒரு மரணத்தைப்போல இன்னொரு மரணத்தைப் பார்க்கவும் முடியாது. ஏன் அதனாலேயே படைக்கவும் முடியாது. எனவே ‘அப்படி அது ஒருவகை தனிமையில் இருப்பது நல்லதல்ல’ என்று அதற்கு நித்திரை வரப்பண்ணி அதின் விலா எலும்புகளில் ஒன்றை எடுத்து அதற்கு

துணையாக நீங்கள் எதையாவது படைக்க முயற்சிப்பீர்களேயானால், மனிதர்களையும்விட அதிக வேறுபாடுகளையும், முரண்பாடுகளையும் கொண்டிருக்குமது ஒரே நேரத்தில் எங்குமிருந்தபடியும், எங்குமில்லாதபடியும் உங்களுக்கே குழப்பத்தை ஏற்படுத்தும் என்பதால் அது உண்டாக்கின இந்த எல்லாவற்றையும் பார்த்து அது மிகவும் நன்றாயிருக்கிறது என்று உங்களால் திருப்திகொள்ளவும் முடியாது. மரணம் ஒரு அபாயமல்ல என்பவர்களும், மரணமென்பது ஆழமான வாழ்வு என்றும் வாழ்வென்பது பாதாளத்திலிருந்து மேல் நோக்கி எழும்பும் மரணமென்றும் கூறுகிறவர்களும், இப்படியாக அதனால் கட்டப்பட்ட வீட்டிற்குள் உங்களை கூட்டிச்செல்ல அது முதல்முறையாக அழைக்கும்போது மரணத்தைக் கொண்டாடுபவர்களும்கூட 'மரணம் ஒரு முட்டாள்' என்று நான் சொல்வதையும், கடவுளின் படைப்பில் சாத்தான் தலையிட்ட ஒரே விஷயம் மரணம் மட்டும்தான் என்பதையும் உணர்ந்து கொள்வார்கள். அப்போது மரணத்தை இவர்கள் சொல்லும் வகையில் ஏற்று வரவேற்க இவர்களே தயாராக இருக்க மாட்டார்கள். அது வழிபாடு நடத்த ஏதுவான காரியம் அல்ல என்பதையும் உணர்ந்து கொள்வார்கள். என்னைப்போலவே அதைத் தண்டித்து பணியவைக்கவும், உலகின் கடைசி மனிதனாக இறக்கவும் அப்போது இவர்கள் விரும்புவார்கள். அவர்களின் நிழலும் அதனிடம் கெஞ்சும்; அவர்களின் அந்த நிழலும் மரணத்தின் நிழலாக மாறும். 'மரணத்தின் கடவுள் சாத்தான்; சாத்தானின் கடவுள் மரணம். அது நம்மை கொல்வது அன்பினால் அல்ல; ஒரு திமிரான வேலைக்காரனால்' என்பதை அவர்கள் அவர்களிடமே சொல்லிக்கொள்வார்கள். 'மரணத்திற்கு நாம் ஏன் நம் முழுவதையும் கொடுக்கவேண்டும்? நம்மிலிருந்து எதாவது கொஞ்சத்தை கொடுத்தால் போதாதா? கடவுளுக்குக் கொடுப்பதைப்போல?' என்று யார் யாரிடமெல்லாமோ கெஞ்சுவார்கள். 'மனிதகுலத்தின்மீது கவிழ்ந்த மிகப்பெரிய பழிச்செயல்தான் மரணம். அது தன்னை அவ்வளவு பெரிய சவப்பெட்டியாக வைத்துக்கொள்வதில் ஏன் இவ்வளவு ஆர்வம்காட்டி ஆனந்திக்கிறது? மனிதர்களை ஏன் இவ்வளவு வெறியோடு அருந்திக் குடிக்கிறது? அது புதிதாக எவற்றையும் ஒருபோதும் திறக்க முடியாதவாறு அதன் சாவிகளை எங்காவது தூக்கி எரிந்தால்தான் என்ன? ஏன் கடவுளிடமேகூட எறிந்தால்தான் என்ன?' என்று என்னைப்போலவே அவர்களும் அப்போது கேள்விகள் எழுப்புவார்கள். ஆனால் நீங்கள் சொல்வதுபோலவே அப்படி கூப்பாடு போடுவதால் ஒன்றும் நடக்காது. நீங்கள்

சொல்வதுபோலவே மரணம் என்பது நிர்வாணம்தான். அப்படி அது நிர்வாணியாக இருப்பதில் வெட்கமடைவதுமில்லை. ஆனால் அதில் நீங்கள் சொல்லாத இன்னொன்றும் உள்ளது. அந்த நிர்வாணம் உங்களைத்தவிர எவர் கண்களும் காணமுடியாததாக இருக்கும்; பார்க்க அவ்வளவு கோரமாகவும் இருக்கும். ஆனால் அது உங்களுக்குப் பயத்தையோ வெட்கத்தையோ தராது. உங்களைத்தவிர எவர் ஒருவர் கண்களும் காணமுடியாத அது, அந்த நேரத்தில் பயத்திற்குப் பதிலாக உங்களுக்கு ஒரு ஆசுவாசத்தையே தரும். அந்த ஒன்று மட்டும்தான் நீங்கள் மரணத்திடம் கொள்ளும் ஒரே மகிழ்ச்சியான விஷயம். 'மரணமெண்பது வேறொன்றுமில்லை; அன்பைத் தவிர' என்று நீங்கள் சொல்லும்போது சிரமமான விஷயத்தை மகிழ்ச்சியாக யோசிப்பதுபோல நடிப்பீர்கள் அல்லவா? அதேபோன்றதொரு மகிழ்ச்சிதான் அது. ஆனால் அந்த சமயத்தில் 'சாலையின் நடுவே கடந்த பறவையின் நிழலை மோதியதுபோல' என்று அப்போது நீங்கள் மரணத்தைப்பற்றி கவிபாட முடியாது. காரணம் மரணத்தின் தந்திரமமான பயன்களை அப்போது நீங்கள் அனுபவிக்கத் தொடங்கியிருப்பீர்கள். கடவுளையும் சந்தேகப்படும் நேரம் அது; மரணம் என்ற ஒன்று வந்தால் அவருமே இவ்வாறு சோர்ந்துப்போய்தான் விழுவார் என்று சந்தேகமில்லாமல் நீங்கள் நினைக்கும் நேரம் அது. மலைகளும் குழம்பி நிற்கும். கற்களும் சுருங்கி இல்லாமலாகும். சூரியனும் மங்கலாகிச் சரிவான். ஆனால் அதன் வெப்பம் உங்களுக்கு தாங்க முடியாததாக இருக்கும். குழம்பும் மலைகள் உங்கள் தலைமேல் நின்றுகொண்டு அதைச் செய்வதுபோல இருக்கும். இல்லாமலாகும் கற்களானது தன்னைப்போலவே இல்லாமலான காற்றோடும், கடலோடும், ஏன் கடவுளோடும் இணைந்து கற்பனைகளை விஞ்சும் விதமாக புதுவிதமான காட்சிகளை உங்கள் கண்முன் நிகழ்த்தும். ஏற்கனவே சொன்னதுபோல மரணம் அறிவற்றதாக, பழையதாக, ஒழுங்கற்றதாக, பொய்யைவிட அழுக்கானதாக மாறி 'வாழ்வை மரணத்தைக் கொண்டு எடைபோடும்' உங்கள் கோட்பாடுகளின்மீது அதன் நிறத்தைக்கொண்டு கல்லெறியும். ஆம், மரணத்திற்கு அதன் தொடக்க நொடிகளில் நிறம் மட்டும் உண்டு. 'நிலத்தையும் தங்கத்தையும்போல உனக்கும் ஒரு விலை இருந்தால் எவ்வளவு நன்றாக இருக்கும்' என்று அந்த நிறத்திடம்தான் அப்போது நீங்கள் பேரம் பேசுவீர்கள். ஏதோ நான் எனக்காக மட்டும்தான் மரணத்தின் தோல்வியைக் குறித்து சிந்தித்ததுபோலவும், மற்றவர்களுக்காக நான் அப்படி யோசிக்கவில்லை என்றும், அப்படி யோசித்த பரிதாபகரமானவர்களின் பட்டியலில் நான்தான்

முதலிடத்தில் இருப்பதுபோலவும் முடிவுக்கு வந்த நீங்கள், மரணம் மனிதர்களிடம் மட்டுமல்ல கடவுளிடமும்கூட திருட்டுத்தனமாகத்தான் நடந்து கொள்கிறது என்ற முடிவுக்கு அப்போது வருவீர்கள். அப்படியான முடிவுக்கு வந்தவுடன் இன்னும் ஏழேழு சொர்க்கங்களை உருவாக்குவீர்கள்; சாகா வரத்தை எங்கிருந்தாவது, எப்படியாவது கொண்டுவரும் முனைப்போடு இன்னும் ஆயிரமாயிரம் கடவுள்களைப் படைப்பீர்கள்; கட்டிடங்களைத் தாங்க முடியாத அளவிற்கு நிலங்களைக் கனப்படுத்துவீர்கள்; உங்களோடு சேர்த்து கடவுளையும் அதனிடமிருந்து காப்பற்றுவதற்காக நானூற்று முப்பத்தைந்து புள்ளி ஆறு சதுர அடி ஒன்றுக்கு ஒரு முன்னணி முகவரை நியமிப்பீர்கள். அந்தப் புள்ளிகளும் விடுபடாதவொரு எண்ணிக்கையில் நாளொன்றுக்கு நானூற்று முப்பத்தைந்து புள்ளி ஆறு முறையோ இல்லை அதற்கும் மேலாகவோ அவர்கள் கால்களில் விழுந்து எழுந்து, விழுந்தெழுந்து, விழுந்தும் எழுந்தும், விழுந்து எழுந்துமென... உங்களின் சதைகளையும் கிழித்துக் காணிக்கையாக அள்ளிக்கொடுப்பீர்கள். அப்போது மரணமே உங்களுக்கு மரணத்தைப் பயிற்றுவிக்கும். 'மரணத்தை பற்றிக் குறைவாகத் தெரிந்து கொண்டவர்களால் அதை எப்படி வேடிக்கை பார்க்கமுடியும்?' என்று கேட்டீர்கள் அல்லவா? அப்போது வேடிக்கைப் பார்ப்பவர்களுக்கும் சேர்த்து அது பயிற்சி கொடுக்கும். அந்தப் பயிற்சியின் இடைவேளையில் உங்களைக் கண்டு கொஞ்சமாகவாவது மெல்லியதொரு சிநேகத்தை கையளிக்கும் பக்குவத்தையும் பொறுமையையும் மரணம் கற்றுக்கொண்டதாக இருக்குமேயேயானால், நீங்கள் உங்களது வெற்றியாக கருதுவது இன்னொன்றாக மாறியிருக்கும். அப்போது 'நீங்கள், உங்கள் பாவங்களுக்காக மன்னிக்கப்பட்டீர்கள்' என்று சாமியார்கள் வந்து ஜெபிக்கும்போது மரணமும் உங்களோடு சேர்ந்து புன்னகைக்கும்; கூடவே நானும்..."

* * *

பெஞ்சமின் இவ்வளவு தூரம் ஆவேசப்பட்டு, மேஜைகளைத் தட்டி, எதிராளிகள் திகைக்கும் வண்ணம் சவால் விடுவதற்கும் காரணங்கள் இல்லாமலில்லை.

"என் மதிகேட்டினிமித்தம் என் புண்கள் அழுகி நாற்றமெடுத்தது. நான் வேதனைப்பட்டு ஒடுங்கினேன்; நாள் முழுவதும் துக்கப்பட்டுத் திரிகிறேன். என் குடல்கள் எரிபந்தமாய் எரிகிறது; என் மாம்சத்தில் ஆரோக்கியம் இல்லை. நான் பெலனற்றுப்போய், மிகவும்

நொறுக்கப்பட்டேன்; என் இருதயத்தின் கொந்தளிப்பினால் கதறுகிறேன்" என்று முன்பு ஒருமுறை பெஞ்சமின் பட்ட அவஸ்தைகளை, அதாவது "நீண்ட நெடுங்காலமாக நெடும்பழி ஒன்று தன்னை யூசுப்பின் கதைகள் மூலமாக பின்தொடர்ந்து வருவதுபோலவும், அது கொண்டுவரும் பெருஞ்சிரமம் தன்னிடம் நெருங்குவதற்குமுன் அதை உடைக்கும் வலிமையை எப்படியாவது அடைய வேண்டும்" என்று பெருந்தொற்றுக் காலத்தை இலக்கியத்திற்காக அர்பணிக்க அவர் முடிவு செய்வதற்கு முன்பு, வயிற்றின் மேல்பகுதியில் கொஞ்சம் கொஞ்சமாக உருவாகி அப்படியே நெஞ்சிற்குத் தாவிய வலியைப்பற்றி ஏற்கனவே சொல்லியிருந்த விஷயங்களை இங்கே ஞாபகப்படுத்திக் கொண்டால் அதற்கான காரணங்களில் முக்கியமான ஒன்றைத் தெரிந்துக்கொள்ளலாம்.

அப்படி ஞாபகப்படுத்திக் கொள்வது என்பது, அவரது அந்த இடைப்பட்ட அவஸ்தைக் காலத்தை மீண்டும் சுற்றி வளைத்து விளக்கி அதற்காக இன்னொரு அத்தியாயத்தை செலவழிக்க வேண்டிய தேவையை இங்கே இல்லாமல் ஆக்கிவிடுவதோடு, பெஞ்சமின் கோபப்படுவதற்கு காரணமான அந்த வெவ்வேறுபட்ட வலிகளுக்கும், அவரின் அந்த இறுதி நாளுக்கும், முக்கியமானதுமான அன்றைய மாலைப்பொழுதிற்கும் நேரடியாகவே இட்டுச்சென்றுவிடும் என்பதால் அவர் விருப்பப்பட்டதுபோல அவரை அந்த நோயிலிருந்தும், வலியிலிருந்தும் சீக்கிரமாகவே விடுவித்தும் விடலாம். அத்தோடு மிக நீளமான ஒன்றாக இருந்தாலும் இந்த அத்தியாயத்திற்கு ஒரு இறுதி நியாயத்தையும் உடன் சேர்த்துவிடலாம்.

எனவே சுமார் ஆறு பத்தும் ஒரு ஐந்துமாக அறுபத்தைந்து வருடங்கள் வாழ்ந்த பெஞ்சமின் ஆசீர்வாதம்பிள்ளை அவர்கள் வருடங்கள் கடைசி சில அனுபவித்து வந்த நோய்கள், அதற்கு மேலோட்டமாக மட்டுமே அவர் எடுத்துக்கொண்ட சிகிச்சைகள், மருத்துவமனை செல்வது பற்றி அவருக்கு இருந்த பயங்கள், தயக்கங்கள், தீவிர வலிகள் வரும்போது மட்டுமே மருத்துவமனையைப் எட்டிப் பார்த்தல், பின் பல மாதங்கள் அங்கிருந்து விலகியிருத்தல், மருத்துவர்கள் சொல்லும் சிகிச்சைகளை, பத்தியங்களைக் கண்டுகொள்ளாமல் இருத்தல், அதனாலேயே அந்த வலிகளுடன் வாழப் பழகிக்கொண்ட அவரது அலட்சியங்கள், உண்பதில் அளவின்றியும், பொறுமையின்றியும் இருத்தல், ஒவ்வாத உணவுகளை உண்டுவிட்டு அவதிப்படுதல், கை வைத்தியம் போன்ற அரைகுறைகளை முழுமையாக நம்புதல்,

கூடவே காரணமில்லாத மனவுளைச்சல், உடற்பயிற்சி குறித்த அறிவின்மை என... இதனோடு சில விட்டுப்போன அவரது அன்றாட நடவடிக்கைக் குறிப்புகளையும் சேர்த்தால் அவர் தனது குடலையும், கல்லீரலையும், இதயத்தையும் மற்றும் இன்னபிற ஒவ்வொரு உள்ளுறுப்புகளையும் எந்தளவு காயப்படுத்தியிருப்பார் என்றவொரு தெளிவான வரைபடத்தை இங்கேயும் இணைத்து விடலாம். ஆனால் அதைக்குறித்தும் ஏற்கனவே அவ்வப்போது பார்த்து வந்திருப்பதால் அவற்றையும் இங்கே ஞாபகத்தில் வைத்துக்கொண்டாலே போதுமானது. மற்றபடி இங்கே பெஞ்சமின் குறித்துச் சொல்லிக்கொள்ள ஒன்றுமில்லை; கூடுதலாக முன்வைக்க சில சந்தேகங்களைத் தவிர...

அதிக ஆயுளுக்கு ஆசைப்படும் ஒருவர் அதற்கெதிராக நடந்து கொள்வதிலுள்ள முரண்பட்ட செயல்கள்தான் இந்த இடத்தில் புரிந்துகொள்ள முடியாததாகவும், அதிகமும் விமரிசனத்தன்மை கொண்டதாகவும் நம் முன்வந்து நிற்கிறது. அதுவும் பெஞ்சமின் போன்ற ஒருவர் அதைச் செய்யும்போது அது கிராளித்தனத்தின் உச்சமாகவும், இன்னும் அதிசயமாகவும்கூட இருக்கிறது. வாழ்ந்த நாட்கள் முழுவதும் குடிப்பவர்களையும், புகைப்பிடிப்பவர்களையும் அருவருப்பாக பார்த்து வந்த அவர்தான் அதற்கு இணையான கேடுதரும் வாழ்க்கை முறையை, ஆரோக்கியம் குறித்த அலட்சியத்தை கடைப்பிடித்தார் என்பது நம்ப முடியாததாகவும், இங்கே விளங்கிக்கொள்ள முடியாத ஒன்றாகவும் இருக்கிறது. என்ன ஒன்று அப்படி வாழ்ந்துவிட்டு சாலையில் விழுந்து கிடக்கும் நிலை மட்டும் அவருக்கு வரவில்லை.

ஆனால் அதற்குப் பதிலாக அவருக்குள்ளிருந்து வந்த ஒன்றுதான் முதலும் கடைசியுமாக ஒருநாள் அவரை சாலையிலல்லாமல் வீட்டிலேயே விழுந்து கிடக்கும் நிலைக்கு ஆளாக்கியது.

நோயின் மீதும், மரணத்தின் மீதும், மனித வாழ்வின் மீதும், இந்த உலகின் மீதும் என ஒவ்வொன்றின் மீதும், ஒவ்வொருவரின் மீதும் அவர் முழு வெறுப்புகொண்ட கடைசி நாள்...

முக்கியமாக அந்த மாலைப்பொழுது...

செக்கர் நிறத்தொரு மாலைப்பொழுது...

* * *

எப்போதுமில்லாமல் அன்று காலையில் எழுந்ததுமே ஆசீர்வாதத்தின் வாய்க்குள் இரத்தவாடை வீசியது. பின்னர் அது மெல்ல மெல்ல அவரது மூச்சுக்காற்றோடு கலந்தபோது 'உடலுக்குள் ஓடும் இரத்தமெல்லாம் மூக்கின் வழியாக வெளியேறி விடுமோ?' என்று வழக்கம்போல தேவைக்கு அதிகமாகவே அவருக்குள் தோன்றிய அச்சமானது இன்னும் அவ்வரை அதிக பீதிக்குள்ளாக்கியது. மலமும்கூட அதற்கான நிறத்தோடு வெளியேறுவதுபோல ஒரு சந்தேகம். ஆனால் அதை முழுவதும் நம்புவதற்கான வாய்ப்புகளை அதுவே சிறிது நேரத்தில் இல்லாமலாக்கியது என்றாலும், இந்த மூன்றும் சேர்ந்து சிறுவயதில் மீன்பிடிக்க வற்றிப்போன குளத்திற்குள் இறங்கியபோது வீசிய சேற்றின் வாடையை சிறிதுநேரம் அவரைச் சுற்றி சுழலவைத்தது.

இதயமும்கூட அப்போதுதான் தனக்கான இறுதி வேலை நாளை அவசர அவசரமாக முடிக்க ஆயத்தமாயிருந்தது. அடிபட்ட நாயின் ஆடிக்கொண்டிருக்கும் காலென உடம்பிலிருந்து தனியாகவும் வேகமாகவும் துடித்துக்கொண்டிருந்த அது, அவரைப்பார்த்து சொல்லாமல் எதையோ சொல்லிக்கொண்டிருந்தது. ஆனால் அதை அவர் சரிவரப் புரிந்து கொள்ளாமல் 'இது அனைத்திற்குமே வயிறுதான் காரணம். அங்கிருந்துதான் எல்லாமே மேலெழும்புகிறது' என்று தன்னைத்தானே சமாதானப்படுத்திக் கொண்டார். மட்டுமல்லாமல் இதற்குமுன்னும் சிலமுறை இப்படி நடந்து சரியாகியிருந்ததால் அதை அவர் பெரிதாக எடுத்துக்கொள்ளவில்லை. பொதுவாக இதுபோன்ற சமாச்சாரங்கள் அவருக்கு இரவுப் பொழுதுகளில்தான் வரும். எனவே அந்த நேரத்திலேயே இவற்றை சமாளித்து பழகியதால், புதிதாக காலையிலயே இப்படி தொடங்குவதும், அதுவும் வழக்கத்தைவிட கொஞ்சம் அதிகமாக போக்கு காட்டுவதும் மட்டும்தான் அவருக்கு கொஞ்சம் வசதிக்குறைவாக இருந்தது.

நன்றாக சாப்பிட்டுவந்து அறைக்குள் முடங்கிக் கொண்டார். இப்போதெல்லாம் அவரின் நாட்கள் அந்தப் பூட்டிக்கொண்ட அறையிலும், பெரும்பாலும் எல்லோரிடமிருந்தும் விலகிக்கொண்ட தனிமையிலும்தான் கழிகிறது. சொல்லப்போனால் அவர் அப்படி இருப்பதிலும், எதிலும் கவனம் செலுத்தாமல் ஓய்வுவெடுப்பதிலுமே அதிக ஆசையும் கொண்டிருந்தார். அது மிகுந்த சோம்பேறித்தனம் என்பதையோ, உடல் அவரிடம் எதையோ சொல்ல வருகிறது என்பதையோ அவரால் புரிந்துகொள்ள முடியவில்லை.

காலையில் உருவான அறிகுறிகளும், உடலின் இயக்கங்களும், அசைவுகளும், அதனால் உருவான அவரின் எண்ணங்களும் இப்போது தங்களை வேறுவிதமாக அவரிடம் காட்டத் தொடங்கியிருந்தன.

சாப்பிட்ட பின் இதயமானது நிலையத்திலிருந்து நகரும் ஒரு பயணிகள் ரயில்போல மெதுவாக தன்னை நகர்த்திக்கொண்டாலும் எப்போது வேண்டுமனாலும் தறிகெட்டு ஓடும் ஒன்றாகவும், தண்டவாளத்திலிருந்து தடம் புரள செய்யும் ஒரு நாசகார வேலையை தனக்குத்தானே செய்ய தயாராக இருப்பதுபோலவும்தான் தன்னை வைத்துக்கொண்டிருந்தது. இப்போதெல்லாம் அது அப்படி இயல்பாக தன்னை கொஞ்சநேரம் வைத்துக்கொண்டாலே அது அவருக்கு அதிக நிம்மதியைத் தந்தது. அதுவும் நாள் முழுவதும் என்றால் அது மிகப்பெரிய சாதனைதான். அப்போது அவர் அடையும் சந்தோஷத்திற்கு அளவில்லாமல் ஆகிவிடும். ஆனால் அவர் நினைப்பது போலும், நினைக்காத நேரத்திலும் ஆசுவாசத்தையும், அதிர்ச்சிகளையும் கொடுக்கும் அதன் தலைகீழ் வழக்கமானது அவருக்கு சாதாரணமாகவே பழகிப் போயிருந்ததால் அதைத் தீவிரமாக எடுத்துக்கொள்ளும் ஆரம்பகாலப் பயத்தை இப்போது அவர் கைவிட்டிருந்தார்.

எனவே மதியமும், அந்த மாதம் முழுவதும் தனக்கான உணவுமுறையை எப்படி கட்டுக்கோப்பாக வைத்துக்கொள்ள வேண்டும் என்ற எப்போதும் தோற்றுப்போகும் திட்டம் குறித்த எண்ணமும், அதில் ஒவ்வொருநாளும் தனது இரவு உணவை எப்படி எடுத்துகொள்ள வேண்டும் என்ற குழப்பமும்தான் அவரிடம் மேலோங்கியிருந்தது.

இங்கு இரவு உணவைக்குறித்து கொஞ்சம் பிரத்யேகமாகச் சொல்லவேண்டும். காரணம், அது குறித்து எப்போதுமே அவருக்கு ஒரு ஒவ்வாமையும், எரிச்சலும், கோபமும் இருந்துகொண்டேயிருந்தது. அது நள்ளிரவை கடக்கும் தூக்கமின்மை பிரச்சனையினாலா, இதயத் துடிப்பை இன்னும் நெருக்கமாகவும், அதிகமாகவும் உணர வைக்கும் அந்த அமைதியினாலா, இல்லை இவை இரண்டையுமே நேர்கோட்டில் அதிக தொலைவு இழுத்துக்கொண்டுப்போய் அவரது நோய்குறிகளை விடாமல் விழித்தெழ வைக்கும் நேரமாக அந்த இருள் இருப்பதினாலா என்று அவருக்கேத் தெரிவதில்லை. எது எப்படியிருந்தாலும் நிமிர்ந்தும், கவிழ்ந்தும், சாய்ந்தும், எழுந்தும், அமர்ந்தும், நடந்தும் என கழியும் அந்த நேரங்களை அவர் நாளடைவில் முற்றிலுமாகவே வெறுக்கவும், அதன் தொடர்ச்சியாக

இரவு உணவை விருப்பமில்லாமல் உண்ணவும் இரவு மட்டுமே காரணமாக இருந்தது என்று சொன்னால் அதில் மிகையுமில்லை. ஆனால் அது கொடுக்கும் வலிகளையும், கொடுமைகளையும் அது எப்பேர்பட்டதாக இருந்தாலும் அதைத் தாங்கிக்கொள்ளும் ஒருவராக அவர் இருந்தார் என்பதையும் இங்கே சொல்லியாக வேண்டும். அதனால்தான் மருத்துவச் சோதனைகளின் மீதிருந்த பயத்தின் காரணமாக கடைகளில் மட்டுமே மருந்துகளை வாங்கி முழுங்கிவிட்டு, மருத்துவமனை பக்கம் எட்டிப் பார்க்காமல் இருந்தாரோ என்னவோ? எல்லாவற்றையும் சமாளித்துக்கொண்டு, பொறுத்துக்கொண்டு வலிகளைத் தாங்கும் அந்த நேரத்தில் அவரைப் பார்க்கும்போதெல்லாம் சதைகளை வருத்தும் ஒரு துறவிபோலவே இருப்பார். அவரும் தன்னை அப்படித்தான் நினைத்தும் கொண்டார். ஒரு சொட்டு கண்ணீரும் உதிராத அதுபோன்ற சூழல்கள்தான் பின்னாட்களில் அவருக்கு அவர்மீதே அதீதமானதும் மோசமானதுமான ஒரு நம்பிக்கையையும், தான் மற்றவர்கள்போல சாதாரணமானவனில்லை என்ற யதார்த்தத்திற்குப் புறம்பான ஒரு எண்ணத்தையும் அவருக்குள் கொண்டுவந்து சேர்த்தது.

இப்போதும் அப்படித்தான்.

காலையிலிருந்த எந்த அறிகுறிகளும் இல்லை என்பதால், அத்தனை நாள் வீம்பு, வீராப்பு, பிடிவாதம் என சுற்றிவிட்டு வழக்கு தோற்றுவிட்டது என்று தெரிந்தபின் கையில் இருக்கும் அவ்வளவு பணத்தையும் அதே கோர்ட் வாசலில் எறிந்துவிட்டு, எங்கோ சென்று தற்கொலை செய்துகொண்ட அவரது ஒரு கட்சிக்காரனைப்போல, தன்னிடம் தோற்றுவிட்ட நோயானது தன்னைவிட்டு எங்கோ தூரமாகச்சென்று தன்னத்தானே அழித்துக்கொண்டதோ என்றுகூட அவருக்குத் தோன்றியது. எனவே எஞ்சியிருந்த நேரத்தை அவருக்குப் பிடித்தமான வகையில் செலவழித்துவிட்டு மதியமும் நன்றாக வயிறை நிரப்பிக்கொண்டு வந்து அறைக்குள் அடைந்துவிட்டார்; தூங்கியும் போனார். அப்போதுதான் அவருக்கு அந்தக் கனவு வந்தது.

அதில் அவரது சிறுவயது வீட்டின் திண்ணையில் அமர்ந்தவாறு தன்னைக் கடந்து செல்லும் ஒவ்வொருவரிடமும் அவர்களின் பெயர்களைக் கேட்டுக்கொண்டிருந்தார். அந்தத் திண்ணை உற்சாகமான மனநிலையைக் கொடுக்கும் வழவழப்பான ஒரு கல்லினால் செய்யப்பட்ட நிறத்திலிருந்தது. ஆசீர்வாதம்பிள்ளையைப்போலவே அதே பெயர் கேட்கும்

வேலையை, அவர் அந்த வயதிலிருக்கும்போது உயிரோடில்லாத அவரது தகப்பனாரான பெஞ்சமினும் திடீரென்று அங்கு தோன்றி செய்யவாரம்பித்தார். முகமற்ற அப்பாவின் மடியில் அமர்ந்தவாறு அவருடன் சிறிதுநேரம் விளையாடி முடித்தபின், “எப்படியும் உன்னை நான் சாகவிடாமல் காப்பாற்றி விடுவேன்” என்று உறுதி கூறி சிரித்துக்கொண்டுமிருந்தார் ஆசீர்வாதம்பிள்ளை. அதற்கு எந்த மறுமொழிகளும் கொடுக்காமல், உடலையும் அசைக்காமல், தான் பார்த்த திசையிலிருந்து முகத்தை ஆசீர்வாதம்பிள்ளையை நோக்கித் திருப்பாமலும் எதையோ யோசிக்கும் பாவனையில் அமர்ந்திருந்தார் பெஞ்சமின். அது ஆசீர்வாதம்பிள்ளைக்கு துயரத்தையும், அவநம்பிக்கையையும் ஒருசேர கொடுத்தது. அவரும் அவரைப்போலவே முகத்தைத் திருப்பிக்கொண்டு யோசிக்கத் தொடங்கியதும் பெஞ்சமின் முகத்தில் ஆசீர்வாதம்பிள்ளையின் நோய்க்கால பதட்டம் சிறிது சிறிதாக தென்பட ஆரம்பித்தது. அவர் முகமும்கூட ஆசீர்வாதம்பிள்ளையைப்போலவே மாறத்தொடங்கியது; மூச்சும் திணறினார். அவரின் அந்த மூச்சுத் திணறல்தான் ஆசீர்வாதம்பிள்ளையின் சிரிப்பையும், கனவையும் ஒருசேர கலைத்தது.

ஆம், கனவிலும், நிஜத்திலும் மூச்சுத்திணறிக் கொண்டிருந்தது பெஞ்சமினல்ல; ஆசீர்வாதம்பிள்ளை.

இது அடிக்கடி நடக்கும் ஒன்றுதான். தூங்க ஆரம்பிக்கும் போதும், தூங்கி எழும்போதும், அதில் கனவுகள் வந்தாலும் சரி வராவிட்டாலும் சரி, எப்போதுமே மூச்சடைப்புடனே தூங்க ஆரம்பித்து தூங்கி முடிக்கும் அவர் சிறிதுநேரத்தில் அதை சமாளித்தும் விடுவார். இப்போதும் அப்படித்தான் நம்பினார். அதனால் அவரின் எண்ணங்கள் மூச்சிலில்லாமல் அந்தக் கனவை நோக்கியே தங்களது கவனத்தைக் குவித்திருந்தன. ஆனால் ஏன் சம்மந்தமேயில்லாமல் திடீரென்று இதுபோன்ற சிறுவயது பழக்கங்கள், நினைவுகள் தன் கனவில் வருகின்றன என்று அவருக்குப் புரியவில்லை. அதேநேரம் கனவில் வந்த சில விஷயங்களில் உண்மையில்லாமலுமில்லை.

கனவில் வந்ததுபோல அவருக்கு எப்போதுமே அடுத்தவரின் பெயர்களைத் தெரிந்துகொள்வதில் ஆர்வம் இருந்து கொண்டேதானிருந்தது. பல விஷயங்களைப்போல அதுவும் ஏன் என்று அவருக்குத் தெரியாது. ஒருவேளை அவர்களின் பெயர்களைத் தெரிந்துகொண்டாலே அவர்களைப்பற்றிய எல்லாமே தெரிந்துவிடலாம் என்று நினைத்தாரோ என்னவோ?

இப்போது கனவைவிட்டு வெளியேறியிருந்தாலும் அந்தத் திண்ணைக் கல்லின் குளிர்ச்சி மட்டும் இப்போதும் அவருக்குள் தங்கிருந்தது. அது அவருக்கு அந்த சிறுவயது வாழ்க்கைக் குறித்த ஏக்கத்தை ஏற்படுத்தாவிட்டாலும், இதமான ஏதோவொன்றை அவருக்குள் உருவாக்கியிருந்தது. எப்போதுமே அவர் அறிந்திராத பல விஷயங்களில் ஒன்றாக, 'மறுநாள் தனது கல்லறையும்கூட அதேபோன்றதொரு வழவழப்பான கற்களினால்தான் மூடப்படும்' என்பதையும் அறியாத அவருடன் கட்டுண்டுக்கிடந்த அந்த குளிர்ச்சியானது தன்னை அந்த அறைக்குள்ளும் படரவிட்டிருந்தது. ஆனால் அந்தக் கனவில் அவரை சிறுவயதில் தூக்கிக்கொண்டு ஊர்சுற்றிய எலிசாவும் வரவில்லை; அவள் நினைவாகவும் ஒன்றும் வரவில்லை. எலிசாவால் அவரும், அவரால் எலிசாவும் பின் வந்த நாட்களில் தொடர்ந்து அலட்சியப்படுத்தப்பட்டிருந்ததினால் நிகழாத ஒன்றாக அது கனவில் நிகழ்ந்திருக்கலாம்.

இப்போது தகப்பனாரான அவரின் மரணத்தைக் குறித்து இன்னும் அதிகம் தெரிந்துகொள்ள வேண்டும் என்ற உந்துதலானது அந்தக் கனவினால் அவருக்குள் உருவானது என்றாலும், அதை எலிசாவின் வாயிலாக மட்டுமேதான் தெரிந்துகொள்ள முடியும் என்று உரைத்தபோது அதன் சாதகமின்மையான நிலையைக் குறித்து அவருக்கு சோர்வும் தட்டியது. அந்தச் சோர்வே வழக்கத்திற்கு விரோதமாக, மரணச் செய்திகளைப் படித்தாலே தான் மரணமடைவதுபோலவே தோன்றும் அவருக்கு உலகிலுள்ள எல்லோரின் மரணச் செய்திகளையும் ஒரே மூச்சில் படித்து முடிக்க வேண்டும் என்ற பேராவலையும் உள்ளுக்குள் கொண்டுவந்தபோது அது அவருக்கே அதிசயமாகவும் இருந்தது. ஆனால் அந்த மனநிலை கொஞ்ச நேரம்தான் நீடித்தது அல்லது அதை நீடிக்க விடாமல் எதுவோ அவருக்குள் செய்யவாரம்பித்தது.

நோயும், கனவும் உதிக்கும் திசையையும், மறையும் திசையையும் யார் அறிவார் இல்லையா?

இன்னும் கூடுதலாக அந்தக் கனவை ஆழ்ந்து நோக்க அவர் செய்த முயற்சியையும், 'சிறிதுநேரம் மூச்சுவிட சிரமப்பட்டாலும் அதை சமாளித்துக்கொள்ளலாம்' என்று உறுதியாக நினைத்த அவரது எண்ணத்தையும் திரும்பப் பெற்றுக்கொள்ள வேண்டிய நிலையையும், கைவிட வேண்டிய சூழலையும் அந்த மூச்சுத்திணறல் உருவாக்கியது. மூச்சானது எங்கேயோ தொலைவிலிருந்து தன்னை நோக்கி வந்து கொண்டிருப்பதாக, இல்லை இல்லை, வர யாரிடமோ அனுமதி கேட்டுக்கொண்டிருப்பதாக அவருக்குத்

தோன்றியது. "சாகவிடாமல் காப்பாற்றி விடுவதாக கனவில் தான் சொன்னது அப்பாவிடமல்ல; உண்மையில் அது தன்னிடம் தானே சொல்லிக்கொண்டது" என்று அந்தக் கனவை ஆழ்ந்து புரிந்துக்கொள்ள அவருக்கு இன்னும் கொஞ்சநேரம் இருந்தது.

அந்த நேரத்தை நோக்கிய அவர் எஞ்சிய நிமிடங்கள் இப்படித்தான் கடக்கத் தொடங்கின...

* * *

முதலில் வற்றியது அவரது குரல்தான். அதில் கொஞ்சமும் ஈரமில்லை. அந்த சிரமத்தோடே எழுந்து தண்ணீர் குடித்துவிட்டுவந்து படுக்கையில் சாய்ந்தார். மூச்சுக்காற்றை உள்ளிருந்து யாரோ விசைகொண்டு தள்ளுவதுபோலவும், அப்படி தள்ளியவர்கள் அதனால் அவருக்கு காயம் உண்டாகும் என்பதை மறந்து விட்டவர்கள் போலவுமிருந்தது. அதனாலேயே மூச்சுக் காற்று வெப்பமும் நீரும் கலந்த எரியும் மழைத்துளிகள்போல உள்ளிருந்து வெளியே மெதுமெதுவாக சொட்டவுமாரம்பித்தது. அதன் வழியாகத்தான் அவர் தன்னை சுற்றியிருப்பவற்றை நுகர்ந்து, வெளித்தள்ளும் செயலை செய்துகொண்டிருந்தார். கூடவே அவர் கண்கள் காணும் காட்சிகள் தெளிவிலிருந்து மங்கலை நோக்கி நகரவே, எதிரிலிருக்கும் எல்லாவற்றையும் வெளிச்சமில்லா குகை மனிதன்போல அவர் பார்க்க வேண்டியதாகிவிட்டது. அவரை மூடியிருந்த தோலும் வெளியேறும் எரியும் மழைத்துளியால் குளிரவும் தொடங்க அவர் நடுங்கத்தொடங்கினார். ஆனால் அவரால் தனக்குள் என்ன நடக்கிறது என்று தெளிவாக உணரமுடிந்தது. அவரை அவராலேயே உணர முடியாதுபோன சில சந்தர்பங்களில்கூட அதைக் கடந்து வந்தவர் என்பதால் இன்னும் அதை எப்போதும் நடப்பவைகளோடே இணைத்துக்கொண்டிருந்தார். காலையில் வாய்க்குள் வீசிய அந்த இரத்தவாடை இப்போது அவர் உடலெங்கும் பரவியதுபோலிருந்தது. சேற்றின் வாடை மட்டும் இன்னும் உருவாகவில்லை. அதற்குப் பதிலாக குளித்துவிட்டு அழுக்குச் சட்டையை எடுத்துப் போட்டதுபோல ஒரு புழுக்க நாற்றம் அவர் சுவாசத்தை அடைக்கவே, 'கழுத்துக்குக் கீழேயும், அடிவயிற்றுக்கு மேலேயுமுள்ள அனைத்து உறுப்புகளும் கொஞ்சம் கொஞ்சமாக அழுகி அழிந்து வருகிறதோ, தான் சாப்பிடும் அனைத்தும் குடலுக்கு அல்லாமல் சகதிக்குள் வீசுகிறோமோ?' என்று எப்போதும் தோன்றும் எண்ணமும், சந்தேகமும், கேள்வியும் இப்போதும் அவருக்குத் தோன்றியது.

ஆனாலும் மீண்டும் அந்தக் கனவை பற்றியே யோசிக்க விரும்பினார். அது அவருக்குள் 'இதுநாள்வரை தான் மட்டுமே அப்படியிருந்தோம், இப்போது தனது கனவுகளும் நோயாகிவிட்டன' என்ற முடிவுக்கு அவரை உந்தித் தள்ளின. அந்தநேரத்தில் அவரிடமிருந்து அவருக்குள் கொட்டிய வார்த்தைகள் மிக மிகப் பழமையானவைகளாக இருந்தன. அதன் அர்த்தங்களைப் புரிந்துகொள்ள முடியாமல் தவித்தார். 'தான் ஏதோ வேறு மொழியில் உளறிக் கொண்டிருகிறோமோ? இல்லை நோய்கள்தான் வார்த்தைகளாக உருமாறி தனக்குள் கொட்டிக் கொண்டிருக்கிறதோ?' என்ற சந்தேகத்தையும் அது தோற்றுவித்தது.

சரியாகச் சொன்னால் இந்த இடத்திலிருந்துதான் வரக்கூடாத நேரத்தில் வரும் உறக்கம்போல அல்லது ஒரு விருந்தாளியைப்போல அவரிடம் இறப்பு வரத் தொடங்கியது. அப்போது பூமியே ஒரு நோயாகவும், மனிதர்கள் அனைவரும் அதன் நோய்குறிகளாகவும் அவரைப்பொறுத்து ஆனார்கள். அதன் தொடக்கம் இவ்வாறுதான் இருந்தது:

வயிறு மட்டும் அவரிடமிருந்து தனியாகக் கழண்டுசென்று ஒரு இராட்சதக் கழுகுபோல அவரைச்சுற்றி வட்டமடிக்கத் தொடங்கியது. அதேநேரம் தனக்குள் வளைந்து நெளிந்து ஓடிக்கொண்டிருக்கும் நூறுவழிச்சாலைகளை எவை ஒன்றும் கடக்க முடியாதவாறு ஒரேநேரத்தில் அவற்றை அடைத்து நிற்கவும் விரும்பியது; விரும்பியதைப்போல செய்யவும் செய்தது. அப்போது அவரின் நிஜ நூறு வழிச்சாலைகளான நரம்புகள், எலும்புகள், தசைகள் என ஒவ்வொன்றும் அதை அவ்வாறு செய்யவிடாமல் தடுக்க ஓடின. ஆனாலும் அது கேட்காமல் தன்னை தண்ணீருக்குள் மூழ்கிச் சாகடிப்பதற்கு முயற்சித்தது. அதைப் பார்த்த அவர் எலும்புகளில் சில அதைச் சாகவிடாமல் காப்பாற்றி கரைக்கு கொண்டு வந்து சேர்த்தன. பின்னர் கொஞ்சமும் சோர்வுறாமல் தீயில் குதித்து சாவதற்கு அது தன்னை தயார்படுத்தியது. உடனே அவரது தசைகளில்சில ஒன்றுச்சேர்ந்து அதை அப்படிச் செய்யவிடாமல் தடுத்தன. இதற்கிடையில் மண்ணுக்குள் புதைந்து விட்ட இதயத்தை நரம்புகளில் சில சென்று தேடிச்சென்று தோண்டியெடுத்து அது ஏற்கனவே இருந்த இடத்தில் கொண்டுவந்து வைக்கும் தீவிரமான வேலைகளின் ஈடுபட்டுக் கொண்டிருந்தன. தொடர்ந்து இதுபோன்று உடலுக்குள் நடக்கும் மாற்றங்கள் அவருக்குள் எண்ணற்ற அர்த்தமற்ற சொற்களையும், கனவுகளையும், காட்சிகளையும் விடாமல் உற்பத்தி செய்த வண்ணமிருந்தது. 'மயக்கம் என்பது தலையைச் சுற்றி உருவாகும் ஒன்றல்ல, அது

வயிற்றைச் சுற்றி உருவாகுவது' என்றவொரு பாடத்தை அப்போது அவர் புதிதாகக் கற்றுக்கொண்டார்.

அப்படிக் கற்றுக்கொண்டவுடன் குளிர் மறைந்து வெப்பம் உண்டானது. அது ஒட்டுமொத்த உடலையும் வியர்வையாக மாற்றியது; அதைக்கொண்டு அவரை மூழ்கடிக்கவும் செய்தது.

தன் வாழ்வின் ஒவ்வொரு நாட்களிலும், நிமிடங்களிலும், நொடிகளிலும் தெரிந்தோ தெரியாமலோ எல்லா நேரங்களிலும் எலிசாவின் மரணமானது ஒரு நிரந்தரமான நாற்காலியை அதன் நினைவாய் அவர் மூளைக்குள் விரித்துப்போட்டு அமர்ந்ததையும், அப்படி அமர்ந்தபடி காலசைத்துக் கொண்டிருந்த "அந்த மரணமானது எலிசாவினுடையது அல்ல; தன்னுடையதுதான்" என அவர் மிகத் தாமதமாக உணர்ந்தபோது, அந்த நாற்காலியின் முன்கால்கள் இரண்டும் மெல்ல சேதமடைந்ததது என்று முன்பு சொன்னதையும் இங்கே நினைவுபடுத்திப் பார்த்தால், அந்த நாற்காலியின் பின்கால்கள் இரண்டும்கூட இப்போது வேகமாகச் சேதமடைவதையும், அவர் இதயத்தின், குடல்களின் விருப்பமாக மரணம் இருப்பதையும், அதனால் மரணம் அதற்கு ஒரு வணக்கம் வைத்துக் கொண்டிருப்பதையும்கூட பார்க்கலாம்.

இப்போது அவரால் தனக்குள் என்ன நடக்கிறது என்று தெளிவாக உணர முடியவில்லை. இதயமானது அடிபட்ட நாயின் கால்போன்ற தனது ஆட்டத்தை இப்போது நிறுத்திவிட்டது. ஆனால் காலைத்தவிர நாயே துடித்துக் கொண்டிருப்பதுபோல அது அவரது வெளிப்புற தசைகளையும் சேர்த்திழுத்துக்கொண்டு துடிக்கத் தொடங்கியது. அப்படி அது செய்துகொண்டிருப்பதை பார்க்கும்போது வாழ்நாள் முழுவதும் மௌனமாக இருந்த ஒருவன் திடீரென்று உளறிக் கொட்டுவதுபோலிருந்தது. அதன் உளறலும் வலியும் இரண்டு மடங்கானபோது இதயத்தைக் கண்டு மற்ற எல்லா உறுப்புகளும் பயந்து ஒதுங்கி, ஒடுங்கி. அதைச் சமாதானப்படுத்தவே அஞ்சின. நோய் என்பது இப்போது அவருக்கு இரண்டு இதயமாக மாறியிருந்தது. சூரியனும்கூட அதைக்கண்டு மலைகளுக்குள் பதுங்கத் தொடங்கினான். துடிப்பின் கணக்கை இயந்திரமும் தவறவிடுமளவிற்கு அதன் அதிகாரம் ஓங்கியிருந்தது. அந்தநேரத்தில் கொஞ்சம் யோசிக்க வாய்ப்பு கிடைத்திருந்தாலும் 'தன்னை இதுவரை அதிகாரம் செய்து வந்தவைகளிலே மோசமானதும், முதன்மையானதுமான' ஒரு இடத்தை அதற்கு அவர் கொடுத்திருப்பார். அப்போது எலிசாவும், திரேசம்மாளும், யூசுப்பும், அவரது கதைகளும்கூட எங்கோ ஒரு மூலையில்

இடம் பிடித்திருப்பார்கள். இல்லை அதன் பின்னால் அவர் பதட்டத்துடன் ஒளிந்து கொண்டிருப்பார். 'நரகத்தின் தோற்றம் இதயத்திலிருந்துதான் ஆரம்பிக்கிறது. இதயம் என்பது நரகத்தின் கடவுள்; நரகம் என்பது இதயத்தின் மாதிரி வடிவம்' என்று தான் எழுத விரும்பும் கதைகளில் தனது சொந்தவொரு மேற்கோளையும் சேர்த்திருப்பார். 'மரணம் என்பது வலிமிக்க ஒன்றாக அல்லாமல் புதுவித உணர்வைக் கொடுப்பதாக இருக்க வேண்டும். அது ஒருவருக்கு தன் வாழ்நாளில் காணாத காட்சிகளையெல்லாம் காட்டி, உடலால் அடைய முடியாத அனுபவங்களை எல்லாம் எங்கிருந்தோ சேகரித்து வந்து கொடுக்க வேண்டும். குறைந்தபட்சம் நோயினால் வரும் வலியைவிட தன்னால் வரும் வலி மிக மிக குறைவாக இருக்கும்படி அது பார்த்துக்கொள்ள வேண்டும். அது தரும் உணர்வும் ஓசையும் மெல்லியதாக இருக்கவேண்டும். அது தரும் கண்கள் கூசாத ஒளியை வாழ்வுகூட கொடுத்திருக்காது என்றவொரு திருப்தியை அந்த நேரத்தில் அது கொடுக்க வேண்டும். வாழ்வை மாதிரி மரணமும் ஒரு வாழ்க்கையாக இருக்க வேண்டும். அது அப்படியே நீடிக்கவும் வேண்டும். விருப்பப்பட்டால் அதிலிருந்து ஒரு கனவுபோல திடுக்கிட்டெழுவதற்கு எந்நேரமும் அது வாய்ப்பை வழங்க வேண்டும்' என்ற அவரது விருப்பத்திற்கு எதிராகவே அன்று அது இருந்தது. எல்லாமே வெறும் மூன்று நிமிடத்திற்குள் முடிந்தும் போயிருந்தது. ஆம், எப்போதும்போல் ஒரு கனவிலிருந்து திடுக்கிட்டு எழுவதுபோல இந்தமுறை அவரால் எழமுடியவில்லை.

மஞ்சளும் சிவப்பும் கலந்த ஆரஞ்சு சூரியவொளி அவரிடமிருந்து எல்லாவற்றையும் உறிஞ்சு எடுத்துக் கொண்டதுபோல புது உற்சாகத்துடனிருந்தது.

37

ஒரு பட்டணத்தில் உங்களைத் துன்பப்படுத்தினால் மறு பட்டணத்திற்கு ஓடிப்போங்கள்; மனுஷகுமாரன் வருவதற்குள்ளாக நீங்கள் இஸ்ரவேலருடைய பட்டணங்களையெல்லாம் சுற்றிமுடியாதென்று, மெய்யாகவே உங்களுக்குச் சொல்கிறேன்.

- மத்தேயு 10:23

"இன்றிலிருந்து சுமார் *137* ஆண்டுகளுக்குமுன் *1885* டிசம்பர் மாதம், பம்பாய் நகரின் பள்ளி ஒன்றில் நடைபெற்றுக்கொண்டிருந்த கூட்டத்தில் ஆலன் ஆக்டேவியன் ஹியூம் இந்திய தேசிய காங்கிரஸை உருவாக்கிக் கொண்டிருந்தபோது, நமது கதையின் நாயகனான பெஞ்சமின் ஆசீர்வாதம்பிள்ளையின் கொள்ளுத் தாத்தாவான கொச்சியை பூர்வீகமாகக்கொண்ட இஸ்லாமியத் தாய்க்கும் கிறிஸ்தவ தந்தைக்கும் பிறந்த கில்பர்ட் அலெக்ஸாண்டர்..."

பல்வேறு குழப்பங்களுக்குப்பின் இப்படித்தான் அந்தக் கதைகளை ஆரம்பித்தாள். அப்படி ஆரம்பிக்கும்போதுதான் அவளுக்குள் இந்தக் கேள்வி எழுந்தது: "எந்தக் கதைகளை வேண்டுமானாலும், அது யார் கதைகளாக இருந்தபோதிலும் விரும்பிய இடத்தில் கொண்டு வரமுடிகிற இதேபோன்றதொரு கதைக்களம் இனி தனக்கு கிடைக்குமா?"

கிடைக்கும் அல்லது கிடைக்காது என்ற பதில்களைத் தாண்டி பல விஷயங்கள் அவளை மீண்டும் குழப்ப ஆரம்பித்தன. மீண்டும் கதைகளுக்கு ஏற்றவாறு - கொஞ்சம் சுவாரசியத்திற்காகவும்தான் - இறுதிச் சடங்குகளையும், இலக்கியச் சடங்குகளையும் தலைகீழாக மாற்ற ஆரம்பித்தாள். ஆனால் அதுவோ ஒரு கட்டத்தில் திருமுடிசூட்டு படலம்கூட பெஞ்சமின் ஆசீர்வாதம்பிள்ளையின்

இறுதிச் சடங்கை ஞாபகப்படுத்தும் ஒன்றாக மாறவே, இனி இந்தக் கதைகளை இந்த நிலையில் தொடரக்கூடாது என்று தீர்மானம் ஒன்றை தனக்குத்தானே போட்டுக்கொண்டாள். நிகழ்ச்சிகளின் காலக்குழப்பத்தை காலக்கிரமமாக்க முயற்சித்தாள். ஆனால் அதற்காக சேர்க்கப்பட்ட விஷயங்களோ இன்னும் அதை குழப்பமிக்கதாக மாற்ற அதையும் அவள் கைவிட்டாள். இப்படி அவள் ஆரம்பித்த, நினைத்த, முடிவெடுத்த எல்லாமே அவளுக்கு நூறு சதவீதம் தோல்வியை மட்டுமே கொடுக்க, 'புனைவுக்கு உண்டான அழகே அதன் முரண்பாடுகள்தான்' என்று பின் தன்னைத்தானே சமாதானப்படுத்திக்கொண்டாள்.

ஆனாலும் முடிவற்றதாக நீளவேண்டிய இந்த கதையை 'நிறுத்தியே ஆகவேண்டும்' என்பதற்காக செயற்கைத்தனமான ஒரு முடிவுடன் நிறுத்துவதுபோல அவளுக்கே தோன்றியதால், முதலில் அவள் எழுதிய சிறுகதையில் இறுதிவரை உயிருடனே உலவிக்கொண்டிருந்தவரை 'ஒன்றும் ஆகாது' என்று ஆசை வார்த்தைகள் கூறி அழைத்து வந்து, கதை தொடங்கிய சற்றுநேரத்திலேயே - நம்பி வந்த அவரை - சாவடித்து சவப்பெட்டிக்கு ஆட்கள் சொல்லி அனுப்பினாள்.

ஏற்கனவே சொன்னதுபோல அவளுக்கே அதுவொரு விருத்திக்கெட்ட வேலையாக இருந்தபோதிலும், அதிலும் மனநிறைவு கொள்ளாவிட்டாலும் 'கதை ஒன்று அதிகப் பக்கங்களையும், அதில் ஒன்றுக்கொன்று தொடர்பற்ற கதாப்பாத்திரங்களையும், வரையறையற்ற கதைகளையும் கோரும்போது, அதன் மையக் கதாப்பாத்திரத்திற்கு கால மதிப்புள்ள அல்லது மதிப்பற்ற ஒரு வாழ்வும், அந்த வாழ்வை நோக்கிய அதிக நாட்களும், அந்த அதிக நாட்களின் முடிவை இன்னொரு வாழ்வு தொடங்கி வைப்பதுபோல அதனளவில் ஒரு பரிசுத்தமான மரணமும் தேவைப்படுகிறது எனும்போது அந்த மரணச் சரட்டின் நுனியை எழுதுபவன் எப்படி திரித்து நீட்டிக்க முடியும்? அதேநேரம் வார்த்தைகளின் முடிவில் முற்றுப்புள்ளி வைப்பதுபோல ஒருவரின் வாழ்க்கையை அவ்வளவு எளிதாக ஒன்றைக்கொண்டு - அதிலும் மரணத்தைக்கொண்டு - சட்டென்று நிறுத்திவிட முடியாது என்பதில் எப்போதும் மாறாத ஒரு தீர்க்கம் உண்டு என்று 'இறந்துபோன' அவரை ஒருவழியாக திருப்திகரப்படுத்திக் கொண்டுதான் சாகடித்தேனேத்தவிர ஒரு பொருளுணரப்படாத செயலாகவோ, இரக்கமற்ற முறையிலோ அதைச் செய்யவில்லை என்பதை இங்கே கூறியாகவேண்டும்' என்று அவளுக்கு அவளே ஒரு விளக்கத்தையும் கொடுத்துக் கொண்டாள்.

அந்த வகையில் சிறுகதையாக எழுதி முடித்து, பின் குறுநாவலாக மாறி, இறுதியில் ஒரு நாவலாக அவள் யோசித்து முடிந்தது இதுதான் முதல்முறை. ஆனால் இது கதையில் செத்துப்போனவருக்கு மட்டுமே நேர்ந்த துர்பாக்கியமான நிலை என்றுதான் அப்போதும் நினைத்தாளே தவிர, அதில் விசேஷமாகச் சொல்லிக்கொள்ளவோ, பெருமைப்படுக்கொள்ளவோ ஒன்றுமில்லை என்றே அவளுக்குத் தோன்றியது.

ஆனால் அந்தக் கதைகளை ஒரு இனிமையான இசைக்குறிப்புகள்போல எழுத வேண்டும் என்று நினைத்தாள். எந்த புள்ளியிலிருந்து கேட்டாலும் அது தரும் மயக்கத்தைப்போல எந்தப் பக்கத்திலிருந்து படித்தாலும், எந்த அத்தியாயத்திலிருந்து தொடங்கினாலும், இல்லை தனியாக ஒரே ஒரு அத்தியாயத்தைப் படித்தாலும் அதன் சுவை தனியாக தெரிய வேண்டும் என்று நினைத்தாள். கூடுதலாக ஏற்கனவே எழுதிய இரண்டு நூல்களின் கதைகளையும் இத்தோடு இணைக்க எதாவது வழியுண்டா என்று தேடினாள். அப்படி சிலவற்றை சேர்த்தும் பார்த்தாள்.

ஆனால் வழக்கம்போல இவை அனைத்திலும் பின்னர் தோல்வியைத்தான் தழுவினாள்.

இருந்தாலும், ஒரு கதையை எங்கு எப்போது நிறுத்திக்கொள்ள வேண்டும் என்று இதுவரை ஓரளவு கற்றிருந்தாளோ, அது இப்போது கொஞ்சம் முன்னேறி ஒரு கதையை எங்கு தொடங்கி அதை எந்த எல்லைவரை நீட்டித்துச் செல்லலாம் என்பதையும் இந்தக் கதையின் வழியாக அவள் கற்றுக்கொண்டாள். அப்படி கற்றுக்கொண்டதை முயற்சிசெய்து பார்ப்பதிலும் அவளுக்கு எந்தவிதத் தயக்கமும் தோன்றவில்லை.

அந்த தயக்கமின்மையால்தான், கில்பெர்ட் அலெக்சாண்டரின் புலம்பல், பாப்பாவின் நியாயாதிபதிகள், எலிசாவின் உன்னதப்பாட்டு, திரேசம்மாளின் நீதிமொழிகள், யூசுப் வெளிப்படுத்தின விசேஷம், தேவனாகிய போத்திராஜா, மைந்தனுடைய நடபடிகள், பிரசங்கத்தின் இராஜாக்கள், ஜோன்ஸாகியவனுக்கு உரிமைப்பட்ட ஃபரிதா எழுதிய பொதுவான நிருபம், பெஞ்சமினின் இறுதி யாத்திரையாகமம் என்று பத்துக்கும் மேற்பட்ட பாகங்களாக பிரித்து அதுவரை எழுதி வைத்திருந்த அத்தனைக் கதைகளையும் கிழித்தெறிந்து வீசினாள்.

‘எந்த வீட்டில் பிரவேசிக்கிறீர்களோ, அங்கே தங்கி, அங்கிருந்து புறப்படுங்கள். உங்களை ஏற்றுக்கொள்ளாதவர்கள் எவர்களோ

அவர்களுடைய ஊரைவிட்டு நீங்கள் புறப்படும்போது, அவர்களுக்குச் சாட்சியாக உங்கள் கால்களில் படிந்த தூசியை உதறிப்போடுங்கள்' என்ற பெஞ்சமினுக்குப் பிடித்த லூக்கா ஒன்பதாவது அதிகார வசனங்களோடு தொடங்கிய அந்தக் கதைகள் அன்றோடு, அத்தோடு அவளிடம் ஒரு முடிவுக்கு வந்தது.

பின் இறுதியில் வரும் ஃபியோதர் தஸ்தயெவ்ஸ்கியின் மேற்கோளோடு அந்த நாவலை இப்படித் தொடங்கினாள்:

மனுஷனை நீர் ஒரு பொருட்டாக எண்ணுகிறதற்கும், அவன்மேல் சிந்தை வைக்கிறதற்கும், காலைதோறும் அவனை விசாரிக்கிறதற்கும், நிமிஷந்தோறும் அவனைச் சோதிக்கிறதற்கும், அவன் எம்மாத்திரம்?

– யோபு 7:17,18.

ம்... அப்படியெல்லாம் இல்லை.

மனிதனின் தாங்கும் அளவைச் சோதிக்கும் வல்லமைகொண்ட ஒரு கடவுள் இன்னும் இந்த உலகில் பிறக்கவில்லை என்றுதான் சொல்லவேண்டும். அப்படிப் பிறந்திருந்தால் அன்று கொல்லப்படுவதற்குமுன்பு எப்போதோ அவர்கள் தங்களைத் தாங்களே கொன்றிருப்பார்கள் அல்லது அன்று கொல்லப்படுவதற்கு முன்பு எப்போதோ அவர்கள் கொல்லப்பட்டிருப்பார்கள்.

கடவுள்கள் மனிதனிடம் தொடர்ச்சியாக தோற்கும் இடம் இதுதான் என்று நினைக்கிறேன். 'மனிதர்களை கடுமையாகச் சோதிப்பதாக நினைத்துக்கொண்டு தாங்கள் கொடுக்கும் இன்னல்களைக்கண்டு அவர்கள் உள்ளூர சிரிக்கிறார்கள் என்ற உண்மை மட்டுமல்ல, இத்தனையாயிரம் ஆண்டுகளில் ஒருமுறையேனும் அதனைச் சிறிதளவும் அவர்கள் மதிக்கவும் மறுக்கிறார்கள் அல்லது கடவுளர்களாகிய தங்களது மனம் புண்பட்டுவிடக்கூடாது என்பதற்காக மட்டுமே அவற்றை மதிப்பதுபோல காட்டிக்கொண்டு தங்கள்முன் நடிக்கவும் செய்கிறார்கள்' என்ற உண்மையும் அவர்களுக்குத் தெரிவதில்லை.

அதனாலேயே அந்தந்த காலகட்டங்களில் மனிதர்கள் மத்தியில் நிலுவையிலிருக்கும் கடவுள்கள் திடீரென்று சலிப்படைந்து 'இனிமேல் அவர்களிடம் தாங்கள் செய்வதற்கு ஒன்றுமில்லை' என்ற முடிவுக்குவந்து தங்கள் கைவசமுள்ள எல்லா இன்னல்களையும் இழுத்து மூட்டைகட்டிக்கொண்டுத் திரும்பியும் விடுகிறார்கள்.

ஆனால் 'அப்படி தாங்கள் திரும்பிச் செல்லும்போதுதான் உண்மையான இக்கட்டுகளானது இடம்மாறி மனிதர்களின் அருகில் வந்தமர்கின்றன' என்ற விஷயத்தையும், 'அதன்பிறகுதான் மனிதன் மனிதனுக்குக் கொடுத்துக்கொள்ளும் சோதனைகளும், செய்துகொள்ளும் உடன்படிக்கைகளும் அவர்களது தாங்கும் அளவைச் சோதிக்க ஆரம்பிக்கின்றன; தாங்க முடியாத அளவிற்கு இன்னொரு கட்டத்திற்கு கொண்டும் செல்கின்றன' என்ற விவகாரத்தையும் அவர்கள் ஒருபோதும் அறிவதேயில்லை.

எப்படி முந்தைய விஷயத்தில் சலிப்படையும் கடவுளர்களின் அறியாமை உண்மையானதோ? அதேபோலத்தான் இந்த விசித்திரங்களில் 'கடவுளின் பாத்திரம் துளியும் இல்லை' என்ற உண்மையில் மனிதனின் அறியாமையும் பொய் அல்லாதது.

அவர்கள் இருவரைப் பொறுத்த கடவுள் ஒன்று அப்படி திடீரென்று சலிப்படைந்து 'இனிமேலும் வேலைக்கு ஆகாது' என்று அவர்களுக்கான துயரங்களை மூட்டைக்கட்டிக்கொண்டுத் திரும்பிய ஒரு மாலைப் பொழுதில்தான் அவர்கள் இருவரும் வெட்டிச் சாய்க்கப்பட்டார்கள்...

"என்னை நான் திருத்திக்கொள்ள முடியாத நிலையில், மற்றவர்கள்மீது எவ்வளவு தூரம் என்னால் எச்சில் துப்பமுடியுமோ, அவ்வளவு தூரம் வெட்கமில்லாமல் எச்சில் துப்புகிறேன். அதற்காக நான் வெட்கப்படவில்லை... கேவலமான வாழ்க்கையை வாழ்வதிலும் ஒரு இனிமை இருக்கிறது. எல்லோரும் அதைக் கேவலம் என்று சொல்லிக்கொண்டே இரகசியமாக அப்படி வாழ்கிறார்கள். ஆனால் நானோ அதை வெளிப்படையாகச் சொல்கிறேன். இதோ இப்படிப்பட்ட என்னுடைய இந்த வெளிப்படையான பேச்சைக் கேட்டுத்தான் நல்லது அல்லாதவற்றை விரும்புபவர்களும் என்மீது வந்து விழுகிறார்கள்... மற்றவர்களை ஏமாற்றி வாழ விரும்பும்போது எதற்காக உண்மையின் ஒப்புதல் தேவைப்படுகிறது...? இந்த மண்ணுலகில் வாழ்வதற்கு மடத்தனம் மிகவும் தேவை. இவ்வுலகம் மடத்தனத்தால்தான் நிறைந்திருக்கிறது. அது இல்லாவிட்டால் இங்கு எதுவுமே நடக்காது. இது நமக்குத் தெரியும்; நன்றாகவேத் தெரியும்"

- ஃபியோதர் தஸ்தயெவ்ஸ்கி (கரமாஸவ் சகோதரர்கள்)